25

കമ്യൂണിസ്റ്റ് സ്വാതന്ത്ര്യസമര സേനാനികൾ

irupathiyanchu communist swathantrya samarasenanikal
memoirs
•
published in
peoples democracy
•
translated
raghavan vengad
•
first edition
august 2005
•
second edition
november 2008
•
third edition
december 2018
•
typesetting and published
chintha publishers, thiruvananthapuram
•

•
cover
shahul aliyar
•

വിതരണം
ദേശാഭിമാനി ബുക്ക് ഹൗസ്
H O തിരുവനന്തപുരം-695 035
phone: 0471-2303026, 6063026
www.chinthapublishers.com
chinthapublishers@gmail.com

ബ്രാഞ്ചുകൾ
ഹെഡ്ഡാഫീസ് ബ്രാഞ്ച് കുന്നുകുഴി • സ്റ്റാച്യു തിരുവനന്തപുരം • കെ എസ് ആർ ടി സി ബസ് സ്റ്റേഷൻ ആലപ്പുഴ • കെ എസ് ആർ ടി സി ബസ് സ്റ്റേഷൻ എറണാകുളം • ഐ ജി റോഡ് കോഴിക്കോട് • മാവൂർ റോഡ് കോഴിക്കോട് • എൻ ജി ഒ യൂണിയൻ ബിൽഡിങ് കണ്ണൂർ • സെൻട്രൽ ബസ് ടെർമിനൽ കോംപ്ലക്സ് താവക്കര കണ്ണൂർ

CR - 2007 / 4871
ISBN - 978-81-26201-70-9

25
കമ്യൂണിസ്റ്റ് സ്വാതന്ത്ര്യസമര സേനാനികൾ

ഓർമക്കുറിപ്പുകൾ

വിവർത്തനം:

രാഘവൻ വേങ്ങാട്

ചിന്ത പബ്ലിഷേഴ്സ്
തിരുവനന്തപുരം-695 035

പ്രസാധകക്കുറിപ്പ്

ദില്ലിയിൽ 2005 ഏപ്രിൽ 6 മുതൽ 11 വരെ നടന്ന സി പി ഐ (എം) പതിനെട്ടാം കോൺഗ്രസ് വേളയിൽ പ്രസിദ്ധീകരിച്ച പുസ്തകത്തിന്റെ വിവർത്തനമാണിത്. ഈ പുസ്തകം രണ്ട് ദൗത്യം നിർവഹിക്കുന്നു: *ഒന്ന്,* ഇന്ത്യൻ സ്വാതന്ത്ര്യസമരചരിത്രത്തിന്റെ ഔദ്യോഗിക വ്യാഖ്യാതാക്കൾ പലപ്പോഴും അവഗണിക്കുന്ന, സ്വാതന്ത്ര്യസമരത്തിന്റെ പല ധാരകളിൽ ഒന്നായ, കമ്യൂണിസ്റ്റ് പ്രസ്ഥാനത്തിന്റെ ആദ്യകാലത്തെയും ഇപ്പോഴത്തെയും ചില നേതാക്കൾ ആ സമരത്തിൽ വഹിച്ച ഉജ്ജ്വലമായ പങ്കിനുനേരെ വെളിച്ചം ചൊരിയുകയും സമരത്തിന് അവർ നൽകിയ സംഭാവനകൾക്ക് അടിവര ഇടുകയും ചെയ്യുന്നു. *രണ്ടാമത്,* സ്വാതന്ത്ര്യസമരത്തിൽ കമ്യൂണിസ്റ്റുകാർ വഹിച്ച പങ്കിനെ ഇകഴ്ത്തിക്കാണിക്കാനും അവർക്കെതിരെ അപവാദം പ്രചരിപ്പിക്കാനും ആർ എസ് എസ് കേന്ദ്രങ്ങളും മറ്റും നടത്തിക്കൊണ്ടിരിക്കുന്ന ശ്രമങ്ങളെ തുറന്നുകാട്ടുന്നു.

ഇന്ത്യൻ സ്വാതന്ത്ര്യസമരത്തിൽ കമ്യൂണിസ്റ്റുകാർ വഹിച്ച പങ്ക് പാർട്ടിയുടെ എതിരാളികളും വിമർശകന്മാരും ചിത്രീകരിക്കുന്നതുപോലെ നിസ്സാരമല്ല. പാർട്ടിക്കെതിരെ ബ്രിട്ടീഷ് ഗവൺമെന്റ് മൂന്ന് ഗൂഢാലോചനക്കേസുകൾ കെട്ടിച്ചമയ്ക്കുകയുണ്ടായി. തങ്ങൾക്കെതിരെ അവരിൽനിന്നുണ്ടാകാവുന്ന ഭീഷണിയുടെ ആഴം മനസിലാക്കിയതുകൊണ്ടാണ് അവർ അതു ചെയ്തത്. ആ മൂന്നു കേസുകളിലും പ്രതികൾക്കെതിരെ ഉന്നയിച്ച ചാർജ് ബ്രിട്ടീഷ് ചക്രവർത്തിക്ക് ഇന്ത്യയിലുള്ള പരമാധികാരത്തെ അട്ടിമറിക്കുന്നതിന് ഗൂഢാലോചന നടത്തി എന്നായിരുന്നു.

കമ്യൂണിസ്റ്റ് പാർട്ടി തുടക്കം മുതൽ ഇന്ത്യൻ സ്വാതന്ത്ര്യസമരത്തിൽ സുപ്രധാന പങ്കുവഹിച്ചു. ഇന്ത്യയിൽ ആദ്യമായി പൂർണസ്വാ

തന്ത്ര്യം എന്ന മുദ്രാവാക്യം മുഴക്കിയത് അവരാണ്. 1921-ൽ അഹമ്മദാബാദിൽ നടന്ന കോൺഗ്രസ് സമ്മേളനത്തിൽ ഹസ്രത് മൊഹാനി, സ്വാമി കുമരാനന്ദ് എന്നീ കമ്യൂണിസ്റ്റുകാർ ഇതു സംബന്ധിച്ച പ്രമേയം അവതരിപ്പിക്കുകയുണ്ടായി. പിന്നെയും എട്ടു വർഷം കഴിഞ്ഞാണ് കോൺഗ്രസ് ഈ പ്രമേയം അംഗീകരിച്ചത് എന്നോർക്കണം. ഇന്ത്യൻ സ്വാതന്ത്ര്യസമരത്തിൽ തൊഴിലാളികളെയും കൃഷിക്കാരെയും അണിനിരത്തുന്നതിൽ കമ്യൂണിസ്റ്റുകാർ വഹിച്ച പങ്ക് ശ്രദ്ധേയം. ഇങ്ങനെ സ്വാതന്ത്ര്യസമരത്തിലെ അവരുടെ പങ്കാളിത്തം വിശദീകരിക്കുന്നു ജ്യോതിബസു എഴുതിയ ആമുഖ ലേഖനം.

ഇന്ത്യൻ സ്വാതന്ത്ര്യസമരത്തിലെ മറ്റൊരു ധാരയാണ് ദേശീയ വിപ്ലവ പ്രസ്ഥാനം. തോക്കും ബോംബും ഉപയോഗിച്ച് ഇന്ത്യയെ ബ്രിട്ടീഷ് സാമ്രാജ്യത്വത്തിന്റെ പിടിയിൽനിന്ന് മോചിപ്പിക്കുക എന്നതായിരുന്നു പൊതുവെ ആ പ്രസ്ഥാനത്തിന്റെ ലക്ഷ്യം. ആ പ്രസ്ഥാനത്തിലെ പ്രവർത്തകരായിരുന്ന വിപ്ലവകാരികൾ നടത്തിയ 'ആക്ഷനു'കൾക്ക് കണക്കില്ല. ആ പ്രസ്ഥാനത്തിൽ പങ്കെടുത്ത മിക്കവരും ജയിലുകൾക്കകത്തോ പുറത്തോവച്ച് കമ്യൂണിസ്റ്റുകാരായി. ആദ്യകാലത്ത് ബംഗാൾ, പഞ്ചാബ് പോലുള്ള പല സംസ്ഥാനങ്ങളിലും കമ്യൂണിസ്റ്റ് പ്രസ്ഥാനം കെട്ടിപ്പടുക്കുന്നതിന് അവർ വമ്പിച്ച സംഭാവന നൽകി.

സ്വാതന്ത്ര്യ സമരത്തിൽ പങ്കെടുത്ത് സമരത്തിന് സംഭാവന നൽകിയ കമ്യൂണിസ്റ്റ് നേതാക്കൾ അനവധിയാണ്. ഇന്ത്യൻ സ്വാതന്ത്ര്യത്തിന്റെ അമ്പതാം വാർഷികാഘോഷവേളയിൽ അവരിൽ മൺമറഞ്ഞവരും ജീവിച്ചിരിക്കുന്നതുമായ ഇരുപത്തിയഞ്ചുപേരുടെ അനുസ്മരണങ്ങൾ *പീപ്പിൾസ് ഡമോക്രസി* തുടർച്ചയായി പ്രസിദ്ധീകരിച്ചു. അത് സമാഹരിച്ചതാണ് ഈ കൃതി. സ്വാതന്ത്ര്യസമരത്തിന് സംഭാവന നൽകിയ മറ്റു കമ്യൂണിസ്റ്റ് നേതാക്കളെക്കുറിച്ചുള്ള ലേഖനങ്ങൾ *പീപ്പിൾസ് ഡമോക്രസി* പ്രസിദ്ധീകരിക്കുന്നതാണെന്നും അവ സമാഹരിച്ച് ഈ പുസ്തകത്തിന്റെ തുടർച്ചയെന്ന നിലയിൽ പ്രസിദ്ധീകരിക്കുന്നതാണെന്നും *പീപ്പിൾസ് ഡമോക്രസി* പത്രാധിപർ കൂടിയായ സി പി ഐ (എം) പൊളിറ്റ് ബ്യൂറോ അംഗം സീതാറാം യെച്ചൂരി വെളിപ്പെടുത്തിയിട്ടുണ്ട്.

ഇന്ത്യൻ സ്വാതന്ത്ര്യസമരത്തിന്റെ ഔദ്യോഗിക ചരിത്രകാരന്മാർ തീർത്തും തമസ്കരിച്ച 25 കമ്യൂണിസ്റ്റ് സ്വാതന്ത്ര്യസമര യോദ്ധാക്കളുടെ ഈ അനുസ്മരണങ്ങൾ ഞങ്ങൾ അഭിമാനത്തോടെ വായനക്കാരുടെ മുമ്പിൽ അവതരിപ്പിക്കുന്നു.

ആദ്യ പതിപ്പിന്റെ മുഖവുര

ഇത്തരം ഒരു പ്രസിദ്ധീകരണം പണ്ടേ പുറത്തു വരേണ്ടതായിരുന്നു.

ഇന്ത്യയുടെ സ്വാതന്ത്ര്യ സമരത്തിന്റെ രജത ജൂബിലി വർഷത്തിൽ *പീപ്പിൾസ് ഡമോക്രസി*യിൽ രണ്ടു പംക്തികൾ പതിവായി പ്രസിദ്ധീകരിച്ചുവന്നു: *സ്വാതന്ത്ര്യസമരം-ജനങ്ങളുടെ ഡയറി, ഒരു കമ്യൂണിസ്റ്റ് സ്വാതന്ത്ര്യസമര സേനാനിയുടെ സ്മരണകൾ.* ആ ലേഖന പരമ്പര രണ്ടു വ്യത്യസ്ത പുസ്തകങ്ങളായി പുറത്തിറക്കണം എന്ന് പിന്നീട് നിശ്ചയിച്ചു. 1997-'98 കാലത്ത് *പീപ്പിൾസ് ഡമോക്രസി*യിലെ പംക്തികളിൽ വന്ന ലേഖനങ്ങളാണ് ഈ പുസ്തകത്തിൽ ഉള്ളത്.

ഈ പ്രസിദ്ധീകരണത്തിന് രണ്ടു വിധം പ്രയോജനമുണ്ട്. പ്രബലമായ സ്വാതന്ത്ര്യപ്രക്ഷോഭ പ്രവാഹത്തിൽ ഒഴുകിയെത്തിയ വിവിധ ആശയധാരകളിൽ ചിലതിനെ ഔദ്യോഗിക ചരിത്ര വ്യാഖ്യാതാക്കൾ അവഗണിച്ചതായി കാണാം. ഈ ഐതിഹാസിക സമരത്തിൽ പങ്കെടുത്ത പലരുടെയും ശക്തമായ സംഭാവനയെ അവഗണിച്ച അപകടത്തെ നാം തിരിച്ചറിയേണ്ടതുണ്ട്. ഈ ചരിത്രരേഖയെ നേരായി ക്രമപ്പെടുത്തേണ്ടത് കമ്യൂണിസ്റ്റുകാരുടെ കടമയാണ്.

ഏറ്റവും പ്രധാനപ്പെട്ട മറ്റൊരു കാര്യമുണ്ട്: സ്വാതന്ത്ര്യസമരത്തിൽ കമ്യൂണിസ്റ്റുകാരുടെ പങ്കാളിത്തത്തെപ്പറ്റി തുടർച്ചയായ കുറ്റാരോപണം നിലവിലുണ്ട്. സ്വാതന്ത്ര്യസമരത്തിൽ നിസ്സാരമായ പങ്കുവഹിച്ചവരും നിഷേധാത്മക നിലപാടെടുത്തവരുമാണ് ഈ ആരോപണം ഉന്നയിക്കുന്നത് എന്നതാണ് ഏറെ വിചിത്രം. മഹാത്മാഗാന്ധിയെ വധിക്കാൻ ആശയപരമായ ആവേശം പകർന്നു നൽകിയവരാണ് ഇവരിൽ ഒരു വിഭാഗം. കമ്യൂണിസ്റ്റുകാരെപ്പറ്റിയും അവരുടെ സ്വാതന്ത്ര്യ സമരപങ്കാളിത്തത്തെ

പ്പറ്റിയും ആർ എസ് എസുകാർ പറഞ്ഞു പരത്തുന്ന കാര്യം വസ്തുതാ വിരുദ്ധമാണ്.

സ്വാതന്ത്ര്യസമരത്തിൽ കമ്യൂണിസ്റ്റുകാരും സാരമായ സംഭാവനകൾ സമർപ്പിച്ചിട്ടുണ്ട്. രാജ്യത്തിന്റെ നാനാഭാഗങ്ങളിലുള്ള ജനങ്ങളെ ബ്രിട്ടീഷ് സാമ്രാജ്യത്വത്തിനെതിരായി ഊർജസ്വലരായി അണിനിരത്തുന്നതിൽ കമ്യൂണിസ്റ്റുകാർ കാര്യമായ പങ്കുവഹിച്ചു. കമ്യൂണിസ്റ്റുകാർക്കെതിരായി മൂന്നു ഗൂഢാലോചനക്കേസ് കെട്ടിച്ചമയ്ക്കാൻ ഇടയായത് ഇങ്ങനെയാണ്: 1922-24 കാലത്ത് പെഷവാർ ഗൂഢാലോചനക്കേസ്, 1924-ൽ കോൺപൂർ ഗൂഢാലോചനക്കേസ്, 1929-ൽ മീറത്ത് ഗൂഢാലോചനക്കേസ്.

അതിഭീകരമായ അടിച്ചമർത്തൽ നടത്തിയതിനാൽ 1920-ൽ താഷ്കെന്റിൽ രൂപീകൃതമായ കമ്യൂണിസ്റ്റ് പാർട്ടിക്ക്, വ്യക്തമായ സംഘടനാ രൂപം തുടക്കത്തിൽ ഉണ്ടായിരുന്നില്ല. സ്വാതന്ത്ര്യസമര പ്രസ്ഥാനത്തിൽ പൊതുജനത്തെ സ്വാധീനിക്കാൻ കമ്യൂണിസ്റ്റുകാർക്ക് കൂടുതൽ കരുത്തുണ്ടെന്ന് കണ്ടതിനാലാണ് ബ്രിട്ടീഷ് അധികാരികൾ അത്തരം അടിച്ചമർത്തൽ നയം കൈക്കൊണ്ടത്.

1920-30 കളിൽ കോൺഗ്രസ് സംഘടനയ്ക്കുള്ളിൽനിന്നു കൊണ്ട് കമ്യൂണിസ്റ്റുകാർ സ്വാതന്ത്ര്യസമരം ശക്തമാക്കി. പൂർണ സ്വാതന്ത്ര്യം ആവശ്യപ്പെട്ടുകൊണ്ടുള്ള പ്രമേയം ആദ്യമായി അവതരിപ്പിച്ചത് രണ്ടു കമ്യൂണിസ്റ്റ് നേതാക്കളാണ്; മൗലാനാ ഹസറത്ത് മൊഹാനിയും സ്വാമി കുമുരാനന്ദും; 1921 ലെ അഹമ്മദാബാദ് കോൺഗ്രസ് സമ്മേളനത്തിൽ. 1929 ലെ ലാഹോർ സമ്മേളനത്തിൽ ഒടുവിൽ കോൺഗ്രസ് 'പൂർണ സ്വരാജ്' പ്രമേയം അവതരിപ്പിച്ചു. ഈ പുസ്തകത്തിന്റെ തുടക്കത്തിൽ ചേർത്ത ജ്യോതിബസുവിന്റെ ലേഖനത്തിൽ, കമ്യൂണിസ്റ്റുകാരുടെ സ്വാതന്ത്ര്യ സമരസംഭാവനകളിൽ ചിലവ കണ്ടെത്താം.

ദേശാഭിമാനികളായ സ്വാതന്ത്ര്യ സമര ഭടന്മാരായി കോൺഗ്രസിലൂടെ രാഷ്ട്രീയ കർമ്മരംഗത്ത് കടന്നുവന്ന മിക്ക കമ്യൂണിസ്റ്റുകാരും ആ സ്വാതന്ത്ര്യപ്പോരിന്റെ വീറ് സ്വാതന്ത്ര്യാനന്തര ഇന്ത്യയിലും തുടർന്നു കൊണ്ടുപോയിട്ടുണ്ട്. സ്വാതന്ത്ര്യമെന്നാൽ രാഷ്ട്രീയ സ്വാതന്ത്ര്യം എന്നു മാത്രമല്ല മിക്ക ഇന്ത്യക്കാരും കരുതുന്നത്. വിശപ്പ്, ദാരിദ്ര്യം, അരക്ഷിതാവസ്ഥ എന്നിവയിൽ നിന്നുള്ള വിടുതൽ നേടിയ സാമൂഹികവ്യവസ്ഥിതിയുടെ സൃഷ്ടിയിലേക്ക് ഈ രാഷ്ട്രീയ സ്വാതന്ത്ര്യം പരിണമിക്കണമെന്ന് അവർ ആഗ്രഹിക്കുന്നു. ഭഗത് സിങ്ങിന്റെ 'ഇങ്ക്വിലാബ് സിന്ദാബാദ്' എന്ന മുദ്രാവാക്യത്തിന്റെ സാരം അതാണ്. പരേതരായ പണ്ഡിറ്റ് കിശോരിലാലും ശിവവർമ്മയും ഭഗത് സിങ്ങിന്റെ സഹപ്രവർത്തകരായിരുന്നു. ബ്രിട്ടീഷുകാർ ഇരുവരെയും അന്തമാനിലെ സെല്ലുലാർ ജയിലിൽ അടച്ചിരുന്നു. സ്വതന്ത്ര ഇന്ത്യയിൽ അവർ കമ്യൂണിസ്റ്റ് പ്രസ്ഥാനത്തിൽ ചേരുകയും മരണം വരെ സി പി ഐ (എം) നേതാക്കന്മാരായി പ്രവർത്തിക്കുകയും ചെയ്തു. സുഭാഷ് ചന്ദ്രബോസിന്റെ ഐ എൻ എയിൽ ഝാൻസിറാണി റജിമെന്റിന്റെ സേനാനായിക ആയിരുന്ന ധീര

വനിത ലക്ഷ്മി സൈഗൾ ഇന്നും സി പി ഐ (എം)ന്റെ പ്രവർത്തക യായി തുടരുന്നു. അത്തരം അനവധി ഉദാഹരണങ്ങൾ വേറെയുമുണ്ട്. അത്തരം വസ്തുതാ കഥനം ഈ പുസ്തകത്തിൽ ഞങ്ങൾ ഉൾപ്പെടു ത്താൻ ഉദ്ദേശിക്കുന്നു.

കമ്യൂണിസ്റ്റുകാരുടെ സ്വാതന്ത്ര്യസമര ചരിത്രത്തെപ്പറ്റി നിലവിലുള്ള ദോഷാരോപണത്തെപ്പറ്റി ചിന്തിക്കുമ്പോൾ ഒരു കാര്യം ഓർമ്മിപ്പിക്കട്ടെ: ക്വിറ്റിന്ത്യാ പ്രസ്ഥാനത്തിന്റെ അമ്പതാം വാർഷികാഘോഷവേളയിൽ, അന്നത്തെ രാഷ്ട്രപതി ഡോ. ശങ്കർ ദയാൽ ശർമ്മ, പാർലമെന്റിന്റെ വിശേഷാൽ സമ്മേളനത്തെ അഭിസംബോധന ചെയ്തുകൊണ്ട് 1992 ആഗസ്റ്റിൽ ഇപ്രകാരം പ്രസ്താവിക്കുകയുണ്ടായി:

> കോൺപൂർ, ജാംഷെഡ്പൂർ, അഹമ്മദാബാദ് എന്നിവിടങ്ങളിൽ നടന്ന വ്യാപകമായ മിൽത്തൊഴിലാളി പണിമുടക്കിനെത്തുടർന്ന്, 1942 സെപ്തംബർ 5ന് ഇന്ത്യയിലെ ബ്രിട്ടീഷ് ഭരണകൂടം ലണ്ട നിലെ സ്റ്റേറ്റ് സെക്രട്ടറിക്ക് ഇങ്ങനെയൊരു റിപ്പോർട്ട് അയച്ചു: "തൊഴിലാളികളുടെ നടപടികളിൽനിന്ന്, ബ്രിട്ടീഷ് വിരോധം പുലർത്തുന്ന വിപ്ലവകാരികളാണ് അവരിൽ പലരുമെന്ന് വ്യക്ത മാണ്."

ഇതിനപ്പുറം എന്താണ് പറയേണ്ടത്?

സ്വതന്ത്ര ഇന്ത്യയുടെ തിരഞ്ഞെടുക്കപ്പെട്ട രാഷ്ട്രപതി, ഇന്ത്യൻ പാർലമെന്റിൽ ഔദ്യോഗിക ആഘോഷത്തിൽ സംസാരിച്ചപ്പോൾ കമ്യൂ ണിസ്റ്റുകാർ എപ്പോഴും "ബ്രിട്ടീഷ് വിരുദ്ധ വിപ്ലവകാരികൾ" ആയിരുന്നു എന്ന് രേഖപ്പെടുത്തിയത് വ്യക്തമാണല്ലോ.

നേരെമറിച്ച് ഇന്ത്യൻ സ്വാതന്ത്ര്യസമര വേളയിൽ ആർ എസ് എസിന്റെ ചെയ്തികൾ പരസ്യമായ രഹസ്യമാണ്. 1942-ൽ ക്വിറ്റിന്ത്യാ പ്രക്ഷോഭകാലത്ത് ബോംബെ ആഭ്യന്തര വകുപ്പിന്റെ കണ്ടെത്തൽ ഈ വിധമായിരുന്നു: "സംഘം കരുതലോടെ നിയമം അനുസരിച്ചു പെരുമാ റുകയും 1942 ആഗസ്റ്റിൽ പൊട്ടിപ്പുറപ്പെട്ട ലഹളകളിൽനിന്നും വിട്ടു നിൽക്കുകയും ചെയ്തു." അവരുടെ പ്രമുഖനേതാവ് ഇക്കാര്യം തുറന്നു വിശദമാക്കുകയുണ്ടായി. "സംഘടനാതലത്തിൽ ആർ എസ് എസ് എന്തു കൊണ്ട് സ്വാതന്ത്ര്യസമരത്തിൽ പങ്കെടുത്തില്ല?" സ്വാതന്ത്ര്യ സമരത്തെ എതിർത്തിരുന്ന നാട്ടുരാജ്യങ്ങളുടെ നയത്തോടാണ് ആർ എസ് എസ് എപ്പോഴും യോജിപ്പു കാട്ടിയത്. ഇന്ത്യയിൽ ലയിക്കുന്നതിനു വിസമ്മ തിച്ച കാശ്മീരിലെ രാജാ ഹരി സിങ്ങായിരുന്നു ആർ എസ് എസിന്റെ അടുത്ത ബന്ധു.

കാവിപ്പടയുടെ സ്വയം പ്രഖ്യാപിതവീരന്മാരായ സവർക്കറെപ്പോലു ള്ളവരുടെ സേവനരേഖ പരിശോധിക്കുക. അന്തമാൻ സെല്ലുലാർ ജയി ലിൽ വച്ച് 1913 നവംബർ 14ന് സവർക്കർ അയച്ച കത്തിൽ ബ്രിട്ടീഷ് ഗവൺമെന്റിനോട് തന്നെ കുറ്റവിമുക്തനാക്കാൻ ആവശ്യപ്പെടുകയുണ്ടാ

യി. അതിനു മുമ്പും പിമ്പും സവർക്കർ പലവട്ടം അതേ രീതിയിൽ മാപ്പ പേക്ഷ അയച്ച കാര്യം പരസ്യമാണ്. സവർക്കർ വണക്കത്തോടെ ഈ വിധം അപേക്ഷിച്ച രേഖ ഇന്നു പരസ്യമായി ലഭ്യമാണ്:

> (ബ്രിട്ടീഷ്) ഗവൺമെന്റിനെ എന്റെ കഴിവിനൊത്ത് സേവിക്കാൻ ഞാൻ ഒരുക്കമാണ്. എന്റെ മാനസാന്തരം ആത്മാർഥമാണ്. എന്റെ ഭാവിപ്രവർത്തനം അതിനനുസരിച്ചായിരിക്കും.

പൂർണമായി ബ്രിട്ടീഷ് ഗവൺമെന്റിന് കീഴടങ്ങിക്കൊണ്ട് സവർക്കർ ഇതുപോലെ വേറെയും കത്തുകൾ അയച്ചതിന് തെളിവുണ്ട്. സ്വാതന്ത്ര്യ സമരപ്രസ്ഥാനവുമായി ആർ എസ് എസിന് ഉണ്ടായിരുന്ന ഏക ബന്ധം സവർക്കർ മുഖേനയാണ്. അതു സംബന്ധിച്ച വിശദവിവരം ഇന്നു ലഭ്യ മാണ്. സെല്ലുലാർ ജയിലിൽ അടയ്ക്കപ്പെട്ടശേഷം ശിക്ഷാവിധി പൂർത്തി യാക്കി പുറത്തു കടന്ന നിരവധി പേർ സി പി ഐ (എം)ലെ തലമു തിർന്ന നേതാക്കന്മാരായിട്ടുണ്ട്. സതീഷ് പക്രാസി, ഗണേഷ് ഘോഷ്, സുബോധ് റോയ്, ലോകനാഥ് ബാലി, ആനന്ദ് സിങ്ങ്, സുബോധ് ചൗധരി, ഫണിനന്ദി, ഹരിപാദ ഭട്ടാചാര്യ, രണധീർ ദാസ് ഗുപ്ത തുടങ്ങി ഒട്ടന വധി പേർ.

ഫാസിസ്റ്റ് അജണ്ട നടപ്പിൽ വരുത്താനുള്ള മുന്നൊരുക്കമാണ് ചരി ത്രത്തിന്റെ വക്രീകരണം. ആർ എസ് എസ് നമ്മുടെ രാജ്യത്തിന്റെ ചരി ത്രംകൊണ്ട് ഈ കളി കളിക്കുന്നുണ്ട്. അതിന് തടയിടാനുള്ള ഒരു ശ്രമ മാണ് ഈ പുസ്തകം. എല്ലാ കമ്യൂണിസ്റ്റ് സ്വാതന്ത്ര്യപ്പോരാളികളുടെയും ചരിത്രമാണ് ഇതെന്ന് അവകാശപ്പെടുന്നില്ല. അതുപോലെ, വളരെ വിശ ദമായ വിവരണമാണെന്നും. അത്തരമൊരു ശ്രമം ഭാവിയിൽ നിർവഹി ക്കാൻ കഴിഞ്ഞേക്കുമെന്ന് മാത്രം കരുതട്ടെ. നാടിന്റെ വിമോചനപ്പോരാ ട്ടത്തിൽ പങ്കുകാരായ നിരവധി നേതാക്കന്മാർ ഇന്ന് സി പി ഐ (എം) ൽ ഉണ്ട്. പോരിൽ ആത്മാഹൂതി അർപ്പിക്കപ്പെട്ട അനവധി പേർ വേറെയും ഉണ്ട്. അവർക്കെല്ലാമായുള്ള ആദരാഞ്ജലിയാണ് ഈ കൃതി.

സ്വാതന്ത്ര്യാനന്തര തലമുറയ്ക്ക് ഈ പുസ്തകം പ്രയോജനപ്പെടു മെന്ന് പ്രതീക്ഷിക്കുന്നു.

സീതാറാം യെച്ചൂരി

കമ്യൂണിസ്റ്റുകാരും ഇന്ത്യൻ സ്വാതന്ത്ര്യസമരവും

ജ്യോതി ബസു

ആയിരത്തി എണ്ണൂറ്റി എൺപത്തിയഞ്ചിൽ ഇന്ത്യൻ നാഷണൽ കോൺഗ്രസിന്റെ രൂപീകരണത്തോടെയാണ് ഇന്ത്യൻ ദേശീയ പ്രസ്ഥാനത്തിന്റെ ആരംഭം എന്ന ധാരണ നിലവിലുണ്ട്. എന്നാൽ ബ്രിട്ടീഷ് സാമ്രാജ്യത്വം അതിന്റെ തുടക്കം തൊട്ടേ, എതിർപ്പു നേരിട്ടിരുന്നു എന്നതാണു സത്യം. ഗോത്രവർഗ സമരങ്ങളും കർഷക പ്രക്ഷോഭങ്ങളും ഇവയിൽപ്പെടും. പ്രഥമ ഇന്ത്യൻ സ്വാതന്ത്ര്യ യുദ്ധം എന്ന് കാൾ മാർക്സ് വിശേഷിപ്പിച്ച 1857 ലെ ലഹളയാണ് ആദ്യമായി ആംഗലേയ സാമ്രാജ്യത്വം ഇന്ത്യയിൽ നേരിട്ട ആകസ്മിക പ്രക്ഷോഭം. കോൺഗ്രസ് സംഘടന രൂപീകൃതമാകുന്നതിനുമുമ്പെ, ദേശീയ അവബോധം രൂപപ്പെടുത്തുന്ന രാഷ്ട്രീയ ആശയങ്ങൾ, ഇംഗ്ലീഷ് വിദ്യാഭ്യാസം നേടിയ ഇന്ത്യക്കാരുടെ ഇടയിലെങ്കിലും മുളപൊട്ടിയിരുന്നു എന്ന വസ്തുത അവഗണിച്ചുകൂടാ. എന്നാൽ, ഇന്ത്യൻ നാഷണൽ കോൺഗ്രസിലൂടെയാണ് ഇന്ത്യൻ ദേശീയതയ്ക്ക് സംഘടനാ രൂപം കൈവന്നത് എന്ന കാര്യവും പരിഗണിക്കണം.

കോൺഗ്രസിന്റെ സംരക്ഷിത നേതൃത്വത്തിൽ പ്രവർത്തിച്ച മുഖ്യധാരാ ദേശീയ സമരം, പല പല പടവുകളിലൂടെയാണ് നീങ്ങിയത്. ആദ്യ തലമുറയിലെ കോൺഗ്രസുകാർ, പ്രസ്ഥാനത്തെ ജനസംഘടനയായി കെട്ടിപ്പടുക്കണം എന്ന ആശയത്തോട് ആഭിമുഖ്യം കാട്ടിയില്ല. ഇന്ത്യയിലെ ബ്രിട്ടീഷ് ഭരണത്തിന്റെ ബ്രിട്ടീഷ് വിരുദ്ധതയെ, ഇംഗ്ലീഷുകാരുടെ ഇടയിൽ തുറന്നു കാട്ടാനുള്ള 'നിവേദനങ്ങളുടെയും അഭ്യർഥനകളുടെയും' അടവുകളാണ് ആദ്യമാദ്യം കൈക്കൊണ്ടത്. ബ്രിട്ടനെ ലോകത്തിലെ ആദ്യ വ്യാവസായിക പണിപ്പുരയായി പരിവർത്തനം വരുത്താനുള്ള പരിശ്രമം ഇന്ത്യയുടെ സാമ്പത്തിക ചൂഷണത്തിൽ പര്യവസാ

നിക്കും എന്ന ആശയം ദാദാഭായ് നവറോജിയാണ് ആദ്യം ചൂണ്ടിക്കാട്ടിയത്. ഒന്നാം തലമുറയിലെ കോൺഗ്രസുകാർ രൂപപ്പെടുത്തിയ സാമ്പത്തിക തത്ത്വങ്ങളാണ് പിന്നീടുണ്ടായ പരിവർത്തനാത്മകമായ കോൺഗ്രസ് ദേശീയതയുടെ അടിത്തറ.

ഇന്ത്യൻ ദേശീയതയുടെ മറ്റൊരു മാറ്റത്തിന്റെ ഘട്ടം, 1905ലെ കുപ്രസിദ്ധമായ ബംഗാൾ വിഭജനത്തിന്റെ പ്രതിഷേധത്തിൽ മുളയെടുത്ത സ്വദേശി പ്രസ്ഥാനമാണ്. മിതവാദികളും തീവ്രവാദികളും തമ്മിലുള്ള 1907-ലെ ചേരിപിരിവിന്റെ മുന്നടയാളം സ്വദേശിപ്രസ്ഥാനമായിരുന്നു. ബംഗാൾ വിഭജന വിരുദ്ധ സമരം ശക്തമായിരുന്നു. വിഭജന തീരുമാനം 1911-ൽ പിൻവലിക്കാൻ ഇത് ഇടയാക്കി. ഇന്ത്യൻ സ്വാതന്ത്ര്യ സമരത്തിലെ നവീനവും നിശ്ചിതവുമായ വഴിത്തിരിവ് ഗാന്ധിജിയുടെ രാഷ്ട്രീയ രംഗപ്രവേശമായിരുന്നു.

സഹന സ്വഭാവം കലർന്ന സത്യഗ്രഹരീതി സ്വീകരിച്ച ഗാന്ധിജി ഇന്ത്യൻ സ്വാതന്ത്ര്യ സമരത്തെ, ജനകീയ സമരമാക്കി മാറ്റി. ഇടത്തരക്കാർ, കൃഷിക്കാർ, യുവജനങ്ങൾ, തൊഴിലാളികൾ, സ്ത്രീകൾ എന്നിങ്ങനെ സമൂഹത്തിലെ എല്ലാ വിഭാഗം ആളുകളെയും അണിനിരത്തിയ ഗാന്ധിജി, കോൺഗ്രസിനെ ബ്രിട്ടീഷ് സാമ്രാജ്യത്തിലെ ഏറ്റവും പ്രബലമായ സാമ്രാജ്യത്വവിരുദ്ധ സംഘടനയാക്കി മാറ്റി. ചമ്പാരൻ, ഖൈം, അഹമ്മദാബാദ് എന്നിവിടങ്ങളിൽ നടന്ന സത്യഗ്രഹസമരങ്ങൾ വഴി ഗാന്ധിജി ഇന്ത്യൻ ദേശീയ രാഷ്ട്രീയത്തിലെ പ്രബലശക്തിയായി. ചെകുത്താൻ ബാധിച്ച 'ബ്രിട്ടീഷ് രാജി'നെതിരായി ദേശീയാടിസ്ഥാനത്തിൽ നടന്ന ആദ്യത്തെ ചെറുത്തുനിൽപ്പ് റൗലറ്റ് സത്യഗ്രഹമായിരുന്നു. സൈമൺ കമ്മീഷന് എതിരായ സമരം, ഖിലാഫത്ത് നിസ്സഹകരണ പ്രക്ഷോഭം, സിവിൽ നിയമ ലംഘനം എന്നിവയിലൂടെ ഒടുവിൽ ക്വിറ്റിന്ത്യാ പ്രസ്ഥാനത്തിന്റെ തള്ളലിൽ ബ്രിട്ടീഷ് രാജിന് തകർച്ച നേരിട്ടു; അധികാരക്കൈമാറ്റത്തിൽ കാര്യം പര്യവസാനിച്ചു.

ഈ ഗാന്ധിയൻ സമരചരിതം ഏറെ പ്രചാരം നേടിയതാണ്. ഉപവൻകരയിലെ കോളനിവിരുദ്ധ പ്രസ്ഥാനത്തിന് അത് നൽകിയ സംഭാവനയും സമ്മതി നേടിയിട്ടുണ്ട്, എന്നാൽ ഈ ഗാന്ധിയൻ ദേശീയതയ്ക്ക് ഒരു മറുപുറമുണ്ട്. ഗാന്ധിജി വർഗ സമരത്തിൽ വിശ്വസിച്ചിരുന്നില്ല. ജന്മിയും കർഷകനും മുതലാളിയും തൊഴിലാളിയും തമ്മിലുള്ള സാമൂഹിക ട്രസ്റ്റിഷിപ്പു സമ്പ്രദായത്തിൽ അദ്ദേഹം വിശ്വാസമർപ്പിച്ചു. ജന്മി, കർഷകൻ, മുതലാളി, തൊഴിലാളി, സവർണർ, അവർണർ, അഭ്യസ്തവിദ്യർ, നിരക്ഷരർ തുടങ്ങി സകലരേയും ബ്രിട്ടനെതിരായി അണിനിരത്തേണ്ട മുന്നണിശക്തിയായി അദ്ദേഹം കോൺഗ്രസിനെ പരിഗണിച്ചു. ഏതെങ്കിലും ഒരു വർഗത്തിന്റെ മേൽക്കൈ അദ്ദേഹം അംഗീകരിച്ചില്ല. ഏതെങ്കിലും സമരമുറ കൂടുതൽ തീക്ഷ്ണമാവുകയും അഹിംസയിൽ നിന്ന് അകന്ന് അക്രമാസക്തമാവുകയും ചെയ്തപ്പോൾ അദ്ദേഹം അത് പിൻവലിച്ചു. നിസ്സഹകരണ പ്രക്ഷോഭവും സിവിൽ നിയമലംഘനവും

കോൺഗ്രസിനകത്തെ ഇടതുപക്ഷത്തെ പ്രകോപിപ്പിച്ചപ്പോൾ പെട്ടെന്ന് അവ പിൻവലിച്ചത് ഇതിനു തെളിവാണ്.

ഗാന്ധിയൻ ദേശീയതയുടെ മാത്രം സംഭാവനയാണ് ഇന്ത്യൻ സ്വാതന്ത്ര്യസമരം എന്ന ആശയം വാസ്തവവിരുദ്ധമാണ്. കോൺഗ്രസിന്റെ സംഘടനാ രൂപത്തിനുവെളിയിൽ പ്രവർത്തിച്ച രാഷ്ട്രീയ പ്രതിരോധങ്ങളും അതിൽ പങ്കുകൊണ്ടിട്ടുണ്ട്. വിപ്ലവദേശീയത, കർഷക-തൊഴിലാളി പ്രക്ഷോഭങ്ങൾ, ഗോത്രവർഗ സമരങ്ങൾ, വിദ്യാർഥി-യുവജനപ്രക്ഷോഭങ്ങൾ എന്നിവയും സ്വാതന്ത്ര്യ സമരത്തിന് ശക്തിപകർന്നു. ഇക്കാര്യത്തിൽ കമ്യൂണിസ്റ്റ് പാർട്ടിയുടെ പങ്കാളിത്തവും പ്രധാനമാണ്.

പ്രത്യേക രാഷ്ട്രീയ പ്രതിസന്ധിയിലാണ് ഇന്ത്യൻ കമ്യൂണിസ്റ്റ് പാർട്ടി രൂപപ്പെട്ടത്. തീവ്രവാദ രാഷ്ട്രീയത്തിന്റെ അസ്വസ്ഥത, ഖിലാഫത്ത് പ്രസ്ഥാനത്തിന്റെ പരാജയം, തൊഴിലാളികളും കർഷകരും അനുഭവിച്ച നിരാശ എന്നിവ നിമിത്തം പുതിയ രാഷ്ട്രീയ ആശയത്തിന്റെയും സമരനേതൃത്വത്തിന്റെയും കണ്ടുപിടിത്തത്തെപ്പറ്റി അന്വേഷണം ഉയർന്നുവന്നു. മാനവേന്ദ്രനാഥ് റോയ്, അബനി മുഖർജി, രണ്ടു ഖിലാഫത്ത് നേതാക്കന്മാർ എന്നിവരുടെ മുൻകൈയോടെയാണ് 1920 ഒക്ടോബറിൽ താഷ്കെന്റിൽ കമ്യൂണിസ്റ്റ് പാർട്ടി ജന്മം പൂണ്ടത്. അതിനുശേഷം കൽക്കത്ത, ബോംബെ, മദിരാശി, ലാഹോർ എന്നിവിടങ്ങളിൽ നാലു കമ്യൂണിസ്റ്റ് ഗ്രൂപ്പുകൾ പിറവിയെടുത്തു. ഇടതുപക്ഷ ദേശീയത പ്രചരിപ്പിക്കുന്ന സ്വതന്ത്ര പ്രവർത്തനമാണ് അവ ആദ്യം നിർവഹിച്ചത്. 1925-ൽ ഈ നാലു ഗ്രൂപ്പുകളുടെയും പ്രതിനിധികൾ കോൺപൂരിൽ സമ്മേളിച്ച് ഒരു കേന്ദ്രകമ്മിറ്റി രൂപീകരിച്ച് രാജ്യത്തിലെ ഇടതുപക്ഷ രാഷ്ട്രീയ പ്രവർത്തനത്തിന് ഏകീകരണം നൽകി.

കമ്യൂണിസ്റ്റ് ആശയം ഇന്ത്യയിൽ വ്യാപിക്കുന്നത് ബ്രിട്ടീഷുകാർ മനസിലാക്കി. അവർ അതിനു തടയിടാനും തുടങ്ങി. തുടക്കം തൊട്ടേ എതിർപ്പുകൾ നേരിട്ടാണ് കമ്യൂണിസ്റ്റ് പ്രസ്ഥാനം വളർന്നത്. എം എൻ റോയിയുടെ നേതൃത്വത്തിൽ വിദേശത്തു പരിശീലനം നേടിയ കമ്യൂണിസ്റ്റുകാർ, സ്വദേശത്ത് കാൽകുത്തിയ നിമിഷം തന്നെ തടവറയിലെത്തി. 1923-ൽ അവരിൽ പലരും പെഷവാർ ഗൂഢാലോചനക്കേസിൽ കുടുങ്ങി വിവിധ കാലയളവുകളിൽ ശിക്ഷിക്കപ്പെട്ടു. മുസഫർ അഹമ്മദ്, എസ് എ ഡാങ്കെ, നളിനി ഭൂഷൺ ദാസ് ഗുപ്ത, ഷൗക്കത്ത് ഉസ്മാനി എന്നീ പ്രമുഖ കമ്യൂണിസ്റ്റ് നേതാക്കൾ കോൺപൂർ ഗൂഢാലോചനക്കേസിൽ കുടുങ്ങി 1924-ൽ ശിക്ഷിക്കപ്പെട്ടു. പ്രസ്തുത കേസ് വിചാരണ തൊഴിലാളിവർഗത്തിന്റെയും ബുദ്ധിജീവികളുടെയും താൽപ്പര്യം ഉണർത്തി. സോഷ്യലിസത്തെയും കമ്യൂണിസത്തെയും സംബന്ധിച്ച ചോദ്യങ്ങൾ ഉയർന്നുവന്നു. ഇന്ത്യയിൽ കമ്യൂണിസ്റ്റ് പാർട്ടി സ്ഥാപിക്കാൻ ഇന്ത്യക്കാർക്ക് അവകാശം നേടാനും കമ്യൂണിസ്റ്റുകാരെ സഹായിക്കാനും ഇന്ത്യൻ കമ്യൂണിസ്റ്റ് സംരക്ഷണ സമിതി ബോംബെയിൽ രൂപീകരിക്കപ്പെട്ടു. നിരോധിത കക്ഷി എന്ന നിലയിൽ കമ്യൂണിസ്റ്റ് പാർട്ടിക്ക്, ബ്രിട്ടീഷ് ഭരണകാലത്ത് ഒളിവിൽത്തന്നെ പ്രവർത്തിക്കേണ്ടിവന്നു.

തൊഴിലാളി-കർഷക സമരങ്ങളെ പിന്തുണച്ചുകൊണ്ട് കമ്യൂണിസ്റ്റുകാർ ആദ്യവർഷങ്ങളിൽ കോൺഗ്രസിനുള്ളിൽനിന്നു പ്രവർത്തിച്ചു. കർഷകരുടെയും തൊഴിലാളികളുടെയും കക്ഷികളുടെ വേദികളാണ് അവർ ഇതിന് ഉപയോഗിച്ചത്. തൊഴിലാളി-കർഷക പാർട്ടിയുടെ പ്രാദേശിക ഘടകങ്ങളുടെ ഒരു അഖിലേന്ത്യാ സമ്മേളനം 1928-ൽ നടന്നു. കൽക്കത്തയിൽ ഇന്ത്യൻ നാഷണൽ കോൺഗ്രസിന്റെ സമ്മേളന വേളയിൽ ഇടതുപക്ഷത്തിന്റെ ആഭിമുഖ്യത്തിൽ അമ്പതിനായിരം വരുന്ന മിൽത്തൊഴിലാളികളുടെയും സാധാരണക്കാരുടെയും സംഘം മാർച്ചു ചെയ്തു. കോൺഗ്രസ് ഡൊമീനിയൻ പദവികൊണ്ടു തൃപ്തിപ്പെടുന്ന ഘട്ടത്തിൽ, പൂർണ സ്വാതന്ത്ര്യം ആവശ്യപ്പെടാനാണ് പ്രസ്തുത സംഘം മുന്നോട്ടുവന്നത്. സുഭാഷ് ചന്ദ്രബോസും ആ ആവശ്യത്തെ പിന്തുണച്ചു. 1921-ൽ കോൺഗ്രസിന്റെ അഹമ്മദാബാദ് സമ്മേളനത്തിൽ, പൂർണ സ്വാതന്ത്ര്യ പ്രമേയം അവതരിപ്പിച്ചതും പിന്താങ്ങിയതും കമ്യൂണിസ്റ്റുകാരായിരുന്നു. 1927-ൽ മദിരാശി സമ്മേളനത്തിൽ ജവാഹർലാൽ നെഹ്റു പൂർണസ്വരാജ് പ്രമേയം അവതരിപ്പിച്ചു. കമ്യൂണിസ്റ്റ് പ്രതിനിധി ജോഗ്ളേക്കർ പിന്താങ്ങി.

ഇന്ത്യയിലെ തൊഴിലാളികളുടെ ഇടയിൽ കമ്യൂണിസ്റ്റുകാരുടെ സ്വാധീനം 1920 കളിൽ വർധിച്ചുവന്നു. തൊഴിലാളികൾ കമ്യൂണിസ്റ്റുകാരുടെ നേതൃത്വത്തിൽ സൈമൺ കമ്മീഷന് എതിരായ സമരത്തിൽ പങ്കുകൊണ്ടു. 1928-ൽ മാത്രം 200 തൊഴിലാളി പണിമുടക്കുകൾ നടന്നു. അഞ്ചു ലക്ഷം തൊഴിലാളികൾ പങ്കെടുത്തു. കമ്യൂണിസ്റ്റുകാർ നേതൃത്വം കൊടുത്ത ഗിർണികാംഗാർ യൂണിയൻ മഹാരാഷ്ട്രയിൽ നടത്തിയ ടെക്സ്റ്റൈൽ മിൽത്തൊഴിലാളി പണിമുടക്കായിരുന്നു അവയിൽ പ്രധാനം. യൂണിയൻ ആരംഭിച്ചപ്പോൾ 1928 ആദ്യം അംഗസംഖ്യ 324 ആയിരുന്നു. ആ വർഷം ഡിസംബർ ആയപ്പോൾ 54000 ആയി. 1929 ആദ്യം 65000 ആയി.

കോൺഗ്രസിലെ പ്രധാന നേതാക്കന്മാർ ഈ തൊഴിലാളി സമരത്തെ അവഗണിച്ചു. സർക്കാർ, സമരത്തെ അടിച്ചമർത്തിയപ്പോൾ നിശ്ശബ്ദത പാലിച്ചു. 1928-29 കാലത്തെ സർക്കാർ റിപ്പോർട്ടിൽ സമരത്തെപ്പറ്റി ഇങ്ങനെ പരാമർശിച്ചുകാണാം:

> വ്യാവസായിക തൊഴിലാളികളുടെയും ഒരളവോളം ഗ്രാമങ്ങളിലെ കർഷകരുടെയും ഇടയിൽ കമ്യൂണിസ്റ്റാശയം പ്രചരിച്ചു. വിവിധ യുവജന സംഘടനകൾ കമ്യൂണിസ്റ്റ് ചിഹ്നങ്ങളും സിദ്ധാന്തങ്ങളും സ്വീകരിച്ചു. അധികൃതരുടെ ഉൽക്കണ്ഠയും ജാഗ്രതയും ക്ഷണിച്ചുവരുത്തുമാറ് കമ്യൂണിസ്റ്റ് പ്രസ്ഥാനം ശക്തിപ്പെട്ടിട്ടുണ്ട്.

തൊഴിലാളിവർഗ രാഷ്ട്രീയത്തിനുവേണ്ടി പ്രവർത്തിക്കുമ്പോഴും കമ്യൂണിസ്റ്റുകാർ ദേശീയ സ്വാതന്ത്ര്യസമര കാഴ്ചപ്പാട് വിസ്മരിച്ചില്ല. 1930-ൽ സി പി ഐ അതിന്റെ കർമ്മ പരിപാടി പ്രസിദ്ധീകരിച്ചു.

സ്വാതന്ത്ര്യം നേടാനുള്ള പരിപൂർണ്ണ പരിപാടി അടങ്ങിയ, *സി പി ഐയുടെ പ്രവർത്തന പരിപാടി* 1934-ലെ പാർട്ടി പ്ലീനം വിശദമായി അംഗീകരിച്ചു. കോൺഗ്രസിന്റെ ബൂർഷ്വാ-ഫ്യൂഡൽ കാഴ്ചപ്പാട് കമ്യൂണിസ്റ്റുകാർ തിരസ്കരിച്ചുകർഷക വിപ്ലവത്തിൽ ഊന്നിയതും മാർക്സിസം-ലെനിനിസത്തിൽ അടിയുറച്ചതുമായ പ്രവർത്തന ശൈലിയിലൂടെ, സാമ്രാജ്യത്വ വിരുദ്ധ പ്രക്ഷോഭം നയിക്കാൻ പാർട്ടി നിശ്ചയിച്ചു. അത് ഇങ്ങനെ വിശദമാക്കുന്നു:

> ഇന്ത്യൻ ജനതയെ അടിമത്തത്തിൽനിന്ന് വിമോചിപ്പിക്കണം. തൊഴിലാളികളുടെയും കർഷകരുടെയും ദാരിദ്ര്യം അവസാനിപ്പിക്കണം. അതിന് സ്വാതന്ത്ര്യം അനിവാര്യമാണ്. കർഷക വിപ്ലവത്തിന്റെ കൊടിക്കൂറ ഉയർത്തിപ്പിടിച്ച് ജന്മിത്വം അവസാനിപ്പിക്കണം. മധ്യകാല വർഗ ജീർണതകളിൽനിന്ന് ഈ രാജ്യത്തെ ശുദ്ധമാക്കണം. വിപ്ലവഭാരതത്തിന്റെ വിമോചനത്തിന് ബ്രിട്ടീഷ് സാമ്രാജ്യത്വത്തിനും ജന്മിത്വത്തിനും എതിരായ ഒരു കർഷകവിപ്ലവമാണ് അടിസ്ഥാനമാവേണ്ടത്.

"കമ്യൂണിസ്റ്റ് ഭീഷണി" തടയാൻ ബ്രിട്ടീഷ് രാജ്, വിപ്ലവ നേതാക്കന്മാരെ വ്യാപകമായി തുറുങ്കിലടച്ചു. ബ്രിട്ടീഷ് ഗവൺമെന്റിന് എതിരായി ഗൂഢാലോചന നടത്തി എന്ന കുറ്റം ചുമത്തി പ്രമുഖ വിപ്ലവ ട്രേഡ് യൂണിയൻ നേതാക്കന്മാരെയും തൊഴിലാളി പ്രവർത്തകരെയും-കൂട്ടത്തിൽ മൂന്ന് ഇംഗ്ലീഷ് കമ്യൂണിസ്റ്റുകാരും മുസഫർ അഹമ്മദ്, എസ് എ ഡാങ്കെ, പി സി ജോഷി എന്നീ മുൻനിര കമ്യൂണിസ്റ്റ് നേതാക്കന്മാരും-ഉൾപ്പെടെ തുറുങ്കിലടച്ചു. ഇതാണ് പ്രസിദ്ധമായ മീറത്ത് ഗൂഢാലോചനക്കേസ്. അതിന്റെ വിചാരണ 1933 വരെ ഇഴഞ്ഞുനീങ്ങി. വിചാരണ വേളയിൽ കമ്യൂണിസ്റ്റുകാർ കാട്ടിയ മാന്യതയും ധീരതയും വ്യാപകമായ പ്രശംസ പിടിച്ചുപറ്റി. മാർക്സിസ്റ്റ്-ലെനിനിസ്റ്റ് വീക്ഷണം ഉയർത്തിപ്പിടിക്കാനും ദേശീയ പ്രതിബദ്ധത ഉറപ്പിക്കാനുമാണ് അവർ ഈ വിചാരണാ സന്ദർഭം ഉപയോഗപ്പെടുത്തിയത്. അതേ അവസരത്തിൽ കോടതിക്കു വെളിയിൽ, വിചാരണ ജനരോഷം ആളിക്കത്തിച്ചു. രാജ്യത്തുടനീളം പ്രതിഷേധ പണിമുടക്കങ്ങൾ നടന്നു. മോത്തിലാൽ നെഹ്റു അധ്യക്ഷനും ജവാഹർലാൽ നെഹ്റു കാര്യദർശിയുമായി ഒരു സഹായ സമിതി രൂപീകൃതമായി. വാദം നടത്തുന്ന വക്കീലന്മാർക്കു ഫീസു കൊടുക്കാനും തടവുകാർക്ക് ആഹാരവും പത്രവും പുസ്തകവും വാങ്ങാനും പണപ്പിരിവു നടത്തി. കമ്യൂണിസ്റ്റുകാർക്ക് കാശു നൽകുന്നതിനു ജനം കാട്ടിയ വിമുഖതയെച്ചൊല്ലി നെഹ്റു വിഷാദിച്ചു. സോവിയറ്റു യൂണിയനിലും ബ്രിട്ടനിലെ തൊഴിലാളി കേന്ദ്രങ്ങളിലും മീറത്ത് ഗൂഢാലോചനക്കേസിന്റെ പ്രതിരോധ സമിതിക്ക് സാരമായ പിന്തുണ ലഭിച്ചു. ഈ നൂറ്റാണ്ടിലെ പേരുകേട്ട ബുദ്ധിജീവികളായ ഐൻസ്റ്റീൻ, റൊമെയ്ൻ റൊളാങ്, ഹരോൾഡ് ലാസ്കി എന്നിവർ മീറത്ത് ഗൂഢാലോചനക്കേ

സിനെ അപലപിച്ചു. കുറ്റാരോപിതരെ കോടതി കഠിന ശിക്ഷക്കു വിധേയരാക്കി. എന്നാലും ഇന്ത്യയിൽ കമ്യൂണിസ്റ്റ് പ്രസ്ഥാനത്തിന്റെ പ്രസക്തിയും പ്രാധാന്യവും പെരുപ്പിക്കാൻ മീറത്ത് ഗൂഢാലോചനക്കേസ് വഴിയൊരുക്കി.

മീറത്ത് കേസ് ഏൽപ്പിച്ച ആഘാതത്തിൽനിന്ന് 1934നു ശേഷം കമ്യൂണിസ്റ്റുകാർ വിടുതൽ നേടി. പുതിയ കരുത്തോടെ അവർ തൊഴിലാളികളെ സംഘടിപ്പിച്ചു. ആ വർഷം, കമ്യൂണിസ്റ്റുകാരും ഇടതുപക്ഷവും അഖിലേന്ത്യാ തുണിമിൽത്തൊഴിലാളി പണിമുടക്ക് സംഘടിപ്പിച്ചു. മറ്റ് ആവശ്യങ്ങളുടെ കൂട്ടത്തിൽ, രാഷ്ട്രീയ തടവുകാരുടെ വിമോചനവും അവർ ആവശ്യപ്പെട്ടു. കമ്യൂണിസ്റ്റുകാർ, കോൺഗ്രസ് സോഷ്യലിസ്റ്റുകാരുമായി സമ്പർക്കം സ്ഥാപിച്ച്, 1935 ലെ ഇന്ത്യാ ഗവൺമെന്റ് ആക്ടിനെതിരെ പൊരുതാൻ തീരുമാനിച്ചു. 1937-ൽ 11 സംസ്ഥാനങ്ങളിൽ ഏഴിടത്ത് കോൺഗ്രസ് പ്രാദേശിക ഗവൺമെന്റ് രൂപീകരിച്ചു. പുതിയ രാഷ്ട്രീയ കാലാവസ്ഥയിൽ കമ്യൂണിസ്റ്റുകാർ ഇരട്ട സമീപനമാണ് സ്വീകരിച്ചത്. ഉദ്യോഗസ്ഥ മേധാവിത്വത്തിന്റെയും കേന്ദ്ര ഭരണ ഇടപെടലിന്റെയും ഭീഷണി നേരിടാൻ കമ്യൂണിസ്റ്റുകാർ കോൺഗ്രസുകാരോട് സഹകരിച്ചു. പ്രതിഷേധ രാഷ്ട്രീയത്തെ കോൺഗ്രസ് സർക്കാർ അടിച്ചമർത്താൻ ഒരുങ്ങിയപ്പോൾ കമ്യൂണിസ്റ്റുകാർ അതിനെ എതിർത്തു.

ഇന്ത്യയിലെ കർഷകരെയും യുവാക്കളെയും സംഘടിപ്പിക്കുന്നതിൽ കമ്യൂണിസ്റ്റുകാർ വ്യാപൃതരായി. ഇടതുപക്ഷ ദേശീയവാദികളുടെ സഹകരണത്തോടെ 1936-ൽ അഖിലേന്ത്യാ വിദ്യാർഥി ഫെഡറേഷൻ സ്ഥാപിച്ചു. അതേ അവസരത്തിൽ പുരോഗമന സാഹിത്യകാരന്മാരുടെ ദേശീയവേദി രൂപീകരിക്കാൻ കമ്യൂണിസ്റ്റുകാർ മുൻകൈയെടുത്തു. അതേ വർഷം തന്നെ അഖിലേന്ത്യാ കിസാൻ സഭ നിലവിൽവന്നു. കമ്യൂണിസ്റ്റുകാർ നേതൃത്വം നൽകിയ കിസാൻസഭ ബംഗാൾ, കേരളം, ആന്ധ്രപ്രദേശ്, പഞ്ചാബ് എന്നിവിടങ്ങളിൽ ശക്തി പ്രാപിച്ചു. സഹജാനന്ദ സരസ്വതിയെപ്പോലുള്ള കർഷക നേതാക്കളുടെ സമർപ്പിത സേവനം ഞാൻ ഈ സന്ദർഭത്തിൽ നന്ദിപൂർവം ഓർക്കുന്നു. കർഷക ദുരിതങ്ങൾ വിളിച്ചുപറയുന്നതിൽ മാത്രമല്ല, മുഖ്യധാരാ ദേശീയ സമരത്തെ പിന്തുണക്കുന്നതിലും കിസാൻസഭാ നേതാക്കൾ ശ്രദ്ധിച്ചു. ഗാന്ധിജിയുടെ നേതൃത്വത്തിൽ ദേശീയ പ്രസ്ഥാനം വികാസം പൂണ്ടു കഴിഞ്ഞിരുന്ന കാലമായിരുന്നു അത്.

കമ്യൂണിസ്റ്റുകാരുടെയും ഇന്ത്യൻ രാഷ്ട്രീയത്തിന്റെ തന്നെയും വളർച്ചയിൽ രണ്ടാം ലോകമഹായുദ്ധം വളരെ വലിയ വഴിത്തിരിവായി വന്നു. യുദ്ധത്തെ സാമ്രാജ്യത്വ സംഘട്ടനമായിട്ടാണ് സി പി ഐ പ്രഥമ ദൃഷ്ട്യാ വിലയിരുത്തിയത്. യുദ്ധത്തിൽ ഇന്ത്യയെ കക്ഷിചേർക്കുന്നതിനോട് സി പി ഐ, കോൺഗ്രസിനോടൊപ്പം വിയോജിച്ചു. യുദ്ധം വഴി വരാനിരിക്കുന്ന സാമ്പത്തികവിനകളെപ്പറ്റി കമ്യൂണിസ്റ്റുകാർ പ്രചാര

വേല സംഘടിപ്പിച്ചു. 1939 ഒക്ടോബർ 2ന് 90,000 മിൽത്തൊഴിലാളികൾ ബോംബെയിൽ 24 മണിക്കൂർ പണിമുടക്കു നടത്തി. മറ്റു സ്ഥലങ്ങളിലും സി പി ഐ, യുദ്ധവിരുദ്ധ യോഗങ്ങൾ വിളിച്ചു ചേർത്തു. ഇത്തരം പരിപാടികളിൽ വിറളി പൂണ്ട അധികൃതർ പ്രമുഖരായ കമ്യൂണിസ്റ്റ് നേതാക്കന്മാരെ ജയിലിലടച്ചു. കമ്യൂണിസ്റ്റുകാർ കൊളുത്തിയ രോഷാഗ്നി തല്ലിക്കെടുത്താൻ അതുകൊണ്ടൊന്നും ആയില്ല.

നാസികൾ സോവിയറ്റു യൂണിയനെ ആക്രമിച്ചപ്പോൾ രണ്ടാം ലോക മഹായുദ്ധത്തിന്റെ സ്വഭാവം മാറി. തുടക്കത്തിൽ സാമ്രാജ്യത്വ സംഘട്ടനമായി ആരംഭിച്ചത്, ജനകീയയുദ്ധമായി. ലോകം എമ്പാടുമുള്ള കമ്യൂണിസ്റ്റുകാർ പാലിച്ച പൊതുധാരണ അനുസരിച്ച് ഇന്ത്യയിലെ കമ്യൂണിസ്റ്റുകാരും തങ്ങളുടെ സാർവദേശീയ ചുമതല നിറവേറ്റുന്നതിൽ മുഴുകി. ഫാസിസത്തെയും നാസിസത്തെയും എതിരിടുന്ന ജനകീയ ശക്തികൾക്ക് പിൻബലം പകരുക എന്നതായിരുന്നു ആ ചുമതല. 1942 ആഗസ്റ്റിൽ കോൺഗ്രസ് സമരത്തിനു ആഹ്വാനം നൽകിയപ്പോൾ സി പി ഐ, സംഘടനാപരമായി സമരത്തിൽനിന്ന് വിട്ടുനിൽക്കാൻ അതായിരുന്നു കാരണം. ജനാധിപത്യ അവകാശങ്ങൾക്കും സാമ്പത്തികാവശ്യങ്ങൾക്കും സാമുദായിക സൗഹാർദത്തിനും വേണ്ടിയുള്ള ജനകീയ പ്രസ്ഥാനങ്ങൾക്കു നേതൃത്വം നൽകാൻ കമ്യൂണിസ്റ്റുകാർ മുന്നോട്ടു വന്നു. ക്വിറ്റിന്ത്യാ സമരത്തോടനുബന്ധിച്ച് തടവിലായ കോൺഗ്രസുകാരെ വിട്ടയക്കാനും അവർ ശബ്ദമുയർത്തി. പ്രാദേശികതലത്തിൽ, ധാരാളം കമ്യൂണിസ്റ്റ് പൊതുപ്രവർത്തകർ ദേശീയ സമര പരിപാടികളിൽ വ്യക്തിപരമായി പങ്കാളികളാവുകയും ചെയ്തു. ഇക്കാര്യത്തിൽ അവർക്ക് കൃഷിക്കാരുടെയും തൊഴിലാളികളുടെയും ഗോത്രജനതയുടെയും പിന്തുണയും ലഭിച്ചു. 1943-ലെ ബംഗാൾ ക്ഷാമകാലത്ത് ദുരിതാശ്വാസപ്രവർത്തനങ്ങളുടെയും പുനരധിവാസ പരിപാടികളുടെയും വിജയത്തിന് കമ്യൂണിസ്റ്റുകാർ കാട്ടിയ ത്യാഗസന്നദ്ധത പ്രശംസാർഹമായിരുന്നു. ഇതേ കാലഘട്ടത്തിൽത്തന്നെയാണ് ഇടത്തരക്കാരായ ബുദ്ധിജീവികൾ--പ്രത്യേകിച്ച് ബംഗാളി യുവാക്കൾ--മാർക്സിസം-ലെനിനിസത്തിന്റെ പ്രഭാവത്തിൽ ആകൃഷ്ടരായത്. ഇന്ത്യൻ പീപ്പിൾസ് ആർട്സ് തിയേറ്റർ (ഇപ്റ്റ) പോലുള്ള സാംസ്കാരിക സമിതികൾ സൃഷ്ടിച്ച സ്വാധീനവും സ്മരണീയമാണ്. ക്വിറ്റിന്ത്യാ സമരത്തോട് പാർട്ടി സ്വീകരിച്ച സമീപനരീതി പാർട്ടിയെ ദേശീയ മുഖ്യധാരയിൽനിന്ന് ഒറ്റപ്പെടുത്തി. ഞങ്ങൾ "രാജ്യദ്രോഹികളാ"ണെന്ന കോൺഗ്രസിന്റെ എതിർപ്രചാരവേല ഞങ്ങളെ വിഷമിപ്പിച്ചു. എന്നാലും ഞങ്ങൾ ജനങ്ങളോടൊപ്പം നിലയുറപ്പിച്ചതുകൊണ്ട് സി പി ഐ അതിന്റെ രാഷ്ട്രീയ നിലപാട് വീണ്ടെടുത്തു.

രണ്ടാം ലോക മഹായുദ്ധത്തിൽ സഖ്യശക്തികളുടെ വിജയം, യുദ്ധാനന്തര ബ്രിട്ടനിൽ സംഭവിച്ച സാമ്പത്തിക പ്രതിസന്ധി, സാമ്രാജ്യത്വവും ഇന്ത്യൻ ദേശീയതയും തമ്മിലുണ്ടായ വൈരുധ്യം എന്നിവ

ദക്ഷിണേഷ്യയിലെ കോളനിവാഴ്ചയുടെ അറുതിയിലേക്കു നയിച്ചു. പുതിയ രാഷ്ട്രീയ ഗതിവിഗതികളുടെ ഫലമായി ഇന്ത്യയിൽ യുദ്ധാനന്തരം സംഭവിച്ച പുതിയ മുന്നേറ്റത്തിൽ കമ്യൂണിസ്റ്റുകാർ കാര്യമായ പങ്കുവഹിച്ചു. പ്രതിഷേധ രാഷ്ട്രീയത്തിന്റെ വിവിധ തന്തുക്കൾ, മുഖ്യധാരാ ദേശീയതയുമായി ഒത്തുചേർന്നു എന്നതായിരുന്നു അപ്പോഴത്തെ പ്രത്യേകത. തൊഴിലാളികളും കർഷകരും യുവാക്കളും സാമ്പത്തിക ആവശ്യങ്ങളോടൊപ്പം രാഷ്ട്രീയ ആശയങ്ങളും ഉയർത്തിപ്പിടിച്ച് ബ്രിട്ടീഷ് വിരോധത്തിന്റെ പുതിയ മുന്നേറ്റം സൃഷ്ടിച്ചു. ചെങ്കോട്ടയിലെ ഐ എൻ എ ഭടന്മാരുടെ കുറ്റവിചാരണക്കെതിരെ രാജ്യമെമ്പാടും നടന്ന പ്രതിഷേധ പ്രകടനങ്ങളിൽ കമ്യൂണിസ്റ്റുകാരും പങ്കെടുത്തു. ആസാദ് ഹിന്ദ് സൈനികനായ അബ്ദുൾ റഷീദിനെ ശിക്ഷിച്ചുകൊണ്ടുള്ള വിധി വന്നപ്പോൾ, കൽക്കത്ത ഇളകി മറിഞ്ഞു. സി പി ഐ ആഹ്വാനം ചെയ്ത പൊതുപണിമുടക്ക് 1946 ഫെബ്രുവരി 12ന് കൽക്കത്തയെ നിശ്ചലമാക്കി. നഗരം ഹിന്ദു-മുസ്ലീം സൗഹാർദത്തിന്റെ പ്രകടനവേദിയായി മാറി. കമ്യൂണിസ്റ്റുകാർ നേതൃത്വം വഹിച്ച കൽക്കത്തയിലെ വിദ്യാർഥി-യുവജന സംഘടനകൾ കോൺഗ്രസ് നേതാവ് അരുണ ആസഫ് അലിയെ അളവില്ലാതെ ആകർഷിച്ചു. രാജ്യത്തിനു മുഴുവൻ മാതൃകയാക്കാവുന്ന കർമ്മശൈലിയാണ് അതെന്ന് അവർ പ്രശംസിച്ചു. ബ്രിട്ടീഷ് സർക്കാരിന് അപായഭീഷണിയാണ് കമ്യൂണിസ്റ്റുകാരെന്ന് അന്നത്തെ പൊലീസ് കമ്മീഷണർ രഹസ്യ റിപ്പോർട്ടിൽ രേഖപ്പെടുത്തിയിരുന്നു.

ബ്രിട്ടീഷ് വിരുദ്ധ സമരത്തിൽ, ബ്രിട്ടീഷ് ഇന്ത്യൻ സൈനികരും പങ്കുചേർന്നു എന്നതായിരുന്നു അക്കാലത്തെ മറ്റൊരു സംഭവവികാസം. വ്യോമസേനയിലെ ഇന്ത്യൻ സൈനികർ 1946-ൽ ബോംബെയിൽ പണിമുടക്കു സമരത്തിൽ ഏർപ്പെട്ടു. ഇന്ത്യക്കാരോടു കാട്ടുന്ന വിവേചനത്തിനെതിരെ ആയിരുന്നു സമരം. പിരിച്ചുവിടപ്പെട്ട പട്ടാളക്കാർക്ക് പകരം തൊഴിൽ നൽകണം എന്നും അവർ ആവശ്യപ്പെട്ടു. 1946 ഫെബ്രുവരിയിൽ ബോംബെ തുറമുഖത്തെ റോയൽ ഇന്ത്യൻ നേവിയിലെ സൈനികർ പണിമുടക്കുകയും യൂണിയൻ ജാക്ക് വലിച്ചു താഴ്ത്തി, കോൺഗ്രസ് പതാകയും ലീഗുപതാകയും ചെങ്കൊടിയും ഉയർത്തുകയും ചെയ്തു. പൊതുജനങ്ങളും നാവിക സേനാംഗങ്ങളോട് ഐക്യദാർഢ്യം പ്രകടിപ്പിച്ചത് ബ്രിട്ടീഷ് ഗവൺമെന്റിനെ അങ്കലാപ്പിലാക്കി. അതിനു പിന്നിൽ സി പി ഐയുടെ പങ്കാളിത്തം പ്രകടമായിരുന്നു.

സമരത്തിൽ ഏർപ്പെട്ട നാവിക സേനാംഗങ്ങളോട് പിന്തുണ പ്രകടിപ്പിച്ചുകൊണ്ട് ഫെബ്രുവരി 21ന് ബോംബെയിൽ കമ്യൂണിസ്റ്റുകാർ ഹർത്താലിന് ആഹ്വാനം ചെയ്തു. അടുത്ത ദിവസം ബോംബെയിലെ മിക്ക ഫാക്ടറികളിലെയും തൊഴിലാളികൾ പണിയായുധം വച്ച് പണിമുടക്കുകയും പ്രകടനം നടത്തുകയും പൊതുയോഗം ചേരുകയും ചെയ്തു. കാംഗാർ മൈതാനിയിൽ വമ്പിച്ച സമ്മേളനം നടന്നു. പ്രസംഗകരിൽ ഒരാൾ ഡാങ്കെ ആയിരുന്നു. ബോംബെയിലെ നാവിക കലാപം,

കറാച്ചി, കൽക്കത്ത, വിശാഖപട്ടണം തുടങ്ങി മറ്റു തുറമുഖങ്ങളിലേക്കും വ്യാപിച്ചു. എല്ലായിടത്തും സമരക്കാർക്ക് ബഹുജനപിന്തുണയും ലഭിച്ചു. 24 മണിക്കൂറിനകം കീഴടങ്ങിയില്ലെങ്കിൽ, നാവിക കലാപകാരികളുടെ മീതെ ബോംബിടുമെന്ന് ഗവൺമെന്റ് ഭീഷണിപ്പെടുത്തിയപ്പോൾ, പ്രതിഷേധിക്കാൻ പണിമുടക്കണമെന്ന് ആഹ്വാനം കിട്ടിയപ്പോൾ ബംഗാൾ-അസം റയിൽവെ തൊഴിലാളികൾ ആവേശപൂർവം പ്രതികരിച്ചത് ഞാൻ ഇപ്പോൾ ഓർത്തു പോകുന്നു. ബംഗാൾ-അസം റയിൽവെ മെൻസ് യൂണിയൻ പങ്കെടുത്ത ആദ്യത്തെ രാഷ്ട്രീയ പണിമുടക്കായിരുന്നു അത്. ഞാനും മുഹമ്മദ് ഇസ്മയിലും പ്രസ്തുത യൂണിയനിലെ പ്രവർത്തകരായിരുന്നു. പൊതുജനങ്ങളും സൈനികരും തമ്മിലുണ്ടായ ഈ ഐക്യം നമ്മുടെ സ്വാതന്ത്ര്യ സമര ചരിത്രത്തിലെ പ്രമുഖമായ ഏടാണ്. നിർഭാഗ്യമെന്നു പറയട്ടെ, കോൺഗ്രസ് നേതൃത്വത്തിലെ ഒരു വിഭാഗം ഈ പ്രക്ഷോഭ സന്ദർഭം ഇഷ്ടപ്പെട്ടിരുന്നില്ല. ഗാന്ധിജി അക്രമത്തെ അപലപിച്ചു. മൗലാനാ ആസാദും സർദാർ പട്ടേലും വ്യക്തിപരമായി അണികളോട് സമരം പിൻവലിക്കാൻ ആവശ്യപ്പെട്ടു. നാവിക കലാപം വഴി സംജാതമായ രാഷ്ട്രീയ കാലാവസ്ഥ മുസ്ലീം ലീഗിലെ ജിന്നയും ഇഷ്ടപ്പെട്ടില്ല.

കർഷകർ പ്രകടിപ്പിച്ച വിപ്ലവവീര്യവും നമ്മുടെ സ്വാതന്ത്ര്യ സമര ചരിത്രത്തിലെ ഒരധ്യായമാണ്. ഇതിനു പിന്നിലെ പ്രേരണയും സി പി ഐ ആയിരുന്നു. ബംഗാൾ പ്രദേശ് സഭ, 1946-47 -ൽ തേഭാഗ സമരം സംഘടിപ്പിച്ചു. വിളവിന്റെ മൂന്നിലൊരു പങ്ക് തങ്ങൾക്ക് കിട്ടണമെന്ന് കർഷകർ ആവശ്യപ്പെട്ടു. ജമീന്ദാരി സമ്പ്രദായത്തിനെതിരെ കർഷകർ ആഞ്ഞടിച്ചു. 1946 ആഗസ്റ്റിൽ കൽക്കത്തയിലും നവഖാലിയിലും നടമാടിയ വർഗീയ ലഹള മതസൗഹൃദത്തിനു അൽപ്പകാലം മങ്ങലേൽപ്പിച്ചെങ്കിലും സ്ഥിതി ക്രമേണ ഭേദമായി.

ബംഗാളിനു പുറത്തും ഇക്കാലത്ത് കർഷക നേതൃത്വത്തിൽ കലാപം നടന്നു. കമ്യൂണിസ്റ്റ് പാർട്ടിയുടെ ആഭിമുഖ്യത്തിൽ ഉയർന്നുവന്ന പുന്നപ്ര-വയലാർ, തിരുവിതാംകൂറിലെ പ്രധാന രാഷ്ട്രീയ സംഭവമായിരുന്നു. ഭൂപ്രഭുക്കളുടെ പീഡനത്തിനെതിരെ തെലങ്കാനയിലെ കർഷകരും കലാപം നടത്തി. 1946 ജൂലായ് മുതൽ 1951 ഒക്ടോബർ വരെ അഞ്ചുവർഷം നീണ്ടുനിന്ന തെലങ്കാനാ സമരം ആധുനിക ഇന്ത്യയിലെ ഏറ്റവും ദീർഘമായ ഗറില്ലാ കർഷക കലാപമായിരുന്നു. നാലായിരം കർഷകർ ആ കലാപത്തിൽ ആത്മാഹൂതി ചെയ്തു. മനുഷ്യൻ മനുഷ്യനെ ചൂഷണം ചെയ്യുന്ന വ്യവസ്ഥ തകർത്ത് പുതിയ സമൂഹം സൃഷ്ടിക്കാനുള്ള പ്രചോദനം പ്രസ്തുത സമരം പ്രദാനം ചെയ്തു.

ഇടതുപക്ഷ പ്രചോദിതമായ പ്രതിഷേധ രാഷ്ട്രീയവും ദേശീയതയും തമ്മിൽ യോജിപ്പിച്ചുകൊണ്ടുപോകുന്നതിൽ കമ്യൂണിസ്റ്റുകാർ പ്രധാന പങ്കു വഹിച്ചു എന്നതാണ് ഇന്ത്യൻ സ്വാതന്ത്ര്യ സമരത്തിലെ ഒരു വസ്തുത എന്ന് ചൂണ്ടിക്കാട്ടാൻ ഞാൻ ആഗ്രഹിക്കുന്നു. ഹിന്ദു-

മുസ്ലീം ഐക്യം സ്ഥാപിക്കാനും മതേതര വീക്ഷണമുള്ള രാഷ്ട്രീയ സംസ്കാരം ശക്തിപ്പെടുത്താനും കമ്യൂണിസ്റ്റുകാർക്കു കഴിഞ്ഞു. ഹിന്ദു-മുസ്ലീം ലഹളകളെ എതിർത്തും സമുദായ സൗഹാർദത്തിനു വേണ്ടി വാദിച്ചുംകൊണ്ട് 1926-ൽ കമ്യൂണിസ്റ്റ് പാർട്ടി ഒരു പ്രസ്താവനാ പത്രിക പുറത്തിറക്കി. 1946-ൽ കൽക്കത്തയിലും നവഖാലിയിലും വർഗീയ ലഹള ഇളകിയപ്പോൾ സി പി ഐ ആണ് ഉറച്ച മതേതര നിലപാട് സ്വീകരിച്ചത്. ആളിക്കത്തുന്ന ലഹള ശമിപ്പിക്കാൻ, കമ്യൂണിസ്റ്റ് നേതൃത്വത്തിലുള്ള ട്രാംവെ വർക്കേഴ്സ് യൂണിയൻ പ്രായോഗിക സമീപനം കൈക്കൊണ്ടു. മതവിദ്വേഷത്തിന്റെ മഹാമാരി പടരാതിരിക്കാൻ കിസാൻസഭ നിതാന്തജാഗ്രത പുലർത്തി. നവഖാലിയിൽനിന്ന് ത്രിപുരയിലേക്കു കടക്കാൻ ശ്രമിച്ച ഒരു കൂട്ടം ലഹളക്കാരെ, ലാത്തിധാരികളായ പതിനായിരത്തോളം കമ്യൂണിസ്റ്റ് വളണ്ടിയർമാർ പിന്തിരിപ്പിച്ച് ഓടിച്ച സംഭവം പ്രത്യേകം പ്രസ്താവ്യമാണ്. സ്വാതന്ത്ര്യപ്പിറന്നാളിന്റെ തലേ ദിവസം വർഗീയ വികാരശമനത്തിന് കൽക്കത്തയിൽ ഗാന്ധിജി എത്തിയപ്പോൾ ഞങ്ങൾ അദ്ദേഹത്തെ സന്ദർശിച്ചു. അദ്ദേഹത്തിന്റെ ഉപദേശം അനുസരിച്ച് സമാധാന സന്ദേശ സഞ്ചാരം സംഘടിപ്പിച്ചു.

അതെ, ഈ സന്ദർഭത്തിൽ ഒരു സന്ദേഹം ഉയരുന്നുണ്ട്. വിഭജനം തടയുന്നതിൽ നാം എന്തുകൊണ്ട് പരാജയപ്പെട്ടു. ബ്രിട്ടീഷ് ഗവൺമെന്റിന്റെ കൈയാണ് വിഭജനത്തിനു പിന്നിൽ പ്രവർത്തിച്ചത്. യുദ്ധാനന്തരം രാജ്യത്ത് സംഭവിച്ച പ്രക്ഷോഭ സമര മുന്നേറ്റങ്ങൾ സൈന്യത്തെപ്പോലും സ്വാധീനിച്ചു. കമ്യൂണിസ്റ്റാശയങ്ങളുടെയും പ്രവർത്തനങ്ങളുടെയും വളർച്ചയും ഗവൺമെന്റിനെ സംഭ്രാന്തമാക്കി. തങ്ങൾക്ക് അധികകാലം അധികാരത്തിൽ പിടിച്ചു നിൽക്കാൻ കഴിയില്ലെന്ന് അധികാരികൾ മനസ്സിലാക്കി. വൈസ്രോയിയായിരുന്ന വേവൽ, ഉദ്യോഗസ്ഥ മേധാവിയായിരുന്ന വി പി മേനോൻ എന്നിവരുടെ സ്മരണകൾ ഈ വസ്തുത വെളിവാക്കുന്നു. ബദൽ നേതൃത്വം നൽകാൻ ശക്തമായിരുന്നു കമ്യൂണിസ്റ്റ് പാർട്ടിയും ഇടതുപക്ഷ പ്രസ്ഥാനവും. അതേ അവസരത്തിൽ ഹിന്ദുക്കളെയും മുസ്ലീങ്ങളെയും ഐക്യത്തിൽ നിലനിർത്തിക്കൊണ്ട് സുദീർഘമായ ബഹുജനസമരം നടത്തിക്കൊണ്ടു പോകാൻ കോൺഗ്രസിന് സ്വയം സന്നദ്ധത ഉണ്ടായിരുന്നില്ല. ഇടതുപക്ഷ വിപ്ലവ പ്രസ്ഥാനങ്ങളുടെ പ്രാധാന്യവും പ്രവർത്തനവും കോൺഗ്രസിനെ ഭയപ്പെടുത്തി. വിവിധ കാരണങ്ങളാൽ മുസ്ലീംലീഗിന് വലിയ വിഭാഗം മുസ്ലീങ്ങളിൽ ശക്തമായ സ്വാധീനം ഉണ്ടായിരുന്നു. ബ്രിട്ടീഷ് ഗവൺമെന്റിൽനിന്ന് വിഭജനം പിടിച്ചുപറ്റാൻ ലീഗിന് ഈ ആനുകൂല്യം സഹായകമായി.

തുടർന്ന് സംഭവിച്ച, അംഗഭംഗം വന്ന തീരുമാനമായിരുന്നു 1947 ആഗസ്റ്റ് 15.

ഇന്ത്യൻ സ്വാതന്ത്ര്യ സമരം—പ്രത്യേകിച്ച് 1942-44 കാലത്തെ പ്രതിസന്ധി നിറഞ്ഞ വർഷങ്ങൾ—ഞങ്ങളെ പഠിപ്പിച്ച പാഠം ഇതാണ്:

ജനങ്ങളോടൊപ്പം നിന്നാൽ, താൽക്കാലിക തിരിച്ചടികൾ തട്ടിമാറ്റി രാഷ്ട്രീയ നിലപാടുതറ ഉറപ്പിക്കാൻ പറ്റും.

1

മുസഫർ അഹമ്മദ്

................**ഹി**ന്ദു മത നവോത്ഥാന വാദികൾ അകറ്റി നിർത്തിയ സമർപ്പിതമനസ്കനായ മുസ്ലീം ബാലൻ, സാഹിത്യത്തിൽ സാന്ത്വനം കണ്ടെത്തി ജനസേവനത്തിനിറങ്ങിയവൻ, മുസ്ലീം സംസ്കാരവും പ്രശ്ന ങ്ങളും വിശദീകരിച്ചുകൊടുക്കുന്നതിലൂടെ ഹിന്ദു-മുസ്ലീം ഐക്യം വളർത്താമെന്നു മനസ്സിലാക്കിയ വ്യക്തി, ഖിലാഫത്ത് പരിഷ്കരണ പ്രസ്ഥാനത്തിൽ പങ്കെടുക്കാൻ വിസമ്മതിച്ചയാൾ, പാവപ്പെട്ട കുടുംബ ത്തിൽ പിറന്നവനു പറ്റിയ ശരിയായ രാഷ്ട്രീയ പ്രസ്ഥാനം ഏതെന്ന് ഒടുവിൽ കണ്ടെത്തി. ഇന്ത്യൻ സമൂഹത്തിന്റെ സ്വരൂപം സൃഷ്ടിക്കുന്ന സ്വാധീനതകൾ ഏതൊക്കെയാണെന്നു മനസ്സിലാക്കി.

ഹിന്ദുമത നവീകരണത്തിന്റെ രൂപത്തിൽ വന്ന ദേശീയ പ്രസ്ഥാ നത്തിൽ എങ്ങനെ പങ്കുചേരുമെന്ന സന്ദേഹം ഒരു മുസ്ലീം യുവാവിന്റെ മുന്നിൽ തടസ്സമായി തങ്ങിനിന്നു. മതേതരത്വം ദൈവദൂഷണവും നിഷി ദ്ധവുമായാണ് കണക്കാക്കുക. ആ നിലയിൽ ചരിത്രപരമായ ഭൗതികവാദ ത്തിലും കമ്യൂണിസത്തിലും വിശ്വാസമർപ്പിച്ചു മുന്നോട്ടുനീങ്ങുകയും ജീവിതാവസാനം വരെ ആ വഴിയിൽ അടിയുറച്ചു നിൽക്കുകയും ചെയ്യുക എന്ന മഹത്കൃത്യം മുസഫർ അഹമ്മദിനെപ്പോലെയും അബ്ദുൾ ഹലിം, ഫിറോസുദീൻ മൻസൂർ എന്നിവരെപ്പോലെയും അപൂർവം വ്യക്തികൾക്കേ സാധ്യമാകൂ. മുസഫറിന്റെ സമകാലികരിൽ പലർക്കും കമ്യൂണിസത്തിൽ വിശ്വാസം നിലനിർത്താൻ കഴിഞ്ഞിരുന്നി ല്ല. പലരും പലപ്പോഴായി അതിൽനിന്ന് അകന്ന് ആത്മീയതയിലേക്കോ ബൂർഷ്വാ രാഷ്ട്രീയത്തിലേക്കോ, തിരുത്തൽ വാദത്തിലേക്കോ കോൺഗ്ര സിലേക്കോ വഴിമാറിപ്പോയി........

...........ഒരു നിശ്ചിത കേന്ദ്രത്തിൽ നിന്നല്ല പാർട്ടി കെട്ടിപ്പടുത്തത്.

ഒരേ സമയത്ത് നാലു കേന്ദ്രങ്ങളിൽ നിന്നായിരുന്നു തുടക്കം: കൽക്കത്ത, മദിരാശി, ബോംബെ, ലാഹോർ. നൂറു കണക്കിന് മൈലുകൾ അകലെയുള്ള സംഘാടകർ അന്യോന്യം അക്കാര്യം അറിഞ്ഞതുമില്ല. ഒക്ടോബർ വിപ്ലവത്തിന്റെയും കമ്യൂണിസ്റ്റ് ഇന്റർനാഷണലിന്റെയും സമരവീര്യത്തിൽ നിന്ന് സംഘടനയുടെ ആവശ്യത്തിന്റെ ആവേശം അവർ ഉൾക്കൊണ്ടു.

സോവിയറ്റ് യൂണിയനിലെ ഉസ്ബക്കിസ്താന്റെ തലസ്ഥാനമായ താഷ്കെന്റിൽ വച്ച് 1920 ഒക്ടോബറിലാണ് ഇന്ത്യൻ കമ്യൂണിസ്റ്റ് പാർട്ടി രൂപീകൃതമായത് എന്ന് മുസഫർ ഓർക്കുന്നു. പ്രമുഖ ഇന്ത്യൻ വിപ്ലവകാരി എം എൻ റോയി ആയിരുന്നു അതിനു മുൻകൈ എടുത്തത്. കമ്യൂണിസ്റ്റ് ഇന്റർനാഷണലുമായി അത് ബന്ധം സ്ഥാപിച്ചു. അതിനെപ്പറ്റി മുസഫർ ഇപ്രകാരം രേഖപ്പെടുത്തുന്നു:

> ഇന്നത്തെ സോവിയറ്റു യൂണിയനിലെ ഉസ്ബക്കിസ്താന്റെ തലസ്ഥാനമായ താഷ്കെന്റിൽവച്ച് 1920 ഒക്ടോബർ 17-ാം തീയതിയാണ് ഇന്ത്യൻ കമ്യൂണിസ്റ്റ് പാർട്ടി രൂപം പൂണ്ടത്. സംഭവവുമായി എനിക്ക് നേരിട്ട് ബന്ധം ഉണ്ടായിരുന്നില്ല. എങ്കിലും ഇന്ത്യയിലെ മറ്റു സഖാക്കളെപ്പോലെ ഞാനും അതിന്റെ സ്വാധീനത്തിൽ ആകൃഷ്ടനായി.

ഇന്ത്യൻ നാഷണൽ കോൺഗ്രസിന്റെ നയപരിപാടി എന്ന പേരിൽ എം എൻ റോയി, 1922-ലെ ഗയ കോൺഗ്രസിലേക്ക് തയാറാക്കിയ രേഖയെപ്പറ്റി മുസഫർ അഹമ്മദ് അഭിപ്രായപ്പെടുന്നു:

> ഇന്ത്യൻ കമ്യൂണിസ്റ്റ് പാർട്ടിയുടെ ആദ്യത്തെ പരിപാടിയാണ് ചരിത്രപരമായി പറഞ്ഞാൽ ഈ ഗയ പരിപാടി. ഇന്ത്യൻ രാഷ്ട്രീയത്തിലെ തന്നെ ആദ്യത്തെ പുതിയ സംരംഭം. സാധാരണ ജനതയുടെ ആവശ്യങ്ങളുടെ ശബ്ദം ആദ്യമായാണ് അത്തരത്തിൽ അവതരിപ്പിക്കപ്പെട്ടത്.

സമരം സംഘടിപ്പിക്കേണ്ടത് എങ്ങനെ എന്ന് കൃത്യമായും വ്യക്തമായും മാർഗനിർദേശം ചെയ്യപ്പെട്ടു. എന്ത് ആവശ്യവും അവകാശവുമാണ് ഉന്നയിക്കേണ്ടത് എന്നും വ്യക്തമാക്കപ്പെട്ടു. മുസഫർ അഹമ്മദ് ആ നയരേഖക്ക് വലിയ പ്രാധാന്യം കൽപ്പിച്ചു. പത്രത്തിൽ വന്ന പ്രസ്തുത പരിപാടിയുടെ രൂപരേഖ ഈ വിധമായിരുന്നു:

> സംഘടിത വിപ്ലവ പ്രവർത്തനത്തിലൂടെ ഇന്ത്യയെ ബ്രിട്ടീഷ് സാമ്രാജ്യത്വത്തിൽനിന്ന് വിമോചിപ്പിക്കണം. പരമാധികാര സഭയായി ഒരു നാഷണൽ അസംബ്ലി രൂപീകരിക്കണം. ജന്മി സമ്പ്രദായത്തിന് അറുതി വരണം. കൃഷി ഭൂമി പിടിച്ചെടുക്കണം. പൊതുസ്വത്ത് ദേശസാൽക്കരിക്കണം. മിനിമം കൂലി നടപ്പാക്കണം. തൊഴിലാളികളുടെ പ്രവൃത്തി സമയം എട്ടു മണിക്കൂറായി നിജപ്പെടുത്തണം.

> പൊരുതുന്ന കർഷകരുടെ സംഘങ്ങൾ രാജ്യമെങ്ങും രൂപീകരിക്കാൻ ലക്ഷ്യം വെക്കണം. 'നികുതി നിഷേധം' എന്ന മുദ്രാവാക്യം മുഴക്കി രാജ്യമെങ്ങും പ്രകടനം നടത്തണം. വില വർധനവിനെതിരെ പ്രതിഷേധം അലയടിക്കണം. അതിനായി പൊതുപണിമുടക്ക് നടത്തണം. രാജ്യമെങ്ങും സന്നദ്ധ ഭടന്മാരുടെ സംഘടന രൂപീകരിക്കണം.

ഈ പരിപാടിയുടെ സ്വാധീനതയിൽ നിന്നാണ് ബോൾഷെവിക് ഗൂഢാലോചനക്കേസ് എന്ന് അറിയപ്പെട്ട കോൺപൂർ ഗൂഢാലോചനക്കേസ് രൂപം കൊണ്ടത്. ബ്രിട്ടീഷ് ഭരണത്തെ മറിച്ചിടാൻ ഗൂഢാലോചന നടത്തി എന്ന കുറ്റം നാലുപേരുടെ പേരിൽ ചുമത്തപ്പെട്ടു: മുസഫർ അഹമ്മദ്, ഡാങ്കെ, ഷൗക്കത്ത് ഉസ്മാനി, നളിനി ഗുപ്ത. കുറ്റം ചുമത്താൻ ഉപയോഗിച്ച ഒരു രേഖ ഗയ കോൺഗ്രസിൽ അവതരിപ്പിച്ച നയപരിപാടി ആയിരുന്നു.

ജനങ്ങളെ ഭയപ്പെടുത്താനും കമ്യൂണിസത്തിനെതിരെ തിരിച്ചുവിടാനും ഉദ്ദേശിച്ചുള്ള ആശയപരമായ ആദ്യത്തെ ആക്രമണമായാണ് ബ്രിട്ടീഷ് സാമ്രാജ്യത്വം കോൺപൂർ ഗൂഢാലോചനക്കേസിനെ ഉപയോഗിച്ചത്. വ്യാവസായിക സ്ഥാപിത താൽപ്പര്യക്കാരും ഒരു വിഭാഗം ദേശീയ നേതാക്കളും കമ്യൂണിസ്റ്റുകാരെ മോസ്കോ ചാരന്മാർ എന്നും ആക്രമണകാരികൾ എന്നും അധിക്ഷേപിക്കാൻ ആരംഭിച്ചു.

............എന്നാൽ ബ്രിട്ടനിലും മറ്റിടങ്ങളിലും ഉള്ള അന്താരാഷ്ട്ര തൊഴിലാളി കേന്ദ്രങ്ങളിൽ കോൺപൂർ ഗൂഢാലോചനക്കേസ് വിചാരണ വ്യാപകമായ അനുഭാവം ഉണർത്തി.

കോൺപൂർ കേസു വിചാരണയും ശിക്ഷാവിധിയും തടവുകാരുടെ ആരോഗ്യത്തെ സാരമായി ബാധിച്ചു. മുസഫർ അഹമ്മദിനാണ് കൂടുതൽ അപായം പിണഞ്ഞത്. അദ്ദേഹത്തിന് ക്ഷയരോഗം ബാധിച്ചു. ശിക്ഷാവിധി തികയുംമുമ്പേ തടവിൽനിന്നു വിടുതൽ നൽകാൻ സർക്കാർ നിർബന്ധിതമായി.

ജയിൽ മോചിതനായ ശേഷം മുസഫർ പൊതുപ്രവർത്തനങ്ങളിൽ ഏർപ്പെട്ടു. കമ്യൂണിസ്റ്റ് പാർട്ടിയുടെ രൂപീകരണ ശ്രമത്തിൽ മുഴുകി. സി പി ഐയുടെയും തൊഴിലാളി-കർഷക പാർട്ടിയുടെയും നേതൃത്വത്തിലുള്ള തൊഴിലാളി പണിമുടക്കുകളിലും തൊഴിലാളി പ്രസ്ഥാനങ്ങളിലും മുസഫർ ഏർപ്പെട്ടു. 1927, 1928, 1929 വർഷങ്ങളിൽ കൽക്കത്തയിലും ചുറ്റുവട്ടത്തും നടന്ന ഒട്ടുമിക്ക സമരങ്ങളിലും അദ്ദേഹം പങ്കെടുത്തു. ആറു മാസം നീണ്ടുനിന്ന ബൗറിയ ചണമിൽ തൊഴിലാളി സമരത്തിൽ അദ്ദേഹം സജീവമായി മുഴുകി. സമരം വിജയകരമായി പര്യവസാനിച്ചു. ബംഗാളിലെ തൊഴിലാളി-കർഷക പാർട്ടിയുടെ ഔദ്യോഗിക പ്രസിദ്ധീകരണമായ *ജനവാണി*യുടെ പത്രാധിപത്യം വഹിച്ചു. കൽക്കത്തയിലെയും ഹൗറയിലെയും തോട്ടിത്തൊഴിലാളി പണിമുടക്കുകളിലും മുസഫർ, മുന്നണിയിൽ നിന്നു പ്രവർത്തിച്ചു.

കമ്യൂണിസ്റ്റ് പ്രസ്ഥാനത്തെ ഭീഷണിപ്പെടുത്തി തകർക്കാനുള്ള

സാമ്രാജ്യത്വശക്തിയുടെ ശ്രമം പരാജയപ്പെട്ടു. കോൺപൂർ ഗൂഢാലോചനക്കേസ് വിചാരണയും വിധിയും കഴിഞ്ഞ ശേഷമുള്ള കാലത്തിന്റെ കഥ കാട്ടുന്ന ചിത്രം അതാണ്. ആദ്യം ആവേശം കാണിച്ച ചിലർ പേടിച്ച് പിന്മാറിയെങ്കിലും പിന്നീട് പലരും പുതുതായി മുന്നോട്ടുവന്നു. അൽമോറയിൽ ചികിത്സയിൽ കഴിഞ്ഞ മുസഫർ ക്ഷയരോഗവിമുക്തനായി വരവേ, ബംഗാളിലെ സഹപ്രവർത്തകൻ നസ്രുൾ ഇസ്ലാം, മാർക്സിസ്റ്റ് പ്രത്യയശാസ്ത്ര പ്രവർത്തനത്തിന് സംഘടനാരൂപം നൽകുന്നതിൽ മുഴുകി. ബ്രിട്ടീഷ് സൈന്യത്തിൽ മുൻ ഹവിൽദാർ ആയിരുന്ന അദ്ദേഹം വിപ്ലവ കവിതകളാൽ ബംഗാളിനെ ആവേശം കൊള്ളിച്ചു.

1925 നവംബർ 1ന് ബംഗാളിലാണ് തൊഴിലാളി-കർഷക പാർട്ടി രൂപീകൃതമായത് എന്ന് മുസഫർ ഓർക്കുന്നു. പിന്നീട് 1927 ഫെബ്രുവരി 8ന് ബോംബെയിലും. കീർത്തി കിസാൻ പാർട്ടി എന്ന പേരിൽ 1928 ഏപ്രിൽ 12ന് പഞ്ചാബിലും പാർട്ടി നിലവിൽ വന്നു. മീററ്റിൽ ചേർന്ന സമ്മേളനം യുണൈറ്റഡ് പ്രോവിൻസിൽ (യു പി) പാർട്ടിയുടെ രൂപീകരണത്തിലേക്കു വഴി തെളിച്ചു. 1928 ഡിസംബറിൽ കർക്കത്തയിൽ, എല്ലാ സംസ്ഥാനങ്ങളിലെയും പാർട്ടി പ്രതിനിധികൾ അഖിലേന്ത്യാ പാർട്ടി രൂപീകരിക്കുന്നതിനെക്കുറിച്ച് ആലോചിക്കാൻ സമ്മേളിച്ചു.

ആദ്യത്തെ നിസ്സഹകരണ പ്രസ്ഥാനത്തിന്റെ പരാജയം, ദേശീയ സമരക്കാരിൽ ഇടതുപക്ഷച്ചായ്‌വുള്ളവരുടെ ആവേശത്തെ തളർത്തി. കൂടുതൽ തീവ്രമായ കർമപരിപാടികളെപ്പറ്റിയായി അവരുടെ ആലോചന. ജവാഹർലാൽ നെഹ്റുവെപ്പോലുള്ള ചില നേതാക്കന്മാർ 1923 ഓടെ ബ്രിട്ടീഷ് സാമ്രാജ്യത്തിൻ കീഴിലുള്ള ഡൊമീനിയൻ പദവിക്കു പകരം പൂർണ സ്വാതന്ത്ര്യത്തെപ്പറ്റി സംസാരിച്ചു തുടങ്ങി. ഇക്കാര്യങ്ങളെല്ലാം കൂടിച്ചേർന്ന്, കമ്യൂണിസ്റ്റുകാരും ഇടതുപക്ഷ ദേശീയവാദികളും തമ്മിൽ കൂടുതൽ അടുക്കുകയും കർഷകരുടെയും തൊഴിലാളികളുടെയും കൂട്ടായ്മയിൽ പുതിയ ബഹുജന മുന്നേറ്റം സൃഷ്ടിക്കാൻ ചിന്തിക്കുകയും ചെയ്തു. കാർഷിക പരിഷ്കരണവും തൊഴിലാളികളുടെ അവകാശങ്ങളും ഉയർത്തിപ്പിടിച്ച് തൊഴിലാളി-കർഷക പാർട്ടി രൂപീകരിക്കാനുള്ള ആശയം അങ്ങനെയാണ് ഉടലെടുത്തത്.

പുതിയ പാർട്ടി, സാമ്രാജ്യത്വ വിരുദ്ധ സമരത്തിൽ പങ്കെടുക്കുകയും സാധാരണക്കാരായ ജനങ്ങളെ ദേശീയ സമരത്തിലേക്ക് ആകർഷിക്കുകയും വേണമെന്ന് നിശ്ചയിക്കപ്പെട്ടു. ഈ പാർട്ടിയുടെ പ്രവർത്തനത്തിൽ പങ്കെടുക്കുന്നതോടൊപ്പം രഹസ്യമായി കമ്യൂണിസ്റ്റ് പാർട്ടി രൂപപ്പെടുത്താൻ കമ്യൂണിസ്റ്റുകാർ ശ്രമിക്കണമെന്നും തീരുമാനിച്ചു. 1928 ഡിസംബറിൽ കൽക്കത്തയിൽ വർക്കേഴ്സ് ആന്റ് പെസന്റ്സ് പാർട്ടിയുടെ അഖിലേന്ത്യാ കോൺഫറൻസ് നടന്നു. കമ്യൂണിസ്റ്റ് പാർട്ടിയുടെ അഖിലേന്ത്യാ നേതാക്കന്മാരും കൽക്കത്തയിൽ സമ്മേളിക്കുകയുണ്ടായി. കൃഷിക്കാർ, തൊഴിലാളികൾ, യുവാക്കൾ എന്നിവരുടെ ഇടയിൽ തുടർച്ചയായി പ്രവർത്തിച്ചുകൊണ്ട് അഖിലേന്ത്യാ കമ്യൂണിസ്റ്റ് പാർട്ടി കെട്ടിപ്പടുക്കാനുള്ള ശ്രമം ബ്രിട്ടീഷ് സാമ്രാജ്യത്വത്തിനേറ്റുകൊണ്ടിരുന്ന പ്രഹരമായിരുന്നു..........

.............1929 മാർച്ചിൽ ബ്രിട്ടീഷ് ഗവൺമെന്റ് കുപ്രസിദ്ധമായ മീറത്ത് ഗൂഢാലോചനക്കേസ് 31 പേരുടെ പേരിൽ ചുമത്തി. പ്രതികളിൽ പകുതി പേരും കമ്യൂണിസ്റ്റുകാർ ആയിരുന്നില്ല; ഇടതുപക്ഷ ദേശീയ വാദികളായിരുന്നു. ദേശാഭിമാന പ്രചോദിതരായി കമ്യൂണിസ്റ്റുകാരോടൊപ്പം ചേർന്ന് തീവ്രവാദത്തിൽ ആകൃഷ്ടരായി ബ്രിട്ടീഷാധിപത്യത്തിനെതിരെ ആഞ്ഞടിക്കാൻ ഒരുങ്ങിയതായിരുന്നു അവർ. ബ്രിട്ടീഷ് ചക്രവർത്തിയുടെ ഭരണം അട്ടിമറിക്കാൻ ഗൂഢാലോചന നടത്തി എന്നതായിരുന്നു അവരുടെ പേരിൽ ചുമത്തിയ അപരാധം.

മീറത്ത് ഗൂഢാലോചനക്കേസ് കമ്യൂണിസ്റ്റ് പ്രസ്ഥാനത്തിന് ഗുണപരമായ വഴിത്തിരിവായി. പ്രതികളായ കമ്യൂണിസ്റ്റുകാർ പെഷവാർ, കോൺപൂർ കേസുകളുടെ കാലത്തേതുപോലെ പൊതുജന ബന്ധം ചെറിയതോതിൽ തുടങ്ങിയ പ്രവർത്തകർ മാത്രം ആയിരുന്നില്ല, തൊഴിലാളി യൂണിയനുകളിലും കിസാൻസഭകളിലും പങ്കാളികളായ നേതാക്കന്മാരായിരുന്നു. തൊഴിലാളിവർഗവുമായി അവർക്ക് അടുത്ത ബന്ധം ഉണ്ടായിരുന്നു. ബഹുജന ട്രേഡ് യൂണിയൻ സംഘാടകർ ആയിരുന്നു അവർ. ബോംബെയിലെ രണ്ടു തുണിമിൽ തൊഴിലാളികൾ കൂട്ടത്തിൽ ഉണ്ടായിരുന്നു: എ എ ആൽവെ, ജി ആർ ഖസ്‌ലെ. അവർ ദേശീയവാദികളാണെന്ന് സ്വയം വിശേഷിപ്പിച്ചു. യു പി യിൽനിന്നു വന്ന ഗൗരി ശങ്കർ എന്ന കർഷകത്തൊഴിലാളിയും അവരോടൊപ്പം ഉണ്ടായിരുന്നു. ഇന്ത്യൻ വിപ്ലവ പ്രസ്ഥാനത്തിന്റെയും ബ്രിട്ടനിലെ പുരോഗമന തൊഴിലാളി വർഗത്തിന്റെയും ഐക്യത്തിന്റെ പ്രതീകമായി മൂന്നു ബ്രിട്ടീഷ് സഖാക്കളും കേസിൽ പ്രതികളായി: ഫിലിപ്പ് സ്പ്രാറ്റ്, ബെൻ ഫ്രാൻസിസ് ബ്രാഡ്‌ലി, ലസ്റ്റർ ഹച്ചിൻസൺ.

ഇടതുപക്ഷ-കമ്യൂണിസ്റ്റ് വിപ്ലവകാരികളുടെ മീതെ എതിർപ്പു വന്നു വീണപ്പോൾ, നാഷണൽ കോൺഗ്രസ് രണ്ടാമത്തെ നിസ്സഹകരണ പ്രസ്ഥാനത്തിന് ഒരുക്കം കൂട്ടുകയായിരുന്നു. 1928-ലെ കൽക്കത്താ കോൺഗ്രസ് സമ്മേളനത്തിൽ, ഡൊമീനിയൻ പദവി അടിയന്തരമായി അനുവദിക്കണമെന്ന പ്രമേയം പാസാക്കി. അത് അനുവദിച്ചുകിട്ടിയില്ല. അടുത്ത വർഷത്തെ പ്രമേയം പൂർണ സ്വാതന്ത്ര്യത്തിനുവേണ്ടിയായിരുന്നു. തുടർന്ന് പ്രക്ഷോഭവും ആരംഭിച്ചു. കോൺഗ്രസിന്റെ ആവശ്യം അംഗീകരിക്കാതെ സർക്കാർ പ്രക്ഷോഭം അടിച്ചമർത്താൻ ഒരുങ്ങി.

1929-ലെ ലാഹോർ കോൺഗ്രസാണ് പൂർണ സ്വാതന്ത്ര്യ പ്രമേയം പാസാക്കുകയും സത്യഗ്രഹം തുടങ്ങാൻ തീരുമാനിക്കുകയും ചെയ്തത്. കോൺഗ്രസിന്റെ പ്രക്ഷോഭം ആരംഭിക്കും മുമ്പേ, സർക്കാർ കമ്യൂണിസ്റ്റുകാരുടെയും ഇടതുപക്ഷ കോൺഗ്രസുകാരുടെയും മേൽ നടപടി തുടങ്ങി. പ്രതിപക്ഷശക്തിയെ തളർത്തുകയായിരുന്നു ലക്ഷ്യം. കർഷകരുടെയും തൊഴിലാളികളുടെയും ഇടയിൽ അവർക്കുള്ള സ്വാധീനം സർക്കാരിനെതിരെ പുതിയ കരുത്തോടെ ആഞ്ഞടിക്കുമെന്നു ഭയപ്പെട്ടു. ദേശീയ സമരത്തോടൊപ്പം ശക്തിപ്പെട്ടു വരുന്ന തൊഴിലാളിവർഗ പ്രസ്ഥാനത്തിന് തടയിടുകയായിരുന്നു സർക്കാരിന്റെ ലക്ഷ്യം.

രാജ്യത്തിനകത്തും പുറത്തും രൂപപ്പെട്ടുവരുന്ന സാഹചര്യം പരിഗണിച്ചപ്പോൾ, ലക്ഷ്യം രഹസ്യമാക്കി വെക്കേണ്ട ആവശ്യമില്ലെന്ന് കമ്യൂ

ണിസ്റ്റുകാർക്ക് ബോധ്യമായി. മറിച്ച്, സ്വന്തം ആദർശത്തെയും ആശയ ത്തെയും സംഘടനയെയും അതിന്റെ അടിയന്തര കടമയെയും തുറന്നു പറയുകയും അതിനായി പൊരുതുകയും ചെയ്യേണ്ടതാണെന്ന് കമ്യൂണിസ്റ്റു കാർ വിശ്വസിച്ചു. കമ്യൂണിസ്റ്റുകാരെ ദേശീയ പ്രസ്ഥാനവുമായി അകറ്റാൻ ബ്രിട്ടീഷുകാർ ശ്രമിച്ചുവന്ന പശ്ചാത്തലത്തിൽ അത് ആവശ്യമായിരുന്നു.

മുസഫർ അഹമ്മദ് കോടതിയിൽ ഈ വിധം മൊഴി നൽകി:

> ഞാൻ ഒരു വിപ്ലവ കമ്യൂണിസ്റ്റാണ്. ഈ കേസുമായി ബന്ധപ്പെട്ട് 1929 മാർച്ച് 20ന് എന്നെ അറസ്റ്റു ചെയ്യുമ്പോൾ ഞാൻ ഇന്ത്യൻ കമ്യൂണിസ്റ്റ് പാർട്ടിയിൽ അംഗമായിരുന്നു............ കമ്യൂണിസ്റ്റ് ഇന്റർനാഷണലിന്റെ നയവും ആശയവും പരിപാടിയും പൂർണ മായും വിശ്വസിക്കുകയും പിന്തുടരുകയും പ്രചരിപ്പിക്കുകയും ചെയ്യാൻ ഞങ്ങളുടെ പാർട്ടി ബാധ്യസ്ഥമാണ്. 1921 മുതൽക്കേ കമ്യൂണിസ്റ്റ് ഇന്റർനാഷണലുമായി ഗൂഢാലോചന നടത്തുകയും ഇന്ത്യയിൽ കമ്യൂണിസ്റ്റ് പാർട്ടി ശാഖ രൂപീകരിക്കാൻ ശ്രമിക്കു കയും ചെയ്ത ഒരാളായിട്ടാണ് എന്നെ അധികൃതർ കണക്കാക്കി യിരിക്കുന്നത്...............എന്തു തന്നെ പോരായ്മകൾ ഉണ്ടെങ്കിലും കമ്യൂണിസ്റ്റ് പ്രസ്ഥാനത്തിന്റെ സ്ഥാപക പ്രവർത്തകരിൽ ഒരുവ നാണ് ഞാൻ എന്നതിൽ എനിക്ക് അഭിമാനമുണ്ട്.

വിചാരണ തുടങ്ങി അഞ്ചു വർഷത്തിനുശേഷം 1933 ജനുവരിയിൽ ബ്രിട്ടീഷ് സെഷൻസ് ജഡ്ജി പ്രതികൾക്ക് കഠിനശിക്ഷ വിധിച്ചു. കൂടിയ ശിക്ഷ മുസഫറിനായിരുന്നു–ജീവപര്യന്തം നാടുകടത്തൽ. കമ്യൂണിസ്റ്റ് പ്രസ്ഥാനത്തിന്റെ അഗ്രഗാമിയായ പോരാളിയാണ് അദ്ദേഹമെന്ന് സാമ്രാ ജ്യത്വക്കോടതി അതുവഴി സ്ഥാപിച്ചു. ഡാങ്കെ, ഘാട്ടെ, ജോഗ്ളേക്കർ, നിംബ്കർ, സ്പ്രാറ്റ് എന്നിവർക്ക് പന്ത്രണ്ടു വർഷവും ബ്രാഡ്ലി, മിറാ ജ്കർ, ഉസ്മാനി എന്നിവർക്കു പത്തു വർഷവും അധികാരി, പി സി ജോഷി എന്നിവർക്ക് അഞ്ചു വർഷവും ഹച്ചിൻസൺ അടക്കമുള്ള മറ്റു ള്ളവർക്ക് മൂന്നുവർഷവും ശിക്ഷ ലഭിച്ചു.

കഠിനമായ ഈ ശിക്ഷാവിധി, രാജ്യത്തിനകത്തും പുറത്തും വ്യാപ കമായ പ്രതിഷേധം ഉയർത്തി. ബോംബെയിൽ ടെക്സ്റ്റൈൽ തൊഴിലാ ളികൾ പണിമുടക്ക് സമരം നടത്തി പ്രതിഷേധിച്ചു. പത്രലോകവും പ്രതി ഷേധം പ്രകടിപ്പിച്ചു. ബ്രിട്ടനിലും എതിർപ്പുകൾ ഉയർന്നു. ബ്രിട്ടീഷ് കമ്യൂ ണിസ്റ്റ് പാർട്ടിയാണ് അതിനു മുൻകൈയെടുത്തത്. ഇന്ത്യൻ കാര്യ ങ്ങൾക്കായുള്ള ബ്രിട്ടീഷ് സ്റ്റേറ്റ് സെക്രട്ടറിയും ശിക്ഷയുടെ കാഠിന്യത്തെ പ്പറ്റി ഇന്ത്യയിലെ വൈസ്രോയിക്ക് എഴുതി.

ശിക്ഷയിൽ ഇളവു കിട്ടിയ മുസഫർ ജയിൽ മോചിതനായെങ്കിലും 1935-ൽ വീണ്ടും ഒരു വർഷത്തേക്ക് തടവിലായി. 1936-ൽ അദ്ദേഹം വിമോചിതനായി; പൂർവാധികം കരുത്തോടെ കമ്യൂണിസ്റ്റ് പ്രവർത്തന ങ്ങളിൽ മുഴുകി. അഖിലേന്ത്യാ കമ്യൂണിസ്റ്റ് പാർട്ടി രൂപീകരിക്കുക എന്ന ലക്ഷ്യം ക്രമേണ പൂർത്തിയായി.

("മാർക്സിസ്റ്റി"ൽ ബി ടി രണദിവെ എഴുതിയ ഒരു ലേഖനത്തിൽനിന്ന് എടുത്തു ചേർത്തത്)

2

ഗണേഷ് ഘോഷ്

മരണം വരിച്ചും സ്വാതന്ത്ര്യം നേടണം എന്ന് തീരുമാനിച്ചുറച്ച ഒരു തലമുറയെ നമുക്ക് ഈ നൂറ്റാണ്ടിന്റെ ആദ്യ ദശകങ്ങളിൽ ദർശിക്കാം. അത്തരക്കാരിൽപ്പെടുന്ന അപൂർവം വ്യക്തികളിൽ ഒരാളാണ് ഗണേഷ് ഘോഷ്. ഇപ്പോൾ ബംഗ്ലാദേശിൽ ഉൾപ്പെടുന്ന ജസൂറിൽ 1900-ത്തിലാണ് ഘോഷിന്റെ ജനനം. പിതാവ് ബിപിൻ ബിഹാരി ഘോഷ് റയിൽവെ ജീവനക്കാരനായിരുന്നു. സ്വാഭാവികമായും സ്ഥലമാറ്റങ്ങൾക്കു വിധേയമായി അങ്ങുമിങ്ങും താമസം മാറ്റേണ്ടിവരും. ഒന്നാം ലോകമഹായുദ്ധത്തിന്റെ അവസാനഘട്ടത്തിൽ ഘോഷിന് ചിറ്റഗോങ്ങിലേക്ക് മാറ്റം കിട്ടി. ഗണേഷ് ആറാം തരത്തിലോ ഏഴാം തരത്തിലോ പഠിക്കുന്നു. മാസ്റ്റർ ദാ എന്നറിയപ്പെടുന്ന സൂര്യസെന്നിനെ സന്ദർശിക്കാൻ ക്ലാസിലെ കൂട്ടുകാരനൊപ്പം ഗണേഷ് ചെന്നു. ആദ്യദർശനത്തിൽ സരളശീലനായ സാധാരണക്കാരനായി തോന്നി. സന്ദർശനത്തെപ്പറ്റി ഗണേഷ് ഘോഷിന്റെ അനുസ്മരണം:

> ആദ്യത്തെ കാഴ്ചയിൽ മാസ്റ്റർ ദാ എന്നെ ആകർഷിച്ചില്ല. അവശനും കഷണ്ടിക്കാരനുമായ ഉയരം കുറഞ്ഞ ഒരു മനുഷ്യൻ. ഏതാനും മിനുട്ട് കഴിഞ്ഞപ്പോൾ ഞാൻ പോകാൻ എഴുന്നേറ്റപ്പോൾ, എന്റെ വായനാശീലത്തെപ്പറ്റിയും അച്ഛനമ്മമാരെപ്പറ്റിയും ഭാവിയിൽ എന്തു ചെയ്യാൻ ഉദ്ദേശിക്കുന്നു എന്നതിനെക്കുറിച്ചും അന്വേഷിച്ചു. അതോടെ, അദ്ദേഹത്തിന്റെ വാക്കുകളിലെ ആത്മാർഥത എന്നെ സ്പർശിച്ചു.

1928-ൽ മുസഫർ അഹമ്മദിനെ കണ്ടപ്പോഴും ഇതേ മട്ടിലുള്ള അനുഭവമായിരുന്നു എന്ന് ഗണേഷ് ഘോഷ് ഓർക്കുന്നു.

ഇന്ത്യയുടെ മറ്റിടങ്ങളെ അപേക്ഷിച്ച് ചിറ്റഗോങ്ങിലെ രാഷ്ട്രീയാന്തരീക്ഷം ഗൗരവം നിറഞ്ഞതായിരുന്നു. ഇന്ത്യൻ നാഷണൽ കോൺഗ്രസിന്റെ നാഗ്പൂർ സമ്മേളനത്തിൽ (1921) ഗാന്ധിജി അഹിംസാത്മക നിസ്സഹകരണ സമരത്തിന് ആഹ്വാനം ചെയ്തു. ബംഗാളിലെ യുവാക്കൾ അഹിംസയെ അനുകൂലിക്കില്ല എന്ന് ഗാന്ധിജിയെ സി ആർ ദാസ് ധരിപ്പിച്ചു. ഗാന്ധിജി കൽക്കത്തയിൽ ചെന്ന് ദേശബന്ധുവിന്റെ കൂടെ താമസിച്ച്, അനുശീലൻ, ജുഗാന്ദർ സംഘത്തിൽപ്പെട്ട നേതാക്കന്മാരുമായി ആശയവിനിമയം നടത്തി. ഗാന്ധിജിയുടെ നിർദേശപ്രകാരം അവർ സ്വന്തം സമരരീതി ഒരു വർഷത്തേക്ക് മരവിപ്പിക്കാൻ സമ്മതിച്ചു. അവരോട് കോൺഗ്രസിൽ ചേരാൻ അദ്ദേഹം ആവശ്യപ്പെട്ടു.

നിസ്സഹകരണ സമരം ചിറ്റഗോങ്ങിൽ പടർന്നു പിടിച്ചു. ഗണേഷിന്റെയും സുഹൃത്ത് അനന്ത സിങ്ങിന്റെയും നേതൃത്വത്തിൽ വിദ്യാലയങ്ങളിലും കലാലയങ്ങളിലും പഠിപ്പുമുടക്കു നടന്നു. തൊഴിലാളി കേന്ദ്രങ്ങളിലും പണിമുടക്കുണ്ടായി. ബർമ്മ എണ്ണക്കമ്പനിയിലും വിവിധ തൊഴിൽ ശാലകളിലും ചിറ്റഗോങ്ങ് തുറമുഖത്ത് നങ്കൂരമടിച്ച കപ്പലിലും തൊഴിൽമുടക്കു നടന്നു. ചാന്ദ്പൂരിലെ അസമീസ് ചായത്തോട്ടം തൊഴിലാളികൾ സമരം ചെയ്തപ്പോൾ അടിച്ചമർത്താൻ ഗൂർഖാ പടയാളികളെ ഉപയോഗിച്ചതിൽ പ്രതിഷേധിച്ച് അസം-ബംഗാൾ റയിൽവെ മേഖലയിലാകെ പണിമുടക്കുണ്ടായി.

നിസ്സഹകരണ സമരം അവസാനിച്ചു. മണിക്തലയിലെ നാഷണൽ സ്കൂൾ ഓഫ് എജുക്കേഷൻ എഞ്ചിനീയറിങ്ങ് കോളേജിൽ ഗണേഷ് ഘോഷ് ചേർന്നു. പഠനത്തിൽ താൽപ്പര്യം കാട്ടുന്നതിനു പകരം, ബോംബ് നിർമാണത്തിന് ആവശ്യമായ രാസവസ്തുക്കൾ ശേഖരിക്കാനാണ് ഘോഷ് ശ്രമിച്ചത്. മണിക്തലയിലെ ഒരു വീട്ടിൽവച്ച് ബോംബ് നിർമാണ പരീക്ഷണം തുടങ്ങി. പൊലീസ് ഇത് മണത്തറിഞ്ഞു. ഏതാനും കൂട്ടുകാരോടൊപ്പം 1923-ൽ ഘോഷ് അറസ്റ്റിലായി. പൊലീസുമായുള്ള ആദ്യത്തെ ഇടപെടലായിരുന്നു അത്. ഘോഷിന്റെ പ്രായക്കുറവും പ്രത്യക്ഷമായ തെളിവിന്റെ കുറവും പരിഗണിച്ച് ഘോഷിനെ വെറുതെ വിട്ടു.

വിപ്ലവ സംഘങ്ങൾക്കെതിരെ അടുത്ത വർഷം വ്യാപകമായ തിരച്ചിൽ നടന്നപ്പോൾ, 1924 ഒക്ടോബർ 25ന് ഘോഷ് വീണ്ടും പൊലീസിന്റെ പിടിയിലായി. ബംഗാളിനു വെളിയിലെ പല ജയിലുകളിലായി നാലു വർഷം ശിക്ഷ അനുഭവിച്ചതിനുശേഷമാണ് വിടുതൽ കിട്ടിയത്.

"അഹമ്മദിനെ ആദ്യം കണ്ടപ്പോൾ വലിയ നിരാശ തോന്നി. അനാരോഗ്യം തോന്നിക്കുന്ന ദേഹം, പതിഞ്ഞ ശബ്ദം." ഘോഷ് പിന്നീട് സുഹൃത്തുക്കളോട് ഇങ്ങനെയാണ് പറഞ്ഞത്: "ഞാൻ എവിടെയാണ് താമസിക്കുന്നത് എന്ന് അഹമ്മദ് ചോദിച്ചു. 'ഓ, കുറച്ചുകാലം ജയിലിൽ കഴിഞ്ഞിരുന്നു, അല്ലേ? ബോംബു നിർമ്മിക്കാൻ അറിയുമോ? ബുദ്ധിയുള്ള കൂട്ടത്തിലാണെന്നു തോന്നുന്നു. വളരെ നല്ലത്. എന്തൊക്കെയാണ് ഭാവി പരിപാടി?'

മുസഫർ അഹമ്മദിന്റെ അന്വേഷണം ഇവയൊക്കെയായിരുന്നു.

പഠനം തുടരാൻ താൽപ്പര്യമില്ലെന്ന് ഘോഷ് അറിയിച്ചു. നാലു കൊല്ലം ജയിലിൽ കഴിഞ്ഞെങ്കിലും പഠിപ്പു തുടർന്നു പോകാനാണ് അഹമ്മദ് ഉപദേശിച്ചത്. മാതാപിതാക്കളുടെ വികാരം വ്രണപ്പെടുത്തരുതെന്നും ആവശ്യപ്പെട്ടു. ഒരു ബോംബിനേക്കാൾ ശക്തി ഒരു തൊഴിലാളിക്കുണ്ട് എന്ന മുസഫർ സാഹിബിന്റെ വാക്കുകൾ ആദ്യമായാണ് ഘോഷ് കേട്ടത്.

ഗണേഷ് ഘോഷ് പലവട്ടം മുസഫർ അഹമ്മദിനെ സന്ദർശിച്ചിരുന്നു. അപ്പോഴെല്ലാം നാൽപ്പതോ അമ്പതോ പേരുടെ സംഘം ബങ്കിം മുഖർജിക്കൊപ്പം വസതിയിൽ ചർച്ചയിൽ ഏർപ്പെട്ട നിലയിലാണ് അദ്ദേഹത്തെ കണ്ടിരുന്നത്. ആസ്ത്രേലിയയിലോ ഇംഗ്ലണ്ടിലോ ഒക്കെയുള്ള തൊഴിലാളി പ്രസ്ഥാനങ്ങളെപ്പറ്റി അവർ ചർച്ച ചെയ്യുന്നതു കേട്ടു. ഇന്ത്യയിലെ തൊഴിലാളികളുടെ നിലയിലുള്ള ദയനീയാവസ്ഥയിൽ അവർ പരിതാപം പ്രകടിപ്പിക്കും. അന്യനാടുകളിലെ അവസ്ഥ അറിയാൻ പ്രാദേശിക നേതാക്കൾ വിമുഖത കാട്ടുന്നതിൽ അവർ അസന്തുഷ്ടരായിരുന്നു.

ഗണേഷ് ഘോഷ് ഇതിനോട് വിയോജിച്ചു. അന്യനാടുകളിലെ അവസ്ഥ സ്വന്തം നാട്ടിലേതിനേക്കാൾ ഭേദമാണെന്ന് ഈ നേതാക്കൾ കരുതുന്നതിനോട് അദ്ദേഹം യോജിച്ചില്ല. "നമുക്ക് ഒന്നും നൽകാൻ പറ്റിയിട്ടില്ലേ? ഒന്നിനും കൊള്ളാത്തവരാണോ നാം?" അതായിരുന്നു അദ്ദേഹത്തിന്റെ ചിന്ത. മാർക്സ്, എംഗൽസ്, ലെനിൻ എന്നിവരെപ്പറ്റി ഒരറിവും ഇല്ലാതിരുന്നതിനെപ്പറ്റി ഘോഷ് സമ്മതിച്ചു. മാർക്സിസ്റ്റുകാരോട് മതിപ്പു തോന്നുന്നില്ലെന്നും പറഞ്ഞു.

ഇന്ത്യൻ നാഷണൽ കോൺഗ്രസിന്റെ 1928 ലെ കൽക്കത്താ സമ്മേളനത്തിലെ പ്രതിനിധിയായി ഘോഷ് തിരഞ്ഞെടുക്കപ്പെട്ടു. കോൺഗ്രസ് വളണ്ടിയർ സംഘത്തിന്റെ ചുമതലയും ലഭിച്ചു. 1929-ൽ ബംഗാൾ പ്രദേശ് കോൺഗ്രസ് കമ്മിറ്റി അംഗമായി. കൂടുതൽ തീവ്രമായ പ്രവർത്തന ശൈലിയിലായിരുന്നു ഘോഷിനു താൽപ്പര്യം. ജയിലിലായിരുന്നപ്പോൾ, ഡാനിയൽ ബ്രിയാന്റെ *ഐറിഷ് ഫ്രീഡം* വായിക്കുകയും അതിലെ ആശയങ്ങളിൽ ആവേശം കൊള്ളുകയും ചെയ്തിരുന്നു. ഐറിഷ് വിപ്ലവകാരികളെപ്പോലെ എന്തെങ്കിലുമൊക്കെ ചെയ്യണമെന്നും ആഗ്രഹിച്ചു. 1929-30 ൽ അത്തരമൊരു അവസരം കിട്ടി. രാജ്യം പുതിയൊരു ജനമുന്നേറ്റത്തിന് ഒരുങ്ങുകയായിരുന്നു. മാസ്റ്റർ ദാ, ഗണേഷ് ഘോഷ്, അംബിക ചക്രവർത്തി, അനുരൂപ് സെൻ, നാഗൺ സെൻ (ജൂലു സെൻ), നിർമ്മൽ സെൻ, അനന്ത സിങ്ങ് എന്നിവർ രഹസ്യമായി വിപ്ലവ സംഘടന രൂപീകരിക്കുകയും ചിറ്റഗോങ്ങ് ആയുധപ്പുര പിടിച്ചെടുക്കാൻ പരിപാടിയിടുകയും ചെയ്തു.

ചിറ്റഗോങ്ങ് ആയുധപ്പുര പിടിച്ചാൽ ഇന്ത്യയെ മോചിപ്പിക്കാമെന്ന അബദ്ധധാരണയൊന്നും അന്ന് ഉണ്ടായിരുന്നില്ല എന്ന് ഗണേഷ് ഘോഷ് പിൽക്കാലത്ത് ഒരു അഭിമുഖത്തിൽ സമ്മതിക്കുകയുണ്ടായി. ശ്രമം ചെറുതായി വിജയിച്ചാൽത്തന്നെ വലിയ പ്രത്യാഘാതം സംഭവിക്കുമെന്നും കണക്കുകൂട്ടിയിരുന്നു. കുറച്ചു നാളത്തേക്കെങ്കിലും ചെറിയ ഒരിടം സ്വതന്ത്രമാക്കാൻ സാധിച്ചാൽ ബ്രിട്ടീഷാധിപത്യത്തിനെതിരായ പ്രക്ഷോഭ

ത്തിന് ആക്കം കൂട്ടാനൊക്കുമെന്ന് കണക്കുകൂട്ടി. രാജ്യത്തിന്റെ മറ്റു ഭാഗങ്ങളിലും ഇതുപോലുള്ള സംരംഭം നടത്തി വിജയിച്ചാൽ, ബ്രിട്ടീഷ് സർക്കാരിനെ, ഭയപ്പെടുത്താൻ ഒക്കുമെന്നും കണക്കാക്കി. ചിറ്റഗോങ്ങിലെ യുവാക്കളുടെ സാഹസത്തിനു പിന്നിലെ പൊരുൾ അതായിരുന്നു.

മാസ്റ്റർ ദായുടെ അനുമതിയോടെ, ഗണേഷ് ഘോഷും അനന്ത സിങ്ങും ഒരു പരിപാടി ആസൂത്രണം ചെയ്തു. അവസാന ഘട്ടത്തിൽ കേന്ദ്ര നേതൃത്വത്തിന്റെ സംഗമ സ്ഥലം ഗണേഷ് ഘോഷിന്റെ വസതിയായിരുന്നു. 1930 ഏപ്രിൽ 18ന് യുവ വിപ്ലവ സേന, ആയുധശാല വളഞ്ഞു. സൂര്യ സെൻ, ഗണേഷ് ഘോഷ്, അനന്ത സിങ്ങ് എന്നിവരുടെ നേതൃത്വത്തിൽ ചിറ്റഗോങ്ങ് റിപ്പബ്ലിക്കൻ ആർമി, ഒരു മിന്നൽ നീക്കത്തിൽ, സർക്കാർ നിയന്ത്രണത്തിലുള്ള ആയുധപ്പുര, ടെലഫോൺ കേന്ദ്രങ്ങൾ, ടെലഗ്രാഫ് കെട്ടിടം എന്നീ സുപ്രധാന സ്ഥാനങ്ങൾ കീഴടക്കി. ബ്രിട്ടീഷധികൃതർ തുടക്കത്തിൽ എതിർപ്പു കാട്ടിയില്ല. പുതിയ ഗവൺമെന്റിന്റെ പേരിൽ, വിപ്ലവ സർക്കാരിനു പിന്തുണ നൽകാൻ ജനങ്ങളോട് അഭ്യർഥിച്ചുകൊണ്ടുള്ള പ്രസ്താവന പുറത്തുവന്നു.

ആ നില ഏറെ നാൾ തുടർന്നില്ല. കാര്യം തകിടം മറിഞ്ഞു. ജലാലാബാദ് മലകളിലേക്ക് പിൻവാങ്ങാൻ വിപ്ലവകാരികൾ നിർബന്ധിതരായി. ഗണേഷ് ഘോഷും അനന്ത സിങ്ങും രക്ഷപ്പെട്ടു. ഒളിച്ചോടി കൽക്കത്ത വഴി അവർ ഫ്രഞ്ച് അധീന പ്രദേശമായ ചന്ദ്രനഗറിൽ പ്രവേശിച്ചു. ഡോ. ഭൂപേന്ദ്രനാഥ് ദത്ത അവർക്ക് അഭയം നൽകി. എന്നാൽ സെപ്തംബർ 1ന് കൽക്കത്ത പൊലീസ് കമ്മീഷണർ ചാറൽസ് ടിഗാർട്ട് ഒളിസ്ഥലം പരിശോധിച്ച് ഗണേഷ് ഘോഷിനെ അറസ്റ്റു ചെയ്തു. വിചാരണ വേളയിൽ സ്വന്തം കേസ് ഘോഷ് സ്വയം വാദിച്ചു. ജീവപര്യന്തം തടവുശിക്ഷ കിട്ടിയ ഘോഷിനെ 1932-ൽ അന്തമാനിലേക്ക് നാടുകടത്തി. അവിടെ കൊടിയ ശാരീരിക പീഡനത്തിനിരയായി. തുടർന്ന്, രാഷ്ട്രീയത്തടവുകാരുടെ പരിഗണന കിട്ടാൻ തടവുകാരെല്ലാം സമരം ചെയ്തു.

ഈ ശിക്ഷാ വേളയിലാണ് മറ്റനേകം തടവുകാരെപ്പോലെ ഗണേഷ് ഘോഷും മാർക്സിസം-ലെനിനിസത്തോട് ആശയപരമായി അടുക്കുന്നത്. അവർ പഴയ പരിപാടികൾ വിലയിരുത്തുകയും പുതിയ പ്രതിസന്ധിയിൽനിന്നുള്ള രക്ഷാമാർഗം തേടുകയും ചെയ്തു. 1929-ൽ ടിഗാർട്ടിനെ വധിക്കാൻ ഗൂഢാലോചന നടത്തി എന്ന കുറ്റത്തിന് ശിക്ഷിക്കപ്പെട്ട ഡോ. നാരായൺ റെ, (ഡൽഹൗസി ഗൂഢാലോചന കേസിലെ പ്രതി) ഈ സന്ദർഭത്തിലാണ് അന്തമാനിലെ ജയിലിൽ എത്തുന്നത്. അവിടെ വരുംമുമ്പ് മഹാരാഷ്ട്രയിലെ യർവാദാ ജയിലിലായിരുന്നു. ആ സമയത്ത് രാഷ്ട്രീയത്തടവുകാരായ കോൺഗ്രസ് സോഷ്യലിസ്റ്റ് പാർട്ടി നേതാക്കളിൽനിന്ന് മാർക്സിസം-ലെനിനിസത്തിന്റെ പ്രാഥമിക പാഠങ്ങൾ ഡോ. നാരായൺ റെ ഉൾക്കൊണ്ടിരുന്നു.

അന്തമാൻ ജയിലിൽ എത്തിയശേഷം ഡോ റെ, തടവുകാരെ മാർക്സിസ്റ്റ് പ്രത്യയശാസ്ത്രം പഠിപ്പിച്ചു. നാരായൺ ദാ വായിക്കാൻ നൽകിയ ലെനിന്റെ ഒരു പുസ്തകത്തിലെ ഒരാശയം തന്നെ സ്വാധീനി

ച്ചതായി ഗണേഷ് ഘോഷ് ഓർക്കുന്നു. കോളനി രാജ്യങ്ങൾക്ക് സ്വാതന്ത്ര്യം ലഭിക്കാതെ, ബ്രിട്ടനിലെ തൊഴിലാളി വർഗത്തിന് വിമോചനമില്ല എന്നായിരുന്നു ആ ആശയം. ഘോഷിന്റെ വിചാര ചക്രവാളം വികസിച്ചു. മാർക്സിസത്തോട് തോന്നിയ മതിപ്പുകേടു മാറി. ലോകത്തിലെ മുഴുവൻ തൊഴിലാളികളുടെയും മോചനത്തിന്റെ മാർഗമാണ് മാർക്സിസമെന്നു മനസ്സിലാക്കി.

ഏഴു വർഷത്തിനുശേഷം 1937-ൽ രാഷ്ട്രീയത്തടവുകാർ സമരം തുടങ്ങി; തങ്ങൾക്ക് ഇന്ത്യയിലേക്കു മടങ്ങണം. ബംഗാൾ ഗവർണർ ആൻഡേഴ്സൺ 1938-ൽ അന്തമാൻ സന്ദർശിച്ചപ്പോൾ ആ ആവശ്യം നിരസിച്ചു. പകരം അത്ഭുതകരമായ കാര്യമാണ് ചെയ്തത്. ക്ലാസിക് മാർക്സിസ്റ്റ് കൃതികളടങ്ങിയ ഒരു പെട്ടി തടവുകാർക്കു സമ്മാനിച്ചു. ഫ്രഞ്ചു വിപ്ലവത്തെപ്പറ്റിയും ഐറിഷ് വിപ്ലവത്തെപ്പറ്റിയുമുള്ള പുസ്തകങ്ങൾ പിൻവലിച്ച് മാർക്സിസത്തെപ്പറ്റി വായിച്ചു പഠിച്ചാൽ വിപ്ലവജ്വര കെട്ടടങ്ങുമെന്ന് ആൻഡേഴ്സൺ ധരിച്ചിരുന്നുവോ, എന്തോ? ഏതായാലും ധാരാളം തടവുകാർക്ക് മാർക്സിസത്തിന്റെ അടിസ്ഥാനതത്ത്വങ്ങൾ മനസ്സിലാക്കാൻ ആൻഡേഴ്സന്റെ നടപടി സഹായിച്ചു.

അന്തമാനിലെ രാഷ്ട്രീയത്തടവുകാരെ ഇന്ത്യയിലേക്കു തിരിച്ചുകൊണ്ടുവരാൻ നാട്ടിലും പ്രക്ഷോഭം ഉയർന്നു. താമസിയാതെ അതു സംഭവിച്ചു. ഗണേഷ് ഘോഷ്, അനന്ത സിങ്ങ്, അംബിക ചക്രവർത്തി എന്നിവർ ആലിപ്പൂരിലും ഡാക്കയിലുമുള്ള ജയിലിൽ കഴിഞ്ഞശേഷം 1946-ൽ വിമോചിതരായി.

1946-ൽ ഘോഷ് ഔപചാരികമായി കമ്യൂണിസ്റ്റ് പാർട്ടിയിൽ ചേർന്നു. പാർട്ടി നിരോധനത്തെ തുടർന്ന് 1948-ൽ ഒളിവിൽ പോയെങ്കിലും പൊലീസ് പിടിയിലായി. 1952 ലേ വിട്ടയച്ചുള്ളൂ. ആ വർഷം തിരഞ്ഞെടുപ്പിൽ കമ്യൂണിസ്റ്റ് പാർട്ടി സ്ഥാനാർഥിയായി മത്സരിച്ച് ബൽഗച്ചിയാ അസംബ്ലി മണ്ഡലത്തിൽ നിന്ന് ജയിച്ചു. 1957ലും 1962 ലും അതേ മണ്ഡലത്തിൽനിന്നു തന്നെ തിരഞ്ഞെടുക്കപ്പെട്ടു. നിയമസഭക്കകത്തും പുറത്തും എല്ലാ സമരമുഖങ്ങളിലും അദ്ദേഹം മുൻപന്തിയിൽ നിന്നു- ഇന്ത്യാ-ചൈന അതിർത്തി പ്രശ്നത്തിന്റെ പേരിൽ 1962-ൽ കരുതൽ തടങ്കലിൽപ്പെട്ടു. പാർട്ടി പിളർന്നപ്പോൾ, സി പി ഐ (എം) ൽ ചേർന്നു. തിരുത്തൽവാദത്തിനും വിഭാഗീയതയ്ക്കും എതിരായ ആശയ സമരത്തിൽ സജീവമായി സംബന്ധിക്കാൻ ഗണേശ് ഘോഷിന് സാധിച്ചു. ദക്ഷിണ കൽക്കത്ത ലോകസഭാ മണ്ഡലത്തിൽനിന്ന് സി പി ഐ (എം) അംഗമായി തിരഞ്ഞെടുക്കപ്പെട്ടു. 1988 വരെ ബംഗാൾ സ്റ്റേറ്റ് കമ്മിറ്റി അംഗമായിരുന്നു.

സഹജമായ സരള സ്വഭാവത്തോടെ ലളിത ജീവിതം നയിച്ച ഗണേശ് ഘോഷ് അവിവാഹിതനായിരുന്നു. 1992 ഡിസംബർ 22 നായിരുന്നു അദ്ദേഹത്തിന്റെ അന്ത്യം.

അനിൽ ബിശ്വാസ്

3

ഹേമന്ത ഘോഷാൽ

ആയിരത്തി തൊള്ളായിരത്തി മുപ്പത് മധ്യത്തിൽ ഏതോ ഒരു ദിവസം. ഗാന്ധിജിയുടെ ആഹ്വാനം അനുസരിച്ച് ഇന്ത്യയിൽ ഉടനീളം ഉപ്പു സത്യഗ്രഹ സമരം സജീവമായ സന്ദർഭം. ഉച്ചഭക്ഷണം കഴിഞ്ഞ് കൈയിൽ പുസ്തകവുമായി മഹേഷ്തലയിലെ വിദ്യാലയത്തിലേക്ക് ഞാൻ പോവുമ്പോൾ വഴിയരികിൽ, ഒരു മരച്ചുവട്ടിൽ ആൾക്കൂട്ടം. തലയിൽ ഗാന്ധിത്തൊപ്പി ധരിച്ച ഖദർ വേഷമിട്ട ആരോഗ്യമുള്ള ഒരു യുവാവ് സംസാരിക്കുന്നു: "നമ്മുടെ നാട് അടിമത്തത്തിലാണ്. വിദേശ നുകത്തിൽനിന്നു വിടുതൽ നേടാൻ, നാടിനെ സ്നേഹിക്കുന്നവരെല്ലാം ത്യാഗസന്നദ്ധരായി മുന്നോട്ടു വരണം. സ്വാതന്ത്ര്യ പ്രസ്ഥാനത്തിൽ ചേരാനായി എല്ലാവരും ഇന്നത്തെ റാലിയിൽ പങ്കെടുക്കണമെന്ന് അപേക്ഷിക്കുന്നു." 24 ഫർഗാനയിൽനിന്നു വന്ന കോൺഗ്രസ് നേതാവ് പ്രവാസ് റോയ് ആണ് ആ യുവാവെന്ന് ആളുകളോടുള്ള അന്വേഷണത്തിൽനിന്ന് എനിക്കു മനസ്സിലായി.

എനിക്ക് അന്ന് പതിനാറു വയസ്സായിരുന്നു. അന്നു കേട്ട പ്രസംഗം എന്റെ സിരകളെ കോരിത്തരിപ്പിച്ചു. ഞാൻ ഉപ്പു സത്യഗ്രഹസമരത്തിൽ പങ്കെടുക്കാൻ സന്നദ്ധനായി. സത്യഗ്രഹികളുടെ ജാഥ പിറ്റേന്ന് ബഡ്ജ്-ബഡ്ജ്, ബുധൽപൂർ എന്നിവിടങ്ങളിലൂടെ മഹേഷ്തല പിന്നിട്ട് ബുദുൽ ഗ്രാമത്തിലെത്തി. ചിറ്റഗോങ്ങ് യുവ വിപ്ലവ സേനയിലെ അനുരൂപ് ചന്ദ്രസെൻ അവിടെ ആളും പേരും മാറ്റി പാർക്കുന്നുണ്ടായിരുന്നു. അദ്ദേഹം ബുധുൽ പൂർ ഹിതൈഷിണി സമിതി എന്നൊരു സംഘടന സ്ഥാപിച്ചു. ഉപ്പു സത്യഗ്രഹികളുടെ താവളം അവിടെയായിരുന്നു. സ്വാതന്ത്ര്യ സമര ഭടൻ എന്ന നിലയിൽ എനിക്ക് ആദ്യത്തെ പാഠം അവിടെവച്ചാണ് ലഭിച്ചത്.

ഒരു കോൺഗ്രസ് പ്രവർത്തകനായി അവിടെ നിന്ന് ജില്ലയുടെ പല ഭാഗങ്ങളിലേക്കും ഞാൻ സഞ്ചരിച്ചു. സ്വാതന്ത്ര്യം ലഭിക്കേണ്ടതിന്റെ പ്രാധാന്യത്തെപ്പറ്റി ആളുകളിൽ അവബോധം സൃഷ്ടിക്കലായിരുന്നു എന്റെ കർത്തവ്യം. വിദേശ വസ്ത്ര ബഹിഷ്കരണവും മദ്യശാലാ പിക്കറ്റിങ്ങും ഞങ്ങളുടെ കർമ്മപരിപാടികളിൽ ഉൾപ്പെട്ടിരുന്നു. "അഹിംസാ പരമോ ധർമ്മഃ" എന്ന തത്ത്വം ഞങ്ങൾ മുറുകെ പിടിച്ചു. പിക്കറ്റിങ്ങിൽ പങ്കെടുത്തപ്പോഴെല്ലാം എനിക്ക് പൊലീസിന്റെ തല്ലു കിട്ടി. സത്യഗ്രഹികളുടെ താവളത്തിലെത്തി വിശ്രമവും ചികിത്സയും കഴിഞ്ഞ് വീണ്ടും സമരത്തിനു ചെല്ലും. പഴയ പതിവ് ആവർത്തിക്കും. മർദനം ഭയന്ന് പലരും സത്യഗ്രഹികളുടെ താവളം വിട്ടുപോയി. നല്ല ആരോഗ്യവാൻ ആയതിനാൽ ഞാൻ ഒരു മാസം പിടിച്ചുനിന്നു. നിസ്സഹകരണ സമരക്കാർക്കായി ഏർപ്പെടുത്തിയ ഡം ഡം സ്പെഷൽ ജയിലിലേക്ക് എന്നെ അയച്ചു. ബംഗാളിലെ മറ്റു നേതാക്കളും അവിടെ ഉണ്ടായിരുന്നു. തടവിൽ കഴിയവേ എന്നെ അലട്ടിയ ചോദ്യം ഇതായിരുന്നു: "ഈ മർദനം എത്രകാലം സഹിക്കണം? സ്വാതന്ത്ര്യം നേടാൻ ഇതു മാത്രമാണോ മാർഗം?"

ജയിൽ മോചിതനായ ശേഷം പ്രവസ് ദാ, സത്യനാരായൺ ദാ (ചാറ്റർജി), ഗോപാൽ ബസു എന്നിവരോടും മറ്റു ചിലരോടും ഒപ്പം ഞാൻ ബിപിൻ ബിഹാരി ഗാംഗുലിയെ രഹസ്യമായി സന്ദർശിച്ചു. ബിപിൻ ദാ പറഞ്ഞു, "മറ്റൊരു മാർഗമുണ്ട്. പക്ഷേ അത് കുറേ കഠിനമാണ്. നിങ്ങൾ അതിന് തയാറുണ്ടോ?" അദ്ദേഹം ഞങ്ങളെ ഒരു റിവോൾവർ കാണിച്ചു. ഒരാഴ്ച കഴിഞ്ഞ് ഞങ്ങൾ വീണ്ടും സമ്മേളിച്ചു. മരത്തിന്റെ മുള്ളുകൊണ്ട് നെഞ്ചിൽ ഉണ്ടാക്കിയ മുറിവിൽ കിനിഞ്ഞ രക്തത്തിൽ തൊട്ട് ഞങ്ങൾ പ്രതിജ്ഞയെടുത്തു: "മാതൃഭൂമിയുടെ സ്വാതന്ത്ര്യത്തിനായി ഞങ്ങൾ സർവതും ത്യജിക്കാൻ തയാറാണ്. പകരം ഞങ്ങൾക്ക് ഒന്നും വേണ്ട."

ആയുധം ശേഖരിച്ച്, വിവിധ ഇടങ്ങളിൽ എത്തിക്കാനുള്ള ചുമതലയായിരുന്നു എനിക്ക്. ക്രോപ്പു ചെയ്ത തലമുടിയും ടീ ഷർട്ടും ഒക്കെ ധരിച്ച് കോൺഗ്രസ് പ്രവർത്തകരുടെ നാട്യത്തിലായിരുന്നു ഞങ്ങളുടെ സഞ്ചാരം. എന്നാൽ രഹസ്യം മറ്റൊന്നായിരുന്നു. ജുഗാന്ദർ സംഘക്കാരായിരുന്നു ഞങ്ങൾ. പൊതുജനത്തിനും ഞങ്ങളെപ്പറ്റി സംശയം തോന്നിത്തുടങ്ങി. ടിഗർട്ട് വധശ്രമവുമായി ബന്ധപ്പെട്ട് രണ്ടോ മൂന്നോ വട്ടം എന്നെ അറസ്റ്റു ചെയ്തു. തെളിവിന്റെ അഭാവത്തിൽ ഞാൻ രക്ഷപ്പെട്ടു.

ബിപിൻ ബിഹാരി ഗാംഗുലിയുടെ വസതിയിൽവച്ച് ഞാൻ സരോജ് ദാ (സരോജ് മുഖർജി) ബിനോയ് ദാ (ബിനോയ് ചൗധരി) എന്നിവരെ പരിചയപ്പെട്ടു. ബർദ്വാനിൽനിന്ന് കൽക്കത്തയിലേക്ക് വേഷം മാറി രക്ഷപ്പെട്ട ബിനോയ് ദായുടെ സന്ദേശവാഹകനായി ഞാൻ പ്രവർത്തിച്ചു. എന്റെ മനസ്സ് വീണ്ടും ആശങ്കാകുലമായി. "ഇനിയും എത്ര പേരുമായി ബന്ധപ്പെടണം? എങ്ങനെയാണ് എന്റെ നാട് രക്ഷപ്പെടുക?" ശരിയായ

ഉത്തരത്തിനായി അന്വേഷണം തുടർന്നു. ബങ്കിം മുഖർജിയും കലികാ ബാബുവുമായി ബന്ധപ്പെടാൻ അവസരം കിട്ടി. കർഷകരെയും തൊഴിലാളികളെയും കോൺഗ്രസിലേക്ക് കൊണ്ടുവന്ന് അതിനെ "ഗണ-കോൺഗ്രസാക്കി" മാറ്റണമെന്ന് അവർ ഉപദേശിച്ചു. അവരിൽനിന്നാണ് ആദ്യമായി മാർക്സിസത്തെപ്പറ്റി ഞാനറിയുന്നത്. കൂടുതൽ അറിയാൻ കഴിയും മുമ്പ് രാജ്യരക്ഷാനിയമമനുസരിച്ച് ഞാൻ തടവിലുമായി. ആദ്യം പ്രസിഡൻസി ജയിലിൽ പാർപ്പിച്ചു. പിന്നീട് സ്ഥലംവിട്ടു പുറത്തു പോകരുതെന്ന നിബന്ധനയിൽ മൈമൻ സിങ്ങിൽ കഴിയാൻ അനുവദിച്ചശേഷം മൈമൻ സിങ്ങ് ജില്ലാ ജയിലിലും നേത്രകോണ സബ്ജയിലിലും കഴിഞ്ഞു. അവിടെനിന്ന് രാജ്സാഹി സെല്ലുലാർ ജയിലിലേക്കു മാറ്റി. രണ്ടു മാസത്തെ ഇടവേളയ്ക്കുശേഷം, കാഴ്ചശക്തി ഏതാണ്ട് നഷ്ടപ്പെടുമെന്ന അനാരോഗ്യാവസ്ഥ പരിഗണിച്ച് പുറത്തുവിട്ടു. "ഏറ്റവും അപകടകാരിയായ പുള്ളി" എന്ന നിലയിലുള്ള പരിഗണനയാണ് രാജ്സാഹി ജയിലിൽ ലഭിച്ചത്.

മഹേഷ്തലയിലെ വസതിയിൽത്തന്നെ കഴിയണമെന്ന ഉറപ്പിലാണ് വിട്ടയച്ചത്. ജയിലിലാകുംമുമ്പ് കോൺഗ്രസിൽനിന്നും രാജിവച്ചിരുന്നു. വിട്ടുവന്നശേഷം കമ്യൂണിസ്റ്റ് പാർട്ടിയിൽ അംഗത്വത്തിന് അപേക്ഷിച്ചു.

ആരോഗ്യം മെച്ചപ്പെട്ടപ്പോൾ കർഷകരെ സംഘടിപ്പിക്കുന്നതിലേർപ്പെട്ടു. കോൺഗ്രസിന്റെ മേൽവിലാസമാണ് അതിന് ഉപയോഗിച്ചത്. ബുധഖാലിയിലും കാകദ്വീപിലെ ചന്ദൻ പിണ്ടിയിലും ഒരേ സമയത്ത് *തേഭാഗ സമരം നടന്നു. കാകദ്വീപിലെ സന്ദേശ്ഖലി, കന്നിങ്, ഹൈസ്നാബാദ്, ഹഡോവ എന്നിവിടങ്ങളിലും സമരത്തിനൊരുങ്ങാൻ പാർട്ടി തീരുമാനിച്ചു. ഹരദാൻ ചക്രവർത്തിയോടൊപ്പം (പിൽക്കാലത്ത് സി പി ഐയിൽ ചേർന്നു) കാനിങ്ങ് തുറമുഖത്തെ മാതേർദിഖിയിൽ ഞാൻ ചെന്നു. "തേഭാഗ" സമരത്തെപ്പറ്റിയൊന്നും സൂചിപ്പിച്ചില്ല. ഭയപ്പെടുത്തിയും ഭീഷണിപ്പെടുത്തിയും നികുതി പിരിക്കുന്നതിനെപ്പറ്റി സംസാരിച്ചു. അങ്ങനെ 'തേഭാഗ' സമരത്തിനു പശ്ചാത്തലമൊരുക്കാൻ പറ്റി.

പ്രവാസ് ദാ പരിപാടിയുടെ കരടുരൂപം തയാറാക്കി: ഓരോ കുടുംബവും ഒരു യുവാവ്, ഒരു കുറുവടി, ഒരുറുപ്പിക എന്നിവ പതിനഞ്ചു ദിവസത്തിനുള്ളിൽ എത്തിക്കണം എന്ന് കൃഷക് സഭ ആഹ്വാനം ചെയ്തു. 135 ഗ്രാമങ്ങളിൽ നിന്ന് 1200 ചെറുപ്പക്കാർ തയാറായി. ആവശ്യത്തിന് കുറുവടികളും പണവും ശേഖരിച്ചു. പഥർഘട, സർബദ, രാഹ്ബേദി, അഗർഹതി, ബയാമാരി, കൻസാരി എന്നിവിടങ്ങളിലെല്ലാം സംഘടനാ

---

* സെമീന്ദാരി സമ്പ്രദായം വേരുറച്ച ബംഗാളിൽ ബ്രിട്ടീഷ് ഭരണാധികാരികൾ സ്ഥിരം സെറ്റിൽമെന്റ് വ്യവസ്ഥ നടപ്പിലാക്കി. സെമീന്ദാർമാർ നിശ്ചിത സംഖ്യ ഈസ്റ്റിന്ത്യാ കമ്പനിക്കു നൽകണം. പകരം, സെമീന്ദാർമാർക്ക് കുടിയാന്മാരിൽനിന്ന് ഇഷ്ടത്തിനു പാട്ടം പിരിക്കാം. സെമീന്ദാർമാർ കർഷകരെ പരമാവധി പിഴിയാൻ തുടങ്ങി. അവരുടെ അടിമത്തം കൂടുതൽ രൂക്ഷമായി. ജന്മിമാരും ഇടനിലക്കാരും യഥാർഥ കർഷകരെ പീഡിപ്പിക്കുകയും ഒഴിപ്പിക്കുകയും ചെയ്തു. ഇതിനെതിരെ, തേഭാഗ (മൂന്നിൽ രണ്ടുഭാഗം) തങ്ങൾക്ക് അവകാശപ്പെട്ടതാണ് എന്ന മുദ്രാവാക്യം ഉയർത്തി കൃഷിക്കാർ നടത്തിയ സമരമാണ് 'തേഭാഗ.'

പ്രവർത്തനത്തിന് രൂപം കൈവന്നു. സമരാഹ്വാനം ചെവിക്കൊണ്ട കർഷകർ കളപ്പുരകളിലെ വൈക്കോൽ കൂമ്പാരം നശിപ്പിച്ചു. ആറു മാസത്തോളം കളപ്പുരകൾ അവരുടെ നിയന്ത്രണത്തിലായി. കോൺഗ്രസ് പാർട്ടിക്കാർ ക്ഷോഭിച്ചു. ജില്ലാ കോൺഗ്രസ് അധ്യക്ഷൻ ഹംസധ്വജധാര കമ്യൂണിസ്റ്റുകാരോട് കയർത്തു. സമരത്തിൽ നിരവധി കർഷകർ പീഡനത്തിനിരയായി; രക്തസാക്ഷികളായി.

തേഭാഗ സമരത്തെ തുടർന്ന് ഞാൻ അറസ്റ്റിലായി. 55 കേസുകളാണ് എന്റെ പേരിൽ ചുമത്തിയത്. ഇന്ത്യ സ്വതന്ത്രയാവാൻ പോകുന്നു എന്ന വിവരം ജയിലിലായിരുന്നപ്പോൾ ഞാനറിഞ്ഞു. 1947 ആഗസ്റ്റ് 15ന് ഞാൻ എന്റെ തടവുമുറിയുടെ അഴികളിലൂടെ വെളിയിലേക്കു നോക്കി. നീണ്ട ഘോഷയാത്ര കടന്നു പോവുന്നു. യുവാക്കൾ എനിക്ക് പൂക്കളും മധുരപലഹാരവും നൽകി. കോൺഗ്രസു ഭരണത്തിൽ നാടിന്റെ നില എന്താകും എന്നോർത്തപ്പോൾ, എനിക്ക് അമിതാവേശം അനുഭവപ്പെട്ടില്ല. 1948-ൽ ജയിൽ മോചിതനായ ഉടനെ നേരെ കോലെ മാർക്കറ്റിലെ പാർട്ടി ഓഫീസിലെത്തി മുഴുവൻ സമയ പ്രവർത്തകനായി ചേരാൻ അധികം ആലോചിക്കേണ്ടി വന്നില്ല.

ഇപ്പോൾ ഈ എൺപത്തിരണ്ടാം വയസ്സിലും ഞാൻ നാടിന്റെ നേരായ സ്വാതന്ത്ര്യത്തിനുവേണ്ടി പോരാടുന്നു.

4

എ കെ ഗോപാലൻ

കമ്യൂണിസ്റ്റ് പ്രസ്ഥാനത്തിലെ പ്രമുഖ ജനനേതാവായിരുന്ന എ കെ ഗോപാലൻ, ഇന്ത്യൻ സ്വാതന്ത്ര്യസമരത്തിലെ സമർപ്പിത സേനാനിയും ആയിരുന്നു. സത്യഗ്രഹിയിൽ നിന്ന് വിപ്ലവകാരിയിലേക്കുള്ള അദ്ദേഹത്തിന്റെ മാറ്റം, സൂക്ഷ്മനിരീക്ഷണത്തിൽ, മഹാത്മാഗാന്ധി നയിച്ച ദേശീയ പ്രസ്ഥാനത്തിന്റെ ശക്തിദൗർബല്യങ്ങളുടെ ആകർഷകമായ കഥ വെളിവാക്കുന്നു. അപൂർവം ആളുകളിൽനിന്നേ അത്തരം കഥ ലഭിക്കുകയുള്ളു. ആദർശനിഷ്ഠരായ നിരവധി യുവാക്കളെ ആദ്യം ആവേശംകൊള്ളിക്കുകയും കർമ്മനിരതരാക്കുകയും ചെയ്ത സാമ്രാജ്യത്വവിരുദ്ധ പ്രക്ഷോഭം, ചൂഷിതരായ കർഷകരുടെയും തൊഴിലാളികളുടെയും ആവശ്യങ്ങളിൽനിന്ന് അകന്നുപോയി. അതോടെ എ ജെ ജിയെപ്പോലുള്ള പോരാളികൾ പൊരുതുന്ന മാർക്സിസത്തെ സ്വീകരിച്ചു. രാജ്യത്തിന്റെ വിമോചനത്തിന് സമരം ചെയ്തതിന് ബ്രിട്ടീഷ് തടവറകളിൽ വളരെ വർഷം കഴിച്ചുകൂട്ടിയ എ കെ ഗോപാലൻ, 1947 ആഗസ്ത് 15-നും ഇരുമ്പഴിക്കു പിന്നിലായിരുന്നു. അതിനു വഴിയൊരുക്കിയത് ഇന്ത്യയുടെ കോൺഗ്രസ് ഭരണാധികാരികളുടെ കൽപ്പനയും.

എ കെ ജി എന്ന് പരക്കെ അറിയപ്പെടുന്ന എ കെ ഗോപാലൻ 1904 ഒക്ടോബർ 1-ന് ഭേദപ്പെട്ട ഒരു നായർ കുടുംബത്തിൽ വടക്കെ മലബാറിൽ ജനിച്ചു. അദ്ദേഹത്തിന്റെ അച്ഛനും സഹോദരനും പൊതുപ്രവർത്തനത്തിൽ ഏർപ്പെട്ടവരും സാമൂഹിക പരിഷ്കരണതൽപ്പരരും വിദ്യാഭ്യാസ പ്രവർത്തകരും ആയിരുന്നു. ചെറുപ്പത്തിൽത്തന്നെ പൊതുപ്രവർത്തന കൗതുകം എ കെ ജിയിൽ മുളപൊട്ടാൻ ഇതായിരുന്നു കാരണം. ഔപചാരിക വിദ്യാഭ്യാസം പൂർത്തിയാക്കിയില്ലെങ്കിലും അതിനു മുമ്പേ പ്രൈമറി സ്കൂൾ അധ്യാപകവൃത്തിയിൽ ഏർപ്പെട്ട എ കെ ജി, പ്രസ്തുത ജോലി വളരെയേറെ ഇഷ്ടപ്പെട്ടു. ഏഴുകൊല്ലം അദ്ദേഹം

അധ്യാപകനായിരുന്നു. ക്രമേണ ദേശീയ പ്രസ്ഥാനത്തിൽ ആകൃഷ്ട നായി വിദേശവസ്ത്ര ബഹിഷ്കരണത്തിലും ഖാദി പ്രചാരത്തിലും ഏർപ്പെട്ടു.

1930-ന്റെ തുടക്കം. ദേശീയ പ്രക്ഷോഭം ശക്തമായി. ഒരു വർഷം മുമ്പേ, കോൺഗ്രസ് പൂർണസ്വാതന്ത്ര്യപ്രഖ്യാപന പ്രമേയം പാസാക്കി യിരുന്നു. ആഗോള മുതലാളിത്ത സാമ്പത്തികരംഗം ഗുരുതരമായ പ്രതി സന്ധിയിൽ അകപ്പെട്ടു. ഇന്ത്യൻ മധ്യവർഗലോകം ബഹുജന പ്രസ്ഥാ നത്തിൽ പ്രവർത്തിച്ചു തുടങ്ങി. ഗാന്ധി, പ്രഖ്യാതമായ ദണ്ഡിയാത്ര ആരം ഭിച്ചു. രാജ്യമൊട്ടാകെ കോൺഗ്രസ് പ്രവർത്തകർ ആവേശഭരിതരായി. കേരളത്തിൽ കെ. കേളപ്പന്റെ നേതൃത്വത്തിൽ പയ്യന്നൂരിൽനിന്ന് കോഴി ക്കോട്ടേക്ക് ഒരു ജാഥ പ്രയാണം തുടങ്ങി. വഴിയിൽ ഉടനീളം സ്വീകര ണങ്ങൾ ഏർപ്പെടുത്തി. എ കെ ജി മുൻകൈയെടുത്ത് ചൊവ്വയിൽ ഒരു വരവേൽപ്പ് നൽകി. ആ ജാഥ ആവേശകരമായ അനുഭവമായിരുന്നു. ജാഥയിലെ പ്രസംഗങ്ങൾ ഉജ്വലമായിരുന്നു. എ കെ ജിയുടെ ജീവിത ത്തിലെ വഴിത്തിരിവായി മാറിയ സംഭവമായിരുന്നു അത്. അതിനെപ്പറ്റി അദ്ദേഹം അനുസ്മരിക്കുന്നു:

> അന്നു രാത്രി എനിക്ക് ഉറങ്ങാൻ പറ്റിയില്ല. വിരുദ്ധമായ രണ്ടു വിചാരപ്രവാഹം എന്റെ മനസിൽ ഏറ്റുമുട്ടി. സർവ്വം ഉപേക്ഷിച്ച് സമരത്തിൽ പങ്കുകൊള്ളാൻ എന്റെ അന്തരാത്മാവ് എന്നോട് ആവ ശ്യപ്പെട്ടു. എന്റെ ബന്ധുക്കളെ ഉപേക്ഷിക്കണം. പ്രിയപ്പെട്ട അച്ഛ ന്റെയും കുടുംബാംഗങ്ങളുടെയും അനിഷ്ടം ഏറ്റുവാങ്ങണം. എന്റെ അമ്മയും കുടുംബവും ഞാൻ നിമിത്തം ദുരിതം അനുഭ വിക്കും. എല്ലാ സുഖസൗകര്യവും നഷ്ടപ്പെടും. അമ്മയും അച്ഛനും അന്യരെ ആശ്രയിച്ചു ജീവിക്കണം. അവരുടെ അനിഷ്ടം സഹി ക്കണം. എന്റെ ജോലി നഷ്ടപ്പെടും. ഒരുപാടു ദുരിതം അനുഭവി ക്കേണ്ടിവരും. നേരെമറിച്ച്, പൊതുപ്രവർത്തന മാർഗം സ്വീകരി ച്ചാൽ, ആത്മനാശവും കൊള്ളയും കൊലയും ചൂഷണവും കൊണ്ടു പൊറുതികെട്ട ജനതയുടെ വിമോചനത്തിനുവേണ്ടി പ്രവർത്തിക്കുന്നവൻ എന്ന സംതൃപ്തിക്ക് അർഹനാകും. മാതൃ ഭാരതത്തിന്റെ അഭിമാനപുത്രനായി, മാതൃഭൂമിയുടെ സ്വാതന്ത്ര്യ ത്തിന് ആയുധമേന്തിയവനായി എനിക്ക് സന്തോഷംകൊള്ളാം. ഇങ്ങനെയെല്ലാം ആയിരുന്നു എന്റെ ചിന്തകൾ.

അദ്ദേഹത്തിന്റെ ഉള്ളിലെ സ്വാതന്ത്ര്യസമര സേനാനി വിജയം നേടി. ജോലി രാജിവച്ച്, വീട് ഉപേക്ഷിച്ച് സത്യഗ്രഹത്തിൽ പങ്കുകൊ ള്ളാൻ കണ്ണൂരിൽ നിന്ന് കോഴിക്കോട്ടേക്കു പോയി. ആദ്യദിവസം തന്നെ അറസ്റ്റുചെയ്ത് ജയിലിലായി. ജയിൽവാസത്തിന്റെ ആദ്യത്തെ അനുഭ വം. പിന്നീടു പലവട്ടം ആവർത്തിച്ച തടവുശിക്ഷകളുടെ തുടക്കം. കണ്ണൂർ ജയിലിൽനിന്ന് വെല്ലൂർ ജയിലിലേക്ക് എ കെ ജിയെ മാറ്റി. ബി ക്ലാസു തടവുകാരൻ എ ക്ലാസ് തടവുകാരനായി. "ഒരു വിഭാഗത്തിന് ദുരിതവും മറു വിഭാഗത്തിന് സുഖസൗകര്യവും ഉണ്ടായിരുന്നു." ഈ വിവേചന ത്തിന് എതിരായി അദ്ദേഹം പൊരുതി. 1932-ലെ ഗാന്ധി-ഇർവിൻ സന്ധി

അനുസരിച്ച് സത്യഗ്രഹികൾ ജയിൽ വിമോചിതരായി. എ കെ ജിക്ക് വീരോചിതമായ വരവേൽപ്പു ലഭിച്ചു.

ജയിലിൽനിന്ന് ഇറങ്ങിയ എ കെ ജി കോൺഗ്രസ് പ്രസ്ഥാനത്തിൽ പ്രവർത്തിച്ചു. പ്രസ്ഥാനത്തിന്റെ പ്രചാരണത്തിന് നാടെങ്ങും നിരവധി യോഗങ്ങളിൽ പ്രസംഗിച്ചു. വിദേശവസ്ത്ര ബഹിഷ്കരണവും കള്ളു ഷാപ്പു പിക്കറ്റിങ്ങും നടത്തി. അത് കഠിനമായ ജീവിതമാർഗമായിരുന്നു. കോൺഗ്രസിന് ശരിയായ സംഘടനാരൂപം ഉണ്ടായിരുന്നില്ല. പ്രവർത്തനത്തിന് പണവും ഉണ്ടായിരുന്നില്ല. ബസ്സുകൂലിപോലും ഇല്ലാതെ വിഷമിച്ചു. കോൺഗ്രസ് പതാകയുമേന്തി സ്വാതന്ത്ര്യ സന്ദേശം പ്രചരിപ്പിക്കാൻ ഓരോ ദിവസവും ഇരുപത്തഞ്ചും മുപ്പതും നാഴിക സഞ്ചരിച്ചു. ദിവസങ്ങളോളം പട്ടിണി കിടക്കേണ്ടി വന്നിട്ടുണ്ട്. അദ്ദേഹം ആത്മകഥയിൽ ഇങ്ങനെ രേഖപ്പെടുത്തി:

> ഉടുത്ത മുണ്ടും ഇട്ട ഷർട്ടും മാറ്റാൻ ഇല്ലാതെ മുഷിഞ്ഞ വസ്ത്രം തന്നെ പത്തും പതിനഞ്ചും ദിവസം ഉപയോഗിച്ചിട്ടുണ്ട്. ഞങ്ങളുടെ കഷ്ടസ്ഥിതി മനസിലാക്കാത്ത പണക്കാർ പരിഹസിച്ചു: 'ഇക്കൂട്ടർ വെടിപ്പുകെട്ടവരാണ്. അവർ അടുത്തു വരുമ്പോൾ വല്ലാത്ത നാറ്റമാണ്.' ഇതു വാസ്തവമായിരുന്നു. എന്നാൽ അത് ഞങ്ങളുടെ കുറ്റമല്ല; നമ്മുടെ നാടിന്റെ ചുറ്റുപാടിന്റെ നാറ്റമായിരുന്നു; കുറ്റമായിരുന്നു. കോൺഗ്രസ് ജനകീയ പ്രസ്ഥാനമായി മാറുന്നതുവരെ, പൊതുജനം ഞങ്ങളെ സുഹൃത്തുക്കളായി സ്വീകരിക്കുന്നതുവരെ അത്തരം യാതനകൾ നീണ്ടുനിന്നു.

ഗാന്ധിയൻ രീതി അനുസരിച്ച് സത്യഗ്രഹത്തിൽ സംബന്ധിക്കുമ്പോൾത്തന്നെ ആ കർമ്മരീതിയെ എ കെ ജി ചോദ്യം ചെയ്തു. കാരണം ഇടത്തരക്കാരായ യുവാക്കളെ ആവേശംകൊള്ളിച്ച പ്രസ്ഥാനം പാവപ്പെട്ടവരിൽ ഒരു ചലനവും ഉളവാക്കിയില്ല. ഈ സന്ദർഭത്തിലാണ് അയിത്തത്തിനും അനാചാരങ്ങൾക്കും എതിരെ കോൺഗ്രസ്, സമരം ആരംഭിച്ചത്. ക്ഷേത്രപ്രവേശനം അനുവദിക്കാൻ ആവശ്യപ്പെട്ട് സത്യഗ്രഹം തുടങ്ങണം എന്ന പ്രമേയം കേരള പ്രദേശ് കോൺഗ്രസ് കമ്മിറ്റി (കെ പി സി സി)യിൽ കെ കേളപ്പൻ അവതരിപ്പിച്ചു. രാഷ്ട്രീയ സമരത്തിൽനിന്ന് ജനശ്രദ്ധ അകലാൻ അത് ഇടയാക്കുമെന്ന് ചില കോൺഗ്രസുകാർ വാദിച്ചു. എന്നാൽ എ കെ ജി പ്രമേയത്തെ പൂർണമായി പിന്തുണച്ചു. കടുത്ത യാഥാസ്ഥിതികത്വത്തിന് എതിരായ സമരത്തിന് സമാരംഭം കുറിച്ചതായി അദ്ദേഹം സന്തോഷിച്ചു. സത്യഗ്രഹ വളണ്ടിയർമാരുടെ ക്യാപ്റ്റനായി എ കെ ജിയെ തിരഞ്ഞെടുത്തു. പയ്യന്നൂരിനടുത്ത് കണ്ടോത്ത് എന്ന സ്ഥലത്തുള്ള പൊതുനിരത്തിലൂടെ ഹരിജനങ്ങളുടെ മാർച്ച് എ കെ ജി സംഘടിപ്പിച്ചു. ഒരു അമ്പലത്തിന്റെ അടുത്തുള്ള ആ നിരത്തിലൂടെ അതുവരെ ഹരിജനങ്ങളെ വഴി നടക്കാൻ അനുവദിച്ചിരുന്നില്ല. എ കെ ജി ഹരിജന ജാഥയുമായി എത്തിയപ്പോൾ, സ്ത്രീകളുടെയും പുരുഷന്മാരുടെയും ഒരു സംഘമെത്തി എ കെ ജിയെ ബോധം കെടുംവരെ പൊതിരെ തല്ലി. അതിനെപ്പറ്റി അദ്ദേഹം അനുസ്മരിക്കുന്നു:

> എന്റെ രാഷ്ട്രീയ ജീവിതത്തിൽ ഞാൻ ആദ്യമായി അനുഭവിച്ച ശാരീരികമർദനം ആയിരുന്നു അത്. എന്നാൽ 'കണ്ടോത്തു സംഭവം' വർത്തമാന പത്രങ്ങളിൽ വലിയ വാർത്തകൾ സൃഷ്ടിച്ചു. ഗുരുവായൂർ ക്ഷേത്ര പ്രവേശന സത്യഗ്രഹത്തിന് അത് വലിയ പ്രചാരം നൽകി. പൊതുജനത്തിന്റെ കണ്ണുതുറന്നു. ഡിസ്ട്രിക്ട് ബോർഡ് അധികൃതർ സ്ഥലപരിശോധനയ്ക്ക് എത്തി. പൊതുനിരത്ത് എല്ലാവർക്കും ഉപയോഗിക്കാം എന്ന ബോർഡ് അധികൃതർ അവിടെ സ്ഥാപിച്ചു.

പിന്നീട് ഗുരുവായൂർ ക്ഷേത്ര പ്രവേശന പ്രക്ഷോഭത്തിലേക്കാണ് എ കെ ജി എടുത്തു ചാടിയത്. കണ്ണൂരിൽ നിന്ന് ഒരു സംഘം വളണ്ടിയർമാരെയും കൊണ്ട് ഗുരുവായൂരിലേക്ക് അദ്ദേഹം പ്രയാണം ആരംഭിച്ചു. വഴിയിൽ ആയിരക്കണക്കിന് പൊതുയോഗങ്ങളിൽ പ്രസംഗിച്ചു. പാവപ്പെട്ടവരിൽ പാവപ്പെട്ടവരായ ഹരിജനയുവാക്കൾ കോൺഗ്രസിന്റെ ഒരു സമരപരിപാടിയിൽ ആദ്യമായി പങ്കുകൊണ്ടു. കേരളത്തിൽ അങ്ങോളമിങ്ങോളമുള്ള സ്ഥലങ്ങളിൽനിന്നുവന്ന വളണ്ടിയർമാർ ക്ഷേത്രപരിസരത്ത് താവളമുറപ്പിച്ചു. സത്യഗ്രഹം ഇന്ത്യയിൽ ഒട്ടാകെ അലകൾ ഉയർത്തി. എന്നാൽ ക്ഷേത്രത്തിന്റെ അധികൃതർ അനങ്ങിയില്ല. അതിനിടയിൽ, ദേശീയ പ്രസ്ഥാനത്തിന്റെ ശക്തി വർധിച്ചതിൽ, വിറളിപൂണ്ട ബ്രിട്ടീഷ് ഭരണകൂടം 1932 ജനുവരിയിൽ സമരം അടിച്ചമർത്താൻ തീരുമാനിച്ചു. ഇന്ത്യയിൽ എങ്ങുമുള്ള ദേശീയ നേതാക്കന്മാരെ അറസ്റ്റ് ചെയ്തു. കൂട്ടത്തിൽ എ കെ ജിയും. അദ്ദേഹം ആറു മാസത്തെ കഠിനതടവിന് ശിക്ഷിക്കപ്പെട്ടു.

ഈ രണ്ടാംവട്ട ജയിൽവാസം വളരെ വിഭിന്നമായിരുന്നു. ജയിലധികാരികൾ തടവുകാരെ ക്രൂരമായി തല്ലുകയും ചവിട്ടുകയും ചെയ്തു. ഈ തടവറവാസത്തിനിടയിൽ എ കെ ജി നിരവധി വിപ്ലവകാരികളുമായി പരിചയപ്പെട്ടു. പല പല രാഷ്ട്രീയ സമസ്യകളും ചർച്ചാ വിഷയമാക്കി. കൂട്ടത്തിൽ റഷ്യൻ വിപ്ലവത്തിന്റെ പ്രഭാവത്തെപ്പറ്റിയും. കുഴപ്പങ്ങൾക്കു കാരണക്കാരനായി കണക്കാക്കി കണ്ണൂർ ജയിൽ അധികൃതർ എ കെ ജിയെ ഗൂഡല്ലൂർ ജയിലിലേക്കു മാറ്റി. ഭ്രാന്തന്മാരെ പാർപ്പിക്കുന്ന സെല്ലിലാണ് ആദ്യം അദ്ദേഹത്തെ അയച്ചത്. അദ്ദേഹം അക്കാര്യം അനുസ്മരിച്ചു:

> ആ മുറി കണ്ടപ്പോൾ കരഞ്ഞുപോയി. ശരീരമാകെ വിറയൽ ബാധിച്ചു. അധികൃതർ എന്നെ ഭ്രാന്തനായിട്ടാണ് കണക്കാക്കിയത്. പിറന്ന നാടിന്റെ മോചനത്തിന് പൊരുതുന്നവൻ സാമ്രാജ്യവാദികളുടെ കണ്ണിൽ കിറുക്കനായിരിക്കാം. പല മട്ടിലുള്ള ഭ്രാന്തുകളുണ്ട്. ഒരു 'രാഷ്ട്രീയ ഭ്രാന്തനാ'ണ് ഞാനെന്നു പറയാൻ എനിക്ക് അഭിമാനമുണ്ട്. ഭൂമുഖത്ത് അടിച്ചമർത്തൽ നിലനിൽക്കും വരെ ഈ ഉന്മാദത്തിന് ശമനം ഉണ്ടാവരുതേ എന്നാണ് എന്റെ ആഗ്രഹം.

ആറു ദിവസത്തെ നിരാഹാരസമരത്തിനുശേഷം എ കെ ജിയെ മറ്റൊരു സെല്ലിലേക്ക് മാറ്റി.

വിവരണാതീതമായ പീഡനങ്ങൾ അടങ്ങിയ ആറു മാസത്തെ ജയിൽവാസം എ കെ ജിയെ ശാരീരികമായി അവശനാക്കി. എന്നാൽ മാനസികമായി തളർന്നില്ല. വിശ്രമം എടുക്കണം എന്ന ഉപദേശം അദ്ദേഹം തള്ളിക്കളഞ്ഞു. അതിനെപ്പറ്റി അദ്ദേഹം പിന്നീട് ഇങ്ങനെ വിവരിക്കുന്നു.

> വിശ്രമം! അതിനെപ്പറ്റി വിചാരിക്കാനേ സാധ്യമല്ല. സ്വാതന്ത്ര്യസമരത്തിനായി സമർപ്പിക്കപ്പെട്ട യോദ്ധാവ് എന്ന നിലയിൽ എങ്ങനെയാണ് ഞാൻ വിശ്രമത്തെപ്പറ്റി ചിന്തിക്കുക. നാടെങ്ങും ലാത്തിത്തല്ലിന്റെ ബഹളം. ഒരേ ലക്ഷ്യത്തിലേക്കായി അടിവച്ചുനീങ്ങുന്ന ആയിരക്കണക്കിന് ആളുകൾ പോർക്കളത്തിൽ അണിനിരക്കുമ്പോൾ, ഞാൻ വിശ്രമത്തെപ്പറ്റി ആലോചിക്കുന്നതേ തെറ്റാണ്.

അദ്ദേഹം വീണ്ടും സമരരംഗത്തെത്തി. പൊലീസിനെ വകവച്ചില്ല. ഗ്രാമങ്ങളിൽ യോഗങ്ങൾ സംഘടിപ്പിച്ചു. ഗുരുവായൂരിൽ സത്യഗ്രഹികളുടെ ക്യാപ്റ്റൻ സ്ഥാനം വീണ്ടും ഏറ്റെടുത്തു. സത്യഗ്രഹസമരത്തിന് തളർച്ച നേരിടുന്നു എന്നു കണ്ടപ്പോൾ കേളപ്പൻ ഉപവാസം ആരംഭിച്ചു. അത് ദേശീയ ശ്രദ്ധ പിടിച്ചുപറ്റി. ക്ഷേത്രപ്രവേശനസന്ദേശം പ്രചരിപ്പിച്ചുകൊണ്ട് എ കെ ജി നാടെങ്ങും പദയാത്ര നടത്തി. ഗാന്ധിജിയുടെ നിർദേശം അനുസരിച്ച് കേളപ്പൻ പത്താം ദിവസം ഉപവാസം നിർത്തി.

മൂന്നാമത്തെ തവണ എ കെ ജി അറസ്റ്റിലായി. ഇത്തവണയും കണ്ണൂർ ജയിലിലായിരുന്നു. അവിടത്തെ രേഖകളിൽ 'അപകടകാരിയായ തടവുകാരൻ' എന്ന് ചേർത്തിരുന്നു. താമസിയാതെ ബല്ലാരി ജയിലിൽ സി ക്ലാസ് രാഷ്ട്രീയ തടവുകാരനായി സ്ഥലം മാറ്റി. അവിടത്തെ അവസ്ഥ കാടൻ മട്ടിലായിരുന്നു. ഏകാന്തതടവുകാരനായി പാർപ്പിക്കപ്പെട്ട എ കെ ജിക്ക് ധാന്യം പൊടിക്കുന്ന തൊഴിലിൽ ഏർപ്പെടേണ്ടിവന്നു. ഇതിനെതിരെ നിരാഹാരവ്രതം തുടങ്ങിയപ്പോൾ ബലം പ്രയോഗിച്ച് മൂക്കിലൂടെ ആഹാരംകൊടുത്തു. അവസാനം ബി ക്ലാസ്സു തടവുകാരനായി വെല്ലൂർ ജയിലിലേക്കു കൊണ്ടുപോയി. 1933 ഒടുവിൽ ജയിൽമോചിതനായി.

ഗാന്ധിയൻ അഹിംസാ സമരമുറയോട് മടുപ്പു തുടങ്ങിയത് വെല്ലൂർ ജയിലിൽവെച്ചാണ്. ജയിലിൽനിന്നു വന്നതിനുശേഷം ആ അഭിപ്രായം ശക്തമായി. നിസ്സഹകരണ സമരം പതുക്കെ പരാജയത്തിലേക്കു നീങ്ങുന്നതായി മനസ്സിലാക്കി. ഇക്കാര്യം എ കെ ജിയുടെ വാക്കുകളിൽ കാണാം:

> രണ്ടര വർഷം നടന്ന ആ സമരം എന്തുകൊണ്ടു പരാജയപ്പെട്ടു? പങ്കെടുത്തവർ ധീരരായിരുന്നു. ബോധമുള്ളവരായിരുന്നു. സ്വയം സമർപ്പണസന്നദ്ധരായിരുന്നു. എന്നിട്ടും എന്തുകൊണ്ട് സമരം പരാജയപ്പെട്ടു? ബാബു രാജേന്ദ്രപ്രസാദിന്റെ അഭിപ്രായത്തിൽ, ജനങ്ങൾ ജയിലിൽ പോകാനും കഷ്ടപ്പാടുകൾ പൊറുക്കാനും തയാറാണെങ്കിലും ധനനഷ്ടം സഹിക്കാൻ ഒരുക്കമായിരുന്നില്ല. സമരത്തിന്റെ പരാജയത്തിന് അതായിരുന്നു കാരണം. സർക്കാ

> രിന് അതു ബോധ്യമായിരുന്നു. അതുകൊണ്ട് അധികൃതർ, സമരക്കാരുടെ സ്വത്തു കണ്ടുകെട്ടുകയും പിഴ ചുമത്തുകയും ചെയ്തു. ഇതു പലരെയും പേടിപ്പിച്ചു. സമരത്തിൽനിന്നു പിന്തിരിപ്പിച്ചു. ഒരു വസ്തുതയുണ്ട്. ഇന്ത്യയിൽ ഭൂരിഭാഗം ജനങ്ങൾക്കും കൈവശം വെക്കാനോ നഷ്ടപ്പെടാനോ ഒന്നും ഉണ്ടായിരുന്നില്ല. സ്വാതന്ത്ര്യസമരത്തിന്റെ മുന്നണിയിൽ അവരാണു വരേണ്ടത്. അവരുടെ ഒരേയൊരു സ്വത്ത് അവരുടെ ദേഹമാണ്. അവർക്കു നഷ്ടപ്പെടാൻ മറ്റൊന്നുമില്ല. അതുകൊണ്ട് അവർ ത്യാഗസന്നദ്ധത പ്രകടിപ്പിച്ചു. അവരുടെ നിത്യജീവിതം തന്നെ ദുരിതം നിറഞ്ഞതാണ്. സ്വാതന്ത്ര്യസമരത്തിൽ പങ്കുകൊള്ളുമ്പോൾ ആ ദുരിതത്തിന്റെ ചെറിയ ഒരംശമേ സഹിക്കേണ്ടതുള്ളു. പിന്നെ എന്തിനാണ് അവർ സമരത്തിൽ നിന്നു പിന്തിരിയുന്നത്? പൂർണമായും സമരത്തിൽ പങ്കുകൊള്ളുകതന്നെവേണം.

ഇത്തരം വിചാരഗതി വച്ചുപുലർത്തിയ മറ്റൊരു വിഭാഗം ആളുകളും ഉണ്ടായിരുന്നു. അവരാണ് 1934-നുശേഷം കേരളത്തിൽ കോൺഗ്രസ് സോഷ്യലിസ്റ്റ് പാർട്ടി (സി എസ് പി) രൂപീകരിച്ചത്. ദേശീയ പ്രസ്ഥാനത്തിൽ തൊഴിലാളികളുടെയും കൃഷിക്കാരുടെയും പങ്കാളിത്തത്തിന്റെ അഭാവം അവരെ അലട്ടി. എന്തുകൊണ്ട് അങ്ങനെ സംഭവിക്കുന്നു എന്ന ചോദ്യത്തിന് ഉത്തരം തേടി പുസ്തകം തിരയുന്നതിനു പകരം എ കെ ജി രണ്ടു കർഷകകുടുംബങ്ങളുടെ ജീവിതപരിതഃസ്ഥിതി പഠിച്ചു. കൃഷിക്കാരുടെ ഭൂമി ജന്മിമാർ ചതിയിൽ കൈയടക്കുന്നതായി അദ്ദേഹം മനസിലാക്കി.

> *കൃഷിഭൂമി കൃഷിക്കാരന്* എന്നത് അമൂർത്തവും അവ്യക്തവുമായ മുദ്രാവാക്യം അല്ലെന്നും നീതിപൂർവകമായ ആവശ്യമാണെന്നും ബോധ്യമായി. ആ കർഷകകുടുംബങ്ങളെക്കുറിച്ചുള്ള പഠനത്തിൽനിന്ന് ഒരു കാര്യം തെളിഞ്ഞു. കൃഷിക്കാർക്കും തൊഴിലാളികൾക്കും നഷ്ടപ്പെടാനൊന്നുമില്ല. സ്വാതന്ത്ര്യസമരത്തിന്റെ നേതൃത്വം ഏറ്റെടുക്കാനുള്ള കരുത്തും പ്രചോദനവും അവകാശപ്പെട്ടവർ ഈ വർഗക്കാരാണ്. അവർക്ക് എന്തു ത്യാഗവും വഴങ്ങും. അവർ മുതലാളിമാരിൽനിന്നും ജന്മിമാരിൽനിന്നും പീഡനം അനുഭവിക്കുന്നുണ്ട്. സമരത്തിന്റെ മുന്നണിയിൽ അവർ ഇല്ലെങ്കിൽ സ്വാതന്ത്ര്യപ്രാപ്തി സാധ്യമാവില്ലെന്ന് എന്റെ മനസ്സു മന്ത്രിച്ചു.

കോൺഗ്രസ് സോഷ്യലിസ്റ്റ് പാർട്ടി തൊഴിലാളികളെയും കൃഷിക്കാരെയുമാണ് ലക്ഷ്യമിട്ടത്; പ്രത്യേകിച്ച് വ്യാവസായികത്തൊഴിലാളികളെ. അവരെ സംഘടിപ്പിക്കുന്ന ചുമതല എ കെ ജി ഏറ്റെടുത്തു; അദ്ദേഹത്തിന് അത് ഇഷ്ടമായിരുന്നു. യൂണിയൻ രൂപീകരിക്കാനും പണിമുടക്ക് നടത്താനും തൊഴിലാളികളെ ബോധവൽക്കരിക്കാനും അദ്ദേഹം പഠിച്ചു. ആദ്യകാല സോഷ്യലിസ്റ്റുകാർക്ക് തെറ്റുപറ്റിയിരുന്നു. ("ഒരു പണിമുടക്ക് എങ്ങനെയാണ് നടത്തുക എന്ന് ഞങ്ങൾക്ക് അറിവില്ലായി

രുന്നു"– അദ്ദേഹം സമ്മതിച്ചു.) എന്നാൽ അനുഭവത്തിൽനിന്ന് തെറ്റു തിരുത്തി. എ കെ ജി തൊഴിലാളികളുടെ ജീവിതസാഹചര്യങ്ങളുമായി അടിമുടി ഇടപഴകി. അവരുടെ ആഹാരം രുചിച്ചു, അവരുടെ ശൈലിയിൽ വർത്തമാനം പറഞ്ഞു, അവരുടെ വേദനയിൽ പങ്കുപറ്റി, അവരുടെ കുട്ടികൾക്കൊപ്പം കളിച്ചു, അവരുടെ മുത്തശ്ശിമാരോട് കഥകൾ പറഞ്ഞു, പിന്നീടുള്ള വർഷങ്ങളിൽ കേരളത്തിൽ നടന്ന എല്ലാ പണിമുടക്കുകളിലും പങ്കെടുക്കുകയും നേതൃത്വം കൊടുക്കുകയും ചെയ്തത് എ കെ ജി ആയിരുന്നു. പരുത്തി, കയർ, ബീഡി, ഓട്, സോപ്പ്, മുനിസിപ്പൽ സർവീസ് എന്നിങ്ങനെ സോഷ്യലിസ്റ്റുകാർ ഇടപെടാത്ത ഒരു തൊഴിൽ മേഖലയും ഉണ്ടായിരുന്നില്ല. അവരെ അണിനിരത്തുന്നതിൽ മുൻപന്തിയിൽ എ കെ ജി ഉണ്ടായിരുന്നു. അദ്ദേഹം അതിനെപ്പറ്റി ഇങ്ങനെ വിവരിക്കുന്നു:

> ഒരു പണിമുടക്കുസമരം ഉണ്ടാകാൻ സാധ്യതയുണ്ട് എന്നു കണ്ടാൽ ഞാൻ അവിടെ കുതിച്ചെത്തും. സമരം അവസാനിച്ചാൽ മറ്റൊരിടത്തേക്കു നീങ്ങും. പണിമുടക്കിന് പണം സ്വരൂപിക്കണം. വളണ്ടിയർമാരെ ഒരുക്കണം. ഓരോ ആൾക്കും ചുമതല ഏൽപ്പിക്കണം. അതു പരിശോധിക്കണം. പൊതുജനങ്ങളെ അഭിമുഖീകരിച്ച് സംസാരിക്കണം. കരിങ്കാലികളെ പിന്തിരിപ്പിച്ച് കാര്യം ധരിപ്പിക്കണം. പരിസരവാസികളെ ബോധവാന്മാരാക്കണം. പണിമുടക്കിന് അവരുടെ സഹായം ഉറപ്പിക്കണം – ഇതൊക്കെയാണ് ഞാൻ ചെയ്തത്.

സി എസ് പിയിലെ മറ്റു പ്രവർത്തകരെപ്പോലെ എ കെ ജിയും തൊഴിലാളികളുടെയും കർഷകരുടെയും ഇടയിലുള്ള പ്രവർത്തനം ബ്രിട്ടീഷു ഭരണത്തിന് എതിരായ സമരത്തിന്റെ ഭാഗമായാണ് കണ്ടത്. ശരിയായ സ്വാതന്ത്ര്യം നേടണമെങ്കിൽ ഈ ഭൂരിപക്ഷം ജനവിഭാഗത്തിന്റെ ഇടപെടൽ ദേശീയ പ്രസ്ഥാനത്തിൽ സജീവമാക്കണം. ഈ ഇടപെടൽ സംഭവിക്കണമെങ്കിൽ ഈ ജനവിഭാഗത്തിന്റെ അവകാശങ്ങൾ ഉന്നയിക്കണം. ആ അവകാശങ്ങൾക്കുവേണ്ടി ജന്മിമാരോടും മുതലാളിമാരോടും സമരം ചെയ്യണം. വിദേശഭരണാധികാരികളോടുള്ള സമരം പോലെ ഇതും പ്രധാനംതന്നെ. അവർ മറ്റു പ്രശ്നങ്ങളും ഏറ്റെടുത്തു. പട്ടിണി, തൊഴിലില്ലായ്മ - പ്രത്യേകിച്ച് അഭ്യസ്തവിദ്യരുടെ തൊഴിലില്ലായ്മ- എന്നിവക്ക് എതിരായ ബഹുജന പ്രക്ഷോഭം സംഘടിപ്പിച്ചു. കേരളത്തിൽ ഉടനീളം സഞ്ചരിച്ച് ഒരു ജാഥ മദിരാശിയിലേക്കു പോയി. എ കെ ജി അതിന്റെ മുൻപന്തിയിൽ പ്രവർത്തിച്ചു. അദ്ദേഹത്തിനു വീണ്ടും തടവുശിക്ഷ കിട്ടി. നാലാമത്തെ ജയിൽവാസം തൃശ്ശിനാപ്പള്ളിയിൽ ആയിരുന്നു. കുറച്ചിട അദ്ദേഹം സി എസ് പി വിട്ടു. ജയിലിൽനിന്നു വിട്ടതിനുശേഷം വീണ്ടും പാർട്ടിയിൽ തിരിച്ചെത്തി വിവിധ പ്രവർത്തനങ്ങളിൽ മുഴുകി. തിരുവിതാംകൂർ രാജഭരണത്തിന് എതിരായ സമരമായിരുന്നു അവയിൽ പ്രധാനം. കേരളത്തിൽ സോഷ്യലിസ്റ്റാശയഗതിക്കാർക്ക് കോൺഗ്രസിൽ മുൻകൈ ലഭിച്ചു. സാധാരണക്കാരുടെ ഇടയിലെ അവരുടെ പരിപാടികൾ മികവുറ്റതായിരുന്നു. എ കെ ജിയുടെ

വാക്കുകളിൽ, "കോൺഗ്രസ് സോഷ്യലിസ്റ്റ് പാർട്ടിക്കാർക്ക് ഒരു കാര്യത്തിൽ അഭിമാനം കൊള്ളാം. അവർ കോൺഗ്രസ് സംഘടനയെ ശക്തിപ്പെടുത്തി. അതിനെ ബഹുജനപ്രസ്ഥാനമായി വളർത്തി."

എ ഐ സി സി അംഗം എന്ന നിലയിൽ എ കെ ജി ഇന്ത്യൻ നാഷണൽ കോൺഗ്രസിന്റെ ഹരിപുര, ത്രിപുരി സമ്മേളനങ്ങളിൽ സംബന്ധിച്ചു. ത്രിപുരി സമ്മേളനത്തിനുശേഷം എ കെ ജി മൂന്നുമാസം ബോംബെയിൽ ഇന്ത്യൻ കമ്യൂണിസ്റ്റ് പാർട്ടി നേതാക്കന്മാരുടെ കൂടെ, തൊഴിലാളികളുടെ ഇടയിൽ പ്രവർത്തിച്ചു. എ കെ ജിയുടെ അതിനെക്കുറിച്ചുള്ള പരാമർശം ഇതാണ്: "സി എസ് പി നേതാക്കന്മാരോട് എനിക്ക് അകൽച്ച അനുഭവപ്പെട്ടു. അവരുടെ രാഷ്ട്രീയ നിലപാടും പരിപാടിയും ശരിയാണോ എന്ന് സംശയമായി. അതോടെ കമ്യൂണിസ്റ്റ് പാർട്ടി നേതാക്കന്മാരോട് അടുപ്പം തോന്നിത്തുടങ്ങി. അവരുമായുള്ള ബന്ധം ശക്തിപ്പെട്ടു."

രണ്ടാം ലോകമഹായുദ്ധം പൊട്ടിപ്പുറപ്പെട്ടപ്പോൾ എ കെ ജി വിദേശത്തായിരുന്നു. സിലോൺ, സിങ്കപ്പൂർ, മലയ, ബർമ്മ എന്നിവിടങ്ങളിലെ മലയാളികളായ തൊഴിലാളികളെ കാണാനായിരുന്നു അദ്ദേഹം പോയത്. വാർധയിലെ എ ഐ സി സി സമ്മേളനത്തിൽ സംബന്ധിക്കാൻ പാകത്തിൽ അദ്ദേഹം തിരിച്ചെത്തി. ഈ സമ്മേളന പരിപാടി നിരാശാജനകമായിരുന്നു; പ്രത്യേകിച്ച് കേന്ദ്ര സി എസ് പി നേതാക്കന്മാരുടെ നിലപാടുകൾ. യുദ്ധം തുടരവെ, സി എസ് പി നേതാക്കന്മാരുമായുള്ള അഭിപ്രായ വ്യത്യാസം വർധിച്ചു. അവരുടെ ഇടയിലെ മാർക്സിസ്റ്റ് ചിന്താഗതിക്കാർക്ക് വീർപ്പുമുട്ടൽ അനുഭവപ്പെട്ടു. കമ്യൂണിസ്റ്റുകാർ പുറത്താക്കപ്പെട്ടു. എ കെ ജി അതിനെപ്പറ്റി ഇങ്ങനെ രേഖപ്പെടുത്തി: "ദേശീയ പ്രസ്ഥാനത്തിൽ പ്രവർത്തിച്ച് സി എസ് പിയിൽ ചേർന്ന എന്നെപ്പോലുള്ള പ്രവർത്തകർ കമ്യൂണിസ്റ്റ് ആദർശത്തോട് ആഭിമുഖ്യം ഉള്ളവരായി. ഗാന്ധിസക്കാർ, സംഘടനയിൽ ശേഷിച്ചു. മലബാർ, തമിഴ്നാട്, ഒറീസ്സ തുടങ്ങിയ ഇടങ്ങളിലെ സോഷ്യലിസ്റ്റ് പാർട്ടി, കമ്യൂണിസ്റ്റ് പാർട്ടിയുടെ യൂണിറ്റുകളായി പ്രവർത്തിക്കാൻ തുടങ്ങി."

എ കെ ജി മലബാറിൽ തിരിച്ചെത്തി. തടവിലിടാൻ ഉത്തരവ് ഉള്ളതിനാൽ അദ്ദേഹത്തെ തമിഴ്നാട്ടിൽ പ്രവർത്തിക്കാൻ അയച്ചു. സതേൺ റയിൽവെ തൊഴിലാളികളുടെ ഇടയിൽ തൃശ്ശിനാപ്പള്ളിയിലാണ് അദ്ദേഹം പ്രവർത്തിച്ചത്. രഹസ്യയോഗങ്ങളും പഠനക്ലാസ്സുകളും നടത്തി. അതൊരു പുതിയ ജീവിതമായിരുന്നു. അദ്ദേഹത്തിന്റെ ആത്മകഥയിൽ അക്കാര്യത്തെപ്പറ്റി ഇങ്ങനെ വിവരിച്ചിട്ടുണ്ട്. "ഒരു സത്യാഗ്രഹി, സോഷ്യലിസ്റ്റുകാരൻ, പൊതുപ്രവർത്തകൻ എന്നീ നിലകളിൽ അറിയപ്പെടുന്ന എന്നെ തടവറ ഏതു നിമിഷവും കാത്തിരിക്കുന്നു. അതിനാൽ ഞാൻ ഒളിവിൽ പോകാൻ തയാറായി. എപ്പോഴും അത് അസാധ്യം ആയതിനാൽ ഞാൻ, ഒളിവിൽ എന്നപോലെ തെളിവിലും പ്രവർത്തിച്ചു." കമ്യൂണിസ്റ്റ് പാർട്ടിയിൽ ചേർന്നതോടെ ഒളിവുജീവിതത്തിന്റെ പ്രയോജനം ബോധ്യമായി. "പൊതുജനജീവിതത്തിൽനിന്ന് അകറ്റി ഞങ്ങളെ ഇരുമ്പഴിക്കുള്ളിൽ അകപ്പെടുത്തുക എന്നത് സാമ്രാജ്യത്വത്തിന്റെ ആവശ്യമായിരുന്നു. എന്നാൽ അറസ്റ്റിൽ നിന്ന് അകന്ന് രാഷ്ട്രീയ പ്രവർത്തനം

തുടരുക എന്നത് ഞങ്ങളുടെ ആവശ്യവും.... ഒളിവിലെ പ്രവർത്തനം സാമ്രാജ്യത്വത്തിന് എതിരായ പ്രവർത്തനമായി ഞാൻ കണക്കാക്കി.”

ഒരു വർഷം ഒളിവിൽ കഴിഞ്ഞ എ കെ ജി 1941 മാർച്ച് 24-ന് അറസ്റ്റിലായി. വെല്ലൂർ ജയിലിലെ ഡെറ്റിന്യു തടവുകാരനായി. ഇവിടെനിന്നാണ് അദ്ദേഹത്തിന്റെ പേരുകേട്ട ജയിൽചാട്ടം നടന്നത്. ഇതിൽ ഒരു വൈരുധ്യമുണ്ട്. വിവിധ കാലയളവുകളിൽ തടവറകളിൽ നിന്ദനവും പീഡനവും പേറിയ എ കെ ജിക്ക് ഇത്തവണ അവിടെ അളവറ്റ സുഖസൗകര്യങ്ങളാണ് ഉണ്ടായിരുന്നത്. അതെല്ലാം ഉപേക്ഷിച്ചാണ് അദ്ദേഹം ജയിൽ ചാടിയത്. എ ക്ലാസ് തടവുകാർക്ക് കിട്ടിയ സുഖസൗകര്യങ്ങൾ ഇവയൊക്കെ ആയിരുന്നു: “രാവിലെ റൊട്ടിയും കാപ്പിയും. ഉച്ചയ്ക്ക് നെയ്യ് ചേർന്ന ഊണ്, ഏഴുമണിക്ക് മാംസക്കറിയും ചോറും, ഉറങ്ങാൻ നേരത്ത് ഒരു കോപ്പ പാൽ. ഓരോ തടവുകാരനും ഓരോ കസേര, ചാരു കസേര, മേശ, അലമാര, മെത്ത, തലയണ, നാല് കിടക്കവിരി, നാലോ അഞ്ചോ തടവുകാർക്ക് ഓരോ പരിചാരകൻ (സാധാരണ തടവുപുള്ളിക്കായിരിക്കും ആ ജോലി). ആഴ്ചതോറും അലക്കുകാരനെത്തും. വായനശാല, റേഡിയോ, ടെന്നീസ്, വോളിബോൾ, ദിവസം രണ്ടുനേരം കുളിക്കാൻ സൗകര്യം. വിശേഷ നാളുകളിൽ വിഭവസമ്പന്നമായ വിശിഷ്ടഭോജനം, നാടകപ്രദർശനം, സംഗീതക്കച്ചേരി.” എ കെ ജി ഇതിലൊന്നും ആകൃഷ്ടനായില്ല.

ഹിറ്റ്ലർ റഷ്യയെ ആക്രമിച്ചതോടെ യുദ്ധത്തിന്റെ ഗതിമാറി. ജയിലിന് അകത്തും പുറത്തുമുള്ള കമ്യൂണിസ്റ്റുകാർ ഗൗരവതരമായ രാഷ്ട്രീയ ചർച്ചകളിൽ മുഴുകി. ഇന്ത്യൻ സ്വാതന്ത്ര്യസമരം പ്രത്യേക ദിശയിൽ നീങ്ങി. ഒളിവിൽ നിന്ന് പുറത്തുവരണം എന്ന് എ കെ ജി നിശ്ചയിച്ചു. 1941 സപ്തംബർ 25-ന് രാത്രി തടവറചുമർ തുരന്ന് എ കെ ജിയും ഏതാനും പേരും ജയിൽചാടി. പുറത്തെത്തിയ ആദ്യനാളുകൾ കഷ്ടപ്പാടു നിറഞ്ഞതായിരുന്നു. ഒടുവിൽ എങ്ങനെയോ കേരളത്തിൽ എത്തി. ഇ എം എസ് അടക്കമുള്ള നേതാക്കന്മാരെ ജയിലിൽനിന്നു വിട്ടയച്ചെങ്കിലും എ കെ ജിയെ കുറ്റവിമുക്തനാക്കാൻ അധികൃതർ തയ്യാറായില്ല. കേരളത്തിൽ തങ്ങുന്നത് സുരക്ഷിതമല്ലെന്നു മനസിലാക്കിയ അദ്ദേഹം ഉത്തരേന്ത്യയിലേക്കു തിരിച്ചു. കോൺപൂരിൽ പല ജോലിയും ചെയ്തു. രഹസ്യമായി കമ്യൂണിസ്റ്റ് പാർട്ടി പ്രവർത്തനത്തിലും ഏർപ്പെട്ടു. 1946-ൽ തിരഞ്ഞെടുപ്പ് പ്രഖ്യാപിച്ചപ്പോൾ അദ്ദേഹം മലബാറിലേക്കു മടങ്ങി. കോഴിക്കോട്ട് അദ്ദേഹം സ്ഥാനാർഥിയായി. കോൺഗ്രസുകാരുടെ കമ്യൂണിസ്റ്റ് വിരുദ്ധ പ്രചാരവേലയുടെ ഫലമായി എ കെ ജി പരാജയപ്പെട്ടു. എന്നാൽ അഞ്ചുവർഷത്തിനുള്ളിൽ ആദ്യത്തെ പൊതു തിരഞ്ഞെടുപ്പിൽ കോൺഗ്രസിനെ തകർത്ത് അദ്ദേഹം പാർലമെന്റിൽ പ്രവേശിച്ചു. സ്വാതന്ത്ര്യ പ്രാപ്തിക്കുശേഷമുള്ള ആദ്യത്തെ തിരഞ്ഞെടുപ്പായിരുന്നു അത്.

അധികാരക്കൈമാറ്റത്തെപ്പറ്റി കോൺഗ്രസ് ചർച്ചകളിൽ മുഴുകി. അതേ അവസരത്തിൽ, യുദ്ധാനന്തരം ഇന്ത്യയിൽ ഒട്ടാകെ പലയിടത്തും ബഹുജന പ്രക്ഷോഭം പൊട്ടിപ്പുറപ്പെട്ടു. എ കെ ജി സ്വന്തം നാട്ടിലെ സമരങ്ങളിൽ സജീവമായി പങ്കെടുത്തു. പുന്നപ്രവയലാർ സമരം, ബീഡി

ത്തൊഴിലാളി പണിമുടക്ക്, ചിറക്കലിലെ കർഷക പ്രക്ഷോഭം. മദിരാശിയിലെ പ്രകാശം മന്ത്രിസഭ മലബാറിലെ ജനകീയ സമരം അടിച്ചമർത്താൻ ആവുന്നതെല്ലാം ചെയ്തു. നേതാക്കൾ ജയിലിൽ അകപ്പെട്ടു.

സ്വാതന്ത്ര്യ ദിനത്തിൽ നേതാക്കളെ വിട്ടയച്ചു. എ കെ ജിയെ സ്വതന്ത്രനാക്കിയില്ല. അദ്ദേഹം ഇരുമ്പഴിക്കകത്ത് ഏകാകിയായി. താൻ പൊരുതിനേടിയ സ്വാതന്ത്ര്യം കൊണ്ടാടാൻ അദ്ദേഹത്തിനു കഴിഞ്ഞില്ല. അദ്ദേഹം അനുസ്മരിക്കുന്നു:

> കൂറ്റൻ കണ്ണൂർ ജയിലിനുള്ളിൽ 1947 ആഗസ്ത് 14-ന് ഞാൻ ഏകാന്തത്തടവുകാരനായിരുന്നു. കൂട്ടിനു മറ്റൊരു തടവുകാരനും ഇല്ല. രാത്രി ഉറക്കം വന്നില്ല. ജയിലിന്റെ നാലു ഭാഗത്തുനിന്നും 'ജയ്' വിളികൾ മുഴങ്ങി. 'മഹാത്മാഗാന്ധി കി ജയ്', 'ഭാരത് മാതാ കി ജയ്' എന്നീ മുദ്രാവാക്യങ്ങൾ എങ്ങും ഉയർന്നുകേട്ടു. നേരം പുലർന്നാൽ സ്വാതന്ത്ര്യം ആഘോഷിക്കാൻ രാജ്യം മുഴുവൻ കാത്തിരിക്കുന്നു. അവരിൽ പലരും വർഷങ്ങളായി പ്രതീക്ഷിച്ചിരുന്ന സൂര്യോദയമാണത്. നീണ്ടുനിന്ന ത്യാഗത്തിന്റെയും പോരിന്റെയും ഫലപ്രാപ്തിയാണത്. സന്തോഷവും സങ്കടവും കലർന്ന വികാരം എന്റെ മനസിൽ അലതല്ലി. എന്റെ യൗവനകാലത്തെ ത്യാഗത്തിനു ഫലം കണ്ടിരുന്നു. ഞാൻ ഇപ്പോഴും അനുഭവിക്കുന്ന തടവുശിക്ഷയുടെ ഫലം ലഭിച്ചിരിക്കുന്നു. ഈ തടവിനു ഒരു പ്രത്യേകതയുണ്ട്. ബ്രിട്ടീഷുകാരനല്ല ഈ ശിക്ഷ തന്നിരിക്കുന്നത്. ഇന്ത്യക്കാരനാണ് - കോൺഗ്രസ് ഗവൺമെന്റിന്റേതാണ് ഈ സമ്മാനം. 1927 മുതൽക്കുള്ള കോൺഗ്രസിന്റെ ചരിത്രം എന്റെ മനസിലൂടെ മിന്നിമറഞ്ഞു. കേരളത്തിലെ കോൺഗ്രസ് പ്രസ്ഥാനത്തിന്റെ പ്രവർത്തനത്തിൽ ഞാൻ വഹിച്ച പങ്കിനെപ്പറ്റി ഞാൻ അഭിമാനം കൊള്ളുന്നു. കേരള പ്രദേശ് കോൺഗ്രസിന്റെ കാര്യദർശിയും അധ്യക്ഷനുമായി പ്രവർത്തിച്ച ഒരു വ്യക്തി, ദീർഘകാലം അഖിലേന്ത്യാ കോൺഗ്രസ് കമ്മിറ്റി അംഗമായിരുന്ന ഒരു വ്യക്തി, ആദ്യത്തെ ആഗസ്റ്റ് പതിനഞ്ച് ആഘോഷിക്കുന്നത് ജയിലിന്റെ അകത്തുവച്ചാണ്.

എ കെ ജി സ്വാതന്ത്ര്യപ്പിറവി ആഘോഷിച്ചു. കരുതിവച്ചിരുന്ന ത്രിവർണ പതാകയുമേന്തി അദ്ദേഹം ആഗസ്റ്റ് പതിനഞ്ചിന് രാവിലെ ജയിൽ വളപ്പിൽ ചുറ്റി നടന്നു. എല്ലാ തടവുകാരും സമ്മേളിച്ചു. ദേശീയ പതാക ജയിൽ കെട്ടിടമുകളിൽ നാട്ടി. സ്വാതന്ത്ര്യത്തിന്റെ പൊരുളിനെപ്പറ്റി എ കെ ജി തടവുകാരോട് സംസാരിച്ചു. എ കെ ജിയുടെ പിൽക്കാല ജീവിതം അദ്ദേഹത്തിന്റെ യൗവനകാലത്തെ കാഴ്ചപ്പാടിന് ഒത്തുതന്നെ ആയിരുന്നു. ജനങ്ങൾക്കുവേണ്ടി എപ്പോഴും എവിടെയും അദ്ദേഹം പൊരുതിക്കൊണ്ടേയിരുന്നു.

മാനിനി ചാറ്റർജി

5

ക്വാസി നസ്രുൾ ഇസ്ലാം

ബർദ്വാൻ ജില്ലയിലെ പുരുളിയ എന്ന സ്ഥലത്ത് 1899 മെയ് 26ന് ജനിച്ച ക്വാസി നസ്രുൾ ഇസ്ലാം ബംഗാളിലെ 'വിദ്രോഹി കവി' എന്നറിയപ്പെടുന്നു. ഇന്ത്യൻ സാഹിത്യത്തിൽ സവിശേഷ സ്ഥാനം അദ്ദേഹത്തിനുണ്ട്. 'വിദ്രോഹി', 'സാമ്യവാദി', 'സവ്യസാചി' എന്നീ കവിതകൾ ഇന്ത്യൻ സ്വാതന്ത്ര്യ സമര സേനാനികളെയും വിപ്ലവകാരികളെയും ആവേശം കൊള്ളിച്ചിരുന്നു. ഇപ്പോഴും പുരോഗമന ശക്തികളെ അവ ത്രസിപ്പിക്കുന്നു - *അഗ്നിവീണ* എന്ന കവിതാസമാഹാരം ഇന്നും വായനക്കാരെ വല്ലാതെ ആകർഷിക്കുന്നു.

ക്വാസി നസ്രുൾ ഇസ്ലാമിന്റെ ജീവിതത്തിന്റെ ആദ്യ നാളുകൾക്ക് സവിശേഷതകൾ ഒന്നുമുണ്ടായിരുന്നില്ല. ഒന്നാം ലോക മഹായുദ്ധ കാലത്ത് ജീവിതമാർഗം തേടി ക്വാർട്ടർ മാസ്റ്റർ ഹവിൽദാറായി കരസേനയിൽ ചേർന്നു. 1920-ൽ 49-ാം ബംഗാൾ റജിമെന്റ് പിരിച്ചുവിട്ടപ്പോൾ അദ്ദേഹം ആശ്വാസംകൊണ്ടു. സാഹിത്യത്തോടൊപ്പം രാഷ്ട്രീയവും കൈകാര്യം ചെയ്യുന്ന ഒരു ജീവിതശൈലിയിലേക്ക് വഴിമാറി.

ചെറിയ കാലയളവിൽ ഖിലാഫത്ത് പ്രസ്ഥാനവുമായി ബന്ധപ്പെട്ടു പ്രവർത്തിച്ചപ്പോൾ ലാത്തിച്ചാർജിൽ പരിക്കുപറ്റാനിടയായി. കാകാ ബാബു എന്നറിയപ്പെട്ട മുസഫർ അഹമ്മദിനോടൊപ്പം ചേർന്നപ്പോഴാണ് നസ്രുൾ ഇസ്ലാമിന്റെ പ്രതിഭാശേഷി ശരിക്കും പ്രകടമായത്. ഇരുവരും ചേർന്ന് ഒരു പുരോഗമന സായാഹ്ന പത്രം *നവയുഗ്* എന്ന പേരിൽ 1920 ഡിസംബർ 12-ാം തീയതി മുതൽ പ്രസിദ്ധീകരിച്ചു തുടങ്ങി. പത്രത്തിന്റെ ഉടമകൾ അവരായിരുന്നില്ല. എങ്കിലും എല്ലാ കാര്യവും കൈകാര്യം ചെയ്തത് അവർ ഇരുവരും ആയിരുന്നു. റൗലത് നിയമത്തിനെതിരെ പ്രക്ഷോഭം പ്രത്യക്ഷപ്പെട്ടപ്പോൾ ബ്രിട്ടീഷ്

ഗവൺമെന്റ് ഏർപ്പെടുത്തിയ പ്രതികൂല പത്ര നിയമം നിമിത്തം *നവ യുഗ്* അൽപ്പകാലത്തിനുശേഷം പ്രസിദ്ധീകരണം നിർത്തി. എന്നാൽ ഒരു കവി എന്ന നിലയിൽ നസ്രുൾ അതിനകം പേരു നേടിക്കഴിഞ്ഞിരുന്നു. *വംശീയ മുസൽമാൻ പത്രിക*യിൽ 1920 ജനുവരി 15നു പ്രസിദ്ധീകരിച്ച *വ്യഥേർ ദാൻ* (*വ്യഥയുടെ ദാനം*) എന്ന നോവലും പ്രസിദ്ധമായിരുന്നു.

നസ്രുളിന് കൂടുതൽ പെരുമ നൽകിയ കൃതി *വിദ്രോഹി* 1922 ലാണ് പുറത്തുവന്നത് സമകാലിക റിപ്ലവകാരികളുടെ ആന്തരക്ഷോഭം ആവിഷ്കരിക്കുന്ന പ്രസ്തുത പുസ്തകം യുവജനതയുടെ ശ്രദ്ധയാകർഷിച്ചു. സ്വന്തം കർമ്മരംഗത്ത് തലയുയർത്തി നിൽക്കാൻ അവർക്ക് കരുത്തു നൽകി. കഴുമരം കയറിയ കലാപകാരികളുടെ കരളിൽ അതിന്റെ അലയൊലി മുഴങ്ങി:

"ഹേ, വീരനായ നായക,
അനശ്വരനായ കലാപകാരീ,
മഹിമാതിരേകമുള്ള ഹിമാലയം
മഞ്ഞുമൂടിയ ശിരസ്സു കൊണ്ടു
വിനയപൂർവ്വം നമിക്കുന്നു!"

ഒരു ശപഥത്തോടെയാണ് കവിത വിരാമമിടുന്നത്:

"അദ്ധ്വാനം കൊണ്ട് ഞാൻ തളരുന്നു
എന്നാലും എനിക്ക് വിശ്രമമില്ല.
ഏകാധിപതികളുടെ അവസാനം അടുക്കുന്നതുവരെ
എനിക്കു വിശ്രമമില്ല.
ക്രൂരനും അന്ധനുമായ വിധിയുടെ വിരോധിയാണു ഞാൻ
ആ വിധിയുടെ വിളയാട്ടമാണ്
ലോകത്തിലെവിടെയും
ഏകാധിപതിയായ ദൈവത്തെ
ഞാൻ അവഗണിക്കുന്നു
ഞാൻ, അനശ്വരനായ കലാപകാരി
ഒരിക്കലും ഒരിക്കലും കീഴടങ്ങില്ല!"

1922 ആഗസ്റ്റ് 12ന് *ധൂമകേതു* എന്ന ദ്വൈവാരിക പ്രസിദ്ധീകരണം ആരംഭിച്ചു. സാഹിത്യ-രാഷ്ട്രീയ മണ്ഡലങ്ങളിൽ അത് ബംഗാളിലാകെ ശ്രദ്ധേയമായിത്തീർന്നു. ഇന്ത്യയുടെ പൂർണസ്വാതന്ത്ര്യത്തിനായുള്ള ആഹ്വാനം ആ പ്രക്രിയയിലൂടെയാണ് നസ്രുൾ ആവിഷ്കരിച്ചത്. അഹമ്മദാബാദ്-ഗയ സമ്മേളനങ്ങളിൽ കോൺഗ്രസ് പൂർണ സ്വാതന്ത്ര്യവാദം നിരസിച്ച സന്ദർഭമായിരുന്നു അത്. കമ്യൂണിസ്റ്റുകാരും അവരുടെ അനുഭാവികളും പ്രമേയങ്ങളിലൂടെ ആ ആശയം അവതരിപ്പിക്കാൻ ശ്രമിച്ചു. ഉർദു കവി ഹസ്രത്ത് മൊഹാനി ഇതു സംബന്ധിച്ച പ്രമേയം കൊണ്ടു വരികയുമുണ്ടായി. 1922 ഒക്ടോബർ 13ന് ഒരു മുഖപ്രസംഗത്തിലൂടെ

നസ്രുൾ ഇസ്ലാം ഇങ്ങനെ ആവശ്യപ്പെട്ടു: "ഇന്ത്യയിൽ പരിപൂർണ സ്വാതന്ത്ര്യം പുലരണമെന്ന് *ധൂമകേതു* അഭിലഷിക്കുന്നു." അതികായനായ ടാഗൂർ അടക്കം അനവധി ആളുകൾ മുഖപ്രസംഗത്തെ അഭിനന്ദിച്ചു.

*ധൂമകേതു*വും ഏറെ നാൾ പ്രവർത്തിച്ചില്ല. 1922 നവംബർ 23ന്റെ ലക്കത്തിൽ പ്രസിദ്ധീകരിച്ച "ആനന്ദമയീ ആഗമനേ" എന്ന കവിതയുടെ പേരിൽ നസ്രുളിനെ അറസ്റ്റു ചെയ്യുകയും ഒരു കൊല്ലത്തെ കഠിന തടവിനു ശിക്ഷിക്കുകയും ചെയ്തു. ജസ്റ്റിസ് സ്വിൻഹോവിന്റെ മുമ്പാകെ നസ്രുൾ നൽകിയ കോടതി മൊഴി ബംഗാളി സാഹിത്യത്തിലെ മനോഹര രചനയായി വാഴ്ത്തപ്പെടുന്നു. "രാജാ ബന്ദിർ സബൊനാബന്ദി" എന്ന പേരിലുള്ള ആ മൊഴിൽ ഇങ്ങനെ പറയുന്നു:

> രാജദ്രോഹമാണ് എന്റെ പേരിലുള്ള കുറ്റം. ഇതിനാണ് ഇപ്പോൾ എന്നെ തടവറയിൽ തടഞ്ഞിട്ടിരിക്കുന്നത്. ഒരു വശത്ത് കിരീടം. മറുവശത്ത് ധൂമകേതുവിന്റെ വെളിച്ചം. ചെങ്കോൽ ധരിച്ച ചക്രവർത്തി ഒരു വശത്ത്. നീതിദണ്ഡ് കൈയിലേന്തിയ സത്യം മറുവശത്ത്........ഞാൻ ഒരു കവിയാണ്. ആവിഷ്കരിച്ചിട്ടില്ലാത്ത പലതും ആവിഷ്കരിക്കാനായാണ് എന്നെ ദൈവം ആനയിച്ചിട്ടുള്ളത്; ചിത്രീകരിക്കപ്പെടാത്ത പലതും ചിത്രീകരിക്കേണ്ടതുണ്ട്......... എന്റെ ശബ്ദം സത്യത്തിന്റെ മാധ്യമമാണ്; ദൈവത്തിന്റെ സന്ദേശമാണ്. നിയമത്തിന്റെ കള്ള ന്യായം അതിനെ രാജദ്രോഹമായി കാണും. എന്നാൽ നീതിയുടെ മുന്നിൽ അത് അനീതിയോ അസത്യമോ അല്ല. രാജാവിന് ആ ശബ്ദം മൂടിക്കെട്ടാൻ കഴിഞ്ഞേക്കാം. എന്നാൽ ധർമ്മത്തിന്റെയോ നീതിയുടെയോ മുന്നിൽ അത് എന്നും നിഷ്കളങ്കവും അതിവിശുദ്ധവുമായ സത്യമായി, ഒളിമങ്ങാതെ ജ്വലിച്ചുനിൽക്കും. സ്വയം പ്രകാശിതമാണ് സത്യം. കോപാന്ധമായ അധികാരദണ്ഡിന് അതിനെ അടിച്ചമർത്താനാവില്ല.............

(സിറാജ്ഉൽ-ഇസ്ലാം ചൗധരി തർജുമചെയ്തത്.)

ആലിപ്പൂർ സെൻട്രൽ ജയിലിലായിരുന്നു ആദ്യം നസ്രുളിനെ പാർപ്പിച്ചത്. പിന്നീട് ഹൂഗ്ലി ജില്ലാ ജയിലിലേക്കു മാറ്റി. അവിടെ തടവുപുള്ളികളുടെ ഉടുപ്പും ധരിച്ച്, തിന്നാൻ കൊള്ളാത്ത ആഹാരവും കഴിച്ച് കഴിഞ്ഞുകൂടേണ്ടിവന്നു. രാഷ്ട്രീയത്തടവുകാരന്റെ അവകാശങ്ങൾ അനുവദിച്ചുകിട്ടാൻ പിന്നീട് നിരാഹാരസമരം നടത്തി. ഒരു കവി തടവറയിലെത്തുന്നതും നിരാഹാരസമരം ചെയ്യുന്നതും ബംഗാളിൽ അത് ആദ്യത്തെ സംഭവമായിരുന്നു. സമരം 39 ദിവസം നീണ്ടുനിന്നു. രാജ്യമെങ്ങും അത് ശ്രദ്ധാവിഷയമായി. രവീന്ദ്രനാഥ ടാഗൂർ കമ്പിസന്ദേശം അയച്ചു: "ഉണ്ണാവ്രതം അവസാനിപ്പിക്കുക. നമ്മുടെ സാഹിത്യത്തിന് താങ്കളെ ആവശ്യമുണ്ട്." സന്ദേശം നസ്രുളിനു ലഭിച്ചില്ല.

രാഷ്ട്രീയ സാഹിത്യ മണ്ഡലങ്ങളിൽ സംഭവം സംഭ്രാന്തി സൃഷ്ടിച്ചു. പൊതുയോഗങ്ങളും പ്രതിഷേധപ്രകടനങ്ങളും നടന്നു. ഒടുവിൽ, രാഷ്ട്രീയ സഖാക്കളുടെ സമ്മർദം മാനിച്ച് നസ്രുൾ നിരാഹാരം നിർത്തി. അദ്ദേഹം അമ്മയെപ്പോലെ മാനിക്കുന്ന ബിരാജ സുന്ദരി ദേവി നൽകിയ പഴനീര് രുചിച്ച് ഉപവാസം അവസാനിപ്പിച്ചു. അദ്ദേഹത്തിന്റെ അവകാശം അംഗീകരിച്ച അധികൃതർ ബഹരാംപൂർ ജയിലിലേക്കു മാറ്റി.

ആലിപ്പൂർ സെൻട്രൽ ജയിലിൽ നസ്രുൾ കഴിയുന്ന കാലത്താണ് ടാഗൂറിന്റെ *വസന്ത* നാടകം പുറത്തുവന്നത്. അത് നസ്രുളിനാണ്, സമർപ്പിച്ചത്. അതിൽ, "ധൂമകേതു-ഒരു ആശീർവാദം" എന്ന കവിത ഉണ്ടായിരുന്നു.

"എന്റെ ധൂമകേതു, നീ ഉദിച്ചുയരുക
അന്ധകാരത്തിന്നെതിരെ
വിഷാദമൂകതയുടെ ഇരുൾക്കോട്ടകൾക്കു മുകളിൽ നിന്റെ
വിജയ പതാക പാറിക്കളിക്കട്ടെ.
രാത്രി, കറുത്ത ദുർനിമിത്തങ്ങൾ നിറഞ്ഞതാവട്ടെ.
പാതിമയക്കത്തിൽ മുഴുകിയവരെ
പിടിച്ചുകുലുക്കി ഉണർത്താൻ
നീ വന്നാലും"

(എസ് സജ്ജാദ് ഹുസൈൻ തർജുമ ചെയ്തത്)

ഇന്ത്യൻ നാഷണൽ കോൺഗ്രസിന്റെ ലേബർ സ്വരാജ് പാർട്ടിയുമായാണ് നസ്രുൾ രാഷ്ട്രീയ കാര്യങ്ങളിൽ ബന്ധപ്പെട്ടത്. ഏകീകൃത കമ്യൂണിസ്റ്റ് കക്ഷി അന്നു നിലവിൽ വന്നിരുന്നില്ല. കടുത്ത ഭീഷണിയും പീഡനവും നേരിട്ട് പല പല പേരിലുള്ള സംഘമായാണ് പ്രവർത്തിച്ചത്. 1925-ൽ പാർട്ടി സ്ഥാപിതമായി. 1925 നവംബറിൽ പ്രസിദ്ധീകരിച്ച അതിന്റെ മാനിഫെസ്റ്റോവിൽ ഒപ്പിട്ടവരിൽ ക്വാസി നസ്രുൾ ഇസ്‌ലാമും ഉൾപ്പെടുന്നു.

1925 ഡിസംബറിൽ കോൺപൂർ കമ്യൂണിസ്റ്റ് സമ്മേളനം നടന്നു. ബംഗാളിൽനിന്ന് മുസഫർ അഹമ്മദ് പങ്കെടുത്തു. 1926 ഫെബ്രുവരി 6,7 തീയതികളിൽ നാദിയ ജില്ലയിലെ കൃഷ്ണ നഗറിൽ അഖില ബംഗാൾ കർഷക സമ്മേളനം നടന്നു. ബംഗാൾ കർഷക-തൊഴിലാളി പാർട്ടി എന്ന പേരിൽ സംഘടന രൂപീകൃതമായി. ഡോ. നരേശ്ചന്ദ്ര സെൻഗുപ്ത പ്രസിഡന്റും ഹേമന്തകുമാർ സർക്കാർ സെക്രട്ടറിയും ആയിരുന്നു. പ്രവർത്തക സമിതി അംഗമായി നസ്രുൾ തിരഞ്ഞെടുക്കപ്പെട്ടു.

കവിയും പത്രപ്രവർത്തകനും എന്ന നിലയിൽ നസ്രുൾ പ്രശസ്തനായി. ലേബർ സ്വരാജ് പാർട്ടിയുടെ പത്രമായിരുന്നു *ലങ്കാൽ* (കലപ്പ) ബംഗാൾ കർഷക-തൊഴിലാളി പാർട്ടി ഏറ്റെടുത്തു. നസ്രുൾ അതിന്റെ പത്രാധിപരായി. 1925 ഡിസംബർ 16ന് ഇറങ്ങിയ വിശേഷാൽ പതിപ്പിൽ

അദ്ദേഹത്തിന്റെ ഒരു നീണ്ട കവിത *സാമ്യവാദി* എന്ന പേരിൽ പ്രസിദ്ധീകരിച്ചു. കവിതയും പത്രവും പ്രസിദ്ധിയിലേക്കുയർന്നു. ആദ്യം അച്ചടിച്ച അയ്യായിരം പ്രതികളും മണിക്കൂറുകൾക്കകം വിറ്റഴിഞ്ഞു. *ധൂമകേതു*വെപ്പോലെ പുതിയ പത്രവും രവീന്ദ്രനാഥടാഗൂറിന്റെ അനുഗ്രഹാശിസുകൾക്ക് പാത്രമായി.

1925 ഡിസംബർ 23ന്റെ ലക്കത്തിൽ പാർട്ടിയുടെ പരിപാടിയും നിയമാവലിയും പ്രസിദ്ധീകരിച്ചു. അതിൽ നസ്രുളിന്റെ *കൃഷകേർ ഗാൻ* (കർഷകന്റെ ഗാനം) ഉണ്ടായിരുന്നു:

> സഹോദരന്മാരേ, നമുക്ക് ആർത്തു വിളിക്കാം; കർഷകന്റെ വിജയത്തിനുവേണ്ടി. കലപ്പയുടെ വിജയത്തിനുവേണ്ടി. പരിഷ്കൃത ലോകം കർഷകന്റെ കരുത്ത് കണ്ടറിയട്ടെ.

കർഷകരുടെ പ്രശ്നങ്ങളെപ്പറ്റിയുള്ള ലേഖനങ്ങളും, നിയമസഭയുടെ മുന്നിലുള്ള കുടിയാൻ നിയമത്തെപ്പറ്റിയുള്ള ലേഖനവും പ്രസ്തുത ലക്കത്തിൽ ഉണ്ടായിരുന്നു. കാൾ മാർക്സിനെക്കുറിച്ചുള്ള ഒരു ലേഖനമായിരുന്നു മറ്റൊരു പ്രത്യേക ഇനം.

പൗരസ്ത്യദേശത്തിന്റെ ഉണർവിനെ പ്രകീർത്തിക്കുന്ന നസ്രുളിന്റെ *സവ്യസാചി* എന്ന പ്രശസ്ത കവിത, പത്രികയുടെ മൂന്നാമത്തെ ലക്കത്തിൽ പ്രസിദ്ധീകരിച്ചു. കോൺപൂർ കമ്യൂണിസ്റ്റ് സമ്മേളനത്തെ കുറിച്ചുള്ള റിപ്പോർട്ടും അതിൽ ഉണ്ടായിരുന്നു. സാർവദേശീയ കമ്യൂണിസ്റ്റ് പ്രസ്ഥാനം പത്രത്തെ സ്വാഗതം ചെയ്തു. എം എൻ റോയി പ്രസാധനം ചെയ്ത ഒരു പ്രസിദ്ധീകരണത്തിൽ പത്രത്തെപ്പറ്റി വിവരണലേഖനം പ്രസിദ്ധം ചെയ്തിരുന്നു.

*ലങ്കാലി*ന്റെ പതിനഞ്ചു ലക്കങ്ങൾ പുറത്തുവന്നു. അതിന്റെ തുടർ പ്രസിദ്ധീകരണം *ഗണവാണി* ആയിരുന്നു. 1928 ആഗസ്റ്റ് 8നാണ് *ഗണവാണി* ആരംഭിച്ചത്. ഇന്ത്യയിലെ കമ്യൂണിസ്റ്റ് പത്രപ്രവർത്തനപാരമ്പര്യം *ലങ്കാൽ* ഉയർത്തിപ്പിടിച്ചു. 1922-ൽ ലാഹോറിൽനിന്ന് ഗുലാം ഹുസൈൻ പ്രസാധനം നിർവഹിച്ച ഉർദു പത്രം *ഇങ്കിലാബ്*, ശിങ്കാരവേലു ചെട്ടിയാർ 1923-24-ൽ തമിഴിൽ പ്രസിദ്ധീകരിച്ച *തൊഴിലാളി* എന്നിവയെപ്പോലെ തൊഴിലാളി-കർഷക താൽപ്പര്യം നസ്രുളിന്റെ പത്രവും പ്രതിഫലിപ്പിച്ചു. ഭായി സന്തോക് സിങ്ങ് സ്ഥാപിച്ചതും (ഗദർ പാർട്ടി നേതാവ്) പരേതനായ സോഹൻ സിങ്ങ് ജോഷ് പത്രാധിപത്യം വഹിച്ചതുമായ പഞ്ചാബി പത്രം *കീർത്തി*യും പ്രസ്തുത പാരമ്പര്യം പാലിച്ചുപോന്നു.

1926-ൽ കൽക്കത്തയിൽ വർഗീയ ലഹള പൊട്ടിപ്പുറപ്പെട്ടു. ഒരു വളണ്ടിയർ സംഘത്തിന്റെ തലവൻ എന്ന നിലയിൽ ക്വാസി നസ്രുൾ ദുരിതാശ്വാസ പ്രവർത്തനങ്ങളിൽ മുഴുകി. കൃഷ്ണനഗറിൽ കോൺഗ്രസിന്റെ പ്രാദേശിക സമ്മേളനം നടന്നപ്പോൾ, യുവജന-വിദ്യാർഥി വിഭാഗത്തിന്റെ യോഗം സംഘടിപ്പിക്കാനുള്ള ചുമതല കർഷക-തൊഴിലാളി

പാർട്ടി സെക്രട്ടറി ഹേമന്ത കുമാർ സർക്കാറിനും നസ്രുൾ ഇസ്ലാമിനും ആയിരുന്നു. ഇതിന്റെ ഉദ്ഘാടന സമ്മേളനത്തിനായി, നസ്രുൾ, *ഖാണ്ഡാരി ഹോശിയാർ* എന്ന ഗാനം രചിക്കുകയും സംഗീതം നൽകുകയും ചെയ്തു.

ആ ഗാനം ബംഗാളിലെ യുവാക്കളുടെ ഇടയിൽ പ്രചാരം നേടി. "ഇന്ത്യയിലെ പല ഇടങ്ങളിലെയും ദേശസ്നേഹഗാനങ്ങൾ ഞാൻ കേട്ടിട്ടുണ്ട്", സുഭാഷ് ചന്ദ്രബോസ് അഭിപ്രായപ്പെട്ടു, "നസ്രുളിന്റെ, 'ഖാണ്ഡാരി ഹോശിയാർ' എന്ന ഗാനം പോലെ ചരിത്രപരമായ ധ്വനികൾ ഉൾക്കൊള്ളുന്നതും ആവേശം പകരുന്നതുമായ ഗാനം വേറെയില്ല." *ഛത്ര ദലേർ ഗാൻ* (വിദ്യാർഥികളുടെ ഗാനം) എന്ന പേരിൽ മറ്റൊരു പാട്ടും അദ്ദേഹം അതേ സമ്മേളനത്തിനുവേണ്ടി എഴുതുകയും ചിട്ടപ്പെടുത്തുകയും ചെയ്തു.

1927-ൽ ബംഗാളിലെ മെയ്ദിന പരിപാടികൾക്കുവേണ്ടി *ചെങ്കൊടിയുടെ പാട്ട്*, നസ്രുൾ വിവർത്തനം ചെയ്തു. മറ്റൊന്നു സ്വന്തമായി രചിക്കുകയുമുണ്ടായി. 'ഇന്റർ നാഷണൽ' ഗാനത്തിന്റെ വിവർത്തനത്തിന് നിലവിലുള്ള ട്യൂൺ നിശ്ചയമില്ലാതിരുന്നതിനാൽ നസ്രുൾ പുതിയ ട്യൂൺ നൽകി. പശ്ചിമ ബംഗാളിലും ബംഗ്ലാദേശിലും ഇന്നും ഇതേ ട്യൂണിലാണ് ആ പാട്ടു പാടുന്നത്. ഗ്രാമഫോൺ റിക്കാർഡുകളിലും അതുതന്നെയാണ് ഉപയോഗിച്ചിരുന്നത്.

ബംഗാളിൽ ദേശാഭിമാന വികാരം വളർത്തുന്നതിലും നില നിർത്തുന്നതിലും നസ്രുൾ ഇസ്ലാം വലിയ പങ്കുവഹിച്ചു. തൊഴിലാളികളുടെയും കൃഷിക്കാരുടെയും പണിയെടുക്കുന്ന പാവങ്ങളുടെയും അവകാശങ്ങളും ആവശ്യങ്ങളും നേടുന്നതിന് പരിശ്രമിച്ചു. മീറത്ത് ഗൂഢാലോചനക്കേസിൽ അദ്ദേഹം കുടുങ്ങുമായിരുന്നു. എന്നാൽ അദ്ദേഹത്തിന്റെ അതിപ്രശസ്തി അധികൃതരെ അതിൽനിന്നു പിന്തിരിപ്പിച്ചതാണ്. ആ കേസിനു ശേഷം അദ്ദേഹത്തിന്റെ ജീവിതഗതി അപ്പാടെ മാറി. മുസഫർ അഹമ്മദും സഖാക്കളും തടവിലായപ്പോൾ നസ്രുൾ ഒറ്റപ്പെട്ടുപോയി. ജീവിതമാർഗം തേടി അദ്ദേഹം ഒരു ഗ്രാമഫോൺ കമ്പനിയിൽ ഗാനരചയിതാവും സംഗീത സംവിധായകനുമായി കഴിഞ്ഞുകൂടി. ഇവിടെയും അദ്ദേഹം അസാധാരണമായ വിജയം നേടി. 145 രാഗങ്ങളിലുള്ള 3500 ഗാനങ്ങൾ അദ്ദേഹം രചിച്ചു. *നസ്രുൾഗീതി* എന്ന പേരിൽ പുതിയ സംഗീത സമ്പ്രദായംതന്നെ ബംഗാളിയിൽ നിലവിൽവന്നു. വിദ്രോഹി കവി (കലാപകാരിയായ കവി) എന്ന പേരിലാണ് എന്നാലും അദ്ദേഹത്തിന്റെ പ്രശസ്തി. ആ പേര് ഇന്നും ബംഗാളിൽ നിലനിൽക്കുന്നു. പശ്ചിമ ബംഗാളിലും ബംഗ്ലാദേശിലും നസ്രുൾ ഇസ്ലാമിന്റെ ജന്മദിനം ആഘോഷിച്ചുവരുന്നു. ദേശീയ കവി എന്ന ബഹുമതി അവിടങ്ങളിൽ അദ്ദേഹത്തിനുണ്ട്.

1976 ആഗസ്റ്റ് 29ന് ധാക്കയിൽ അദ്ദേഹം നിര്യാതനായി.

നരേഷ് നദീം, കല്പതരു സെൻ ഗുപ്ത

6

കെ പി ജാനകിയമ്മാൾ

ഇരുപതാം നൂറ്റാണ്ടിന്റെ ആദ്യദശകങ്ങളിൽ നാടകങ്ങളിൽ സ്ത്രീ കഥാപാത്രങ്ങളെ അവതരിപ്പിച്ചുവന്നത് പുരുഷന്മാരായിരുന്നു. അത്തരമൊരു പതിവിനു വിപരീതമായി ഒരു സ്ത്രീ അരങ്ങിൽ വേഷം അണിയുകയും നാടകത്തെ രാഷ്ട്രീയവും സാമൂഹികവുമായ ലക്ഷ്യങ്ങൾക്ക് ഉപയോഗിക്കുകയും ചെയ്തത് അസാധാരണമായ സംഭവമായിരുന്നു. ജാതീയതയും പുരുഷമേധാവിത്വവും അക്കാലത്തെ പ്രത്യേകതയത്രെ. ഒരു സ്ത്രീ അതിനെതിരെ പൊരുതുകയും അങ്ങനെ ജീവിതത്തിൽ കൃത്യമായ ദൗത്യം നിർവഹിക്കുകയും ചെയ്തത് രാഷ്ട്രീയ ചരിത്രത്തിലെ നാഴികക്കല്ലായിരുന്നു. അത്തരമൊരു ചരിത്രത്തിന്റെ അവകാശിയാണ് കെ പി ജാനകിയമ്മാൾ.

നാട്ടിൻപുറത്തെ സാധാരണ കുടുംബത്തിൽ 1917-ൽ പിറന്ന ജാനകിക്ക് എട്ടാം വയസ്സിൽ അമ്മ നഷ്ടപ്പെട്ടു. വിദ്യാലയ ജീവിതകാലത്ത് ഖാദി പ്രസ്ഥാനത്തിൽ ആകൃഷ്ടയാവുകയും ചർക്കയിൽ നൂൽനൂൽക്കാൻ പഠിക്കുകയും ചെയ്തു. പന്ത്രണ്ടാം വയസ്സിൽ മറ്റൊരു സ്ത്രീയുടെ കൂടെ പളനിയാപിള്ളെ നാടക സംഘത്തിൽ ജാനകി ചേർന്നു. ബ്രിട്ടീഷാധിപത്യത്തിനെതിരായ സ്വാതന്ത്ര്യസമരം ശക്തിപ്പെട്ടുവരുന്ന കാലമായിരുന്നു അത്. ദേശാഭിമാന പ്രചോദിതമായ ഗാനങ്ങളും സംഭാഷണശകലങ്ങളും സന്ദർഭാനുസാരിയല്ലെങ്കിൽപ്പോലും നാടകങ്ങളിൽ ഉൾപ്പെടുത്തുന്ന പതിവ് അന്നുണ്ടായിരുന്നു. സാമൂഹിക കഥയായാലും പുരാണേതിവൃത്തമായാലും വ്യംഗ്യമധുരമായ മട്ടിൽ ദേശഭക്തിഗാനങ്ങളും സംഭാഷണ ഭാഗങ്ങളും നാടകങ്ങളിൽ ഉൾപ്പെടുത്തും. പൊലീസ് വകുപ്പിന്റെ പരിശോധന നടക്കുമ്പോൾ ചിലപ്പോൾ ചില നാടകങ്ങൾ അധികൃതർ നിരോധിക്കുകയും ചെയ്തിരുന്നു.

സ്വരമാധുരിയുടെ ഉടമയായ ജാനകിയുടെ ഗാനങ്ങൾ ശ്രോതാക്കളെ ആകർഷിച്ചു. മഹാകവി സുബ്രഹ്മണ്യ ഭാരതിയുടെ കവിതകളും ഗാന്ധി, നെഹ്റു എന്നിവരെപ്പറ്റിയുള്ള ഗാനങ്ങളും ശ്രോതാക്കളിൽ ആവേശം ഉയർത്തി. നാടകജീവിത കാലത്ത് ജാനകി സംഗീതവിഭാഗത്തിലെ ഹാർമോണിയം വായനക്കാരനായ ഗുരുസ്വാമിയുമായി പരിചയത്തിലായി. വിവാഹിതനും ഒരു കുഞ്ഞിന്റെ അച്ഛനുമായ ഗുരുസ്വാമിയുമായി പ്രേമബന്ധത്തിൽപ്പെട്ട ജാനകി അദ്ദേഹത്തെ 1934-ൽ വിവാഹം ചെയ്തു.

ഗുരുസ്വാമി കോൺഗ്രസുകാരനായിരുന്നു. ജാനകിയും കോൺഗ്രസിൽ ചേർന്നു. ആ സംഘടനയുടെ രാഷ്ട്രീയയോഗങ്ങളിൽ ജാനകി പാട്ടുകൾ പാടി. അവരുടെ പാട്ടുകൾക്ക് ആസ്വാദകർ ഏറെയായിരുന്നു. ജാനകി അരങ്ങിൽ ദേശഭക്തിഗാനങ്ങൾ ആലപിച്ചതിനുശേഷമേ നേതാക്കന്മാരുടെ പ്രസംഗങ്ങൾ നടന്നിരുന്നുള്ളൂ. പൊതുപരിപാടികളിൽ അവരുടെ സാന്നിധ്യത്തിന് പ്രിയം ഏറിയതോടെ സ്വന്തം ചെലവിൽ അവർ വ്യാപകമായി സഞ്ചരിച്ചു.

ജാനകി സാഹസികത ഇഷ്ടപ്പെട്ടിരുന്നു എന്നു പറയാം. ഗുരുസ്വാമിയുമായുള്ള വിവാഹം ഒരു സാഹസമായിരുന്നല്ലോ. വിശ്വനാഥ ദാസിനോടൊപ്പമുള്ള നാടകാഭിനയമായിരുന്നു മറ്റൊരു സാഹസം. മറ്റു നടികളാരും ജാതിസ്പർധ നിമിത്തം വിശ്വനാഥ ദാസിനോടൊത്ത് അഭിനയിച്ചിരുന്നില്ല. ഒരു വെല്ലുവിളിയെന്നോണം ജാനകി അതിനും തയാറായി. യാഥാസ്ഥിതികത്വത്തിന് അതൊരു അടിയായിരുന്നു.

ഗുരുസ്വാമി-ജാനകിമാരുടെ വസതി സ്വാതന്ത്ര്യ സമര സേനാനികളുടെ താവളമായി മാറി. ആ ദമ്പതികളുടെ സ്നേഹം നിറഞ്ഞ ആതിഥ്യം ആവോളം ആസ്വദിക്കാൻ അവർക്ക് അവസരം കിട്ടി. അതിനിടയിൽ ദുഃഖരമായ അനുഭവമുണ്ടായി. ജാനകി ഒരാൺകുഞ്ഞിനു ജന്മം നൽകിയെങ്കിലും അത് പ്രവസവത്തിൽ തന്നെ മരണമടഞ്ഞു.

ഈ കാലത്ത് തമിഴ്നാട്ടിൽ കോൺഗ്രസ് സോഷ്യലിസ്റ്റ് പാർട്ടി ജന്മമെടുത്തു. പി രാമമൂർത്തി, എ കെ ഗോപാലൻ, ജീവാനന്ദം എന്നിവരായിരുന്നു നേതാക്കന്മാർ. ജാനകി അവരുമായി ബന്ധപ്പെടുകയും 1936-ൽ വതലഗുണ്ടുവിൽ നടന്ന കോൺഗ്രസ് സോഷ്യലിസ്റ്റ് പാർട്ടി സമ്മേളനത്തിൽ ഗാനങ്ങൾ അവതരിപ്പിക്കുകയും ചെയ്തു. പ്രസംഗിക്കാനും അവർക്ക് അവസരം ഉണ്ടായി.

എ ഐ സി സി പ്രസിഡന്റ് തിരഞ്ഞെടുപ്പിൽ നേതാജി സുഭാഷ് ചന്ദ്രബോസിനെ പട്ടാഭി സീതാരാമയ്യ പരാജയപ്പെടുത്തി. അതിനുശേഷം നേതാജി മധുര സന്ദർശിച്ചപ്പോൾ കോൺഗ്രസ് അദ്ദേഹത്തെ സ്വാഗതം ചെയ്യാൻ തയാറായില്ല. എന്നാൽ കോൺഗ്രസ് സോഷ്യലിസ്റ്റു പാർട്ടി അതിഗംഭീരമായ സ്വീകരണം ഏർപ്പെടുത്തി. ജാനകിയും മുത്തുരാമലിംഗ ദേവരും അതിനു നേതൃത്വം നൽകി. നേതാജി പല സ്ഥലങ്ങളിലും കോൺഗ്രസ് പതാക ഉയർത്തി.

മധുര കോൺഗ്രസ് കമ്മിറ്റി, സി എസ് പിയുടെ സ്വാധീനത്തിൽപ്പെട്ടപ്പോൾ, ഗുരുസ്വാമി പ്രസിഡന്റും ജാനകിയമ്മാൾ സെക്രട്ടറിയുമായി. സി എസ് പിയിൽ പ്രവർത്തിച്ചിരുന്ന കമ്യൂണിസ്റ്റുകാരുടെ സ്വാധീനത്തിൽപ്പെട്ട് പലരും കമ്യൂണിസ്റ്റാശയത്തിൽ ആകൃഷ്ടരായി. ജാനകിയമ്മാളും ഭർത്താവും അക്കൂട്ടത്തിൽപ്പെടുന്നു. 1939-ൽ കമ്യൂണിസ്റ്റ് പാർട്ടിയുടെ ഒരു ശാഖ മധുരയിൽ സ്ഥാപിതമായി. എ ചെല്ലയ്യ, വി രാമനാഥൻ, എസ് ഗുരുസ്വാമി, കെ പി ജാനകിയമ്മാൾ, എൻ ശങ്കരയ്യ, ഐ പി സുബ്ബയ്യ എന്നിവരായിരുന്നു പാർട്ടി അംഗങ്ങൾ. അവരിൽ ചിലർ കോൺഗ്രസിലെ അംഗത്വം ഉപേക്ഷിച്ചില്ല.

1939-ൽ രണ്ടാം ലോകമഹായുദ്ധം പൊട്ടിപ്പുറപ്പെട്ടപ്പോൾ കോൺഗ്രസും കമ്യൂണിസ്റ്റ് പാർട്ടിയും യുദ്ധശ്രമത്തെ പിന്തുണക്കേണ്ടതില്ലെന്നും യുദ്ധവിരുദ്ധ പരിപാടികൾ സംഘടിപ്പിക്കണമെന്നും നിശ്ചയിച്ചു. തിരുച്ചിയിലെ ഗോൾഡൻ റോക്കിൽ ഒരു പൊതുയോഗത്തിൽ യുദ്ധത്തിനെതിരായി പ്രസംഗിച്ചുകൊണ്ടിരുന്ന ജാനകിയമ്മാളെ അറസ്റ്റു ചെയ്ത് വെല്ലൂർ സെൻട്രൽ ജയിലിലടച്ചു. അവരുടെ ഭർത്താവിനെ കണ്ണൂർ ജയിലിലും അയച്ചു. ദക്ഷിണേന്ത്യയിൽ യുദ്ധവിരുദ്ധ യോഗത്തിൽ പ്രസംഗിച്ച് ജയിൽശിക്ഷ അനുഭവിച്ച ആദ്യവനിത ജാനകിയമ്മാൾ ആയിരുന്നു. ജയിലിൽ വച്ചും അവർ പാട്ടുപാടുമായിരുന്നു. ഒരമ്മ പെറ്റ മക്കൾ അന്യോന്യം കലഹിക്കരുത് എന്ന ആശയം അടങ്ങിയ പാട്ടായിരുന്നു അവർക്കിഷ്ടം.

ജയിലിലെ മോശപ്പെട്ട ആഹാരം നിമിത്തം അവരുടെ ആരോഗ്യം ക്ഷയിച്ചു. ആസ്ത്മയും പിടികൂടി. ആറു മാസത്തിനുശേഷം ജയിൽ മോചിതയായെങ്കിലും അവരുടെ അനാരോഗ്യം മരണം വരെ പിന്തുടർന്നു. ജീവിതമാർഗം എല്ലാം അടഞ്ഞ്, നിത്യവൃത്തിക്കു വകയുണ്ടാക്കാൻ സാരിയും ആഭരണവും വിറ്റു മാറി. ഒടുവിൽ വീടും വിൽക്കേണ്ടിവന്നു.

മധുര ജില്ലയിലെ മോട്ടൈ അരശുവിൽ 1940-ൽ പാർട്ടി ഒരു പഠന സമ്മേളനം സംഘടിപ്പിച്ചു. പാർട്ടിയെ നിരോധിച്ചിരുന്നതുകൊണ്ട് കോൺഗ്രസ് പാർട്ടിയുടെ പേരിലാണ് അത് ഏർപ്പാടുചെയ്തത്. ജാനകിയമ്മാൾ സ്വന്തം ആഭരണങ്ങൾ വിറ്റാണ് അതിനുള്ള ചെലവ് നിർവഹിച്ചത്. എ കെ ഗോപാലൻ, സുബ്രഹ്മണ്യശർമ്മ തുടങ്ങിയ നേതാക്കൾ വർക്ഷോപ്പിൽ പങ്കെടുത്തു. കമ്യൂണിസ്റ്റുകാരുടെ സാന്നിധ്യം മണത്തറിഞ്ഞ പൊലീസ് സ്ഥലത്തെത്തി പലരേയും അറസ്റ്റു ചെയ്തു. കമ്യൂണിസത്തെക്കുറിച്ച് കൂടുതലറിയാനും വിശ്വവീക്ഷണം വികസിപ്പിക്കാനും ജാനകിയമ്മാളിനു സാധ്യമായി. ദേശീയ സുരക്ഷാ നിയമം അനുസരിച്ച് 1941-ൽ ജാനകിയമ്മാൾ അറസ്റ്റിലായി. ഈ നിയമം പിടികൂടുന്ന ആദ്യത്തെ തെക്കെ ഇന്ത്യൻ വനിത അവരായിരുന്നു. ഒമ്പതു മാസം വെല്ലൂർ സെൻട്രൽ ജയിലിൽ കഴിഞ്ഞുകൂടി.

1943-ലെ കൊടിയ ബംഗാൾ ക്ഷാമം ഇന്ത്യയെ പിടിച്ചുകുലുക്കി. ദുരിത ബാധിതർക്കായി പണവും വസ്ത്രവും ശേഖരിക്കാൻ ജാനകിയ

മ്മാൾ മുൻപന്തിയിൽനിന്നു പ്രവർത്തിച്ചു. കലാപരിപാടികളും പ്രദർശ നങ്ങളുമൊരുക്കി ജനങ്ങളിൽ സഹതാപം ഉണർത്തി.

ഹാർവേ മിൽ തൊഴിലാളി സമരത്തിൽ പങ്കെടുത്തതിന്റെ പേരിൽ ആ വർഷം ജാനകിയമ്മാൾ അറസ്റ്റിലായി. 1944-ൽ പി. രാമമൂർത്തി, കൈത്തറി തൊഴിലാളികളുടെ മഹായോഗം വിളിച്ചുകൂട്ടി. അതിന്റെ വിജ യത്തിന് ജാനകിയമ്മാൾ കഴിവതും പ്രയത്നിച്ചു. കമ്യൂണിസ്റ്റ് പാർട്ടി യുടെ നിർദേശപ്രകാരം പിന്നീട് കർഷകതൊഴിലാളികളെ സംഘടിപ്പി ക്കുന്ന പ്രവർത്തനത്തിൽ മുഴുകി. ജന്മിത്തത്തിനെതിരായി സന്ധിയില്ലാ സമരം നടത്തിയ അവർ കർഷകരുടെ കണ്ണിലുണ്ണിയായി. അങ്ങനെ യാണ് അവർക്ക് "അമ്മ" എന്ന അരുമപ്പേരു വീഴുന്നത്.

സ്വാതന്ത്ര്യപ്രാപ്തിക്കുശേഷവും ജാനകിയമ്മാൾ, കമ്യൂണിസ്റ്റ് പ്രസ്ഥാനത്തിനുവേണ്ടി സർവ്വതും സമർപ്പിച്ചു. 1950-ൽ ദേശരക്ഷാ നിയമം അനുസരിച്ച് അവർ അറസ്റ്റിലായി. എ കെ ഗോപാലൻ, കെ ടി കെ തങ്കമണി, എം ആർ വെങ്കിടരാമൻ, ഗുരുസ്വാമി, വെല്ലൂർ മണിയ മ്മാൾ, എൻ എസ് രുക്മിണിയമ്മാൾ എന്നിവരും കൂട്ടത്തിൽ തടവുകാ രായിരുന്നു. ജയിൽ ജീവിതം നരകതുല്യമായിരുന്നു. പീഡനങ്ങൾക്കെ തിരെ ജയിലിനുള്ളിൽ സമരം നടന്നു. സേലം ജയിലിലാണ് കൂടുതൽ വീറോടെ പോരാടിയത്. 22 തടവുകാർ വെടിയേറ്റു മരിച്ചു. പ്രതിഷേധ പ്രകടനമായി ജാനകിയമ്മാളും സഖാക്കളും നിരാഹാര സമരം നടത്തി.

തുടർന്നുള്ള ജീവിതകാലത്തും അവർ നാടിനുവേണ്ടി സമർപ്പിത സേവനം നിർവഹിച്ചു. വാർഡ് മെമ്പർ, ജില്ലാ ബോർഡ് മെമ്പർ, എം എൽ എ എന്നീ വിവിധ നിലകളിൽ പ്രവർത്തിച്ചു. ഭർത്താവിന്റെയും അദ്ദേഹത്തിന്റെ ആദ്യ ഭാര്യയുടെയും കൂടെയായിരുന്നു ജാനകിയമ്മാ ളുടെ കുടുംബജീവിതം. ഭർത്താവു മരിച്ച ശേഷം അവർ മധുര പാർട്ടി ആപ്പീസിൽ സ്ഥിര താമസമാക്കി. 1964-ൽ പാർട്ടി പിളർന്നപ്പോൾ, സി പി ഐ (എം) ൽ ഉറച്ചു നിന്നു. പിന്നീടും പലവട്ടം ജയിൽവാസം അനു ഭവിക്കേണ്ടിവന്നു.

തമിഴ്നാട്ടിൽ കർഷകത്തൊഴിലാളി യൂണിയനും ജനാധിപത്യ മഹിളാ അസോസിയേഷനും രൂപീകരിക്കുന്നതിൽ ജാനകിയമ്മാളുടെ സേവനം പ്രധാനമായിരുന്നു. കമ്യൂണിസത്തിനുവേണ്ടി സർവത്യാഗ ത്തിനും സന്നദ്ധയായ അവർ സ്വത്തും വ്യക്തി സുഖവുമെല്ലാം അതി നായി ഉപേക്ഷിച്ചു. പാവപ്പെട്ടവർക്കായി ഉഴിഞ്ഞു വച്ച ജീവിതമായിരുന്നു അവരുടേത്. സ്നേഹിച്ചവർ നൽകിയ "അമ്മ" എന്ന പേര് അവർ അന്വർഥമാക്കി.

1992 മാർച്ച് 1ന് അവർ അന്ത്യശ്വാസം വലിച്ചു. തമിഴ്നാട്ടുകാരുടെ മനസ്സിൽ അവർക്ക് ഇന്നും ഇടമുണ്ട്.

പി ഒ അഗസ്ത്യലിംഗം

7

പണ്ഡിറ്റ് കിശോരി ലാൽ

"**ബ**ഹുജന ഹിതമാണ് ഒരു മാനദണ്ഡം
ആ അളവുകോൽ വച്ചാണ് സത്യത്തെ അളന്നു നോക്കേണ്ടത്.
അതു വച്ച് സത്യത്തെ പരീക്ഷിച്ചറിഞ്ഞാൽ
പിന്നെ ഒരുവൻ സ്വന്തം സ്വത്വത്തെപ്പറ്റി എന്തിനു
വേവലാതിപ്പെടണം.
കൊടി, പാർട്ടി, സംഘടന എല്ലാം സ്വന്തം സ്വാർഥത്തേക്കാൾ
ഉയരത്തിലാണ്.
അഹന്തയുടെ ദീനം പിടിച്ചവൻ മാത്രമെ
ആശയക്കുഴപ്പത്തിന്റെ അഴുക്കുകുഴിയിൽ അകപ്പെടുകയുള്ളൂ.
ആ ആശയക്കുഴപ്പം, തെളി നീലാകാശത്തിനു നേരേ
നോക്കിക്കുരയ്ക്കുന്ന
കോമാളിപ്പട്ടിയാണ്
ജനതയുടെ വിജയചരിതമാണ് ചരിത്രം
നൈൽ, വോൾഗ, ഗംഗാ, നദികളെപ്പോലെ
അത് അനവരതം ഒഴുകുന്നു."

ജോധ് സിങ്ങ്

ബ്രിട്ടീഷ് തടവറയിൽ കഠിന പീഡനങ്ങളേറ്റു കഴിഞ്ഞ പണ്ഡിറ്റ് കിശോരി ലാലിന്റെ ജീവിതവും ആദർശനിഷ്ഠയും ഓർക്കുമ്പോൾ, മേൽച്ചേർത്ത പുരോഗമന കവിയുടെ വരികൾ അന്വർഥമാകുന്നു.

1930 ഒക്ടോബർ 7ന് സാണ്ടേഴ്സ് വധക്കേസിന്റെ വിധി വന്നപ്പോൾ ഷഹീദ് ഭഗത് സിങ്ങ്, രാജ് ഗുരു, സുഖ ദേവ് എന്നിവർക്ക് വധശിക്ഷ ലഭിച്ചു. 18 വയസ്സു തികയാത്തതിന്റെ പേരിൽ പണ്ഡിറ്റ് കിശോരിലാ

ലിനു ജീവപര്യന്തമായി. മഹാവീർ സിങ്ങ്, ശിവവർമ്മ, വി കെ സിഹ്ന, ഡോ ഗയാ പ്രസാദ്, കമൽനാഥ് തിവാരി എന്നിവർക്കും ജീവപര്യന്തം തടവു കിട്ടി.

പതിനെട്ടു വർഷം ബ്രിട്ടീഷ് തടവറയിൽ കഴിഞ്ഞ് വിമോചിതനായപ്പോൾ സ്വന്തം വീട്ടിൽ പോകാതെ, കിശോരിലാൽ നേരെ പോയത് ലാഹോറിലെ കമ്യൂണിസ്റ്റ് പാർട്ടി ഓഫീസിലേക്കാണ്. അന്നു മുതൽ 1990 ജൂലായ് 11ന് അന്ത്യശ്വാസം വലിക്കുന്നതുവരെ, ഇന്ത്യൻ ജനതയുടെ അവകാശങ്ങൾക്കായി പാർട്ടി കൊടിക്കീഴിൽ നിന്ന് പൊരുതി. സി പി ഐ (എം)ന്റെ പഞ്ചാബ് സ്റ്റേറ്റ് കമ്മിറ്റിയിൽ, സ്റ്റേറ്റ് സെക്രട്ടേറിയറ്റ് മെമ്പറായിരുന്നു അദ്ദേഹം. സ്വാതന്ത്ര്യ സമര സേനാനിയും വിപ്ലവകാരിയുമായിരുന്ന അദ്ദേഹം പഞ്ചാബിലെ യുവജനതയുടെയും യുവസഖാക്കളുടെയും ബഹുമാന പാത്രമായിരുന്നു. ജനങ്ങളുടെ അവകാശങ്ങൾക്കായി അടരാടുന്നതിൽ അദ്ദേഹം കാട്ടിയ നിർഭയത്വവും നിസ്വാർഥതയും നിഷ്കളങ്കതയും എല്ലാവരേയും ആകർഷിച്ചു.

ഹോഷിയാർ പൂർ ജില്ലയിൽ ധരംപൂർ ഗ്രാമത്തിലാണ് 1912-ൽ കിശോരിലാൽ ജനിച്ചത്. ചിൽ മരങ്ങൾ നിറഞ്ഞ ചെറു കുന്നിൻ പ്രദേശമായിരുന്നു അത്. ബ്രിട്ടീഷുകാരുടെ വരവിനു മുമ്പുതന്നെ ധരംപൂർഗ്രാമം വിദ്യാഭ്യാസ കാര്യത്തിൽ മെച്ചപ്പെട്ട ഇടമായിരുന്നു. ഗ്രാമവിദ്യാലയത്തിൽ പ്രാഥമിക വിദ്യാഭ്യാസം കഴിഞ്ഞ് കിശോരിലാൽ കോയിത്ത (ഇപ്പോൾ പാകിസ്ഥാനിൽ) യിൽവച്ച് മെട്രിക്കുലേഷൻ പാസായി. അവിടെ സംസ്കൃത അധ്യാപകനായിരുന്നു അച്ഛൻ. ലാഹോർ ഡി എ വി കോളേജിലായിരുന്നു ഉപരിപഠനം.

കിശോരിലാലിന്റെ പിതാവ് കോൺഗ്രസ് അനുഭാവിയായിരുന്നു. അതുകൊണ്ടാണ് മുൾട്ടാനിൽനിന്ന് കോയിത്തയിലേക്ക് സ്ഥലംമാറ്റപ്പെട്ടത്. കിശോരി ലാലിന്റെ മൂന്നു ജ്യേഷ്ഠന്മാരും സ്വാതന്ത്ര്യസമരഭടന്മാരായിരുന്നു. ഈ കുടുംബപശ്ചാത്തലമാണ് കിശോരിലാലിന്റെ മനസിലും ബ്രിട്ടീഷ് വിരോധത്തിന്റെ വിത്തു വിതച്ചത്.

1928-ൽ കിശോരിലാൽ, "നൗജവാൻ ഭാരത് സഭ"യിൽ അംഗമായി. സഭാസ്ഥാപകനായ ഭഗത്സിങ്ങുമായി നേരിട്ട് സമ്പർക്കത്തിലായി. വിപ്ലവമാർഗത്തിലൂടെ സ്വാതന്ത്ര്യസമരം സംഘടിപ്പിക്കാനുള്ള ശ്രമത്തിലായിരുന്നു ഭഗത്സിങ്ങ്.

ഭഗത്സിങ്ങ്, ചന്ദ്രശേഖർ ആസാദ്, ഭഗവതി ചരൺ, ശിവ വർമ്മ തുടങ്ങി അനേകം പേർ, ബംഗാൾ, യു പി, പഞ്ചാബ് എന്നിവിടങ്ങളിൽച്ചെന്ന് യുവാക്കളെ സംഘടിപ്പിച്ച്, വിപ്ലവമാർഗത്തിലൂടെ ബ്രിട്ടീഷ് ഭരണം അവസാനിപ്പിക്കാൻ പരിപാടികൾ ആസൂത്രണം ചെയ്തു; മറ്റിടങ്ങളിലെ വിപ്ലവ സംഘടനകളുമായി യോജിച്ച്, ഹിന്ദുസ്ഥാൻ സോഷ്യലിസ്റ്റ് റിപ്പബ്ലിക്കൻ ആർമി എന്ന പുതിയ സംഘടന രൂപീകരിച്ചു.

സൈമൺ കമ്മീഷൻ ലാഹോർ സന്ദർശിച്ചപ്പോൾ, 1928 ഒക്ടോ

ബർ 20ന് "സൈമൺ തിരിച്ചു പോവുക" എന്ന മുദ്രാവാക്യം മുഴക്കി, കരിങ്കൊടി പ്രകടനം നടന്നു. പ്രകടനം നയിച്ച ലാലാ ലജ്പത്റായ്, സാണ്ടേഴ്സ് എന്ന പൊലീസാഫീസറുടെ ക്രൂരമായ മർദനത്തിനിരയായി; തലയിൽ മുറിവേറ്റ അദ്ദേഹം 1928 നവംബർ 17ന് നിര്യാതനായി.

ഭാരതത്തിന്റെ അഭിമാനത്തിനു ക്ഷതമേറ്റതായി ഭഗത്സിങ്ങും സഹവിപ്ലവകാരികളും കണക്കാക്കി. ലാലാ ലജ്പത് റായിയുടെ രക്തസാക്ഷിത്വത്തിന് പ്രതിക്രിയയായി, പോലീസ് സൂപ്രണ്ട് സ്കോട്ടിനേയും ഓഫീസർ സാണ്ടേഴ്സനേയും കൊല്ലണമെന്ന് നിശ്ചയിച്ചു. തീരുമാനത്തിനൊത്ത് ഡിസംബർ 14ന് വൈകുന്നേരം 4.30ന് ഭഗത് സിങ്ങ്, ചന്ദ്രശേഖർ ആസാദ്, രാജ് ഗുരു എന്നിവരും മറ്റു സഖാക്കളും ഡി എ വി കോളേജിനു സമീപം പൊലീസ് സൂപ്രണ്ടിന്റെ ഓഫീസിനടുത്ത് സംഘടിച്ച് സണ്ടേഴ്സനെ വധിച്ചു. മക്ലോയിഡ് റോഡിലെ, കാശ്മീരി ബിൽഡിങ്ങിൽ 69-ാം നമ്പർ വീട്ടിൽവച്ച് കിശോരി ലാൽ, സുഖദേവ് എന്നിവരും മറ്റൊരു സഖാവും 1929 ഏപ്രിൽ 15ന് അറസ്റ്റു ചെയ്യപ്പെട്ടു. ആ കെട്ടിടത്തിനുള്ളിൽ രഹസ്യ ബോംബ് നിർമ്മാണശാല പ്രവർത്തിച്ചിരുന്നു. 1929 ഏപ്രിൽ 8ന് സെൻട്രൽ അസംബ്ലിയിൽ ഭഗത് സിങ്ങും, ബടുകേശ്വർ ദത്തും എറിഞ്ഞ ബോംബിനു സമമായ ബോംബാണ് ആ നിർമാണപ്പുരയിൽ നിന്ന് കണ്ടെടുത്തത്.

ലാഹോർ, മുൾട്ടാൻ, ന്യൂ മുൾട്ടാൻ, മോണ്ട്ഗോറി, എന്നിവിടങ്ങളിലെ ജയിലുകളിൽ കിശോരിലാൽ ആദ്യം 'സി' ക്ലാസ് തടവുകാരനായി കഴിഞ്ഞു. അഞ്ചു വർഷത്തോളം ഏകാന്തത്തടവിലാണു പാർപ്പിച്ചത്. ജയിലിൽ വച്ച് കമ്യൂണിസ്റ്റ് തടവുകാരുമായി പരിചയപ്പെടുകയും മാർക്സിസ്റ്റ് സാഹിത്യം വായിച്ചു പഠിക്കാൻ ആരംഭിക്കുകയും ചെയ്തു. അതോടെ അദ്ദേഹത്തിന്റെ കാഴ്ചപ്പാടിൽ കാര്യമായ മാറ്റം സംഭവിച്ചു. 1936-ൽ ജയിലിൽവച്ചുതന്നെ പാർട്ടി അംഗത്വത്തിന് അപേക്ഷിച്ചു. 1942-ൽ അംഗത്വം അനുവദിച്ചു.

1946-ൽ ജയിലിൽനിന്നു വിട്ട് പുറത്തു വന്നപ്പോൾ, തൊഴിലാളി മേഖലയിൽ പ്രവർത്തിക്കാനാണ് പാർട്ടിയോട് അനുമതി തേടിയത്. കൈയും മെയ്യും മറന്ന കർമ്മകുശലതയാൽ 1948-ൽ അദ്ദേഹം എ ഐ ടി യു സിയുടെ പഞ്ചാബ് സ്റ്റേറ്റ് പ്രസിഡന്റായി ഉയർന്നു. 1955-ൽ പഞ്ചാബിലെ സഖാക്കളുടെ ജാഥയെ നയിച്ചുകൊണ്ട്, അദ്ദേഹം ഗോവയിലേക്ക് അതിന്റെ വിമോചനത്തിനായി പ്രയാണം നടത്തി. മൂന്നു വർഷത്തിനു ശേഷം, ജലന്തറിലെ പഞ്ചാബ് ബുക്ക് സെന്ററിന്റെ ചുമതലയിൽ അദ്ദേഹം നിയമിതനായി.

കോൺഗ്രസ് ഭരണകാലത്തും കിശോരി ലാൽ എട്ടു വർഷം ജയിലിലായിരുന്നു. രണ്ടു വർഷം ഒളിവു ജീവിതം നയിച്ചു.

അങ്ങനെ, ജീവിതത്തിൽ 25 വർഷവും അദ്ദേഹം തടവറയ്ക്കകത്താണ് ജീവിച്ചത്.

ചരൺ സിങ്ങ് വിർദി

8

'കാകാ' മിതലാൽ

രാജസ്ഥാനിലെ പാലി ജില്ലയിലെ സോജത് പട്ടണത്തിൽ 1893 ഡിസംബർ 13നാണ് മിതലാൽ ജനിച്ചത്. രാജസ്ഥാനിലെ പ്രമുഖ സ്വാതന്ത്ര്യസമര സേനാനിയായിരുന്ന അദ്ദേഹം 1954-ൽ അറുപതാം വയസ്സിൽ കമ്യൂണിസ്റ്റ് പാർട്ടിയിൽ അംഗമായി. രാജകീയ സംസ്ഥാനമായി അറിയപ്പെടുന്ന രാജസ്ഥാനിലെ അക്രമത്തിനും അനീതിക്കും എതിരെ പൊരുതിപ്പോന്ന കാകാ മിതലാലിന്റെ സുദീർഘ ജീവിതത്തിൽ കമ്യൂണിസ്റ്റ് കക്ഷി അംഗത്വം പുതിയ വഴിത്തിരിവായി.

മാർവാഡ് നാട്ടുരാജ്യത്തിലെ ഒരു 'ഫർഗാന'യായിരുന്നു സോജത്. ജന്മിമാരുടെ ക്രൂരതയും ചൂഷണവും കുട്ടിക്കാലംതൊട്ടേ കണ്ടാണ് മിതലാൽ വളർന്നുവന്നത്. ബ്രിട്ടീഷുകാരുടെ പിന്തുണയോടെ, ഒരു ഫ്യൂഡൽ പ്രഭുവാണ് അവിടം ഭരിച്ചത്. മാർവാഡിനെ 'ജാഗിർദാരി'കളായി വിഭജിക്കുകയും അവയുടെ നടത്തിപ്പിന് ജാഗിർദാർമാരെ നിയമിക്കുകയും ചെയ്തു. ഉരുക്കു മുഷ്ടികൾ ഉപയോഗിച്ചായിരുന്നു അവരുടെ കാര്യനിർവഹണം. ഗ്രാമത്തലവന്മാരായ ജമീന്ദർമാരും ഠാക്കൂർമാരും ജാഗിർദാർമാർക്കു പിന്തുണ നൽകും. കർഷകരും കൈത്തൊഴിൽകാരും മറ്റു കായിക വേലക്കാരും ഇവരുടെ ക്രൂരത പേറിയാണ് ജീവിച്ചുവന്നത്.

കർഷകർ ശരിക്കും അടിമകളായിരുന്നു. അവരുടെ അധ്വാനത്തിന്റെ പകുതിയിലധികം ഫലം, പലതരം നികുതികളായി, പിഴകളായി അധികാരികളുടെ അരികിൽ ചെന്നൊടുങ്ങും (ചില നാട്ടുരാജ്യങ്ങളിൽ അറുപതോളം തരം നികുതികൾ ഈടാക്കിയിരുന്നു). കൂലിയില്ലാതെ വേല ചെയ്യാനും കർഷകർ നിർബന്ധിതരായി. പുറമെ പലതരം പാരിതോഷികങ്ങൾ ജാഗീർദാർമാർക്കും ജമീന്ദാർമാർക്കും ഠാക്കുർമാർക്കും കാഴ്ച

വെക്കേണ്ടിയിരുന്നു. പരമദരിദ്രരായ കർഷകരെയും കരവേലക്കാരെയും ആശ്രയിച്ചു വേണമായിരുന്നു ദളിതരും അയിത്തജാതിക്കാരും ജീവിത മാർഗം കണ്ടെത്താൻ. എല്ലാംകൊണ്ടും അവരുടെ നില അതീവ പരി താപകരമായിരുന്നു.

ചന്ദവാൾ ഗ്രാമത്തിലെ ഠാക്കൂർ, ജോധ്പൂരിലെ (മാർവാഡിന്റെ തല സ്ഥാനം) മഹാരാജാവിന്റെ അടുത്തയാളും ക്രൂരതയ്ക്ക് പേരുകേട്ടവനും ആയിരുന്നു. ജനങ്ങൾക്ക് മുൻകൈയുള്ള ഭരണവും സാമൂഹിക പരി ഷ്കരണവും നാട്ടിൽ അത്യാവശ്യമാണെന്ന ബോധം ജനങ്ങളിൽ വളർത്താൻ അയാളുടെ ക്രൂരതകൾ പ്രേരകമായി.

അത്തരമൊരു അവസ്ഥയിലാണ് 1932-ൽ മിതലാൽ കോൺഗ്രസിൽ ചേർന്നത്. ജനങ്ങൾ തിരഞ്ഞെടുത്ത സർക്കാർ നാട്ടിൽ വേണമെന്ന ആവശ്യം കോൺഗ്രസ് മുന്നോട്ടുവച്ചിരുന്നു. മിതലാൽ ബഹുജനങ്ങളുടെ ആവശ്യങ്ങൾക്കും അവകാശങ്ങൾക്കും വേണ്ടി ശബ്ദമുയർത്തി. കൃഷി ക്കാർ, തൊഴിലാളികൾ, ഹരിജനങ്ങൾ എന്നിവരുടെ പ്രശ്നങ്ങളെപ്പറ്റി അദ്ദേഹം മനസ്സിലാക്കിയിരുന്നു. അവരുടെ ഉയർച്ചക്കുവേണ്ടി സ്വദേശി പ്രസ്ഥാനവും മദ്യവർജന പ്രക്ഷോഭവും അദ്ദേഹം ഉയർത്തിക്കൊണ്ടു വന്നു. മാർവാഡ് പോലുള്ള നാടുകളിൽ സ്വാതന്ത്ര്യം എന്നതിന്റെ അർഥം നാട്ടുരാജാക്കന്മാരുടെയും ജാഗീർദാർമാരുടെയും മറ്റും പീഡന ങ്ങളിൽനിന്നുള്ള മോചനമായിരുന്നു. ഭൂരിഭാഗം ജനങ്ങളും നിരക്ഷരരും അജ്ഞരും ആയിരുന്നു. ലോകകാര്യങ്ങളൊന്നും അവർക്ക് അറിയാനുള്ള അവസരം ഉണ്ടായിരുന്നില്ല. റഷ്യൻ വിപ്ലവത്തെപ്പറ്റി അവർ കേട്ടിട്ടു പോലും ഇല്ല. അപൂർവം ചിലർക്ക് ഗാന്ധിയെ അറിയാം. അവർ എ ഴുത്തും വായനയും അറിയാവുന്ന കൂട്ടർ ആയിരുന്നു.

മഞ്ജിലാൽ അലിഷാൻ, ദേദാറാം ജാട്ട്, ഛൈലാറാം എന്നിവർ ഛന്ദവാൾ ഗ്രാമത്തിൽ ജനങ്ങളെ അണിനിരത്തുകയും പ്രഭുക്കന്മാരു ടെയും അവരുടെ കാര്യസ്ഥന്മാരുടെയും ഗുണ്ടകളുടെയും അക്രമങ്ങൾ ക്കെതിരെ പൊരുതേണ്ട ആവശ്യകതയെപ്പറ്റി ബോധ്യപ്പെടുത്തുകയും ചെയ്തു. ആ സമയത്ത് 'കാകാ'മിതലാൽ ആര്യസമാജത്തിലെ അംഗ മായിരുന്നു. ജനങ്ങളുടെ അധഃപതനത്തിനു കാരണമായ ജാതീയത, ആഡംബര ഭ്രമം, വിധിവിശ്വാസം, അയിത്താചാരം തുടങ്ങിയ സാമൂ ഹിക തിന്മകൾക്കെതിരെ അദ്ദേഹം നിലകൊണ്ടു. സ്ത്രീകളോടു കാട്ടുന്ന വിവേചനത്തെ എതിർത്തു. പെൺകുട്ടികളുടെ വിദ്യാഭ്യാസത്തിനും ദളി തരുടെ ഉന്നമനത്തിനുംവേണ്ടി ശബ്ദമുയർത്തി.

സ്വന്തം പുരോഗമന വിശ്വാസത്തിന്റെ സാക്ഷാത്കാരത്തിനായാണ് 'കാകാ' കോൺഗ്രസിൽ ചേർന്നത്. സോജതിൽ കോൺഗ്രസിന്റെ ഒരു ശാഖ അദ്ദേഹം രൂപീകരിച്ചു. ജയ് നാരായൺ വ്യാസ്, ദ്വാരകാ ദാസ് പുരോഹിത്, രഞ്ചോർ ദാസ് ഗട്ടാനി, മഥുരാ ദാസ് മാത്തൂർ, ഗോകുൽ ഭായ് ഭട്ട്, എന്നിവരോടൊത്ത് മാർവാഡ് സംസ്ഥാനത്തിലും കോൺഗ്രസ് ശാഖ, മാർവാഡ് ലോകപരിഷത്ത് എന്ന പേരിൽ സ്ഥാപിച്ചു. കാകാ

മിതലാൽ ആയിരുന്നു അതിന്റെ ആദ്യത്തെ തിരഞ്ഞെടുക്കപ്പെട്ട പ്രസിഡന്റ്.

ഛന്ദവാളിലെ ജാഗിർദാരുടെ ക്രൂരനടപടികൾക്കെതിരെ ഒരു സത്യാഗ്രഹം സംഘടിപ്പിക്കുകയാണ് പരിഷത്ത് ആദ്യം ചെയ്തത്. സമരം തകർക്കാൻ ജാഗീർദാർ വാടകത്തല്ലുകാരെ സത്യഗ്രഹസ്ഥലത്തേക്ക് അയച്ചു. 'കാകാ'യെയും മറ്റു സുഹൃത്തുക്കളെയും അവർ പൊതിരെ തല്ലുകയും ഗ്രാമത്തിൽ കടന്നു പോകരുതെന്ന് വിലക്കുകയും ചെയ്തു. കാകായുടെ ഒരു കണ്ണിന് കാര്യമായ പരുക്കു പറ്റി. എല്ലാവരേയും സോജതിലെ ആശുപത്രിയിൽ പ്രവേശിപ്പിച്ചു. "പരുക്കേറ്റ രാഷ്ട്രീയക്കാരെ" ചികിത്സിക്കരുതെന്ന് മാർവാഡ് മഹാരാജാവ് ഡോക്ടർമാരോട് പറഞ്ഞു.

ഛന്ദവാളിലെ സത്യഗ്രഹം പൊളിഞ്ഞെങ്കിലും ജനം ക്ഷുഭിതരായി. സത്യഗ്രഹികൾക്കു ചികിത്സ നൽകിയേ ഒക്കൂ എന്ന് അവർ ഡോക്ടർമാരോട് ആവശ്യപ്പെട്ടു. പ്രഭുത്വ വാഴ്ചക്കെതിരെ ജനരോഷം ഉണർത്താൻ പരിഷത്തിനു കഴിഞ്ഞു. അതൊരു വിജയമായിരുന്നു.

തലസ്ഥാനമായ ജോധ്പൂരിൽ വാർത്ത എത്തിയപ്പോൾ, രാഷ്ട്രീയ പ്രവർത്തകർ ഒത്തുചേർന്ന് മഹാരാജാവിന്റെ കൊട്ടാരത്തിനു മുന്നിൽ ധർണ നടത്തി. ഛന്ദവാളിലെ ജാഗീർദാരെ അറസ്റ്റുചെയ്യണമെന്ന് ആവശ്യപ്പെട്ടെങ്കിലും അതു നടന്നില്ല.

'കാകാ' സ്വയം പുരോഗമന വീക്ഷണം നേടിയെങ്കിലും അദ്ദേഹത്തിന്റെ കുടുംബക്കാർ യാഥാസ്ഥിതികരായിരുന്നു. അതിനാൽ സ്വാഭാവികമായും അവർ 'കാകാ'യുടെ നടപടികളിൽ അസന്തുഷ്ടരായി. കാകായെയും സഹ സത്യഗ്രഹികളെയും സോജതിൽ ചികിത്സയ്ക്കു കൊണ്ടുവന്നപ്പോൾ, അവരെ തല്ലിയത് ഹരിജനങ്ങളാണെന്ന ഊഹാപോഹം പ്രചരിച്ചു. 'കാകാ'യുടെ അമ്മ കോപാകുലയായി കൈയിലൊരു വടിയുമായി ചെന്ന് തൊട്ടുതീണ്ടിയ മകനെ പൊതിരെ തല്ലി. കാകാ സ്വന്തം തീരുമാനങ്ങളിൽ ഉറച്ചുനിന്നു. ജാതീയതക്കെതിരെ അദ്ദേഹം കടുത്ത നിലപാടു സ്വീകരിച്ചു. ഉയർന്ന ജാതിക്കാരുടെ ആചാരങ്ങളെയും പൊങ്ങച്ചങ്ങളെയും എതിർത്തു. പണ്ടുപണ്ടേയുള്ള ആചാരമാണെന്നോ പുരാണപുസ്തകങ്ങളിൽ പറഞ്ഞിട്ടുണ്ടെന്നോ ഒക്കെയുള്ള ന്യായവാദം അദ്ദേഹം അവഗണിച്ചു. സ്വന്തം പഠനവും അനുഭവജ്ഞാനവും മാത്രം മുറുകെ പിടിച്ചു. അയിത്തക്കാരുടെ കൂടെ കൂടി വീട്ടിലെത്തിയാൽ അടുക്കളയിൽ കയറാൻ അനുമതി ഉണ്ടായിരുന്നില്ല. നിരക്ഷരയായ അമ്മയുടെ അജ്ഞതയോർത്തു ചിരിച്ചതല്ലാതെ അതൊന്നും വലിയ പ്രശ്നമാക്കിയില്ല.

കർഷകരെ ഉണർവുള്ളവരാക്കാനും സമൂഹത്തിലെ അന്ധവിശ്വാസം അകറ്റാനും 'കാകാ' ആവതെല്ലാം ചെയ്തു. അദ്ദേഹവും സ്വയം ഒരു ചെറിയ ജാഗീർദാർ ആയിരുന്നു. നിലം, കൈവശക്കാർക്ക് പങ്കുവെച്ചുകൊടുത്തത് "കൃഷിഭൂമി കൃഷിക്കാരന്" എന്ന മുദ്രാവാക്യം പ്രായോഗികമാക്കി.

'ക്വിറ്റിന്ത്യാ സമരം' തുടങ്ങിയപ്പോൾ, മാർവാഡ് സംസ്ഥാനത്തിലെ സമരപരിപാടികളിൽ കാകാ മുൻപന്തിയിലായിരുന്നു. സമരത്തിൽ പങ്കെടുത്തതിനു ജയിൽ ശിക്ഷയും അനുഭവിച്ചു. ഇന്ത്യൻ സ്വാതന്ത്ര്യ പ്രക്ഷോഭം ശക്തിപ്പെട്ടുവന്നപ്പോൾ നാട്ടുരാജ്യങ്ങളിൽ ജനങ്ങളുടെ ഉത്തരവാദഭരണത്തിനായുള്ള മുറവിളിയും ശക്തമായി. സമ്മർദം മുറുകിയപ്പോൾ മാർവാഡ് രാജാവ് തിരഞ്ഞെടുക്കപ്പെട്ട ജനപ്രതിനിധിസഭ രൂപീകരിക്കുന്നതിന് സമ്മതം നൽകി.

രാജാവിന്റെ വാഗ്ദാനം ഫലപ്രാപ്തി നേടിയപ്പോൾ, 'കാകാ' കടുത്ത നിരാശയിലായി. കാരണം രാജഭരണത്തിൻ കീഴിൽ മുമ്പ് ജനങ്ങളെ കടുത്ത ദ്രോഹത്തിനിരയാക്കിയ ആളുകൾ പലരും തിക്കിത്തിരക്കി മുന്നിലെത്തി ജനപ്രതിനിധിസഭയിൽ സ്ഥാനം നേടി. പാലി ജില്ലയിലെ ജില്ലാ പ്രമുഖ് സ്ഥാനത്തേക്ക് നിയമിതനായത് കോൺഗ്രസുകാരനായ ഛന്ദവാളിലെ ഒരു ജാഗീർദാർ ആയിരുന്നു. സത്യഗ്രഹസമരത്തിൽ, കാകായേയും സുഹൃത്തുക്കളേയും വാടകഗുണ്ടകളെക്കൊണ്ട് തല്ലിയ അതേ മനുഷ്യൻ! ജില്ലാ കോൺഗ്രസ് പ്രസിഡന്റ് സ്ഥാനം വഹിക്കുന്ന 'കാകാ' ആവതും എതിർത്തു നോക്കിയെങ്കിലും ഫലമുണ്ടായില്ല.

കോൺഗ്രസുമായുള്ള അഭിപ്രായ ഭിന്നത രൂക്ഷമായി. സ്വാതന്ത്ര്യസമരത്തിൽ ത്യാഗം സഹിച്ചവരെല്ലാം പുതിയ ചുറ്റുപാടിൽ അവഗണിക്കപ്പെടുന്നതായി മിതലാലിനു ബോധ്യപ്പെട്ടു. പഴയ മർദകർ പ്രധാന സ്ഥാനം കൈയടക്കിയത് നിസ്സഹായനായി നോക്കിനിൽക്കേണ്ടിവന്നു. സ്വാതന്ത്ര്യ പ്രക്ഷോഭത്തിൽ മിതലാലിനോടൊപ്പം ഉണ്ടായിരുന്ന ഹരിഭായ് കിങ്കർ എന്ന സുഹൃത്ത് കാര്യങ്ങളുടെ തകിടം മറിച്ചിലിൽ മനം നൊന്ത് ആത്മഹത്യ ചെയ്തു.

മറ്റൊരു സഹപ്രവർത്തകൻ ജയ്നാരായൺ വ്യാസ് രാജസ്ഥാനിലെ മുഖ്യമന്ത്രിയാവാൻ നിയുക്തനായപ്പോൾ 'കാകാ' പറഞ്ഞു, "താങ്കൾ ഒരു ലക്ഷ്യത്തിലെത്തി. എന്റെ താവളം ഇനിയും അകലെയാണ്. പിന്തിരിപ്പൻ മുതലാളിത്ത ചൂഷണ വ്യവസ്ഥ തുടരും വരെ ഞാനെന്റെ പോരാട്ടം തുടരാനാണ് പോകുന്നത്."

'കാകാ'യുടെ വിചാരഗതി പുതിയൊരു വഴിയിലേക്കു വഴുതി മാറി. റഷ്യയിലെ മഹത്തായ വിപ്ലവത്തിന്റെ വിത്തുപാകിയ മാർക്സിസം-ലെനിനിസത്തിന്റെ വഴി. കോൺഗ്രസിൽ തുടരുന്നത് നിഷ്ഫലമെന്നു കണ്ട 'കാകാ' അതിൽനിന്നു രാജിവച്ചു.

മിതലാൽ കമ്യൂണിസ്റ്റ് പാർട്ടിയിൽ ചേർന്നു. സുഖ ദുഃഖങ്ങളിൽ മുമ്പ് ഒപ്പമുണ്ടായിരുന്ന അതേ ഗ്രാമീണ കർഷകരുടെ പ്രശ്നങ്ങൾക്കായി വീണ്ടും പ്രവർത്തനം തുടർന്നു. രാജസ്ഥാനിലെ കിസാൻ സഭ ശക്തിപ്പെടുത്താൻ അദ്ദേഹം ശ്രദ്ധിച്ചു. സ്വന്തം ജില്ലയിലെ പ്രസ്ഥാനത്തിന് മുൻഗണന നൽകി. സർക്കാരിന്റെ പ്രലോഭനങ്ങൾക്ക് അദ്ദേഹം വഴങ്ങിയില്ല. സ്വാതന്ത്ര്യ സമര സേനാനി എന്ന നിലയിലുള്ള പെൻഷനും മറ്റാനുകൂല്യങ്ങളും കേന്ദ്രസർക്കാർ അനുവദിച്ചപ്പോൾ നിരസിച്ചു. രാജ്യ

ത്തിനു സമർപ്പിച്ച സേവനത്തിന് ഏതാനും ഉറുപ്പിക നൽകി കണക്കു തീർക്കുന്ന നയത്തോട് വിയോജിപ്പു തോന്നി: "ബൂർഷ്വാ-ജന്മിത്ത ഭരണകൂടം വച്ചുകാട്ടുന്ന ബഹുമതി എനിക്കു വേണ്ട."

പാർട്ടി പിളർന്നപ്പോൾ കാകാ, സി പി ഐ (എം) ൽ നിലയുറപ്പിച്ചു. ലാളിത്യവും മിതവ്യയവും പാലിക്കുന്നതിൽ നിഷ്ഠയുണ്ടായിരുന്ന അദ്ദേഹം പ്രസാദാത്മകതയും ഉല്ലാസഭാവവും പുലർത്തി. എന്നാൽ സമരത്തിന്റെയും പാർട്ടി അച്ചടക്കത്തിന്റെയും കാര്യത്തിൽ വലിയ ഗൗരവക്കാരനായിരുന്നു. അദ്ദേഹം ഒരു കാര്യം പലവട്ടം പറഞ്ഞിരുന്നു: "എനിക്ക് എന്റെ ജീവിതത്തിന്റെ അവസാനകാലത്തോട് അടുത്താണ് നേരായ ലക്ഷ്യത്തിൽ എത്താൻ സാധിച്ചത്. ബൂർഷ്വാ പാർട്ടിയിലെ നേതാവിനേക്കാൾ ഉത്തമം തൊഴിലാളിവർഗത്തിന്റെ ശിപായിയാകുന്നതാണ്."

കാകാ ഉന്നതവിദ്യാഭ്യാസം നേടിയ ആളായിരുന്നില്ല. സ്വന്തം സമുദായക്കാരുടെ വിദ്യാലയത്തിൽനിന്നു ലഭിച്ച ഔപചാരിക വിദ്യാഭ്യാസം മാത്രം. എന്നാൽ ദീർഘമായ പൊതു പ്രവർത്തനത്തിൽനിന്നു പഠിച്ച പാഠങ്ങൾ വിലയേറിയതായിരുന്നു. പ്രാദേശിക ഭാഷയായ മാർവാഡിക്കു പുറമെ, ഹിന്ദി, ഇംഗ്ലീഷ്, സംസ്കൃതം, ഗുജറാത്തി, മറാത്തി എന്നിവയിലെല്ലാം പ്രാവീണ്യം നേടി. അദ്ദേഹം ഒന്നാം കിട പ്രസംഗകനും ആയിരുന്നു.

1974 ഒക്ടോബറിൽ കാകാ, ചരമമടഞ്ഞു. സി പി ഐ (എം) രാജസ്ഥാൻ സ്റ്റേറ്റ് കമ്മിറ്റി അംഗവും കിസാൻസഭയുടെ സ്റ്റേറ്റ് വൈസ് പ്രസിഡന്റുമായിരുന്നു അദ്ദേഹം.

സോജത് പട്ടണം അദ്ദേഹത്തിന്റെ ഓർമ്മ ഇന്നും പുലർത്തുന്നു. അദ്ദേഹത്തിന്റെ വസതിയോടു ചേർന്ന കവല 'കാകാ ചൗരാഹാ' എന്ന പേരിൽ അറിയപ്പെടുന്നു. അവിടെ അദ്ദേഹത്തിന്റെ അർധകായ പ്രതിമ സ്ഥാപിച്ചിട്ടുണ്ട്.

മോഹൻലാൽ നിനാറാം ടക്

9

അമലേന്ദു മുഖർജി

'**ആ**ദ്യം ചെങ്കൊടി കണ്ടപ്പോൾ, ഞാൻ എന്റെ സ്നേഹിതൻ വിശ്വ രഞ്ജൻ സെൻഗുപ്തയോട്, അത് ആരുടെ കൊടിയാണെന്ന് അന്വേ ഷിച്ചു." സ്നേഹിതൻ ഉറക്കെ പറഞ്ഞു, "നീ ഒരു വിപ്ലവസംഘടനയിൽ അംഗമാണ്. എന്നിട്ടും ഈ കൊടി ആരുടേതെന്ന് അറിയില്ല! സോവി യറ്റ് യൂണിയനിലെ ലെനിന്റെ കൊടിയാണത്."

1921 മുതൽ വിദ്യാർഥി പ്രസ്ഥാനത്തിലൂടെ ബ്രിട്ടീഷ് വിരുദ്ധ സമര ത്തിൽ പങ്കെടുത്ത്, സ്വാതന്ത്ര്യ സമര സേനാനിയും കമ്യൂണിസ്റ്റ് നേതാ വുമായി ഉയർന്ന അമലേന്ദു മുഖർജി സ്വന്തം സ്മരണകൾ പങ്കിട്ടു. അദ്ദേഹം പറഞ്ഞു:

> വിമോചനത്തിന് പൊരുതുന്ന ലോക തൊഴിലാളിവർഗത്തിന്റെ പതാക ഞാനന്ന് ആദ്യം കണ്ടത് ഓർക്കുന്നു. 1926 ലായിരുന്നു അത്. കൽക്കത്തയിൽനിന്നു പുറത്തിറങ്ങിയ *ലങ്കാൽ* പത്രത്തി ലാണ് ഞങ്ങൾ സോവിയറ്റ് യൂണിയനെപ്പറ്റിയും മറ്റും വായിച്ചറി ഞ്ഞത്.
>
> തപാൽ കാർഡിന്റെ വലിപ്പമുള്ള 'ചുവന്ന ലഘുലേഖ'കളും ഞങ്ങൾ വായിച്ചു. കടും ചുവപ്പു നിറമുള്ള കടലാസിലാണ് അച്ചടി ച്ചിരുന്നത്. ഒരു വശത്ത് ലെനിന്റെ ചിത്രം ഉണ്ടായിരുന്നു. ചിത്ര ത്തിനു ചുവട്ടിൽ, 'തൊഴിലാളികളുടെ റഷ്യ, കർഷകരുടെ റഷ്യ, തൊഴിലാളിവർഗത്തിന്റെ റഷ്യ' എന്നും അച്ചടിച്ചിരുന്നു. അങ്ങാ ടികളിലും ചന്തകളിലും തീവണ്ടിയാപ്പീസുകളിലും രഹസ്യമായി വിതരണം ചെയ്തു വന്നവയായിരുന്നു ആ ലഘുലേഖകൾ. ഞങ്ങൾ അവ ശേഖരിച്ചു. മുസഫർ അഹമ്മദും മുഹമ്മദ്

അബ്ദുൽ ഹലിമും ആണ് അവ പ്രസിദ്ധീകരിച്ചിരുന്നത് എന്ന് പിന്നീട് മനസിലാക്കി. സോവിയറ്റ് പാർട്ടിയെപ്പറ്റിയും റഷ്യയിൽ എന്തു നടക്കുന്നു എന്നതിനെപ്പറ്റിയും ഏകദേശധാരണ അതിനകം നേടിയിരുന്നു. എന്നാൽ ചെങ്കൊടി ആദ്യം കണ്ടത് അന്നായിരുന്നു എന്നു മാത്രം.

1925 മുതൽ യുവ കമ്യൂണിസ്റ്റ് സംഘം നാദിയയിൽ പ്രവർത്തിച്ചുവന്നു. ഈ സംഘം വായനശാലകളിലും മറ്റും നടത്തിവന്ന ചർച്ചകളിൽ വെച്ചാണ് ഞാൻ മാർക്സിസത്തെപ്പറ്റി മനസിലാക്കുന്നത്. അത്തരം വായനശാലകൾ സ്ഥാപിക്കാൻ യുവ കമ്യൂണിസ്റ്റ് സംഘം മുൻകൈയെടുത്തു. മൂന്നാം കമ്യൂണിസ്റ്റ് ഇന്റർനാഷണലിനെപ്പറ്റിയും മറ്റും വായനശാലയിൽവച്ചാണ് ഞാനറിഞ്ഞത്. യോഗം തുടങ്ങും മുമ്പ് ഞായറാഴ്ചകളിൽ ഞങ്ങൾ ചെങ്കൊടി ഉയർത്തും. കാകാ ബാബു (മുസഫർ അഹമ്മദ്) പതിവായി അവിടം സന്ദർശിച്ചിരുന്നു. കൃഷ്ണനഗറിലെ വായനശാലയിൽ ക്വാസി നസ്രുൾ ഇസ്ലാമും ഇടയ്ക്ക് വന്നിരുന്നു. പങ്കെടുക്കുന്നവരുടെ സംഖ്യ കുറവായിരുന്നു. ഏഴോ എട്ടോ പേർ മാത്രം.

“ഔപചാരികമായ രാഷ്ട്രീയ വിദ്യാഭ്യാസം ഞാൻ ആരംഭിക്കുന്നത് 1924 ലാണ്. ജുഗാന്ദർ എന്ന വിപ്ലവ സംഘടനയിൽ ഞാൻ അംഗമായി. ഇടയ്ക്കിടെ ഞാൻ കൽക്കത്ത സന്ദർശിക്കാറുണ്ടായിരുന്നു. അതത്ര എളുപ്പമായിരുന്നില്ല. ബർസാത്തിലേക്ക് ഇരുചക്രവാഹനത്തിൽ പോകും. അവിടെനിന്ന് ബസ്സിലോ തീവണ്ടിയിലോ കൽക്കത്തയിലേക്കു പോകും. ചിലപ്പോൾ ബർസാത്തിൽ നിന്ന് കാൽനടയായി ചെല്ലും. രണ്ടു ദിവസത്തെ യാത്രയാണ്. കുഷ്ടിയയിലോ ജസൂറിലോ പോകണമെങ്കിൽ തീവണ്ടിയിൽ പോയി ബോട്ടിൽ ചെല്ലണം. കൃഷ്ണനഗറിലേക്ക് ധാരാളം സ്വദേശി സാമഗ്രികൾ കോൺഗ്രസുകാർ എത്തിച്ചിരുന്നു. ജുഗാന്ദർ സംഘത്തിലെ ഞങ്ങളുടെ നേതാക്കന്മാർ മമതൻ സർക്കാരും അനന്തഹരി മിത്രയും ആയിരുന്നു. മിത്രയാണ് ഞങ്ങൾക്ക് പാർട്ടി ക്ലാസ്സ് എടുത്തിരുന്നത്. കോൺഗ്രസിന്റെ യഥാർഥ ലക്ഷ്യം ആയുധമേന്തിയ സമരമാണെന്ന് മിത്ര പല വട്ടം ഞങ്ങളെ ധരിപ്പിച്ചു. ഞങ്ങൾ ആവേശം കൊള്ളുകയും ചെയ്തു. 1926-ൽ കൃഷ്ണനഗറിൽ കോൺഗ്രസ് സമ്മേളനം നടന്നു. മിതവാദികളും തീവ്രവാദികളും അവിടെ ആശയസമരത്തിലേർപ്പെട്ടു. സോമനാഥ് ബന്ദോപാധ്യായ ആയിരുന്നു തീവ്രവാദി വിഭാഗത്തിന്റെ നേതാവ്. ക്വാസി നസ്രുൾ ഇസ്ലാം, ‘കാണ്ഡാരീ ഹുശിയാർ’ എന്ന ഗാനം രചിച്ചത് ഈ സന്ദർഭത്തിലാണ്.

പിന്നീട് ഞങ്ങളെല്ലാം ഉപ്പു സത്യഗ്രഹസമരത്തിൽ പങ്കെടുത്തു. നാടൻ ഉപ്പു രഹസ്യമായി ഞങ്ങൾക്ക് എത്തിച്ചു തന്നത് ഞങ്ങൾ വിറ്റിരുന്നു. 144-ാം വകുപ്പ് ലംഘിച്ച്, ബ്രിട്ടീഷ് പൊലീസിന്റെ കണ്ണു

തെറ്റിച്ചുള്ള നടപടി പലപ്പോഴും അറസ്റ്റിൽ കലാശിക്കും. പെട്ടെന്നാണ് കോൺഗ്രസ് സമരം പിൻവലിച്ചത്. ഈ നയംമാറ്റവുമായി പൊരുത്തപ്പെടാൻ ഞങ്ങൾക്കു കഴിഞ്ഞില്ല.

കർഷകരുടെ സംഘടനാകാര്യവുമായി ബന്ധപ്പെട്ടു പ്രവർത്തിച്ച കാകാ ബാബുവെയും അബ്ദുൾ ഹലിമിനെയും ഞാൻ 1926-ലാണ് പരിചയപ്പെട്ടത്. 1931-ൽ കുടിയാൻ നിയമത്തിനെതിരെ സമരം നടന്നു. സതീഷ് സന്ദർ എന്ന കർഷകനേതാവ് സമരത്തിൽ പൊലീസിന്റെ വെടിയേറ്റു മരിച്ചു. നാദിയയിലെ ജനങ്ങളെല്ലാം ക്ഷോഭിച്ചു. ശക്തമായ ബഹുജനപ്രസ്ഥാനം ഉയർന്നുവന്നു. ആ സംഭവം എന്റെ ജീവിതഗതിയാകെ മാറ്റി മറിച്ചു.

ജുഗാന്ദർ പാർട്ടിയിൽ അംഗമായപ്പോഴാണ് ബിനോയ് ചൗധരിയെ ഞാൻ പരിചയപ്പെട്ടത്. മിടുക്കനായ വിദ്യാർഥി എന്ന നിലയിൽ പേരെടുത്ത ബിനോയ്, മാർക്സിസ്റ്റ് സാഹിത്യത്തിലും വലിയ അറിവുനേടിയിരുന്നു. ബർധമാനിൽ ചെല്ലുമ്പോഴെല്ലാം ഞാൻ ബിനോയ് ചൗധരിയെ കാണും. സഹീദുള്ള സാഹിബ്, ബിപിൻ ബിഹാരി ഗാംഗുലി, സതീഷ് പക്രാസി എന്നിവരേയും ഞാൻ പരിചയപ്പെട്ടു. കാണുമ്പോഴെല്ലാം ഞാൻ അവരോട് സംശയങ്ങൾ ചോദിക്കും. ഇന്ത്യയുടെ ഭാവിയെപ്പറ്റിയാകും ചർച്ച. ഭരണഘടന, പൗരാവകാശം, സംസ്ഥാനങ്ങളുടെ പദവി, സാമ്പത്തിക വ്യവസ്ഥ എന്നിവയെപ്പറ്റിയെല്ലാം സംസാരിക്കും. സോവിയറ്റു യൂണിയനിലെ സോഷ്യലിസ്റ്റ് വ്യവസ്ഥയെപ്പറ്റി ആയിടെയാണ് ഞങ്ങൾ കേട്ടത്. 1928-ൽ കോൺഗ്രസ് 'പൂർണ സ്വരാജ്' ചർച്ച ചെയ്തു. നേരിയ ഭൂരിപക്ഷത്തിന് പ്രമേയം പരാജയപ്പെട്ടപ്പോൾ ഞങ്ങൾ നിരാശരായി. ചിറ്റഗോങ്ങ് ആയുധശാലാ സംഭവത്തോടെ അന്തരീക്ഷം വീണ്ടും ചൂടുപിടിച്ചു. ആവേശഭരിതരായ ഞങ്ങൾ പല സായുധ സംരംഭങ്ങളിലും പങ്കെടുത്തു. അന്തിമ സായുധ വിപ്ലവത്തിന് അതൊന്നും ഉതകില്ലെന്ന് ഞങ്ങൾ ഒടുവിൽ തിരിച്ചറിഞ്ഞു. മതിയായ നേതൃത്വത്തിന്റെ അഭാവം ഉണ്ടായിരുന്നു. അനുശീലൻ സമിതി പോലുള്ള എതിർചേരിയുമായി ഇടയേണ്ടി വന്നു. അന്യോന്യം ആയുധങ്ങൾ മോഷ്ടിക്കുകയും ചെയ്തു. പലപ്പോഴും അപകടങ്ങളിൽ ചെന്നു ചാടി.

1934-ൽ ബ്രഹ്മപൂരിൽ ആയുധം ശേഖരിക്കാൻ പോയ അവസരത്തിൽ ഞാൻ അറസ്റ്റിലായി. അർപുലി ലെയ്ൻ ജൽപാരയിൽ വിപ്ലവകാരികളുടെ ഒരു കേന്ദ്രമുണ്ടായിരുന്നു. അവിടെ പൊലീസ് തിരച്ചിൽ നടത്തിയപ്പോൾ, ഞാൻ രക്ഷപ്പെട്ടു. എന്നാൽ എന്റെ വീട്ടു മേൽവിലാസം അറിവുള്ള പൊലീസ് എന്റെ അഭാവത്തിൽ വീടു പരിശോധിച്ച് ചില ആയുധങ്ങൾ പിടിച്ചെടുത്തു. കൃഷ്ണഗറിലേക്ക് കടത്തിക്കൊണ്ടുപോകാൻ കരുതിവച്ചതായിരുന്നു അവ. റയിൽവെ പ്ലാറ്റുഫോമിൽ കാൽകുത്തിയ ഉടനെ പൊലീസ് എന്നെ അറസ്റ്റു ചെയ്തു. അതിനകം ആയുധം കൃഷ്ണഗറിലെ ഒരു പരി

ചയക്കാരന്റെ പക്കൽ എത്തിച്ചിരുന്നു. ആലിപൂർ സെൻട്രൽ ജയിലിൽ കൊണ്ടുപോയ എന്നെ ഏഴോ എട്ടോ ദിവസം കഴിഞ്ഞപ്പോൾ വിട്ടയച്ചു. എന്നാൽ താമസിയാതെ മറ്റൊരു കേസിൽ അഞ്ചു വർഷത്തെ കഠിനതടവുകിട്ടി.

1935-ൽ എന്നെ അന്തമാനിലേക്കു നാടുകടത്തി. ചങ്ങലയിൽ ബന്ധിച്ച് നിൽക്കാനോ ഇരിക്കാനോ കഴിയാത്ത അവസ്ഥയിൽ കപ്പൽ കയറ്റി അയച്ചു. പ്രതിഷേധം കൂട്ടാക്കാതെ കപ്പലിലെ ഒരു ഇരുട്ടുമുറിയിലാണ് പാർപ്പിച്ചത്. പതിനഞ്ചോ പതിനാറോ പേർ മുറിക്കുള്ളിൽ ഉണ്ടായിരുന്നു. സുകുമാർ സെന്നിനേയും കാമാഖ്യഘോഷിനെയും കണ്ടത് ആ യാത്രയിലാണ്. ഒരിക്കൽ കടൽ കഠിനമായി ക്ഷോഭിച്ചു. തിരകളിൽപ്പെട്ട് കപ്പൽ ഭീകരമായി ചാഞ്ചാടി. മരണം കൺമുന്നിൽ കണ്ടതുപോലെയായി. ഞങ്ങളെ കപ്പലിൽ കൊണ്ടുപോകുന്ന പ്രാകൃതരീതി യാത്രാനിയമത്തിനു വിപരീതമാണെന്നു വാദിച്ച് ഞങ്ങൾ രാഷ്ട്രീയ തടവുകാർ ശബ്ദമുയർത്തി. അധികൃതർ ചെവിക്കൊണ്ടില്ല. യാത്രയിൽ ഞങ്ങൾക്ക് രോഗം ബാധിച്ചു. മൂന്നു നാൾ കഴിഞ്ഞ് അന്തമാൻ ദ്വീപിലെത്തി. അങ്ങനെ, കുപ്രസിദ്ധമായ സെല്ലുലാർ ജയിൽ പരിചയത്തിൽപ്പെട്ടു. ജയിൽ പ്രവേശം, മാർക്സിസ്റ്റ് പഠനത്തിലേക്കുള്ള പ്രവേശനം കൂടിയായി.

സ്റ്റേറ്റ്സ്മാൻ പത്രത്തിന്റെ വിദേശപ്പതിപ്പ് അന്തമാനിൽ ലഭിച്ചിരുന്നു. *ദ കോൾ* എന്ന മറ്റൊരു പത്രവും ജയിലിൽ വന്നിരുന്നു. അവയ്ക്കു പുറമെ വിവിധ സംഘങ്ങളിൽപ്പെട്ട രാഷ്ട്രീയത്തടവുകാർ വശം കൈയെഴുത്തു ബുള്ളറ്റിനുകൾ ഉണ്ടായിരുന്നു. ഓരോ സംഘവും പ്രത്യേകം രാഷ്ട്രീയ പഠന സെല്ലുകൾ രൂപീകരിച്ചിരുന്നു. ഞങ്ങൾ അന്തമാനിൽ ചെല്ലുന്നതിനുമുമ്പേ അവിടെ കമ്യൂണിസ്റ്റ് ഏകീകരണ സംഘം ഉണ്ട്. ചില രാഷ്ട്രീയത്തടവുകാർ രൂപീകരിച്ച ഒരു സംഘടനയായിരുന്നു അത്. നിരോധിക്കപ്പെട്ട ഇന്ത്യൻ കമ്യൂണിസ്റ്റ് പാർട്ടിയുമായി അവർ ബന്ധപ്പെട്ടു. അന്തമാനിലെ പല തടവുകാരും അതിൽ ചേർന്നു; ഞങ്ങളും. പിന്നീട് ഞങ്ങൾ പാർട്ടിയുടെ പന്ത്രണ്ടു ശാഖകൾ ജയിലിൽ രൂപീകരിച്ചു. ഇന്ത്യൻ കമ്യൂണിസ്റ്റ് പാർട്ടിയുമായി പ്രവർത്തനാനുമതി നേടി. ബർമയിൽ നിന്ന് കൽക്കത്തയിലേക്കു മടങ്ങുന്ന കപ്പലുകളിൽനിന്ന് ഞങ്ങൾക്ക് പത്രങ്ങൾ കിട്ടിവന്നു. എല്ലാ ദിവസവും മൂന്നു മണിക്കൂർ വീതം ഞങ്ങൾ പഠനത്തിനു നീക്കിവച്ചു. പൊതുവിദ്യാഭ്യാസം, പെരുമാറ്റരീതി, കായികപരിശീലനം, സാംസ്കാരിക പഠനം എന്നിവയെല്ലാം ഞങ്ങളുടെ രാഷ്ട്രീയ വിദ്യാഭ്യാസത്തിന്റെ ഭാഗമായി സമ്പാദിച്ചു.

ഡോ. നാരായൺ റോയ്, ആനന്ദ ഗുപ്ത, ഗണേഷ് ഘോഷ്, സതീഷ് പക്രാസി എന്നിവരായിരുന്നു മാർക്സിസ്റ്റ് തത്ത്വശാസ്ത്രം പഠിപ്പിച്ചത്. ഞങ്ങൾ ചെല്ലുന്നതിനെല്ലാം മുമ്പേ അവർ

അന്തമാനിലെ തടവുതാമസക്കാരായിരുന്നു. എല്ലാ ദിവസവും *കമ്യൂണിസ്റ്റ് മാനിഫെസ്റ്റോ* വായിക്കും. ചർച്ച ചെയ്യും. യോഗം ചേരും. എന്റെ ജീവിത വീക്ഷണം അപ്പാടെ മാറ്റിമറിക്കാൻ അന്തമാനിലെ തടവുജീവിതം ഇടയാക്കി. രാഷ്ട്രീയത്തടവുകാരുടെ വിടുതലുമായി ബന്ധപ്പെട്ട സമരങ്ങളിലും ഞങ്ങൾ ഏർപ്പെട്ടു.

ഒരു മാസം നീണ്ടു നിന്ന നിരാഹാര സമരം ഞങ്ങൾ നടത്തി. അപ്പോൾ, പണ്ഡിറ്റ് നെഹ്റുവിന്റെ കമ്പി സന്ദേശം കിട്ടി: "ഉപവാസം അവസാനിപ്പിക്കുക. രാഷ്ട്രീയത്തടവുകാരുടെ മോചനം ദേശീയമായ രാഷ്ട്രീയ പ്രശ്നമാണ്. അത് കോൺഗ്രസ് ഏറ്റെടുത്തിട്ടുണ്ട്. ഉടനെ സമരപരിപാടി തുടങ്ങും." ഞങ്ങൾ മറുപടി അയച്ചു: "കോൺഗ്രസ് അതിന്റെ പരിപാടി നടത്തിക്കൊള്ളുക. ഞങ്ങൾ ഞങ്ങളുടെ നിരാഹാര സമരം തുടരും." രവീന്ദ്രനാഥ ടാഗൂറും ഞങ്ങളുടെ സമരത്തോട് സഹഭാവം പ്രകടിപ്പിച്ചു. താമസിയാതെ കാകാ ബാബുവും ഞങ്ങൾക്കെഴുതി. ഞങ്ങളുടെ പ്രക്ഷോഭത്തെപ്പറ്റി ഇന്ത്യയിൽ അറിവു കിട്ടിയിരിക്കുന്നു. രാജ്യമെങ്ങുമുള്ള ജയിലുകളിലെ രാഷ്ട്രീയത്തടവുകാർ അനുഭാവസമരം ആരംഭിച്ചിരിക്കുന്നു. ബ്രിട്ടീഷധികൃതർ സംഭ്രാന്തരായി. താമസിയാതെ, പാർട്ടി നിർദേശമനുസരിച്ച് ഞങ്ങൾ സമരം നിർത്തി. വൈകാതെ ഞങ്ങളെ വിട്ടയച്ചു.

1937-ൽ ഞാൻ നാട്ടിലെത്തി-രാഷ്ട്രീയത്തടവുകാരുടെ വിമോചനം സംബന്ധിച്ച സമരം വലിയ ചലനം സൃഷ്ടിച്ചിരുന്നു. ഗാന്ധിജിയും അക്കാര്യം നിരീക്ഷിച്ചു. അദ്ദേഹം ഞങ്ങളെ കാണാൻ വന്നു. രണ്ടു ദിവസം അദ്ദേഹം ഞങ്ങളുമായി ആശയ വിനിമയം നടത്തി. രാഷ്ട്രീയ പ്രശ്നങ്ങളിൽ ഞങ്ങൾക്ക് അദ്ദേഹവുമായി യോജിക്കാൻ കഴിഞ്ഞില്ല. ഞങ്ങൾ അസന്തുഷ്ടരായിരുന്നു. പല ചോദ്യങ്ങളിൽനിന്നും അദ്ദേഹം ഒഴിഞ്ഞുമാറി. ഒടുവിൽ, നിരാശയോടെ ഒരു ചോദ്യം നേരേ എടുത്തിട്ടു "ആയുധമേന്തിയ ഇന്ത്യക്കാർ ബ്രിട്ടീഷ് സായുധസേനയെ എതിരിടുന്നു എന്നു കരുതുക. അപ്പോൾ അങ്ങ് ആരുടെ പക്ഷത്തായിരിക്കും?" ഗാന്ധിജി പുഞ്ചിരിയോടെ പറഞ്ഞു: "120 വയസ്സുവരെ ജീവിച്ചിരിക്കാൻ കൊതിക്കുന്നവനാണു ഞാൻ. എന്നാൽ ഇത്തരമൊരു അവസ്ഥ വന്നുപെടുകയാണെങ്കിൽ, അതിനുമുമ്പേ മരിച്ചിരിക്കണേ എന്നാണ് എന്റെ ആഗ്രഹം?" ആ ഉത്തരം ഞങ്ങളെ തൃപ്തിപ്പെടുത്തിയില്ല. ആ സംഭവത്തോടെ ഞങ്ങൾ കോൺഗ്രസിൽനിന്ന് പൂർണമായും അകന്നു.

('ഗണശക്തി'ക്കുവേണ്ടി നടത്തിയ ഒരു
അഭിമുഖ സംഭാഷണം)

ജയദീപ് മുഖർജി

10

ബങ്കിം മുഖർജി

ബങ്കിം മുഖർജിയുടെ ജന്മശതാബ്ദി നാളിൽ ഞാൻ അദ്ദേഹത്തിന്റെ സേവനങ്ങളെ ആദരവോടെ അനുസ്മരിക്കുന്നു. തൊഴിലാളികളുടെയും കൃഷിക്കാരുടെയും മഹാനായ നേതാവ്, സമുന്നതനായ സ്വാതന്ത്ര്യ സമര സേനാനി, ഇന്ത്യയിലെ ജനസാമാന്യത്തിനുവേണ്ടി സന്ധിയില്ലാത്ത സമരം നടത്തിയ കമ്യൂണിസ്റ്റ് വിപ്ലവകാരി എന്നീ നിലകളിലെല്ലാം അദ്ദേഹം പ്രസിദ്ധനത്രെ.

1940-ൽ ഇംഗ്ലണ്ടിൽനിന്നും മടങ്ങി എത്തിയപ്പോഴാണ് ഞാൻ ബങ്കിം ബാബുവെപ്പറ്റി കേൾക്കുന്നത്. അപ്പോഴേക്കും പത്തൊമ്പതോ ഇരുപതോ വർഷത്തെ രാഷ്ട്രീയ സാന്നിധ്യം അദ്ദേഹം അവകാശപ്പെട്ടിരുന്നു. ബങ്കിം ബാബുവിന്റെ വ്യക്തിത്വസവിശേഷത എന്നെ ആകർഷിച്ചു. ഞങ്ങൾ അടുത്ത സൗഹൃദത്തിലായി. അത് അദ്ദേഹത്തിന്റെ അന്ത്യം വരെ നിലനിന്നു.

പ്രസിഡൻസി കോളേജിലെ പ്രതിഭാധനനായ വിദ്യാർഥിയായിരുന്നു ബങ്കിം. ബി എസ് സി പരീക്ഷയിൽ ഗണിതശാസ്ത്രത്തിൽ അദ്ദേഹം മെഡൽ നേടിയിരുന്നു. പിന്നീട് എം എസ് സി പഠനം തുടങ്ങി. എന്നാൽ, പഠനം തുടരാതെ, കൂട്ടുകാരനായ രാധാരമൺ മിത്രയോടൊപ്പം സ്വാതന്ത്ര്യ സമര പ്രസ്ഥാനത്തിലേക്ക് എടുത്തു ചാടുകയാണു ചെയ്തത്. കോൺഗ്രസിൽ ചേരുകയും ഗാന്ധിജി നയിച്ച നിസ്സഹകരണ പ്രസ്ഥാനത്തിൽ പങ്കെടുത്ത് ജയിൽവാസം വരിക്കുകയും ചെയ്തു. കോൺഗ്രസുമായുള്ള സുദീർഘ ബന്ധത്തിന് തുടക്കമായി. സ്വാതന്ത്ര്യത്തിനുവേണ്ടി പ്രവർത്തിക്കാൻ ഒരുങ്ങുന്നവർക്കെല്ലാം ഒരേയൊരു ആശ്രയം അന്ന് കോൺഗ്രസ് മാത്രമായിരുന്നു. പ്രാദേശിക മുനിസിപ്പാലിറ്റിയിലെ അംഗമായി അദ്ദേഹം തിരഞ്ഞെടുക്കപ്പെട്ടു. മോത്തിലാൽ നെഹ്റുവിന്റെ ഉപദേശം അനുസരിച്ച് അദ്ദേഹം സ്വരാജ് പാർട്ടിയിൽ

ചേർന്നു. ചിത്തരഞ്ജൻ ദാസായിരുന്നു നേതാവ്. സജീവമായ സംഘടനാ സാമർത്ഥ്യം നിമിത്തം, 1929 മുതൽ 1939 വരെ അദ്ദേഹം പ്രാദേശിക കോൺഗ്രസ് കമ്മിറ്റിയിലും അഖിലേന്ത്യാ കോൺഗ്രസ് കമ്മിറ്റിയിലും അംഗമായിരുന്നു.

കോൺഗ്രസ് പ്രവർത്തനം നിർവഹിക്കവേതന്നെ തൊഴിലാളികളുടെയും കൃഷിക്കാരുടെയും പ്രശ്നങ്ങളിൽ താൽപ്പര്യം പുലർത്തി. ഇറ്റാവയിൽ വിദ്യാഭ്യാസകാലത്താണ് മാർക്സിസത്തിൽ ആകൃഷ്ടനായതെന്ന് ഞാൻ കേട്ടിരുന്നു. അവിടെവച്ച് അദ്ദേഹം മാർക്സിസ്റ്റ് സാഹിത്യം പഠിച്ചു തുടങ്ങി. കൽക്കത്തയിൽ മടങ്ങിയപ്പോൾ ഡോ. ഭൂപേന്ദ്ര നാഥ ദത്തയുടെ സ്വാധീനത്തിലായി. 1936-ൽ കമ്യൂണിസ്റ്റ് പാർട്ടിയിൽ അംഗമായി.

തൊഴിലാളി മേഖലയിലായിരുന്നു അദ്ദേഹത്തിന്റെ പ്രധാന പ്രവർത്തനം. ചണമിൽ തൊഴിലാളികളുടെ ആദ്യത്തെ പണിമുടക്കു സമരത്തിന്റെ പ്രധാന സംഘാടകൻ അദ്ദേഹമായിരുന്നു. 1928-29 കാലത്ത് ഹൗറാ ജില്ലയിലെ ചെങ്ങാളി, ബൗരിയ എന്നിവിടങ്ങളിൽ നടന്ന സുദീർഘമായ തൊഴിലാളി സമരങ്ങളും അദ്ദേഹമാണ് നയിച്ചത്. 1937-ൽ ബർദ്വാനിൽ കൃഷിക്കാരിൽനിന്ന് ദാമോദർ കനാലിനുവേണ്ടി ജലനികുതി പിരിച്ചപ്പോൾ കർഷക സമരം സംഘടിപ്പിച്ചത് ബങ്കിം ബാബുവത്രെ. 24 ഫർഗാനയിൽ ഭൂമിയെടുപ്പിൽ സർക്കാർ അനീതികാട്ടിയപ്പോൾ പ്രക്ഷോഭം കൂട്ടാനും അദ്ദേഹം മുൻകൈയെടുത്തു. അഖിലേന്ത്യാ കിസാൻ സഭയുടെ ജോയിന്റ് സെക്രട്ടറിയായിരുന്ന അദ്ദേഹം പിന്നീട് അതിന്റെ പ്രസിഡന്റുമായി.

1937-ൽ അവിഭക്ത ബംഗാളിൽ സംസ്ഥാന നിയമസഭയിലേക്ക് അദ്ദേഹം മത്സരിച്ചു ജയിച്ചു. കൽക്കരി തൊഴിലാളികളുടെ മണ്ഡലമായിരുന്നു അത്. ആശയ വ്യക്തതയുള്ള പ്രസംഗം ചെയ്യാൻ നല്ല കഴിവുണ്ടായിരുന്നു. ബ്രിട്ടീഷ് സർക്കാരിനെതിരെയും വർഗ ചൂഷണത്തിനെതിരെയും അദ്ദേഹം ആശയ സമരം നടത്തി. രണ്ടും തമ്മിൽ അന്യോന്യം ബന്ധപ്പെട്ടിരിക്കുന്നതായി അദ്ദേഹം മനസിലാക്കി. പ്രസംഗകൻ എന്ന നിലയിൽ പ്രസിദ്ധനായിരുന്ന അദ്ദേഹത്തിന് ഫസ്ലുൾ ഹക്ക്, നളിനി സർക്കാർ എന്നീ വാഗ്മികളെപ്പോലെ ജനസമ്മതി നേടാൻ കഴിഞ്ഞു. 1930 ന്റെ ഒടുവിലും രണ്ടാം ലോക മഹായുദ്ധകാലത്തും, ഫാസിസത്തിന്റെ ഭീഷണിയെപ്പറ്റി അദ്ദേഹം നടത്തിയ പ്രഭാഷണങ്ങൾ ആശയ ഗാംഭീര്യം ഉൾക്കൊള്ളുന്നവയായിരുന്നു.

ഇംഗ്ലീഷ്, ബംഗാളി, ഹിന്ദി, ഉർദു എന്നീ നാലു ഭാഷകളിലും അനായാസമായി പ്രസംഗിക്കാൻ അദ്ദേഹത്തിനു കഴിഞ്ഞു. ബംഗാളിലാകെ ആ പ്രസംഗപാടവം അനേകായിരം ആരാധകരെ സൃഷ്ടിച്ചു. ബംഗാളി ഭാഷ അറിയാത്തവർക്കായിരുന്നു ഏറെ ഇഷ്ടം. ഉച്ചഭാഷിണികൾ വരും മുമ്പുള്ള ആ പഴയ കാലത്ത് ആ ഘനഗംഭീരവും സുവ്യക്തവുമായ ശബ്ദജാലം ആയിരങ്ങളെ മണിക്കൂറുകളോളം പിടിച്ചിരുത്തി. 'ഗംഭീര പീരങ്കി' എന്നൊരു തമാശപ്പേര് ആ പ്രസംഗ സാമർത്ഥ്യം പ്രമാണിച്ച് അദ്ദേഹത്തിനുണ്ടായിരുന്നു. വാക്കിന്റെ ഒഴുക്ക്, മഹാനായ എഴുത്തുകാരൻ ബങ്കിം ചന്ദ്ര ചതോപാധ്യായയെ അനുസ്മരിപ്പിക്കുന്നതായി ശ്രോതാ

ക്കൾ പറഞ്ഞിരുന്നു. അദ്ദേഹത്തിന്റെ പ്രസംഗം കേൾക്കാൻ അവസരം ലഭിച്ചവരെല്ലാം അത്ഭുതത്തോടും ആദരവോടും കൂടി അക്കാര്യം അയവിറക്കുന്നു. 1946 ജൂലായ് 29ന് കൽക്കത്ത മൈതാനിയിൽ ഹിന്ദുക്കളും മുസ്ലീങ്ങളും ധാരാളമായി പങ്കെടുത്ത ഒരു മഹാസമ്മേളനം നടക്കുകയുണ്ടായി; കമ്പിത്തപാൽ വകുപ്പു ജീവനക്കാരുടെ പണിമുടക്കിനു പിന്തുണ നൽകാൻ ചേർന്ന ആ മഹായോഗത്തിൽ ബങ്കിം മുഖർജി ചെയ്ത പ്രസംഗം പലതുകൊണ്ടും അതിഗംഭീരം ആയിരുന്നുവത്രെ.

തൊഴിലാളി-കർഷക സംഘടനാ പ്രവർത്തനം, പ്രസംഗം എന്നിവയ്ക്കു പുറമെ അധികം അറിയപ്പെടാത്ത മറ്റൊരു കൃത്യത്തിലും ബങ്കിം ബാബു 1930 കളിലും 1940 കളിലും ഏർപ്പെട്ടിരുന്നു. പൊലീസ് വേട്ടയാടുന്ന സഖാക്കൾക്ക് സുരക്ഷിതമായ ഒളിത്താവളം ഒരുക്കിക്കൊടുക്കൽ. നായാട്ടുനായ്ക്കളെപ്പോലെ അധികൃതർ പിന്തുടരുന്ന കമ്യൂണിസ്റ്റുകാർക്ക് ആ സേവനം ഏറെ ഉപകാരപ്രദമായിരുന്നു.

പശ്ചിമബംഗാൾ സ്റ്റേറ്റ് അസംബ്ലിയിൽ ബങ്കിം ബാബുവും ഞാനും വളരെ വർഷങ്ങളായി ഒന്നിച്ചു പ്രവർത്തിക്കുകയുണ്ടായി. അപ്പോഴെല്ലാം അദ്ദേഹം നിയമസഭയിൽ നിർവഹിച്ച പ്രസംഗ മുഹൂർത്തങ്ങൾ ഞാനോർക്കുന്നു. നല്ല മുന്നൊരുക്കത്തോടെ കാര്യമാത്ര പ്രസക്തമായ പ്രഭാഷണങ്ങളായിരുന്നു അവ. പൊതുയോഗങ്ങളിൽ സംബന്ധിക്കാൻ ഞങ്ങൾ ഒന്നിച്ച് യാത്ര ചെയ്തിട്ടുമുണ്ട്. ഫാസിസ്റ്റ് വിരുദ്ധപരിപാടിയുടെ ഭാഗമായി സോവിയറ്റ് സുഹൃത് സമിതി 1942 മാർച്ച് 8ന് ഡാക്കയിൽ സംഘടിപ്പിച്ച ഒരു സമ്മേളനത്തിനായി സ്നേഹാംശു ആചാര്യയോടൊപ്പം ഞങ്ങൾ യാത്ര പോയ സന്ദർഭം ഞാൻ നന്നായി ഓർക്കുന്നു. സമ്മേളന സ്ഥലത്ത് എത്താറായപ്പോൾ ആളുകൾ പേടിച്ചരണ്ട് പല വഴിക്കും പരക്കം പായുന്നതാണ് ഞങ്ങൾ കണ്ടത്.

വളർന്നു വരുന്ന എഴുത്തുകാരനും പുരോഗമന സാഹിത്യ സമിതിയുടെ സംഘാടകനുമായ സോമൻ ചന്ദ എന്ന യുവാവ്, യോഗസ്ഥലത്തേക്ക് പങ്കെടുക്കാൻ വരും വഴി വധിക്കപ്പെട്ട കാര്യം ഞങ്ങളറിഞ്ഞിരുന്നില്ല. യോഗം അലങ്കോലപ്പെടുത്താൻ ഏർപ്പാടു ചെയ്ത കൂലിത്തല്ലുകാരാണ് ആ ക്രൂരകൃത്യം ചെയ്തത്. വിവരം അറിഞ്ഞപ്പോൾ ഞങ്ങൾ പരിഭ്രാന്തരായി. ഏതാനും നിമിഷത്തേക്കു മാത്രം. കോപവും സങ്കടവും മാറ്റിവെച്ച് ഞങ്ങൾ യോഗതീരുമാനവുമായി മുന്നോട്ടു പോകാൻ നിശ്ചയിച്ചു. സ്നേഹാംശുവും ഞാനും പ്രസംഗിച്ചു. ബങ്കിം ബാബുവിന്റെ പ്രസംഗവും ഉണ്ടായിരുന്നു. ആ പ്രസംഗത്തിലെ വരികൾ ഇപ്പോഴും എന്റെ ഓർമയിലുണ്ട്. അതിന്റെ അവതരണരീതി ഉള്ളിൽത്തട്ടും വിധമായിരുന്നു. വിലയേറിയ സഖാവിന്റെ വേർപാടിലെ വേദന പ്രകടിപ്പിച്ചതോടൊപ്പം ഫാസിസത്തിനെതിരെ പൊരുതേണ്ട പ്രാധാന്യത്തെപ്പറ്റി അദ്ദേഹം ഊന്നിപ്പറഞ്ഞു.

അതുപോലെ മറ്റനവധി സന്ദർഭങ്ങളിൽ ഞങ്ങൾ ഒരുമിച്ചു പങ്കെടുത്തിരുന്നു. 1954 ഫെബ്രുവരി 8ന് ബേലൂരിൽ, സോവിയറ്റു സാംസ്കാരിക സംഘത്തിനു നൽകിയ സ്വീകരണ പരിപാടി ഞാൻ ഓർക്കുന്നു. നിയമസഭാ മന്ദിരത്തിനകത്തായിരുന്നു സ്വീകരണം. 1953 ആഗസ്റ്റിൽ പൊഡ്ഡാർ വിദ്യാർഥി ഹോസ്റ്റലിൽ നടന്ന എ ഐ ടി യു സി സമ്മേളന

മായിരുന്നു മറ്റൊന്ന്. സിവിൽ സ്ട്രീറ്റിൽ ഐ ജെ എം എ ഓഫീസിനു മുമ്പാകെ 1953 സപ്തംബർ 26നു നടന്ന പൊതുസമ്മേളനത്തിലും ഞാനും ബങ്കിം ബാബുവും പങ്കെടുത്തു. 1953 ലും മധുര പാർട്ടി കോൺഗ്രസിലും ഞങ്ങൾ ഉണ്ടായിരുന്നു. പത്ത് അടിയന്തരാവശ്യങ്ങൾ ഉന്നയിച്ചുകൊണ്ട് ഒരു കർഷക സമ്മേളനത്തിൽ 1955 സപ്തംബർ 7-ന് ബങ്കിം ബാബു ചെയ്ത പ്രസംഗം എനിക്കു വ്യക്തമായി ഓർമയുണ്ട്. ഓരോ ആവശ്യത്തിന്റെയും ന്യായമായ യുക്തി വിവരിച്ചുകൊണ്ടുള്ള ആ പ്രസംഗം ഓരോ കർഷകന്റെയും ഉള്ളിൽ സ്പർശിക്കുന്ന വിധത്തിലായിരുന്നു. അന്നത്തെ പശ്ചിമബംഗാൾ മുഖ്യമന്ത്രി ഡോ. ബി സി റോയ്, ഭൂപരിഷ്കരണ സമിതി രൂപീകരിച്ചപ്പോൾ ബങ്കിം മുഖർജിയെ അതിൽ അംഗമാക്കിയിരുന്നു. കർഷകരുടെ പ്രശ്നങ്ങളെപ്പറ്റി ബങ്കിം ബാബുവിനുള്ള ആഴമേറിയ അറിവിനെപ്പറ്റി ആർക്കും സംശയമുണ്ടായിരുന്നില്ല.

1953 ലെ അധ്യാപക സമരത്തിലും പിന്നീടുണ്ടായ ബാങ്കു പണിമുടക്കിലും അദ്ദേഹത്തിന്റെ നേതൃത്വം സജീവമായിരുന്നു. തുന്നൽ തൊഴിലാളികളുടെ പ്രശ്നങ്ങളുമായും അദ്ദേഹം ബന്ധപ്പെട്ടിരുന്നു. പെട്രോളിയം ഡീലേഴ്സ് അസോസിയേഷൻ രൂപീകരിക്കാൻ അദ്ദേഹം മുൻകൈയെടുത്തു. ഏതു കാര്യത്തിൽ ഇടപെടുമ്പോഴും അതിന്റെ മുൻപന്തിയിലായിരുന്നു അദ്ദേഹത്തിന്റെ സാന്നിധ്യം. കിസാൻസഭയുടെ ഒരു യോഗത്തിൽ, ദാമോദർ നദീതട പദ്ധതി വന്നാൽ ഉണ്ടാകുന്ന പരിസ്ഥിതിവിനാശത്തെപ്പറ്റി മുന്നറിയിപ്പു നൽകിയത് ഞാനോർക്കുന്നു. ബർദ്വാനിലെ കൃഷിക്കാർ അധിക നികുതി കൊടുക്കാൻ ഇടവരുന്നതിന്റെ അപകടത്തെപ്പറ്റിയും അദ്ദേഹം എടുത്തുപറഞ്ഞു. ഏതു പ്രശ്നത്തെക്കുറിച്ച് പഠിക്കാനും ആധികാരികതയോടെ അവതരിപ്പിക്കാനും അദ്ദേഹം മനസ്സിരുത്തി.

തൊഴിലാളി നേതാവ്, കർഷക ബന്ധു, പാർട്ടി സംഘാടകൻ, തെളിഞ്ഞ ചിന്തകൻ, സമർഥനായ പ്രസംഗകൻ, സ്നേഹധനനായ സഖാവ് എന്നീ നിലകളിലെല്ലാം സമുന്നതനായിരുന്നു ബങ്കിം ബാബു. ജീവിതകാലം മുഴുവൻ അദ്ദേഹം കഠിനാധ്വാനം ചെയ്തതിന്റെ ഫലമായി 1950-ൽ ആരോഗ്യം തകർന്നു. പ്രത്യേകതരം ചർമ്മരോഗം പിടിപെട്ട് പൂനയിൽ കിടപ്പിലായി. അതേ സമയത്ത് അതേ തരം ദീനം പിടിച്ച് അമ്മയും കിടപ്പിലായത് അദ്ദേഹത്തിന്റെ വിഷമം വർധിപ്പിച്ചു. ആ സന്ദർഭത്തിൽ അദ്ദേഹം എനിക്ക് വ്യക്തിപരമായ ഒരു കത്ത് അയച്ചിരുന്നു. എന്നാൽ ആ എഴുത്ത് പാർക്ക് സ്ട്രീറ്റ് തപാലാപ്പീസധികൃതർ തടഞ്ഞുവെച്ചു. സംസ്ഥാന പുരാവസ്തു വകുപ്പിലെ ഡോ. ലാഡ്ലി മോഹൻ റോയ് ചൗധരി ആ കത്തിന്റെ ഒരു പകർപ്പ് എനിക്ക് ഈയിടെ നൽകി. തിടുക്കത്തിൽ തയ്യാറാക്കിയതിനാൽ അതിൽ പിശകുകൾ കടന്നുകൂടിയിട്ടുണ്ട്. എന്നാലും അതിലെ ഉള്ളടക്കത്തിലൂടെ കണ്ണോടിക്കുന്നത് കൗതുകകരമായിരിക്കും:

പ്രിയ സഖാവ് ജ്യോതി ബസു,

ഞാൻ ഇവിടെ വന്നിട്ട് രണ്ടു മാസമായി. ഞാൻ കൽക്കത്ത വിട്ടപ്പോൾ, ഞാൻ എന്റെ ഇവിടത്തെ മേൽവിലാസം താങ്കൾക്ക് എഴുതിയിരുന്നു. പ്രധാന വിവരം എന്തെങ്കിലും അറിയിക്കാൻ

ഉണ്ടായിരുന്നെങ്കിൽ താങ്കൾ ആ മേൽവിലാസം ഉപയോഗിക്കു മായിരുന്നു. കത്തെഴുതാൻ എനിക്ക് വലിയ ബുദ്ധിമുട്ട് തോന്നു ന്നു. കൂടുതൽ സമയവും മലർന്നു കിടപ്പാണ്. ചർമ്മലേപനം ദേഹത്തു പുരട്ടിയിരിക്കുകയും ചെയ്യും. രോഗത്തിനു ശമനം ഒട്ടു മില്ല. വല്ലാത്ത ചൊറിച്ചിലാണ് രോഗം ബാധിച്ച ഇടങ്ങളിൽ. മറ്റിട ങ്ങളിലേക്ക് അസുഖം പടരുകയും ചെയ്യുന്നു. വിഷാദവും നിരാ ശയും എന്നെ പിടികൂടിയിരിക്കുന്നു. എല്ലാത്തരം കുത്തിവയ്പു കളും ചർമ്മലേപന ചികിത്സയും പരാജയമാണ്. വേദന കലശ ലായി ഇല്ലെങ്കിലും ഇരിക്കാൻ പ്രയാസം. രോഗം പറ്റിയ ഇടത്ത് ഒരു ദിവസം മരുന്നു പുരട്ടിയില്ലെങ്കിൽ പിറ്റേന്ന് കലശലാകും. പുരട്ടിയാലും ഫലം കഷ്ടിയായതിനാൽ ഒന്നും ചെയ്യാൻ തോന്നു കയില്ല.

ആകപ്പാടെ അസംതൃപ്തനാണ് ഞാൻ. ആഗസ്റ്റിലോ സപ് തംബറിലോ നിയമസഭാ സമ്മേളനം കാണുമല്ലോ. പബ്ലിക് അക്കൗണ്ട്സ് കമ്മിറ്റി കൂടുന്നതിന്റെ അറിയിപ്പൊന്നും കിട്ടിക്കാ ണുന്നില്ല. ഉടനെയെങ്ങാൻ ഉണ്ടെങ്കിൽ അറിയിക്കണം. നിയമസഭാ സമ്മേളന വിവരവും അറിയിക്കുമല്ലോ. അമ്മയും കഠിനമായി രോഗം പിടിച്ച് ബനാറസിൽ കഴിയുന്നു. ജോൺസ്റ്റൺ ഹെർപ്പിസ് ആണ് രോഗം. (ഞരമ്പുകളിൽ നല്ല വേദനയുണ്ടാവും.) എന്റെ രോഗവും ഏതാണ്ട് അതുതന്നെ. രോഗം ബാധിച്ചശേഷം അമ്മയെ കണ്ടിട്ടില്ല. എനിക്ക് അൽപ്പം ശമനം കിട്ടിയാൽ ഒരാഴ്ച അവിടെ പോയി തങ്ങണമെന്നുണ്ട്. അതല്ലെങ്കിൽ, ഇവിടെനിന്ന് നേരേ കൽക്കത്തയിലേക്കു വരും. അവിടെനിന്ന് പിന്നീട് എപ്പോഴെങ്കിലും അമ്മയെ കാണാൻ പോകും. ഞാൻ ബനാറസിലൂടെയാണ് വരു ന്നതെങ്കിൽ രണ്ടാഴ്ച കഴിഞ്ഞേ കൽക്കത്തയിൽ വരികയുള്ളു. അതുകൊണ്ട് ഞാൻ എപ്പോഴാണ് വരേണ്ടത് എന്ന് എഴുതി അറി യിക്കുക.

എല്ലാവർക്കും ക്ഷേമമെന്നു കരുതുന്നു. എല്ലാവരുമായും അകന്നിരിപ്പാണ് ഞാൻ. നമ്മുടെ പത്രങ്ങളും കിട്ടുന്നില്ല. പുറത്തു പോകാനൊക്കാത്തതിനാൽ പ്രാദേശിക സഖാക്കളേയും കാണാ റില്ല. 12 കൊല്ലത്തോളമായി ഞാൻ രോഗിയാണ്. ബാക്കി ജീവി തകാലത്ത് ഞാൻ വികലാംഗനും ദുർബലനും ആയിപ്പോകുമോ? അപകടശങ്കകളും രാഷ്ട്രീയവുമെല്ലാം മനസ്സിൽനിന്നു മാറ്റി നിർത്താനാണ് കൽക്കത്തയിലെ ഡോക്ടമാർ പറഞ്ഞത്. ഇപ്പോൾ ഞാൻ കൂടുതൽ അപായഭീതി അനുഭവിക്കുന്നു; മുമ്പ് എന്നത്തേക്കാളും.

താങ്കൾക്കും മറ്റു സഖാക്കൾക്കും എന്റെ അഭിവാദനം.

സ്നേഹത്തോടെ

ബങ്കിം മുഖർജി (ഒപ്പ്)

ബങ്കിം മുഖർജി 1961-ൽ അന്തരിച്ചു.

ജ്യോതി ബസു

11

സമർ മുഖർജി

ചൗരി ചൗര സംഭവത്തെ തുടർന്ന് ആദ്യത്തെ നിസ്സഹകരണ പ്രസ്ഥാനം നിർത്തിവെക്കുകയും, ഗാന്ധിജി നയിക്കുന്ന ദേശീയ പ്രസ്ഥാനം മയക്കത്തിലാഴുകയും ചെയ്തു. 1920-ന്റെ ഒടുവിൽ പ്രസ്ഥാനം വീണ്ടും സജീവമായി. ആദ്യമായി കോൺഗ്രസ് പൂർണ സ്വാതന്ത്ര്യം ആവശ്യപ്പെട്ടു; 1930-ൽ. നിസ്സഹകരണ സമരം രണ്ടാം ഘട്ടം ഊർജിതമായി. ഗാന്ധിജിയുടെ ദണ്ഡിയാത്ര രാജ്യത്തെ ഇളക്കിമറിച്ചു. ഇന്ത്യക്കാരുടെ വികാരം അവഗണിച്ച് ഭരണഘടനാ പരിഷ്കാരം നടപ്പാക്കാൻ സൈമൺ കമ്മീഷൻ എത്തിയത് സ്വാതന്ത്ര്യ സമരരംഗം കൂടുതൽ പ്രക്ഷുബ്ധമാക്കി.

സൈമൺ കമ്മീഷൻ ഉന്നയിച്ച പരിഷ്കരണ പ്രശ്നങ്ങൾക്ക് ഉത്തരം നൽകാൻ ദേശീയ നേതൃത്വം ഉത്സാഹം കാട്ടിയ സന്ദർഭത്തിൽ, സാധാരണ ജനങ്ങൾ പ്രത്യേകിച്ച് പട്ടണവാസികൾ, “സൈമൺ തിരിച്ചു പോവുക” എന്ന മുദ്രാവാക്യം മുഴക്കി. കരിങ്കൊടി പ്രകടനവും ഹർത്താലും, കമ്മീഷനംഗങ്ങൾ സന്ദർശിച്ച ഇടങ്ങളിലെല്ലാം ഉണ്ടായി. സൈമൺ ബഹിഷ്കരണ പ്രക്ഷോഭം ഏറെ രൂക്ഷമായത് ബംഗാളിലായിരുന്നു. ഈ സമര സന്ദർഭത്തിൽ മധ്യവർഗ യുവജന വിദ്യാർഥി സാന്നിധ്യം സജീവമായി. അന്ന് ദേശീയ സമരവേദിയിൽ എടുത്തുചാടിയ വിദ്യാർഥികളിൽ ഒരാളായിരുന്നു സമർ മുഖർജി.

സമർ മുഖർജി, സമുന്നത തൊഴിലാളി നേതാവും കമ്യൂണിസ്റ്റ് നേതാവും പാർലമെന്റേറിയനുമായി പിൽക്കാലത്ത് പേരു നേടി. സി പി ഐ (എം) ന്റെ കേന്ദ്ര കൺട്രോൾ കമ്മീഷന്റെ ചെയർമാനായും അദ്ദേഹം പ്രവർത്തിച്ചു. മാർക്സിസ്റ്റ് വിപ്ലവകാരികളായി മാറിയ അനേകം യുവ വിദ്യാർഥികളിൽ ഒരാളായിരുന്നു സമർ. ഗാന്ധിയൻ സത്യഗ്രഹത്തിലൂടെയോ സായുധസമരത്തിലൂടെയോ സ്വാതന്ത്ര്യ പ്രസ്ഥാനത്തിൽ

കാൽകുത്തിയ അസംഖ്യം ബംഗാളി യുവാക്കൾ പിന്നീട് കമ്യൂണിസ്റ്റു കാരായി മാറിയിട്ടുണ്ട്.

1913 ൽ ഹൗറാ ജില്ലയിലെ പുരസ് ഗ്രാമത്തിലാണ് സമർ മുഖർജി ജനിച്ചത്. വിദ്യാഭ്യാസം ആംതാ പട്ടണത്തിലായിരുന്നു; ഹൗറാ ജില്ല യിൽതന്നെ.

"സൈമൺ കമ്മീഷൻ വരുമ്പോൾ ഞാൻ ആംതയിലെ പീതാം ബർ ഹൈസ്കൂളിലാണ് പഠിച്ചത്. ഞങ്ങൾ- വിദ്യാർഥികളും അധ്യാപ കരും-പ്രതിഷേധിക്കാൻ വിദ്യാലയം വിട്ടിറങ്ങി. എന്റെ ആദ്യത്തെ രാഷ്ട്രീയ പ്രവർത്തനമായിരുന്നു അത്."

രാഷ്ട്രീയ പ്രശ്നവുമായുള്ള ആദ്യത്തെ സമ്പർക്കം, സമർ മുഖർജിയുടെ രാഷ്ട്രീയാവേശം വർധിപ്പിക്കുകയാണു ചെയ്തത്. അധ്യാ പകനും വിദ്യാർഥികളെ ദേശീയ പ്രസ്ഥാനത്തിൽ ആകർഷിച്ചടുപ്പിക്കു ന്നവനുമായ കോൺഗ്രസ് നേതാവ് ബിഭൂതി ഭൂഷൺ ഘോഷിനെ പരി ചയപ്പെടുന്നത് അങ്ങനെയാണ്. പ്രസ്തുത സംഭവം, സമർ ഇങ്ങനെ ഓർക്കുന്നു: "ബിഭൂതി ഘോഷ് നിരോധിക്കപ്പെട്ട പുസ്തകങ്ങളൊക്കെ വായിക്കാൻ തരും. സ്വദേശി പ്രസ്ഥാനത്തെപ്പറ്റിയുള്ള ശരച്ചന്ദ്ര ചതോ പാധ്യായയുടെ *പഥേർ ധാബി*യും മറ്റും അക്കൂട്ടത്തിൽപ്പെടും. ഞാൻ അത്തരം കൃതികൾ വായിക്കുകയും സമാനമനസ്കരായ വിദ്യാർഥികളെ പരിചയപ്പെടുകയും ചെയ്തു."

1929 ഓടേ, കോൺഗ്രസ് പ്രസ്ഥാനം ശക്തിപ്പെട്ടു. ആംതയിൽ വിദ്യാർഥി സംഘടന സ്ഥാപിക്കാൻ സമർ നേതൃത്വം നൽകി. ക്ലാസ്സ് അധ്യാപകനും ഹെഡ്മാസ്റ്ററും പിന്തുണച്ചു. രാഷ്ട്രീയ വിഷയങ്ങൾ ചർച്ച ചെയ്യുകയും ഒരു കൈയെഴുത്തു മാസിക തുടങ്ങുകയും ചെയ്തു. 1930-ൽ നിസ്സഹകരണ സമരം തുടങ്ങിയപ്പോൾ സമർ കോൺഗ്രസ് പ്രക്ഷോഭകനായി കള്ളുഷാപ്പു പിക്കറ്റിങ്ങും വിദേശവസ്ത്രം കത്തി ക്കലും നിയമലംഘനം നിർവഹിക്കലും അറസ്റ്റു വരിക്കലും ഒക്കെയാ യി. അദ്ദേഹത്തിന്റെ പ്രവർത്തനമേഖല, തൊഴിലാളികളുടെ ഇടയി ലേക്കും വ്യാപിച്ചു. അപ്പോഴും നല്ല വിദ്യാർഥിയും പാഠ്യേതര പ്രവർത്തന പങ്കാളിയും ഒക്കെയായിരുന്നു. പ്രാദേശിക ഫുട്ബോൾ ക്ലബ്ബ് അംഗമായി ചുറ്റുവട്ടത്തിൽ പന്തുകളിയുമായി നടക്കുകയുണ്ടായി. യുവാക്കളുമായി ആത്മബന്ധം വളർത്താനുള്ള അവസരമായി അതിനെ മാറ്റി.

നിസ്സഹകരണ സമരത്തിന്റെ ഭാഗമായി വിദ്യാലയം വിട്ടിറങ്ങാനുള്ള ആഹ്വാനം ആ സന്ദർഭത്തിൽ ഉയർന്നു. രാജ്യമെങ്ങും ആ ആഹ്വാന ത്തിന്റെ ആവേശം ഉൾക്കൊണ്ടു. പീതാംബർ ഹൈസ്കൂളിലെ പഠിപ്പു മുടക്കിന്റെ നേതാവ് സമർ മുഖർജി ആയിരുന്നു. ജൂലായ് 7ന് ആരംഭിച്ച വിദ്യാലയ ബഹിഷ്കരണം പൂജാ അവധിവരെ അതായത് സപ്തംബർ -ഒക്ടോബർവരെ നീണ്ടുനിന്നു. ബംഗാളിൽ നടന്ന ഏറ്റവും ദീർഘമായ പഠിപ്പുമുടക്കു സമരമായിരുന്നു അത്; ഒരു വിദ്യാഭ്യാസ സ്ഥാപനത്തെ സംബന്ധിച്ചിടത്തോളം അതൊരു പുതുമയായിരുന്നു. മുമ്പൊക്കെ, ചെറിയ ചെറിയ സമരങ്ങളെ അനുകൂലിച്ച ഹെഡ്മാസ്റ്റർ ഇത്തവണ സമരിനോടും സമരത്തോടും മുഖം തിരിച്ചുനിന്നു. എന്നാലും ഹെഡ്മാ

സ്റ്ററോ രക്ഷിതാക്കളോ പൊലീസിനെ വരുത്തി സമറിനെ അറസ്റ്റു ചെയ്യാൻ ഇടവരുത്തിയില്ല. 1857 മുതൽക്കേ ദേശാഭിമാന പ്രേരകമായ പശ്ചാത്തലം പ്രദർശിപ്പിച്ച പാരമ്പര്യം പീതാംബർ ഹൈസ്കൂൾ അവകാശപ്പെട്ടിരുന്നു. സമര നേതാവിനെ പൊലീസിൽ ഏൽപ്പിക്കുന്നതിൽ നിന്ന് ആളുകൾ പിന്തിരിയാൻ അതായിരുന്നു കാരണം. വിദ്യാലയങ്ങൾക്ക് അക്കാലത്ത് പരിശുദ്ധ പദവി ഉണ്ടായിരുന്നു. അനുമതിയില്ലാതെ പൊലീസ് അവിടെ കടക്കാറും പതിവില്ല. അതുകൊണ്ട് അറസ്റ്റു നടന്നില്ല. എന്നാൽ പൂജ അവധി കഴിഞ്ഞ് വിദ്യാലയം തുറന്നപ്പോൾ സമർ മുഖർജി വിദ്യാലയം ബഹിഷ്കരിച്ചു.

ഒരു മച്ചുനിയൻ ബരിൻ മുഖർജിയോടൊപ്പം സമർ പൂർണസമയ പ്രവർത്തകനായി. ഏതാനും വക്കീലന്മാരും ഡോക്ടർമാരും അവരുടെ കൂട്ടത്തിൽ നിസ്സഹകരണ പ്രസ്ഥാനത്തിൽ പങ്കെടുത്തു. പൊലീസ് കള്ള ക്കേസിൽ കുടുക്കി, 107-ാം വകുപ്പനുസരിച്ച് ഒരു വർഷത്തെ ജയിൽ ശിക്ഷയ്ക്കു വിധേയരാക്കി. ബരിൻ മുഖർജിയും സമർ മുഖർജിയും പ്രസിഡൻസി ജയിലിലാണ് എത്തിയത്.

അവിടെ മൂന്നാം ഡിവിഷൻ തടവുകാർ ഒരു സമരത്തിൽ ഏർപ്പെട്ടു. ജയിൽ വാർഡൻ പരിശോധനയ്ക്കു വരുമ്പോൾ തടവുകാരെല്ലാം വരി വരിയായിരുന്ന് 'സലാം സർക്കാർ' എന്നു പറയണമായിരുന്നു. രാഷ്ട്രീയത്തടവുകാർ അതിനു വിസമ്മതിച്ചു. അധികൃതർ ക്ഷോഭിച്ചു. അവർ മർദനം അഴിച്ചുവിട്ടു. ഹവിൽദാർ ഫത്തേ ബഹാദൂർ സിങ്ങ് എന്ന ഒരു ഉദ്യോഗസ്ഥൻ കൂട്ടത്തിൽ കൂടുതൽ ക്രൂരനായിരുന്നു. ജയിൽപ്പുള്ളികൾക്കെല്ലാം അയാളെ വെറുപ്പായിരുന്നു. ഒരു നാൾ ഒരു തടവുകാരൻ അയാളെ പിടികൂടി താടി മുടി മുറിച്ച് അടുക്കളയിൽ നിന്നു പിടിച്ചു തള്ളിയിട്ടു. മറ്റൊരു വട്ടം മർദനത്തിന് അതു വഴിയൊരുക്കി. എന്നാൽ പിന്നീട് ജയിലർ (ബ്രിയാൻ എന്നു പേരായ വെള്ളക്കാരൻ) പരിശോധനയ്ക്ക് വന്നപ്പോൾ ആരും സലാം പറഞ്ഞില്ല. ജയിലർ നിർബന്ധിച്ചതുമില്ല.

പ്രസിഡൻസി ജയിലിലെ ആ സംഭവങ്ങളൊക്കെ സമർ മുഖർജി നന്നായോർക്കുന്നു:

> ഞാനും സഹോദരനും വാർഡിലേക്ക് കടക്കുമ്പോൾ എണ്ണം എടുക്കുകയായിരുന്നു (ഏഴാം വാർഡ്). എതിർ വശത്തെ വാർഡിലുള്ളവർ ഇരിക്കാൻ കൂട്ടാക്കിയില്ല. എന്നെ ഹവിൽദാർമാർ പിടിച്ചു തള്ളി. പിന്നെ നോക്കുമ്പോൾ എതിർ ഭാഗത്തെ വാർഡിലെ തടവുകാരെ തല്ലുകയും കോണിപ്പടിയിലൂടെ പിടിച്ചു വലിക്കുകയും ചെയ്യുന്നതാണ് കണ്ടത്. പിറ്റേന്ന് പ്രാതലിനു പുറത്തേക്കു കൊണ്ടുപോകുമ്പോൾ 'പാഗ്ലേ ഘണ്ഡി' (അപായമണി) മുഴങ്ങി. ഞങ്ങളെ വീണ്ടും മുറിക്കുള്ളിലേക്കു തള്ളി. പിന്നത്തെ സംഭവം ഞങ്ങൾ നോക്കിനിന്നു. പ്രസിഡൻസി ജയിലിൽ ധാരാളം രാഷ്ട്രീയത്തടവുകാർ ഉണ്ടായിരുന്നു. നിസ്സഹകരണ സമരക്കാരായ തടവുകാരോട് അധികൃതർ കാട്ടിയ ക്രൂരതകളിൽ പ്രതിഷേധിച്ച് ഒരു തടവുകാരൻ ബ്രിയാനെ കസേരകൊണ്ടു തല്ലി. കുറച്ചു കഴിയ

> വെ, കൽക്കത്ത പൊലീസ് കമ്മീഷണർ കുപ്രസിദ്ധനായ ചാറൽസ് ടിഗാർട്ട് കുതിച്ചെത്തി. അയാൾ, രാഷ്ട്രീയത്തടവുകാരുടെ വാർഡിലേക്കു ചെന്നു. ബ്രിയാനെ തല്ലിയ തടവുകാരനെ, തടവറയ്ക്കുള്ളിലെ മറ്റൊരു മുറിയിലേക്കു മാറ്റി. പിന്നീട് ഞങ്ങൾ ബ്രിയാനെ കണ്ടു; തലയിൽ വലിയ വെച്ചു കെട്ടും മറ്റുമായി.

ജയിലിൽ സമർ മുഖർജിയുടെ ആദ്യ അനുഭവം അതായിരുന്നു. 'പരിഷ്കൃത' ബ്രിട്ടീഷ് രാജ് അഹിംസാ സമരക്കാരോടു കാട്ടുന്ന ക്രൂരത അദ്ദേഹത്തിന്റെ കണ്ണു തുറപ്പിച്ചു. നിസ്സഹകരണ പ്രസ്ഥാനക്കാർ തങ്ങളുടെ കേസ് വാദിക്കാറുണ്ടായിരുന്നില്ല. ലഭിക്കുന്ന ശിക്ഷ ഏൽക്കുകയായിരുന്നു പതിവ്. എന്നാൽ സമറും സഹോദരനും തങ്ങളുടെ മേൽ കള്ളക്കേസ് ചുമത്തിയതിനാൽ കേസ് വാദിച്ചു. ആറു ദിവസം കഴിഞ്ഞപ്പോൾ ജാമ്യം ലഭിച്ചു. ഗാന്ധി-ഇർവിൻ സന്ധി അനുസരിച്ച് 1931-ൽ കേസ് പിൻവലിച്ചു.

ജയിൽ വിമോചിതനാകുമ്പോൾ സമർ, വിദ്യാർഥിയായിരുന്നു. എന്നാൽ വിദ്യാലയത്തിൽ തുടർന്ന് പ്രവേശനം കിട്ടിയില്ല. മുൻ വിപ്ലവകാരി ഗിരിൻ ബാനർജി, കൽക്കത്തയിലെ ബൗ ബസാർ ഹൈസ്കൂളിന്റെ ഹെഡ്മാസ്റ്റർ ആയിരുന്നു. അദ്ദേഹം തന്റെ വിദ്യാലയത്തിൽ സമറിന് പ്രവേശനം നൽകി. കുറച്ചു കൊല്ലത്തെ പഠനം മുടങ്ങിയിരുന്നെങ്കിലും പത്താം തരത്തിൽ പ്രവേശിച്ച്, 1933-ൽ പ്രശസ്തമാം വിധം മെട്രിക്കുലേഷൻ പാസായി. മറ്റേതാനും വിദ്യാർഥികളോടൊപ്പം, പഠന ദിനങ്ങളിൽ സമർ കൽക്കത്തയിൽ ഒരു മെസിലാണ് താമസിച്ചിരുന്നത്. ആഴ്ചയുടെ അവസാനം ആംതയിൽ വീട്ടിലേക്കു ചെല്ലും. അപ്പോഴും രാഷ്ട്രീയ പ്രവർത്തനം മുടക്കിയിരുന്നില്ല. 1933-ൽ അദ്ദേഹം ആംത കോൺഗ്രസ് സെക്രട്ടറിയായി. പ്രാഥമിക കോൺഗ്രസ് കമ്മിറ്റി നേതാവ് എന്ന നിലയിൽ അദ്ദേഹം ഹൗറാ ജില്ലാ കമ്മിറ്റി അംഗമാവുകയും പതിവായി അതിന്റെ യോഗത്തിൽ പങ്കെടുക്കുകയും ചെയ്തു. ആംത ഒരു വ്യാവസായിക പട്ടണം ആയിരുന്നില്ല. എന്നാലും അവിടെ ഇടത്തരക്കാർ കൂടുതലായി ഉണ്ടായിരുന്നു. ആംത റെയിൽവെ തൊഴിലാളികളെ സമർ തന്റെ പ്രവർത്തനത്തിൽ പങ്കെടുപ്പിച്ചു.

നിസ്സഹകരണ സമരത്തിന് ശക്തി കുറഞ്ഞു കുറഞ്ഞ് 1934 ഓടെ തീരേ ക്ഷയിച്ചു. ഗാന്ധിജി തന്റെ കർമ്മമേഖല സാമൂഹിക സമസ്യകളിലേക്കു മാറ്റി. ഹരിജനക്ഷേമം, ക്ഷേത്രപ്രവേശനം, ഖാദിപ്രചാരണം എന്നിവയിലായി ശ്രദ്ധ. പ്രാദേശിക പ്രവർത്തകൻ എന്ന നിലയിൽ സമർ മുഖർജി ഇത്തരം പരിപാടികളിൽ പങ്കെടുത്തു. എന്നാൽ പതുക്കെ പതുക്കെ ഈ ഗാന്ധിയൻ ശൈലിയോട് മടുപ്പു തുടങ്ങി.

ഇക്കാര്യത്തിൽ സമർ തനിച്ചായിരുന്നില്ല. ബംഗാളിൽ മറ്റിടങ്ങളിലെ അനേകം യുവാക്കളിലും വിദ്യാർഥികളിലും അക്ഷമ വളർന്നുവന്നിരുന്നു. വർക്കേഴ്സ് ആന്റ് പെസന്റ്സ് പാർട്ടിയുടെ പാതകയുടെ കീഴിൽ കമ്യൂണിസ്റ്റാശയക്കാർ 1920 തൊട്ടേ രംഗം കീഴടക്കിത്തുടങ്ങിയിരുന്നു. 1928-ലെ കൽക്കത്ത കോൺഗ്രസ് സമ്മേളനം നടന്നപ്പോൾ, പാർക്ക്

സർക്കസിൽ 50,000 പ്രവർത്തകരുടെ പ്രകടനം നടന്നു. മുസഫർ അഹമ്മദിന്റെ നേതൃത്വത്തിലുള്ള കമ്യൂണിസ്റ്റുകാർ പൂർണ സ്വാതന്ത്ര്യത്തിനുവേണ്ടി സമ്മേളനത്തിൽ വാദിച്ചു.

എന്നാൽ 1935-36 കാലഘട്ടത്തിലാണ് ഇടതുപക്ഷ പ്രസ്ഥാനം കരുത്താർജിച്ചത്. ജയിലിനുള്ളിലെ നൂറു കണക്കിന് വിപ്ലവകാരികൾ കമ്യൂണിസത്തിൽ ആകൃഷ്ടരായി. ഗാന്ധിയൻ സത്യഗ്രഹത്തിലും വൈയക്തിക ഭീകരപ്രവർത്തനത്തിലും അവർക്ക് വിശ്വാസം നഷ്ടപ്പെട്ടു. 1935-ൽ അഖിലേന്ത്യ കിസാൻസഭയും വിദ്യാർഥി ഫെഡറേഷനും ശക്തിപ്പെട്ടു. ധാരാളം ബഹുജന പ്രകടനങ്ങൾ നടന്നു. 1936-ൽ രജനി പാം ദത്ത്- ബെൻ ബ്രാഡ്‌ലി രേഖ വന്നു; കമ്യൂണിസ്റ്റുകാർ കോൺഗ്രസിനുള്ളിൽ നിന്നുകൊണ്ട് സാമ്രാജ്യത്വ വിരുദ്ധ മുന്നണിക്ക് നേതൃത്വം നൽകണമെന്ന് അതു നിർദേശിച്ചു.

ഈ സംഭവങ്ങളെല്ലാം സമർ മുഖർജിയിൽ വലിയ സ്വാധീനം ചെലുത്തി. അദ്ദേഹം അനുസ്മരിച്ചു:

> 1936-37-ൽ എനിക്കു മാറ്റം വന്നു. ഞാൻ മാർക്സിസമൊന്നും വായിച്ചിരുന്നില്ല-ഹൗറയിലെ ഏതാനും കമ്യൂണിസ്റ്റ് തൊഴിലാളി നേതാക്കന്മാരെ കണ്ടിരുന്നു. ഹൗറയിലെ ഒരു കോൺഗ്രസ് വിദ്യാർഥി സംഘടനയുടെ സെക്രട്ടറിയായി 1936-ൽ ഞാൻ തിരഞ്ഞെടുക്കപ്പെട്ടു. അതിനു ശേഷമാണ് ഞാൻ ഒരു ചെറിയ കമ്യൂണിസ്റ്റ് വിദ്യാർഥി സംഘവുമായി (തരുൺ സമിതി) പരിചയപ്പെടുന്നത്. അവരെ പിന്നീട് ഹൗറ ഡിസ്ട്രിക്ട് കോൺഗ്രസ് കമ്മിറ്റിയിൽ കണ്ടു. മുതിർന്ന കോൺഗ്രസുകാർ ആ വിദ്യാർഥികളെ കോൺഗ്രസ് വിരുദ്ധരെന്നു മുദ്രകുത്തി അകറ്റി നിർത്തി. ശൈലൻ മജുംദാർ, അരുൺ ചാറ്റർജി, നിരഞ്ജൻ ചാറ്റർജി, ബിഭൂതി മുഖർജി, കാളി മുഖർജി എന്നീ വിദ്യാർഥികളെ ഞാൻ കണ്ടു സംസാരിച്ചു. തങ്ങൾ കോൺഗ്രസ് വിരുദ്ധരല്ലെന്നും വർഗസമരത്തിൽ വിശ്വസിക്കുന്നവരാണെന്നും അവർ പറഞ്ഞു. തൊഴിലാളികളുടെയും കർഷകരുടെയും പ്രശ്നങ്ങൾ കോൺഗ്രസ് ശ്രദ്ധിക്കുന്നില്ലെന്നും അവരെ സംഘടിപ്പിക്കേണ്ടത് അത്യാവശ്യമാണെന്നും അവർ അഭിപ്രായപ്പെട്ടു.

ഈ സന്ദർഭത്തിൽ മറ്റൊരു സ്വാധീനശക്തിക്ക് സമർ വഴങ്ങാനിടയായി. ബിമൽ റെ എന്ന കമ്യൂണിസ്റ്റുകാരനുമായുള്ള പരിചയം കൂടുതൽ അർഥപൂർണമായ രാഷ്ട്രീയ ആദർശത്തിനായുള്ള അന്വേഷണത്തിനു മറുപടി നൽകി. അക്കാലത്ത്, ജയിൽ മോചിതരായ അനേകം രാഷ്ട്രീയത്തടവുകാർ സ്വന്തം ഗ്രാമങ്ങളിൽ വീടുകളിൽ മാത്രം കഴിഞ്ഞുകൂടുന്നുണ്ടായിരുന്നു. (അവർക്ക് അവിടം വിടാൻ അനുമതി ഉണ്ടായിരുന്നില്ല. ദിവസേന പൊലീസ് സ്റ്റേഷനിൽ പോയി ഒപ്പ് വയ്ക്കേണ്ടതുണ്ടായിരുന്നു.) ആംത പട്ടണത്തിന്റെ അടുത്തുള്ള ഒരു ഗ്രാമത്തിൽ അത്തരത്തിൽ തങ്ങുന്ന ഒരു രാഷ്ട്രീയ തടവുകാരനായിരുന്നു ബിമൽ റെ.

“മാർക്സിസത്തിൽ അവഗാഹം തികഞ്ഞ കമ്യൂണിസ്റ്റുകാരനായിരുന്നു അദ്ദേഹം. അദ്ദേഹത്തോട് മണിക്കൂറുകളോളം ഞാൻ വർത്തമാനം പറഞ്ഞു. മാർക്സിസം വായിക്കാനും തുടങ്ങി.”

അക്കാലത്തെ രാഷ്ട്രീയ അന്തരീക്ഷവും കമ്യൂണിസ്റ്റുകാരുമായുള്ള സമ്പർക്കവും സമർ മുഖർജിയെ തികഞ്ഞ കമ്യൂണിസ്റ്റുകാരനാക്കി മാറ്റി. അന്നത്തെ പാർട്ടി നയം അനുസരിച്ച് കമ്യൂണിസ്റ്റുകാരൻ, കോൺഗ്രസിനുള്ളിൽത്തന്നെ നിൽക്കണമായിരുന്നു. അതുകൊണ്ടു സമർ മുഖർജിയും കമ്യൂണിസ്റ്റ് പാർട്ടിയിൽ പ്രവർത്തിക്കുമ്പോൾ തന്നെ കോൺഗ്രസ് പരിപാടിയിൽ പങ്കെടുത്തുവന്നു. 1940-ൽ അദ്ദേഹം പാർട്ടി അംഗമായി. 1938-ൽ തന്നെ ഹൗറ ഡിസ്ട്രിക്ട് വിദ്യാർഥി ഫെഡറേഷൻ സെക്രട്ടറി ആയിരുന്നു.

സാമൂഹിക പ്രവർത്തനവും രാഷ്ട്രീയ പ്രവർത്തനവും ഒന്നിച്ചു കൊണ്ടു പോവുന്ന ഒരു രീതിയിലാണ് അക്കാലത്ത് പാർട്ടി കെട്ടിപ്പടുത്തത്. ആദ്യ കാലത്ത് സമർ മുഖർജി ഫുട്ബോൾ കളിയിലൂടെയും യുവജന സംഘടനകളിലൂടെയും സാമൂഹ്യ സമ്പർക്കം സാധിച്ചെങ്കിൽ പിന്നീട് നേരിട്ടുള്ള പൊതു പ്രവർത്തനം നടത്തി ജനങ്ങളുമായി ബന്ധം പുലർത്തി. ആംതയിൽ സമർ മുഖർജിയും സുഹൃത്തുക്കളും ഗണ പ്രതിഷ്ഠാൻ എന്ന സംഘടന ഉണ്ടാക്കുകയും ഗോത്രവർഗക്കാർക്കുവേണ്ടി ഒരു പ്രാഥമിക വിദ്യാലയവും മെഡിക്കൽ ക്ലിനിക്കും സ്ഥാപിക്കുകയും ചെയ്തു. വിദ്യാഭ്യാസവും വൈദ്യസേവനവും ജനങ്ങളിലെത്തിക്കാനായിരുന്നു ശ്രമം. ആംത കോൺഗ്രസ് കമ്മിറ്റി പ്രസിഡന്റ് ഡോ. കേശവ് സർക്കാർ, ‘ഗണ പ്രതിഷ്ഠാന്റെ’ പ്രവർത്തനത്തിന് നല്ല സഹായം നൽകി.

1939-ൽ രണ്ടാം ലോക മഹായുദ്ധം പൊട്ടിപ്പുറപ്പെട്ടു. സാമ്രാജ്യത്വ യുദ്ധം എന്ന നിലയിൽ കമ്യൂണിസ്റ്റുകാർ, യുദ്ധവിരുദ്ധ പ്രചാര വേല നടത്തി. ആംതയിൽ ചണമിൽ തൊഴിലാളികളുടെ വമ്പിച്ച പൊതുയോഗം സംഘടിപ്പിച്ചു. സമർ മുഖർജിയും കാളി മുഖർജിയുമായിരുന്നു അത് ഏർപ്പാടുചെയ്തത്. കേശവ് സർക്കാർ യോഗത്തിൽ ആധ്യക്ഷം വഹിച്ചു. യുദ്ധവിരുദ്ധ പ്രചാരവേലയിൽ ഏർപ്പെടുന്നവരെ ബ്രിട്ടീഷ് പൊലീസ് നിരീക്ഷിക്കുകയും രാജ്യരക്ഷാ നിയമമനുസരിച്ച് പിടികൂടുകയും ചെയ്തു വരികയായിരുന്നു. അതനുസരിച്ച് ചണമിൽതൊഴിലാളികളുടെ യോഗം നിയമവിരുദ്ധമായി പ്രഖ്യാപിക്കുകയും യോഗത്തിൽ പങ്കെടുത്ത മൂന്നു നേതാക്കന്മാരുടെയും പേരിൽ അറസ്റ്റു വാറണ്ട് പുറപ്പെടുവിക്കുകയും ചെയ്തു. കൽക്കത്തയിലെ ഒരു യോഗത്തിൽ പങ്കെടുത്തു മടങ്ങുമ്പോൾ ഹൗറാ പാലത്തിനടുത്തുവച്ച് സമർ മുഖർജി അറസ്റ്റിലായി.

മൂന്നു പേരേയും ആദ്യം ഹുഗ്ലി ജയിലിലേക്കാണു കൊണ്ടുപോയത്. അറസ്റ്റു നടക്കുമ്പോൾ സമർ മുഖർജിയുടെ കൈവശം സ്റ്റാലിന്റെ *ചരിത്രപരവും വൈരുധ്യാധിഷ്ഠിതവുമായ ഭൗതികവാദം* എന്ന കൃതിയുടെ ഒരു പ്രതി ഉണ്ടായിരുന്നു. പുസ്തകത്തിന്റെ ഉള്ളടക്കത്തെപ്പറ്റി വലിയ പിടിപാടില്ലാതിരുന്ന പൊലീസ് അത് കണ്ടുകെട്ടുകയുണ്ടായില്ല.

ജയിലിൽവെച്ച് സമർ ആ പുസ്തകത്തിന്റെ അടിസ്ഥാനത്തിൽ സ്റ്റഡി ക്ലാസ്സു നടത്തി. മൂന്നു നേതാക്കന്മാരും എ ക്ലാസ് തടവുകാരായി പരിഗണിക്കപ്പെട്ടു. അവരെ പിന്നീട് ഡംഡം ജയിലിലേക്കു മാറ്റി. സ്റ്റാലിന്റെ പുസ്തകം ബംഗാളിയിലേക്കു തർജുമ ചെയ്യാൻ ഹുഗ്ലി ജയിലിലെ രാഷ്ട്രീയത്തടവുകാർ ആവശ്യപ്പെട്ടത് അദ്ദേഹം അനുസരിക്കുകയും വിവർത്തനം അവർക്കു നൽകുകയും ചെയ്തു. ഡംഡം ജയിലിൽ എത്തിയശേഷം അദ്ദേഹം അവിടത്തെ കമ്യൂണിസ്റ്റ് കൺസോളിഡേഷനിൽ പ്രവർത്തിക്കുകയും അതിന്റെ കൺവീനറാവുകയും ചെയ്തു. മാർക്സിസ്റ്റ് ദർശനത്തെപ്പറ്റി പഠനക്ലാസുകൾ നടത്തുകയുണ്ടായി.

ആ കാലത്ത് ജയിലുകളിലെല്ലാം മാർക്സിസ്റ്റ് പഠനക്ലാസുകൾ നടന്നു വന്നിരുന്നു. രഹസ്യമായി മാർക്സിസ്റ്റ് പുസ്തകങ്ങൾ കൈമാറി വരികയും ചെയ്തു. മുഖർജിയുടെ ഓർമകൾ ഇങ്ങനെ പോകുന്നു:

> രഹസ്യമായി കടത്തിയ ഒരു പുസ്തകം (*വേൾഡ് കമ്യൂണിസ്റ്റ് ആക്ഷൻ*), ആശുപത്രിയിൽ കഴിയുന്ന ഒരു തടവുകാരന്റെ കൈയിൽ കണ്ടെത്തിയതായി ഞങ്ങളറിഞ്ഞു. അതോടെ, ഡംഡം ജയിലിലെ എല്ലാ സെല്ലുകളിലും പരിശോധന നടത്താൻ അധികൃതർ കൽപ്പന പുറപ്പെടുവിച്ചു. ഞങ്ങളുടെ കൈവശം ധാരാളം മാർക്സിസ്റ്റ് കൃതികൾ ഉണ്ടായിരുന്നു. അവയെല്ലാം എങ്ങനെ ഒളിപ്പിക്കും എന്നായി ചിന്ത. പെട്ടെന്ന് ഒരാശയം തോന്നി. ജയിലിനു മുമ്പിൽ വിശാലമായ തരിശുനിലം ഉണ്ടായിരുന്നു. ഒരു പുൽനാമ്പു പോലും മുളയ്ക്കാത്ത പറമ്പ്. ഞങ്ങൾ ജയിൽ ഡോക്ടറോട് അക്കാര്യം പറഞ്ഞു. വെയിലിന്റെ വെളിച്ചം കണ്ണിൽ കൊള്ളുന്നതായും ആ നിലത്ത് ചെടി നട്ടാൽ നന്നെന്നും ഞങ്ങൾ അഭിപ്രായപ്പെട്ടു. ഡോക്ടർ സമ്മതിച്ചു. ഞങ്ങൾ ചെടികൾക്കു കുഴി കുത്താൻ തുടങ്ങി. പുസ്തകങ്ങൾ ആദ്യം കിടപ്പുവിരിയുടെ അടിയിൽ ഒളിപ്പിച്ചു വച്ചു. പിന്നെ, കിളക്കാൻ പോകുമ്പോൾ തൊപ്പിക്കുള്ളിൽ ഒളിപ്പിച്ച് ചെടിക്കുഴിക്കുള്ളിൽ കുഴിച്ചിട്ടു. പ്രതീക്ഷിച്ചതുപോലെ സെല്ലിൽ പരിശോധന നടന്നതേയില്ല. എന്നാൽ ചെടിക്കു കുഴിയെടുത്ത ദിവസം മുതൽ രണ്ടു മൂന്നു നാൾ പെരുമഴ പെയ്തു. പുസ്തകത്തിൽ മിക്കവയും നശിച്ചുപോയി. അതുകൊണ്ടു രഹസ്യ പുസ്തകശേഖരം പുനരാരംഭിക്കേണ്ടിവന്നു. ചില ശിപായിമാർ പുസ്തകങ്ങൾ കണ്ടെത്താൻ സഹായിച്ചു. എ ക്ലാസ് തടവുകാരായതിനാൽ ഞങ്ങൾക്ക് സോപ്പുകട്ടകളും മറ്റു സ്നാന സുഗന്ധവസ്തുക്കളും കിട്ടിവന്നിരുന്നു. അവ ശിപായിമാർക്കു നൽകി സന്തോഷിപ്പിച്ചു. പുറത്തുള്ള സഖാക്കളിൽ നിന്ന് എങ്ങനെ പുസ്തകങ്ങൾ നേടാമെന്ന് ഞങ്ങൾ അവർക്കു പറഞ്ഞു കൊടുത്തു. അവ ലഭിക്കുകയും സ്റ്റഡി ക്ലാസുകൾ തുടരുകയും ചെയ്തു.

1941-ൽ 14 മാസത്തെ തടവുശിക്ഷ പൂർത്തിയാക്കി സമർ ജയിൽ മോചിതനായി. എന്നാലും ആംതയിൽ വീട്ടിൽതന്നെ തങ്ങണമെന്ന് അധി

കൃതർ നിർദേശിച്ചു. രണ്ടു ദിവസം കൂടുമ്പോൾ പൊലീസ് സ്റ്റേഷനിൽ പോയി ഒപ്പിടേണ്ടതായും വന്നു. മൂന്നു മാസം കഴിഞ്ഞ് വീട്ടു തടങ്കൽ അവസാനിച്ച ഉടനെ അദ്ദേഹം ഹൗറയിലേക്കു ചെല്ലുകയും അണ്ടർഗ്രൗണ്ടിലേക്കു മാറുകയും ചെയ്തു. സൽക്കിയയിൽ, ബനിയൻ കമ്പനിത്തൊഴിലാളികൾ രഹസ്യ പാർട്ടി സെൽ നടത്തിയിരുന്നു. സമർ മുഖർജി ആ തൊഴിലാളികളുടെ ഇടയിൽ പ്രവർത്തനം തുടങ്ങി.

1942 ജൂലായിൽ സ്റ്റേറ്റ് കമ്മിറ്റി ജില്ലാ സംഘാടക സമിതി രൂപീകരിച്ചു. സമർ മുഖർജിയെ ജില്ലാ പാർട്ടി സെക്രട്ടറിയായി നിയമിച്ചു. ഹിറ്റ്ലർ സോവിയറ്റ് യൂണിയനെ ആക്രമിച്ചതോടെ രണ്ടാം ലോക മഹായുദ്ധത്തിന്റെ ഗതി മാറി. കടുത്ത ഉൾപ്പാർട്ടി ചർച്ചകൾക്ക് ഈ യുദ്ധഗതിമാറ്റം ഇടയാക്കി. സാമ്രാജ്യത്വ യുദ്ധം ജനകീയ യുദ്ധമായതിന്റെ പശ്ചാത്തലം അതായിരുന്നു. കമ്യൂണിസ്റ്റ് പാർട്ടിയുടെ നിരോധനം നീങ്ങി. സമർ മുഖർജിയടക്കം നേതാക്കളെല്ലാം പുറത്തുവന്നു.

അദ്ദേഹം മികച്ച പാർട്ടി സംഘാടകനായി അറിയപ്പെട്ടു.

> ഞങ്ങൾക്ക് നിയമവിധേയത്വം ലഭിച്ചതോടെ പാർട്ടി വളർന്നു. തൊഴിലാളി യൂണിയനുകളും കിസാൻ സഭകളും ശക്തി പ്രാപിച്ചു. 1945-ൽ ഹിറ്റ്ലർ തോറ്റു. രാഷ്ട്രശക്തികൾ തമ്മിൽ വലിയ ഘടനാപരിണാമം സംഭവിച്ചു. ദേശീയ സമരങ്ങളുടെ വേലിയേറ്റമുണ്ടായി. 1945-46, ഇന്ത്യയിൽ ജനകീയ മുന്നേറ്റങ്ങൾക്കു സാക്ഷ്യം വഹിച്ചു. നാവിക കലാപം, ഐ എൻ എ സേനാനികളുടെ വിചാരണ, തേഭാഗ കർഷക സമരം, തപാൽ ജീവനക്കാരുടെ പണിമുടക്ക്. കോൺഗ്രസിന്റെ ആത്മവിശ്വാസത്തിന് ഇളക്കം തട്ടി. ബംഗാളിൽ മുസ്ലീം ലീഗ് സർക്കാരുണ്ടാക്കി. 1946-ൽ ജിന്ന പാകിസ്താൻ വാദം ഉന്നയിച്ചു. പിന്മാറ്റത്തിനുള്ള സമയമായെന്ന് ബ്രിട്ടൻ മനസ്സിലാക്കി.

പാകിസ്താൻ രൂപീകരണവും വിഭജനത്തിനു മുമ്പുണ്ടായ ഹിന്ദു-മുസ്ലീം ലഹളയുമെല്ലാം ബ്രിട്ടീഷുകാരുടെ കുടില തന്ത്രത്തിന്റെ ഫലമാണെന്ന് സമർ മുഖർജി വിലയിരുത്തി. രണ്ടാം ലോക മഹായുദ്ധത്തിനുശേഷം രൂപപ്പെട്ടുവന്ന വിപ്ലവ ജാഗ്രതയിൽനിന്ന് ജനങ്ങളെ വഴിതെറ്റിക്കാനായാണ് അത് ആസൂത്രണം ചെയ്യപ്പെട്ടതെന്ന് അദ്ദേഹം മനസ്സിലാക്കി. വിഭജനത്തെ എപ്പോഴും എതിർത്തുപോന്ന കോൺഗ്രസ്, അവസാനം, 'കമ്യൂണിസ്റ്റുകാരുടെ ബഹുജന പ്രസ്ഥാനത്തെക്കുറിച്ചുള്ള ഭീതിയാൽ' വിഭജനത്തിനു സമ്മതിച്ചു എന്നാണ് സമറിന്റെ അഭിപ്രായം. "പ്രശ്നപരിഹാരം ഉടനെ ഉണ്ടായില്ലെങ്കിൽ കമ്യൂണിസ്റ്റുകാരുടെ പ്രസ്ഥാനം മുന്നോട്ടു പോയി വിപ്ലവത്തിൽ അവസാനിക്കും എന്നായിരുന്നു കോൺഗ്രസിന്റെ പേടി. ആ ആശയം പട്ടേൽ നെഹ്റുവിനെ ധരിപ്പിച്ചിട്ടാണ് വിഭജനത്തിന് സമ്മതിച്ചത്." മുഖർജി അഭിപ്രായപ്പെട്ടു.

സ്വന്തം അനുഭവത്തിന്റെ അടിസ്ഥാനത്തിലാണ് അദ്ദേഹം ഈ അഭിപ്രായം രൂപീകരിച്ചത്.

> 1946 ജൂലായിൽ ബംഗാളിലെ തപാൽ ജീവനക്കാർ അഖിലേന്ത്യാ പണിമുടക്ക് ആരംഭിച്ചു. അതിനോട് അനുഭാവം പ്രകടിപ്പിക്കാൻ, ബംഗാൾ ട്രേഡ് യൂണിയൻ കോൺഗ്രസ് ജൂലായ് 29-ന് പൊതു പണിമുടക്കിന് ആഹ്വാനം ചെയ്തു. പണിമുടക്കു തീരുമാനം എടുത്ത യോഗത്തിൽ ഞാൻ സംബന്ധിച്ചിരുന്നു. സ്റ്റേറ്റ് കോൺഗ്രസ് പ്രസിഡന്റ് സുരേന്ദ്ര മോഹൻ ഘോഷ് പണിമുടക്കിൽ പങ്കെടുക്കരുതെന്ന് ജൂലായ് 28-ന് ജനങ്ങൾക്ക് മുന്നറിയിപ്പു നൽകി. ആരും അത് വകവെച്ചില്ല. അടുത്ത ദിവസത്തെ പണിമുടക്ക് ഗംഭീരവിജയമായിരുന്നു. സ്ഥാപനങ്ങളെല്ലാം അടഞ്ഞു കിടന്നു. കടകൾ, തൊഴിൽ ശാലകൾ, ആപ്പീസുകൾ, വിദ്യാഭ്യാസ സ്ഥാപനങ്ങൾ, സിനിമാശാലകൾ. എന്നല്ല പത്രമാപ്പീസുകൾ പോലും പ്രവർത്തിച്ചില്ല. കൽക്കത്തയിൽ ഗംഭീര പ്രകടനം നടന്നു. അന്നത്തേതുപോലെ ഒരു പണിമുടക്ക് മുമ്പ് നടന്നിരുന്നില്ല. ഹിന്ദു-മുസ്ലീം ഐക്യത്തിന്റെ ഫലമായിരുന്നു പണിമുടക്കിന്റെയും പ്രകടനത്തിന്റെയും വിജയം.

ജൂലായ് 29 മുസ്ലീംലീഗിനെ വിറളി പിടിപ്പിച്ചു. ഹിന്ദു-മുസ്ലീം ഐക്യം തകർക്കാൻ ലക്ഷ്യമിട്ട് ബംഗാൾ മുഖ്യമന്ത്രി സുഹ്രവർദി, ആഗസ്റ്റ് 16-ന് "പ്രത്യക്ഷ നടപടി ദിന"മാചരിക്കാൻ ആഹ്വാനം ചെയ്തു. അന്ന് കൽക്കത്ത നഗരത്തിൽ ആസൂത്രിതമായ ലഹള നടന്നു. അതിന് മുമ്പ് ഒരിക്കലും ഉണ്ടാകാതിരുന്ന ഊക്കിൽ ആരംഭിച്ച വർഗീയ ലഹള രാജ്യത്തെങ്ങും പടർന്നുപിടിച്ചു. അത് വിഭജനം വരെയും വിഭജനത്തിനുശേഷവും തുടർന്നു. ഹിന്ദു-മുസ്ലീം ബന്ധത്തിന്റെ ചരിത്രത്തിൽ ആഗസ്റ്റ് 16 ഒരു വഴിത്തിരിവായിരുന്നു.

പേടിപ്പെടുത്തുന്ന ലഹളനാളുകളുടെ ഓർമ്മ സമർ മുഖർജിയുടെ മനസിലുണ്ട്:

> മുസ്ലീം ലീഗിന്റെ ഒരു റാലി അന്നു നടന്നു. അതു കാണാൻ ഹൗറയിൽ ഞാൻ ചെന്ന ഗ്രാന്റ് ട്രങ്ക് റോഡിൽ ഹൗറാ മൈതാനത്തിനരികെ പാർക്കുന്ന ഹിന്ദുക്കൾ അവരുടെ വീടുകളുടെ മുകളിൽ നിന്ന് ജാഥയുടെ നേരെ ഇഷ്ടികകളും കല്ലുകളും വലിച്ചെറിയാൻ തുടങ്ങി. ചെറുപ്പക്കാരായ മുസ്ലീംലീഗുകാർ പ്രകോപിതരായി. അവർ ആയുധം ശേഖരിച്ചു വന്നു. ഹിന്ദുക്കൾ കല്ലേറ് തുടർന്നു. മുസ്ലീങ്ങൾ ഹിന്ദുക്കളെ തേടി തെരുവിലേക്കു നീങ്ങി. ഞാൻ അവരെ അനുനയിപ്പിച്ച് പിന്തിരിപ്പിക്കാൻ ശ്രമിച്ചു. ഒരു മുസ്ലീം യുവാവ് കത്തിയെടുത്ത് എന്നെ കുത്തി. ഉടനെ അവരുടെ നേതാവ് അവനെ ശകാരിച്ചു. "അവരെ എന്തിനാണ് ഉപദ്രവിക്കുന്നത്. അവർ എപ്പോഴും മുസ്ലീങ്ങളെ പിന്തുണച്ചവരാണ്." അയാൾ എന്റെ നേരെ തിരിഞ്ഞിട്ട് പറഞ്ഞു, "ദയവു ചെയ്ത ഇവിടെനിന്ന് പോകൂ. സ്ഥിതിഗതികൾ പിടിവിട്ടു പോകുന്ന മട്ടാണ്." ഞാൻ പാർട്ടി ഓഫീസിലേക്കു മടങ്ങുമ്പോൾ ചില ഹിന്ദു വർഗീയ വാദികൾ എന്നെ വടികൊണ്ടു തല്ലി, അട്ടഹസിച്ചു: 'നീ മുസൽമാന്മാരുടെ ദല്ലാൾ.'

> മുസ്ലീങ്ങൾക്ക് അഭയം നൽകിയിട്ടുണ്ട് എന്ന അപവാദം പ്രചരിപ്പിച്ച് അവർ പാർട്ടി ആപ്പീസ് ആക്രമിച്ചു. അവർ ഞങ്ങളുടെ നേരെ മർദനം അഴിച്ചുവിട്ടു. ദുരിതാശ്വാസ പ്രവർത്തനത്തിന് വസ്ത്രവും മരുന്നും പുതപ്പും മറ്റും ഞങ്ങൾ ശേഖരിച്ചുവച്ചിരുന്നു. ഹിന്ദു വർഗീയ ലഹളക്കാർ അതെല്ലാം കൊള്ളയടിച്ചു. എന്നെ ആംബുലൻസിൽ ഹൗറാ ആശുപത്രിയിലേക്കു കൊണ്ടു പോയി. എന്നെ കുത്തിക്കൊന്നിരിക്കുന്നു എന്നൊരു തെറ്റായ വാർത്ത പ്രചരിച്ചു.
>
> ലഹള കാട്ടുതീപോലെ പടർന്നു. മരിച്ചവരും മുറിവേറ്റവരും ഹൗറാ ആശുപത്രിയിൽ വന്നു നിറഞ്ഞു; കട്ടിലിലും മേശപ്പുറത്തും നിലത്തുമെല്ലാം. അഞ്ചു ദിവസം കഴിഞ്ഞപ്പോൾ മുസഫർ അഹമ്മദ് കൽക്കത്തയിൽ നിന്നയച്ച മെഡിക്കൽ ടീം എന്നെ അന്വേഷിച്ചു വന്നു. എന്റെ പരുക്ക് ഗുരുതരമായിരുന്നില്ല. ഏതാനും ദിവസം കഴിഞ്ഞപ്പോൾ എന്നെ ഡിസ്ചാർജ് ചെയ്തു. ലഹള ശമിപ്പിക്കാൻ എന്തൊക്കെ ചെയ്തു എന്ന് അറിയിക്കാൻ മുസഫർ സാഹേബ് എന്നോട് ആവശ്യപ്പെട്ടു. എന്റെ വിവരണം *സ്വാധീനത*യിൽ അച്ചടിച്ചു വന്നു.

അടുത്ത ഒരു വർഷം സാമൂഹികസ്ഥിതിഗതി വളരെ വഷളായി വന്നു. ബ്രിട്ടീഷുകാർ അധികാരം കോൺഗ്രസിനു കൈമാറി. ഇന്ത്യയുടെ സ്വാതന്ത്ര്യ പ്രാപ്തിയുടെ സ്വഭാവത്തെപ്പറ്റി കമ്യൂണിസ്റ്റ് പാർട്ടിയിൽ കടുത്ത ചർച്ച നടന്നു. 1948 മാർച്ച് 26-ന് കമ്യൂണിസ്റ്റ് പാർട്ടിയെ നിരോധിച്ചു. സമർ മുഖർജി വീണ്ടും അറസ്റ്റിലായി. വിട്ടയക്കപ്പെട്ടശേഷം അദ്ദേഹം സ്റ്റേറ്റ് കമ്മിറ്റി അംഗമായി. കോൺഗ്രസിലെ ഉന്നതനേതാവും അസംബ്ലി സ്പീക്കറുമായ ശൈല മുഖർജിയെ തോൽപ്പിച്ച് സമർ മുഖർജി 1957-ൽ പശ്ചിമബംഗാൾ അസംബ്ലിയിലേക്ക് തിരഞ്ഞെടുക്കപ്പെട്ടു.

പിന്നീട് അദ്ദേഹം പ്രസിദ്ധനായ പാർലമെന്റ് അംഗമായി ഉയർന്നു. പൊളിറ്റ് ബ്യൂറോ മെമ്പറും ആയി. പാർട്ടി കെട്ടിപ്പടുക്കുന്ന ദൗത്യ നിർവഹണത്തിന് അവിവാഹിതനായി കഴിഞ്ഞു. ചെറിയ പട്ടണത്തിലെ സ്കൂൾ വിദ്യാർഥിയായിരിക്കുമ്പോൾ മനസിലാളിയ വിപ്ലവ ജ്വാല മങ്ങലേൽക്കാതെ നിന്നു.

മാനിനി ചാറ്റർജി

12

സതീഷ് പക്രാസി

സതീഷ് പക്രാസിയുടെ യഥാർഥ കഥയാണിത്. 32 വർഷം തടവറയ്ക്കുള്ളിലും 11 വർഷം ഒളിവിലും കഴിച്ചുകൂട്ടിയ നമ്മുടെ നാട്ടിന്റെ വീരപുത്രന്റെ വാസ്തവകഥ. രാജ്യത്തിനും ജനതയ്ക്കും വേണ്ടി സമർപ്പിച്ച ത്യാഗധനനായ വിപ്ലവകാരിയായിരുന്നു അദ്ദേഹം. ബ്രിട്ടീഷ് അധികൃതരുടെ ഭാഷയിൽ "ഭീകരവാദി"യായി ആരംഭിച്ച്, ഒടുവിൽ, മറ്റനവധി ദേശീയ വിപ്ലവകാരികളെപ്പോലെ കമ്യൂണിസ്റ്റുകാരനായി മാറി അദ്ദേഹം.

ഡാക്കാ ജില്ലയിലെ മാധാബോദി എന്ന കുഗ്രാമത്തിൽ 1893-ൽ ജനിച്ച സതീഷ്, 1973 ഡിസംബറിൽ 80-ാം വയസിൽ കൽക്കത്തയിൽ അന്തരിച്ചു. യഥാർഥ വിപ്ലവകാരിയുടെ ജീവിതപാതയിൽത്തന്നെ അദ്ദേഹം യാത്ര തുടർന്നു. യാതനയോ എതിർപ്പോ പീഡനമോ ഒന്നും അദ്ദേഹത്തെ പിന്തിരിപ്പിച്ചില്ല.

ബംഗാളിൽ സ്വദേശി പ്രസ്ഥാനം ഊർജസ്വലമായിരുന്ന കാലഘട്ടത്തിലായിരുന്നു സതീഷ് ബാല്യം ചെലവിട്ടത്. കർസൺ പ്രഭുവിന്റെ ബംഗാൾ വിഭജന തീരുമാനത്തിനെതിരെ ജനതയൊട്ടാകെ പ്രതിഷേധം പ്രകടിപ്പിച്ചുവന്ന സമയമായിരുന്നു അത്. സമവയസ്കരായ മറ്റു വിദ്യാർഥികളെപ്പോലെ സതീഷും പൊതുസേവന സന്നദ്ധത പ്രദർശിപ്പിച്ചു. സതീഷിന്റെ രാഷ്ട്രീയ പ്രവർത്തനാവേശം അധികൃതരുടെ ശ്രദ്ധയിൽപ്പെടുകയും പതിമൂന്നാം വയസ്സിൽതന്നെ പൊലീസിന്റെ പിടിയിൽ അകപ്പെടുകയും ചെയ്തു.

അന്നത്തെ പ്രഖ്യാത വിപ്ലവ സംഘടനയായ 'അനുശീലൻ സമിതി' യുടെ നേതാവ് പുളിൻ ദാസിനെ പരിചയപ്പെടാനിടയായതു മുതൽക്കാണ് ഈ ബാലന്റെ വിപ്ലവ സാഹസജീവിതം ആരംഭിക്കുന്നത്. 1906-ൽ ആയി

രുന്നു അത്. 14-ാം വയസ്സിൽ അനുശീലൻ സമിതിയിൽ അംഗമായ സതീഷ്, സംഘടനയുടെ സമുന്നതനേതാവായി ഉയർന്നു. സമിതിയുടെ തന്നെ താരതമ്യേന തണുത്ത പ്രവർത്തന ശൈലിയിൽ പ്രതിഷേധിച്ച് സതീഷ് പക്രാസിയും മറ്റു ചില യുവാക്കളും 'വിരുദ്ധസംഘ'ത്തിൽ ചേർന്നു.

1911-ൽ ചില ആയുധങ്ങളും വെടിമരുന്നും രഹസ്യ സങ്കേതത്തിൽനിന്ന് ശേഖരിച്ചു കൊണ്ടുവരാൻ നിയുക്തനായ സതീഷ് പൊലീസിന്റെ പിടിയിൽ അകപ്പെട്ട് നാരായൺ ഗഞ്ച് ജയിലിലെത്തി. രാക്ഷസീയമായ മർദനത്തിനു വിധേയനായിട്ടും പാറപോലെ ഉറച്ചുനിന്ന സതീഷ്, യാതൊരു വിവരവും വെളിപ്പെടുത്തിയില്ല. പിന്നീട് ചങ്ങലയിൽ ബന്ധിച്ച്, കള്ളന്മാരുടെ സെല്ലിൽ കൊണ്ടുപോയിട്ടു. ജയിലിൽവച്ച് സതീഷ് വീണ്ടും പുളിൻ ദാസിനെ കണ്ടു. സ്വന്തം രാഷ്ട്രീയ ഗുരുവിൽ നിന്ന് ആ യുവാവ് പുതിയ പലതും പഠിച്ചു. രാഷ്ട്രീയവും സാമ്പത്തികവുമായ വിഷയങ്ങളെക്കുറിച്ചുള്ള ഗ്രന്ഥങ്ങൾ വായിച്ച്, സ്വന്തം വിപ്ലവബോധത്തിന് കൂടുതൽ തീർച്ചയും മൂർച്ചയും വരുത്തി.

1912-ൽ ജയിൽ മോചിതനായെങ്കിലും വീണ്ടും ഒരു ബോംബേറു കേസിൽ പ്രതിചേർത്ത് പൊലീസ് പിടികൂടാൻ അന്വേഷിച്ചു നടപ്പായി. തലസ്ഥാനം കൽക്കത്തയിൽനിന്ന് ഡൽഹിയിലേക്കു മാറ്റിയതിൽ പ്രതിഷേധിച്ച് വൈസ്രോയിയുടെ നേരെ ബോംബെറിഞ്ഞ 'ഡൽഹി ഗൂഢാലോചനക്കേസ്' ആയിരുന്നു അത്. ജയിലിൽ അകപ്പെടാതെ കഴിഞ്ഞാൻ ഒളിവിൽ പോയി, രാഷ്ട്രീയ പ്രവർത്തനം തുടർന്നു. രണ്ടു വർഷം കഴിഞ്ഞപ്പോൾ 1914-ൽ ബോംബിന്റെ ചീളുകൾ തട്ടി ഗുരുതരമായ പരുക്കു പറ്റി. ബസന്ത് ചതോപാധ്യായ എന്ന കുപ്രസിദ്ധനും ക്രൂരനുമായ പൊലീസാഫീസറുടെ നേരെ ബോംബെറിഞ്ഞപ്പോഴായിരുന്നു അപകടം പിണഞ്ഞത്. സതീഷ് സംഭവസ്ഥലത്തുനിന്ന് സമർഥമായി രക്ഷപ്പെട്ട് രാജ്ഷാഹിയിലേക്കു കടക്കുകയും അവിടെനിന്ന് ഡാക്കയിലേക്കു പോവുകയും ചെയ്തു.

1917-ൽ ഡാക്കയിലും പൊലീസ് പരിശോധനയും മർദനവും വ്യാപിച്ചു. സതീഷും നളിനി ബാഗ്ചിയും മറ്റു സഖാക്കളും ഗുവാഹത്തിയിലേക്കു കടന്നു. അവിടെനിന്നുകൊണ്ട് ബംഗാളിലെ വിപ്ലവപ്രവർത്തനം സംഘടിപ്പിച്ചു. ഒരു ദിവസം രാത്രി തങ്ങളുടെ ഒളിസങ്കേതം പൊലീസ് വളഞ്ഞതായി കണ്ടെത്തിയ സതീഷും ആറു സഖാക്കളും മലമുകളിലേക്കു കുതിച്ചു. അവിടെനിന്ന് തോക്കുകൊണ്ട് പൊലീസിനു നേരെ വെടിവെച്ചു. സതീഷും ബാഗ്ചിയും രക്ഷപ്പെട്ട് കൽക്കത്തയിലേക്ക് കാൽനടയായി എത്തി. മറ്റുള്ളവർ പൊലീസ് പിടിയിലായി.

അടുത്ത അഞ്ചുവർഷം ഒളിവുജീവിതമായിരുന്നു. രാജ്യം മുഴുവൻ സഞ്ചരിച്ച് വിപ്ലവ സംഘങ്ങൾ സംഘടിപ്പിച്ച് ആയുധങ്ങളും വിപ്ലവ സാഹിത്യവും ലഘുലേഖകളും പ്രചരിപ്പിച്ചു. വേദനയും യാതനയും നിറഞ്ഞ കാലം. ലളിതമായ ജീവിതശൈലി. മഹത്തായ ലക്ഷ്യത്തിനായി എന്തും സഹിക്കാനുള്ള ഉദാത്തമായ മാതൃകയായിരുന്നു അവസാന നിമിഷംവരെ അദ്ദേഹത്തിന്റെ കർമ്മരീതി.

1918 മാർച്ചിൽ കൽക്കത്ത ഹൈക്കോടതിയുടെ മുന്നിൽവച്ച് സഖാവ് അറസ്റ്റു ചെയ്യപ്പെട്ടു. പൊലീസ് ഡെപ്യൂട്ടി കമ്മീഷണറുടെ ഓഫീസിലേക്കു കൊണ്ടുപോയി. ഉടുവസ്ത്രം ഉരിഞ്ഞ് കഠിനമായ ചോദ്യം ചെയ്യലും ഭേദ്യം ചെയ്യലും നടന്നു. ഇരിപ്പിടത്തിൽ അഞ്ചു ദിവസം ഇരുത്തി ശിക്ഷിച്ചു. ഒരു ദിവസം രണ്ടു കോപ്പ ചായ മാത്രം; 'തിന്നാനും' കുടിക്കാനും. കണ്ണു ചിമ്മിയാൽ തുറപ്പിക്കാൻ മുടി പിടിച്ചുവലിക്കും. അഞ്ചു നാൾ കഴിഞ്ഞപ്പോൾ കൽക്കത്തയിലെ പ്രസിഡൻസി ജയിലിൽ, 44-ാം നമ്പർ സെല്ലിൽ തടവിൽ.

പിന്നീട് കയ്യാമം വച്ച് പ്രസിഡൻസി ജയിലിലേക്കു മാറ്റി. മൂന്നു കൊല്ലം അവിടെ. 1921-ൽ വിടുതൽ. റെഗുലേഷൻ 3 അനുസരിച്ച് 1923-ൽ വീണ്ടും അറസ്റ്റ്. ഇരുമ്പഴിക്കുള്ളിൽ മറ്റൊരു അഞ്ചു വർഷം. മാറിമാറി പല പല ജയിലുകളിലേക്കും കൊണ്ടുപോയി. ഗണേഷ് ഘോഷ്, നിരഞ്ജൻ സെൻ, മാസ്റ്റർ സൂര്യ സെൻ തുടങ്ങി പലരേയും പരിചയപ്പെടാൻ ഇതിനിടയിൽ ഇടയായി.

1928-ൽ ജയിലിൽ നിന്നു വിട്ടപ്പോഴാണ് സതീഷ്, (പരേതനായ) മുസഫർ അഹമ്മദിനെ (സ്നേഹപൂർവം കാകാ ബാബു എന്നു വിളിപ്പേരുള്ള) പരിചയപ്പെട്ടത്. (പരേതനായ) പ്രമോദ് ദാസ് ഗുപതയെയും പരിചയപ്പെട്ടു. ഇരുവരുമായി സതീഷിന് ഗാഢസൗഹൃദമാണ് ഉണ്ടായിരുന്നത്.

1929 ഡിസംബർ 19ന്, കൽക്കത്തയിലെ മെച്ചബസാർ തെരുവിലെ ഒരു വീട് പൊലീസ് പരിശോധിച്ചു, അവിടെ ഉണ്ടായിരുന്ന മൂന്നു പേരെയും അറസ്റ്റു ചെയ്തു. സതീഷ് പക്രാശി, നിരഞ്ജൻ സെൻ, രമേഷ് ബിശ്വാസ്. വിലപ്പെട്ട വിവിധ രേഖകൾ, ധാരാളം പേരുടെ മേൽവിലാസം, കൈത്തോക്കുകൾ, ബോംബു നിർമാണ സാമഗ്രികൾ എന്നിവ പിടിച്ചെടുത്തു. 'മെച്ച ബസാർ ഗൂഢാലോചനക്കേസ്' വിചാരണ കഴിഞ്ഞ് സതീഷ് പക്രാസിയെയും നിരഞ്ജൻ സെന്നിനെയും ഏഴു വർഷം കഠിന തടവിനു ശിക്ഷിച്ചു. പുറമെ കുപ്രസിദ്ധമായ അന്തമാൻ സെല്ലുലാർ ജയിലിലേക്കു നാടുകടത്തലും. വേറെ രണ്ടു പേരെയും വ്യത്യസ്ത കാലയളവിലേക്ക് ശിക്ഷിച്ചു. ആലിപ്പൂർ, രാജ്ഷാഹി, ഹസാരിബാഗ് ജയിലുകളിൽ മൂന്നു വർഷം. അതു കഴിഞ്ഞ് അന്തമാനിൽ നാലുവർഷത്തെ നാടുകടത്തൽ.

അബ്ദുൾ ഹലിം, സരോജ് മുഖർജി, ഷംസുൽ ഹുദ എന്നിവരെ പരിചയപ്പെടുന്നത് ആലിപ്പൂർ ജയിലിൽ വെച്ചാണ്. മാർക്സിസം-ലെനിനിസത്തിലേക്കും കമ്യൂണിസത്തിലേക്കും സതീഷിനെ ആകർഷിച്ചടുപ്പിച്ചത് ഹലിം ആയിരുന്നു. ഒളിച്ചുകടത്തിയ കമ്യൂണിസ്റ്റ് കൃതികൾ, അദ്ദേഹം മറ്റു തടവുകാർക്കും നൽകി. ഒരു കമ്യൂണിസ്റ്റുകാരനാവാൻ തന്നെ സഹായിച്ച സാഹചര്യം അതായിരുന്നു എന്ന് സതീഷ് സാക്ഷ്യപ്പെടുത്തി.

'മെച്ചബസാർ ഗൂഢാലോചനക്കേസും' ശിക്ഷയും ജയിലിലെ

മാർക്സിസ്റ്റ് സാഹിത്യ പരിചയവും സതീഷ് പക്രാസിയുടെ വിപ്ലവ സാഹസജീവിതത്തിനു വിരാമമിട്ടു. മാതൃഭൂമിയുടെ വിമോചനം എന്ന ഏക ലക്ഷ്യത്തിൽ സ്വാതന്ത്ര്യ സംഗരസാഹസത്തിനൊരുങ്ങിയ അദ്ദേഹത്തിന് ഭാവിരാഷ്ട്രീയത്തെപ്പറ്റി വ്യക്തമായ ധാരണകൾ ഒന്നും ഉണ്ടായിരുന്നില്ല. ആദ്യകാല വിപ്ലവകാരികളുടെ വിചാരഗതിയും അതായിരുന്നു. വെള്ളക്കാർ ഇവിടം വിട്ടാൽ സ്വാഭാവികമായി അനായാസം സന്തോഷവും സമൃദ്ധിയും വന്നുചേരുമെന്ന വിചാരം. ബഹുഭൂരിഭാഗം വരുന്ന ജനങ്ങൾക്ക് സമത്വവും സന്തോഷവും കൈവരുമ്പോഴാണ് യഥാർഥ സ്വാതന്ത്ര്യ പ്രാപ്തി എന്ന് ചിലർ കരുതി. സ്വാതന്ത്ര്യത്തിനു സമരം ചെയ്യാൻ എല്ലാവർക്കും ആകാംക്ഷയുണ്ട്. എന്നാൽ എങ്ങനെയെന്നും എന്തിനെന്നും ആരുടെയെല്ലാം ഒപ്പമെന്നും ഒരു നിശ്ചയവുമില്ലായിരുന്നു. സ്വാതന്ത്ര്യം വന്നാൽ ആരുടെ കൈയിലാണ് അധികാരം ലഭിക്കുക എന്ന അവ്യക്തധാരണ പോലും അവർക്കില്ല. വർഗബന്ധം, വർഗ സമരം എന്നിവയെക്കുറിച്ചുള്ള അജ്ഞത നിമിത്തം വർഗസഹകരണമെന്ന സൗമ്യമായ ആശയമാണ് വിപ്ലവകാരികൾ വച്ചുപുലർത്തിയത്.

അന്തമാൻ സെല്ലുലാർ ജയിലിൽ ഡോ. നാരായൺ റോയ് നടത്തിയ രാഷ്ട്രീയ ക്ലാസുകളിലും ചർച്ചകളിലും സതീഷ് പക്രാസി പങ്കെടുത്തു തുടങ്ങി. മാർക്സിസ്റ്റ് സാഹിത്യം യുവ വിദ്യാർഥിയുടെ കൗതുകത്തോടെ പഠിച്ചു. കാഴ്ചപ്പാട് പാടേ മാറി. പിറവിതൊട്ട് മനസ്സിൽ പറ്റിപ്പിടിച്ച ബൂർഷ്വാ തത്ത്വശാസ്ത്രത്തിന്റെ പുകമറ മങ്ങിമറഞ്ഞു. മാർക്സിസ്റ്റ്-ലെനിനിസ്റ്റ് പ്രത്യയശാസ്ത്രത്തിലും പരിപാടിയിലും ഉറച്ച വിശ്വാസമുള്ള കമ്യൂണിസ്റ്റുകാരന്റെ ജീവിതത്തെ അദ്ദേഹം ആശ്ലേഷിച്ചു.

ജയിലിൽ നിന്നു പുറത്തു വന്നപ്പോൾ, ഡാക്കയിലെ കമ്യൂണിസ്റ്റ് പാർട്ടിയിൽ അംഗമായി. പിന്നീട് പാർട്ടിയുടെ പ്രവിശ്യാ ഘടകത്തിന്റെ തീരുമാനം അനുസരിച്ച് കൽക്കത്തയിലേക്കു ചെന്നു. സ്വാതന്ത്ര്യം ലഭിക്കുമ്പോൾ പാർട്ടി നിരോധനത്തിലായതുകൊണ്ട് സതീഷ് വീണ്ടും തടവറയിലെത്തി. ഇത്തവണ കോൺഗ്രസ് അധികാരികളുടെ കൈകൊണ്ടാണ് അതു കൈവന്നത്.

ജയിലിൽനിന്നുവന്നശേഷം പാർട്ടി പ്രവർത്തനം തുടർന്നു. തിരുത്തൽവാദ പരിഷ്കരണവാദം മൂർച്ഛിച്ചപ്പോൾ മാർക്സിസ്റ്റ്-ലെനിനിസ്റ്റ് പക്ഷത്ത് നിലയുറപ്പിച്ചു. പാർട്ടി പുനഃസംഘടന നടന്നപ്പോൾ, സി പി ഐ (എം)ൽ ചേർന്നു. പാർട്ടിക്കൂറു പുലർത്തി, പാവങ്ങളുടെ പക്ഷത്ത് അദ്ദേഹം അവസാനദിനം വരെ നിലയുറപ്പിച്ചു.

സുനിൽ മൊയ്ത്ര

13

ഭഗവതി പാണിഗ്രാഹി

ഭഗവതി പാണിഗ്രാഹി 35-ാം വയസിൽ അന്തരിച്ചു. 1933 മുതൽ 1943 വരെ പത്തു വർഷത്തെ രാഷ്ട്രീയ ജീവിതത്തിനിടയിൽ ഒറീസയിലെ സാമൂഹിക രാഷ്ട്രീയ സാംസ്കാരിക മേഖലയിൽ ഉണർവിന്റെ വിശാലമാനം വിടർത്താൻ അദ്ദേഹത്തിന് അനായാസം കഴിഞ്ഞു.

സംസ്ഥാനത്തിലെ സ്വാതന്ത്ര്യ സമര പ്രസ്ഥാനത്തിന്റെ അഗ്രഗാമിയായിരുന്ന ഭഗവതി പാണിഗ്രാഹി ചെറുപ്രായത്തിൽതന്നെ സ്വാതന്ത്ര്യ സമരത്തിൽ ആകൃഷ്ടനായി. കോൺഗ്രസ് സോഷ്യലിസ്റ്റ് പാർട്ടി സെക്രട്ടറിയുടെ ചുമതല നിർവഹിക്കവെതന്നെ, നിരോധിത കമ്യൂണിസ്റ്റ് പാർട്ടിയുടെ സംസ്ഥാന കാര്യദർശിയുമായി. കോൺഗ്രസ് സോഷ്യലിസ്റ്റ് പാർട്ടിയുടെ മുഖവാരികയുടെയും കമ്യൂണിസ്റ്റ് പാർട്ടി വാർത്താപത്രിക(*ആഗേ ചൽ*)യുടെയും പത്രാധിപത്യം ഒരേ സമയം വഹിച്ചു. നിരോധനം നീക്കിയ ശേഷം *മുക്തിയുദ്ധ* വാരികയുടെ പത്രാധിപരായിരുന്നു അദ്ദേഹം. താൻ സ്ഥാപിച്ച 'നവയുഗ സാഹിത്യ സംസദി'ന്റെ സാഹിത്യ മാസിക *ആധുനിക്* അദ്ദേഹമാണ് പ്രസാധനം ചെയ്തത്. സാംസ്കാരിക സംരംഭങ്ങളോടൊപ്പം രാഷ്ട്രീയ കർമങ്ങളിലും അതേ അളവിൽ വ്യാപരിച്ചു. സംസ്ഥാന ജനകീയ സമിതിയിൽ പ്രവർത്തിച്ചു. ജമീന്ദാരീ സമ്പ്രദായം രൂക്ഷമായ കേന്ദ്രങ്ങളിൽ കൃഷിക്കാരുടെ സമരം നയിച്ചു. യുവജന സംഘടനകളിലും സജീവമായി. ഒറീസയിലെ യുവജന വിദ്യാർഥി പ്രസ്ഥാനങ്ങളുടെ വളർച്ചയിൽ സാരമായ പങ്കു വഹിച്ചു.

ഒറീസയിലെ പുരിജില്ലയിൽ കുശഭദ്രാനദിയുടെ കരയിൽ വിശ്വനാഥപൂർ ഗ്രാമത്തിൽ 1908 ലാണ് ഭഗവതി പാണിഗ്രാഹിയുടെ ജനനം. വിദ്യാലയ കലാലയ ജീവിതകാലത്ത് സാമൂഹ്യപശ്ചാത്തലത്തിൽ സ്വാതന്ത്ര്യ സമരത്തിന്റെ അലകൾ ഇളകിയിരുന്നു. പാണിഗ്രാഹിയും

അതിന്റെ ചൂട് ഉൾക്കൊണ്ടു. പുരിയിലായിരുന്നു ആദ്യകാല പഠനം. പിന്നീട് വന വിദ്യാലയത്തിലേക്ക് (നാഷണൽ സ്കൂൾ) മാറി; പ്രമുഖ കോൺഗ്രസ് നേതാവ് പണ്ഡിറ്റ് ഗോപ ബന്ധു ദാസ് സ്ഥാപിച്ച ആ വിദ്യാലയത്തിലെ ഒരു വർഷത്തെ പഠനമാണ് പാണിഗ്രാഹിയെ സ്വാതന്ത്ര്യസമരത്തിലേക്ക് ആകർഷിച്ചത്. പിതാവ് വക്കീൽ സ്വപ്നേശ്വർ സ്വാതന്ത്ര്യസമര അനുഭാവി ആയിരുന്നു. ജ്യേഷ്ഠന്മാരായ വിദ്യാസിംഹയും കാളിന്ദി ചരണും ഒറിയ സാഹിത്യത്തിലെ പേരെടുത്ത എഴുത്തുകാരായിരുന്നു.

പട്നയിൽ വച്ച് എം എ ബിരുദം എടുത്തശേഷം കട്ടക്കിൽ റവൻഷാ കോളേജിൽ നിയമപഠനം നടത്തുമ്പോൾ പാണിഗ്രാഹി സ്വാതന്ത്ര്യ സമരത്തിൽ സജീവമായി. നവകൃഷ്ണ ചൗധരി എന്ന കോൺഗ്രസ് നേതാവിനോടൊപ്പമാണ് പ്രവർത്തിച്ചത്. ഗാന്ധിജി നിയമലംഘന പ്രസ്ഥാനം പിൻവലിച്ചപ്പോൾ യുവാക്കൾ പലരും രഹസ്യമായി വിപ്ലവസംഘടനകളിലേക്കു മാറി. അദ്ദേഹത്തിന്റെ അടുത്ത സുഹൃത്ത് പ്രാണനാഥ് കാശി വിദ്യാപീഠത്തിൽ ആചാര്യ നരേന്ദ്ര ദേവിന്റെ കീഴിൽ പഠിച്ചശേഷം സോഷ്യലിസ്റ്റായി മാറി. എന്നാൽ 1934 വരെ ഭഗവതി പാണിഗ്രാഹി പുരോഗമന ചിന്താധാരയുമായി പരിചയപ്പെട്ടതേയില്ല. പിന്നീട് കോൺഗ്രസ് എം പി ആയിരുന്ന ഭുവനാനന്ദ ദാസിന്റെ പുസ്തകങ്ങളുമായി ബന്ധപ്പെട്ടപ്പോഴാണ് *കമ്യൂണിസ്റ്റ് മാനിഫെസ്റ്റോവും* സ്റ്റാലിന്റെ *സമാഹൃത കൃതികളും* ബുഖാറിന്റെ *ചരിത്രപരമായ ഭൗതികവാദവും* ശ്രദ്ധയിൽപ്പെട്ടത്. മീറത്ത് ഗൂഢാലോചനക്കേസിലെ പ്രതികളുടെ പ്രസ്താവനയും വായിച്ചു. കോൺഗ്രസുകാർ, സോഷ്യലിസ്റ്റുകാർ, അരാജകവാദികൾ, മാർക്സിസ്റ്റുകാരനായ ബ്രിജൻ പോൾ എന്നിവരുമായുള്ള സമ്പർക്കവും സംവാദവും അവസാനം ആശയവ്യക്തതയിലെത്താൻ സഹായിച്ചു. കമ്യൂണിസ്റ്റുകാരനാവാൻ തീരുമാനിച്ചു. പിന്നെയും ഒരു വർഷം കാത്തിരിക്കേണ്ടി വന്നു.

ഈ സമയത്ത് ഒറീസയിൽ കോൺഗ്രസ് സോഷ്യലിസ്റ്റ് പാർട്ടി രൂപപ്പെട്ടുവരികയായിരുന്നു. പട്നയിൽ 1934 മേയിലും ബോംബെയിൽ ഒക്ടോബറിലും ആലോചനാ യോഗം നടന്നു. 1934 ഫെബ്രുവരിയിലാണ് ഒറീസ യൂണിറ്റ് സ്ഥാപിതമായത്. ഭഗവതിയായിരുന്നു സെക്രട്ടറി. നവകൃഷ്ണ ചൗധരി, പ്രാണനാഥ് പട്നായക്, ആനന്ദ പട്നായക്, മാലതി ദേവി എന്നിവർ സഹപ്രവർത്തകരായിരുന്നു. 1930-ൽ ഉപ്പു സത്യഗ്രഹം നടത്തേണ്ടതിനെക്കുറിച്ച് ആലോചന ഉയർന്നിരുന്നു. ഗാന്ധിയൻ നേതൃത്വവുമായി നിരവധി യുവാക്കൾ ഇടഞ്ഞു നിൽപ്പായി. റഷ്യൻ വിപ്ലവത്തിന്റെ മാതൃക, റഷ്യൻ പഞ്ചവത്സര പദ്ധതിയുടെ വിജയം, മീറത്ത് വിപ്ലവകാരികളുടെ പ്രസ്താവന, അസ്വതന്ത്ര രാജ്യങ്ങളോടും അവിടത്തെ തൊഴിലാളിവർഗത്തോടും സോവിയറ്റ് യൂണിയന് ഉണ്ടായിരുന്ന അനുഭാവം എന്നിവയെല്ലാം ഇന്ത്യയിലെ ഒരു വിഭാഗം യുവാക്കളുടെ ഭാവനയെ ചൂടുപിടിപ്പിച്ചു. കോൺഗ്രസ് സോഷ്യലിസ്റ്റ് പാർട്ടിയോടും പിന്നീട് നിരോധിത കമ്യൂണിസ്റ്റ് പാർട്ടിയോടും അവർക്ക് അടുപ്പം അനുഭവപ്പെട്ടു. ധങ്കനൽ, നീലഗിരി, റാൺപൂർ, തൽച്ചർ തുടങ്ങിയ നാട്ടുരാ

ജ്യങ്ങളിലെ ജനകീയ പ്രസ്ഥാനങ്ങളെ കോൺഗ്രസ് സോഷ്യലിസ്റ്റ് പാർട്ടി സഹായിച്ചു. അഖിലേന്ത്യാ കിസാൻസഭ 1936-ൽ നിലവിൽ വരുന്നതിനു മുമ്പുതന്നെ 1935-ൽ ഒറീസയിൽ കിസാൻസഭ രൂപപ്പെട്ടിരുന്നു. ജമീന്ദാർമാരുടെയും ജാഗീർദാർമാരുടെയും ചൂഷണത്തിനെതിരെ പൊരുതാൻ കിസാൻസഭ സന്നദ്ധമായി. നവകൃഷ്ണ ചൗധരിയുടെ പത്രാധിപത്യത്തിൽ 1934 മെയ് 1-ന് ഒറീസയിലെ ആദ്യത്തെ സോഷ്യലിസ്റ്റ് മാസിക *സാരഥി* പ്രസിദ്ധീകരിച്ചു. ഭഗവതി പാണിഗ്രാഹിയും മറ്റു സഖാക്കളും അതിൽ ലേഖനങ്ങൾ എഴുതി. സി എസ് പിയുടെ മുഖപത്രമായ 'ക്രൂശക' 1937-ൽ, പാണിഗ്രാഹിയുടെ പത്രാധിപത്യത്തിൽ പുറപ്പെട്ടു തുടങ്ങി. ഒറീസ്സയിലെ ജനകീയ പ്രശ്നങ്ങളും കർഷക പ്രശ്നങ്ങളും അതിൽ വെളിച്ചം കണ്ടു.

1934-ൽ ഭഗവതി, 'നവയുഗ മണ്ഡൽ' എന്ന പേരിൽ ഒരു സ്റ്റഡി സർക്കിൾ രൂപീകരിച്ചു. സ്വാതന്ത്ര്യ സമര പ്രസ്ഥാനത്തോടും കോൺഗ്രസ് സോഷ്യലിസ്റ്റ് പാർട്ടിയോടും അനുഭാവം വളർത്താനായി 'നവയുഗ മണ്ഡൽ' സംസ്ഥാനത്തിൽ ഉടനീളം ചർച്ചായോഗങ്ങൾ സംഘടിപ്പിച്ചു. അഭ്യസ്തവിദ്യരായ ധാരാളം കോൺഗ്രസ് യുവാക്കൾ കോൺഗ്രസ് സോഷ്യലിസ്റ്റ് പാർട്ടിയിലേക്ക് വന്നു. അവരുടെ അഭിപ്രായം അനുസരിച്ചാണ് ഭഗവതി പാണിഗ്രാഹി 'നവയുഗ സാഹിത്യ സംസദ്' സ്ഥാപിച്ചത്: മറ്റു സാംസ്കാരിക സംരംഭങ്ങളോടൊപ്പം, അയിത്താചരണം, സ്ത്രീപീഡനം, സ്ത്രീധന സമ്പ്രദായം തുടങ്ങിയ തിന്മകളോടും ഈ സംഘടനകൾ പോരാടി.

'നവയുഗ സാഹിത്യ സംസദ്' കട്ടക്കിൽ ഒരാഴ്ച നീണ്ടു നിന്ന സമ്മേളനം നടത്തി. കലയും സാഹിത്യവുമൊക്കെ അവിടെ ചർച്ച ചെയ്തു. മുൻകൂട്ടി തയാറാക്കിയ പഠനങ്ങളാണ് അവതരിപ്പിച്ചത്. അതൊരു പുതിയ സംരംഭമായിരുന്നു. വളർന്നു വരുന്ന കവികൾക്കും എഴുത്തുകാർക്കും അത് അനുഗ്രഹമായി. പിന്നീട് കോൺഗ്രസ് അധ്യക്ഷനായിരുന്ന പണ്ഡിറ്റ് നീലകണ്ഠദാസ് സമ്മേളനത്തിന് വലിയ പിന്തുണ നൽകി. അവിടെ അവതരിപ്പിച്ച പഠനങ്ങൾ, അദ്ദേഹത്തിന്റെ സാഹിത്യമാസികയിൽ പ്രസിദ്ധീകരിച്ചു. ഒരു തിരഞ്ഞെടുപ്പ് പ്രചാരണത്തിനു ഒറീസയിൽ വന്ന സന്ദർഭത്തിൽ 1936-ൽ പണ്ഡിറ്റ് ജവാഹർലാൽ നെഹ്റു, 'നവയുഗ സാഹിത്യ സംസദി'ന്റെ ഒരു സമ്മേളനത്തിൽ സംബന്ധിക്കുകയുണ്ടായി. അങ്ങനെ, ആ സംഘടനയും അതിന്റെ മുഖപത്രമായ *ആധുനിക്കും* ഒറീയാ സാഹിത്യത്തിൽ ഒരു നവയുഗത്തിന്റെ നാന്ദി കുറിച്ചു. പുരോഗമന സാഹിത്യ പ്രസ്ഥാനത്തിന്റെ അടിത്തറയിട്ടു. സച്ചി രൗത്രേയ്, ആനന്ദ പട്നായക്, കാളിന്ദി പാണിഗ്രാഹി എന്നീ എഴുത്തുകാരെ മുൻനിരയിലേക്കു കൊണ്ടുവന്നു.

1934 മുതൽ ഭഗവതി പാണിഗ്രാഹി, ഒറീസയിലെ യുവജന-വിദ്യാർഥി പ്രസ്ഥാനങ്ങൾക്ക് വ്യക്തിപരമായ മാർഗനിർദേശം നൽകിവന്നു. അഖിലേന്ത്യാ വിദ്യാർഥി ഫെഡറേഷന്റെ രൂപീകരണത്തിനു മുമ്പുതന്നെ ഒറീസയിൽ ഒരു വിദ്യാർഥി സമ്മേളനം നടന്നു. ആനന്ദ പട്നായക്, വൈദ്യനാഥരഥ് എന്നിവരായിരുന്നു നേതാക്കന്മാർ. മൂന്ന് ജി (G)

യെ എതിരിടാൻ (Government, Guru, Guardian) സമ്മേളനം ആഹ്വാനം ചെയ്തു. സ്വാതന്ത്ര്യ സമരത്തിലേക്ക് വിദ്യാർഥികളെ ആകർഷിക്കാൻ സമ്മേളനം സഹായിച്ചു. അഖിലേന്ത്യാ സംഘടന സ്ഥാപിച്ചതോടെ പ്രസ്ഥാനം ശക്തമായി. 1940 ഓടെ വൈദേശികാധിപത്യത്തിനെതിരായി പൊരുതുന്ന ശക്തിയായി വളർന്നു.

ജന്മി നാടുവാഴിത്ത വിരുദ്ധ സമരം, യുവജന-വിദ്യാർഥി പ്രസ്ഥാനം, പുരോഗമന സാഹിത്യ പ്രസ്ഥാനം എന്നിവയെല്ലാം സാമ്രാജ്യത്വ വിരുദ്ധ പ്രസ്ഥാനത്തിന്റെ പശ്ചാത്തലത്തിലാണ് രൂപം പ്രാപിച്ചത്. അത് ഒറീസയിലെ സാമൂഹിക-രാഷ്ട്രീയ-സാംസ്കാരിക മണ്ഡലത്തിൽ പുതിയ യുഗം സൃഷ്ടിച്ചു. കോൺഗ്രസ് സോഷ്യലിസ്റ്റ് പാർട്ടിക്കുള്ളിൽ കേവലം ആറ് അംഗങ്ങളുമായി ആരംഭിച്ച കമ്യൂണിസ്റ്റ് പാർട്ടി കൂടുതൽ പേരെ ആകർഷിച്ച് അടുപ്പിച്ചു. സ്വാതന്ത്ര്യ സമര സേനാനികളായിരുന്നു അവരെല്ലാം. 1937-ൽ പ്രാദേശിക നിയമസഭയിലേക്കു നടന്ന തിരഞ്ഞെടുപ്പിൽ ഇതിന്റെ പ്രതിഫലനം ഉണ്ടായി. കിസാൻസഭയിലെ കമ്യൂണിസ്റ്റനുഭാവികളായ രണ്ടു നേതാക്കന്മാരും (മോഹൻദാസ് ഗോവിന്ദ പ്രധാനും പ്രാണനാഥ് പട്നായക്കും) സംസ്ഥാന നിയമസഭയിലേക്കു തിരഞ്ഞെടുക്കപ്പെട്ടു. 60 അംഗസഭയിൽ കോൺഗ്രസ് ഭൂരിപക്ഷം നേടി.

ചെറിയ കമ്യൂണിസ്റ്റ് കക്ഷിയുടെ വലിയ വളർച്ച ബ്രിട്ടീഷധികാരികളെയും കോൺഗ്രസിലെയും കോൺഗ്രസ് സോഷ്യലിസ്റ്റ് പാർട്ടിയിലെയും കമ്യൂണിസ്റ്റ് വിരുദ്ധരെയും വിറളി പിടിപ്പിച്ചു. ജയപ്രകാശ് നാരായൺ, കട്ടക്കിൽ വന്ന് സി എസ് പിയുടെ ഒറീസ യൂണിറ്റ് പിരിച്ചുവിട്ടു. അതിലെ ഭൂരിഭാഗം അംഗങ്ങളും കമ്യൂണിസ്റ്റുകാരായിരുന്നു. സംസ്ഥാനത്തിലെ കോൺഗ്രസ് മന്ത്രിസഭ പിരിച്ചുവിട്ടശേഷം, ബ്രിട്ടീഷ് സർക്കാർ ഒരു 'കമ്യൂണിസ്റ്റ് ഗൂഢാലോചനക്കേസ്' കൊണ്ടുവന്നു. ബലപ്രയോഗത്തിലൂടെ ബ്രിട്ടീഷ് ഗവൺമെന്റിനെ മറിച്ചിടാൻ കമ്യൂണിസ്റ്റുകാർ ഗൂഢാലോചന നടത്തി എന്നായിരുന്നു കേസ്. ഭഗവതി പാണിഗ്രാഹി, അദ്ദേഹത്തിന്റെ സഹപ്രവർത്തകർ വൈദ്യനാഥരഥ്, വിജയ ചന്ദ്രദാസ്, വനമാലി ദാസ്, സനത് പട്നായക് എന്നിവരെ അറസ്റ്റു ചെയ്ത് ദീർഘകാല തടവുശിക്ഷക്കു വിധേയമാക്കി. പാണിഗ്രാഹിയെ 1942-ൽ വിട്ടയച്ചു. സഹപ്രവർത്തകർ അതിനു മുമ്പ് വിട്ടയക്കപ്പെട്ടിരുന്നു. പക്ഷെ വീണ്ടും രാജ്യരക്ഷാ നിയമമനുസരിച്ച് അറസ്റ്റു ചെയ്തു.

1942-ൽ പാർട്ടി നിയമവിധേയമായതോടെ, ഭഗവതി പട്നായക് രാഷ്ട്രീയ പ്രവർത്തനത്തിലേക്ക് എടുത്തു ചാടി. ജനസേവനത്തിനുള്ള ഒരവസരവും പാഴാക്കിയില്ല. പാർട്ടിയുടെ സ്വന്തം പ്രസ്സിൽ നിന്ന് *മുക്തിയുദ്ധ* എന്ന വാരിക പ്രസിദ്ധീകരണമാരംഭിച്ചു. പുതിയ അംഗങ്ങളെ ബോധവൽക്കരിക്കാൻ ധാരാളം പാർട്ടി പഠനക്ലാസുകൾ സംഘടിപ്പിച്ചു. നീറുന്ന പ്രശ്നങ്ങളിൽ ബഹുജനസമരം തുടങ്ങി. ദേശീയ നേതാക്കന്മാരെ വിട്ടയക്കുന്നതിന് പ്രക്ഷോഭമാരംഭിച്ചു. 1942 ലെ ബംഗാൾ ക്ഷാമകാലത്ത് ദുരിതാശ്വാസ പ്രവർത്തനത്തിന് മുൻകൈയെടുത്തു പ്രവർത്തിച്ചു.

ഗഞ്ചം ജില്ലയിൽ ദുരിതാശ്വാസ പ്രവർത്തനത്തിൽ ഏർപ്പെട്ടിരിക്കുമ്പോൾ ഭഗവതി പട്നായക് ഗുരുതരമായി രോഗബാധിതനായി. ചികിത്സ വൈകിയതിനാൽ രോഗ നിർണയം പിഴച്ചു. രോഗം എന്തെന്നു കണ്ടുപിടിച്ച് ചികിത്സ തുടങ്ങുമ്പോഴേക്കും ആരോഗ്യം അപകടകരമാംവിധം ക്ഷയിച്ചു. എത്ര കിണഞ്ഞു ശ്രമിച്ചിട്ടും ജീവൻ രക്ഷിക്കാനായില്ല 1943 ഒക്ടോബർ 23ന് അദ്ദേഹം അന്ത്യശ്വാസം വലിച്ചു.

35-ാം വയസിലെ അകാലനിര്യാണം, ഊർജസ്വലമായ രാഷ്ട്രീയ ജീവിതത്തിനു വിരാമമിട്ടു. അദ്ദേഹവുമായി അടുത്ത് ഇടപഴകിയവരെയെല്ലാം ആ കർമ്മശൈലി ആകർഷിച്ചു. അവർക്കെല്ലാം അത് പ്രചോദനമായിരുന്നു. ആ വ്യക്തിത്വത്തിന്റെ സവിശേഷതയാൽ, ഇടപെട്ട സംഘടനകളിലെ മറ്റു പ്രവർത്തകരെല്ലാം എപ്പോഴും അദ്ദേഹത്തെ നേതൃസ്ഥാനത്തുതന്നെ ഇരുത്തി. പ്രസിദ്ധ ഒറിയ സാഹിത്യകാരനും നിരൂപകനുമായ നട്വർ സാമന്ത്റായ് ഇങ്ങനെ രേഖപ്പെടുത്തുന്നു: "കോൺഗ്രസ് സോഷ്യലിസ്റ്റ് പാർട്ടിയുടെയും കമ്യൂണിസ്റ്റ് പാർട്ടിയുടെയും സ്ഥാപക സെക്രട്ടറിയായിരുന്ന ഭഗവതി പാണിഗ്രാഹി 'സംസ്ഥാന ജനകീയ സമിതി'യുടെ സംഘാടകനായിരുന്നു; സാമ്രാജ്യത്വം പരത്തിയ അന്ധകാരത്തിനെതിരെ ഉയർന്ന ദീപശിഖാവാഹകനായിരുന്നു."

മികച്ച സംഘാടകൻ, കഴിവുറ്റ എഴുത്തുകാരൻ, വിട്ടുവീഴ്ചയില്ലാത്ത ദേശാഭിമാനി എന്നീ നിലകളിൽ ഭഗവതി പാണിഗ്രാഹി കിടയറ്റ സേവനം സമർപ്പിച്ചു. വിദേശഭരണാധികാരികൾക്ക് അദ്ദേഹം പേടിസ്വപ്നമായിരുന്നു. ഗോപബന്ധു ദാസിനുശേഷമുള്ള കാലഘട്ടത്തിൽ ഒറീസാ സംസ്ഥാനത്തിൽ നാനാമൂലകളിലും മാറ്റത്തിന്റെ വെളിച്ചം പരത്തിയ മഹാനായിരുന്നു അദ്ദേഹം. ഒറീസ്സയിലെ യുവശക്തിയുടെ പ്രചോദനത്തിന്റെ പ്രഭവകേന്ദ്രമായിരുന്നു. ലോക സംഭവഗതികൾക്കൊപ്പിച്ച്, യുവാക്കളുടെ ഊർജം തിരിച്ചുവിടാൻ അദ്ദേഹത്തിനു കഴിഞ്ഞു. പണ്ഡിറ്റ് ഗോപബന്ധു ദാസിനെപ്പോലെ ഏകനായിപ്പോലും അദ്ദേഹം പാവങ്ങളുടെ കണ്ണീരൊപ്പാൻ തയാറായി. തിരക്കിട്ട രാഷ്ട്രീയ പ്രവർത്തനങ്ങൾക്കിടയിലും എഴുതാൻ സമയം കണ്ടെത്തി. വ്യത്യസ്ത ശൈലിയിൽ ചെറുകഥകളും അദ്ദേഹം എഴുതിയിരുന്നു. ലോകചരിത്രത്തെക്കുറിച്ച് പുസ്തകം എഴുതിയിട്ടുണ്ട്. ഒരു നോവൽ എഴുതിത്തുടങ്ങിയെങ്കിലും മുഴുമിക്കാനായില്ല. രണ്ടും പ്രസിദ്ധീകരിച്ചിട്ടില്ല. മറ്റു രചനകൾ ഒറ്റ വാല്യമായി പുറത്തിറക്കിയിട്ടുണ്ട്.

ഭഗവതി പാണിഗ്രാഹി ഒറീസയുടെ വീരപുത്രനാണ്. ദേശാഭിമാനത്തിന്റെയും സമർപ്പണത്തിന്റെയും ധീരതയുടെയും പ്രതീകം. എല്ലാവരും സ്വതന്ത്രരായി ജീവിക്കുന്നതിനുവേണ്ടി സ്വന്തം സുഖവും സന്തോഷവും ജീവിതവും ത്യാഗം ചെയ്യാൻ സന്നദ്ധമായ ഇന്ത്യയിലെ മറ്റനേകായിരം യുവജനങ്ങളുടെ ഉജ്ജ്വല പ്രതീകം.

ശിവജി പട്നായക്

14

ശ്യാം റാവു പരുളേക്കർ ഗോദാവരി പരുളേക്കർ

ശ്യാം റാവു പരുളേക്കറും ഗോദാവരി പരുളേക്കറും വിശിഷ്ട രായ വിപ്ലവകാരികളുടെ കൂട്ടുകെട്ടായിരുന്നു. 1945-47 കാലഘട്ടത്തിൽ മഹാരാഷ്ട്രയിൽ താനാ ജില്ലയിൽ നടന്ന വാർളി ആദിവാസി കലാപ ത്തിന്റെ നായകരായിരുന്നു അവർ. ബംഗാളിലെ തേഭാഗ, കേരളത്തിലെ പുന്നപ്ര വയലാർ, അസമിലെ സുർമ്മ, ആന്ധ്രയിലെ തെലങ്കാന എന്നീ കർഷക കലാപങ്ങൾ പോലെ ജന്മി നാടുവാഴിത്തത്തിനെതിരെ നടന്ന മഹത്തായ കലാപമായിരുന്നു മഹാരാഷ്ട്രയിലെ ആദിവാസികളായ വാർളികൾ നടത്തിയത്. സ്വാതന്ത്ര്യലബ്ധിക്കുമുമ്പു നടന്ന ഈ സമര ങ്ങൾക്ക് ചരിത്രത്തിൽ പ്രത്യേകമായ ഇടമുണ്ട്.

കമ്യൂണിസ്റ്റ് പാർട്ടിയുടെയും കിസാൻസഭയുടെയും ചെങ്കൊടിക്കു കീഴിൽ പരുളേക്കർ ദമ്പതിമാർ വാർളി കർഷക കലാപം നയിച്ചു. അതിന് ഒന്നര ദശാബ്ദം മുമ്പ് ശ്യാം റാവു പരുളേക്കറും ഗോദാവരി ഗോഖ ലെയും ബ്രിട്ടീഷ് വിരുദ്ധസമരത്തിലെ സേനാനികളായിരുന്നു. മിതവാദ പരിഷ്കരണ സംഘടനയായ സർവന്റ്സ് ഓഫ് ഇന്ത്യ സൊസൈ റ്റിയിലെ അംഗത്വത്തിൽ നിന്ന് വിപ്ലവ കമ്യൂണിസ്റ്റ് കക്ഷിയിലേക്കുള്ള അവരുടെ ചുവടുമാറ്റം മഹാരാഷ്ട്രയിലെ രാഷ്ട്രീയ നേതാക്കന്മാരിൽ അപൂർവം പേർക്ക് അവകാശപ്പെട്ടതത്രെ. ആ കാലയളവിൽ ഇരുവരും നയിച്ച ബഹുമുഖ സമരങ്ങളുടെ കഥ അത്രയൊന്നും അറിയപ്പെടാതെ യാണ് കിടക്കുന്നത്.

ഇപ്പോഴത്തെ കർണാടകയിൽ ഉൾപ്പെടുന്ന ബീജാപൂരിലെ ഭൂപ്ര ഭുകുടുംബത്തിൽ 1902 ഒക്ടോബർ 2ന് ശ്യാം റാവു ജനിച്ചു. പിതാവ് ജില്ലാ ജഡ്ജിയായിരുന്നു. രാജകുടുംബത്തിനു ഹിതകാരിയായതിനാൽ പിന്നീട് ബീജാപൂരിലെ ദിവാനായി. ബോംബെയിൽ ഉപരിപഠനം നിർവ

ഹിച്ച ശ്യാം റാവു, തത്ത്വശാസ്ത്രത്തിൽ ഒന്നാം ക്ലാസ്സോടെ എം എ പാസായി. അക്കാലത്ത് അത് അപൂർവവിജയമായിരുന്നു. നിയമ പഠനത്തിന് മകനെ ഇംഗ്ലണ്ടിൽ അയക്കാനായിരുന്നു അച്ഛൻ അഭിലഷിച്ചത്. ദേശീയ സമരാവേശത്തിന്റെ പിടിയിൽ അകപ്പെട്ടുകഴിഞ്ഞ മകനാവട്ടെ, ഇംഗ്ലണ്ടിലേക്കു പോകുന്നതിനു പകരം ബോംബെയിൽ നിന്ന് നിയമ ബിരുദം നേടി, 1930 മുതൽ നിസാരവേതനത്തിന് സർവന്റ്സ് ഓഫ് ഇന്ത്യ സൊസൈറ്റിയുടെ മുഴുവൻ സമയ പ്രവർത്തകനായി മാറുകയാണ് ചെയ്തത്. നിസ്വാർഥമായ സാമൂഹിക സേവനത്തിന്റെ ആദ്യപാഠങ്ങൾ അങ്ങനെ പഠിച്ചു തുടങ്ങി. മകന്റെ വഴിമാറ്റം അച്ഛനെ നിരാശയിലും കോപത്തിലും ആഴ്ത്തി. മകനുമായി ബന്ധം ഛേദിക്കുമെന്നു വരെ പറഞ്ഞു. അച്ഛന്റെ ഭൂമിയും സ്വത്തും ഉപേക്ഷിച്ചതായി നിയമപരമായ രേഖ താൻ തയാറാക്കിയതായി മകൻ മറുപടി കൊടുത്തു.

ഗോദാവരി ഗോഖലെ, 1907 ആഗസ്റ്റ് 14ന് പൂനെയിലെ സമ്പന്ന കുടുംബത്തിലാണ് ജനിച്ചത്. പിതാവായ എൽ ആർ ഗോഖലെ പ്രസിദ്ധനായ അഭിഭാഷകനായിരുന്നു. ഇന്ത്യൻ നാഷണൽ കോൺഗ്രസിന്റെ മിതവാദി നേതാവും മഹാനായ സ്വാതന്ത്ര്യ സമര സേനാനിയും ആയിരുന്ന ഗോപാല കൃഷ്ണ ഗോഖലെയുടെ മാതുല പുത്രനായിരുന്നു അദ്ദേഹം. പൂനെയിലെ ഫർഗുസൺ കോളേജിൽനിന്ന് ഗോദാവരി, ധനശാസ്ത്രത്തിലും പൊളിറ്റിക്സിലും ബിരുദം നേടി. എസ് എം ജോഷി, എൻ ജി ഗോറെ, അച്യുത്റാവു പട്വർധൻ എന്നിവർ കലാലയത്തിലെ സഹപാഠികളായിരുന്നു. എല്ലാവരും ദേശീയ സമരനേതാക്കളും സോഷ്യലിസ്റ്റ് പാർട്ടി നേതാക്കളുമായി പിൽക്കാലത്ത് പേരെടുത്തു. ബിരുദമെടുത്ത ശേഷം നിയമ പഠനം പൂർത്തിയാക്കി, മഹാരാഷ്ട്രയിൽ നിയമബിരുദം നേടുന്ന പ്രഥമ വനിത എന്ന അപൂർവ ബഹുമതിക്ക് അർഹയായി. തന്നെപ്പോലെ അഭിഭാഷകവൃത്തിയിൽ പുത്രിയും ഏർപ്പെട്ടു കാണണമെന്ന് പിതാവ് ആഗ്രഹിച്ചു. സംഭവിച്ചത് മറ്റൊന്നായിരുന്നു എന്നു മാത്രം.

വിദ്യാർഥി സംഘടനയിലൂടെ ഗോദാവരി, സ്വാതന്ത്ര്യ സമരപ്രസ്ഥാനത്തിൽ എത്തിച്ചേർന്നു. വ്യക്തി സത്യഗ്രഹത്തിൽ സംബന്ധിച്ചപ്പോൾ 1932-ൽ തടവുശിക്ഷ ലഭിച്ചു. രാഷ്ട്രീയത്തിൽ ആവേശമില്ലാത്ത അച്ഛൻ, ജയിൽമോചിതയായ മകളെ സ്വാഗതം ചെയ്യാൻ മടിച്ചു. കുടുംബവുമായുള്ള ബന്ധം ഉപേക്ഷിച്ച് ഗോദാവരി ബോംബെയിലേക്കു പോയി. സർവന്റ്സ് ഓഫ് ഇന്ത്യ സൊസൈറ്റിയിൽ ചേർന്ന്, സാമൂഹികസേവനത്തിനു തയാറായി. സൊസൈറ്റിയുടെ ആദ്യത്തെ വനിത ആയുഷ്കാല അംഗം എന്ന ബഹുമതിക്ക് ഗോദാവരി അർഹയായി.

1905-ൽ ഗോപാല കൃഷ്ണ ഗോഖലെ സർവന്റ്സ് ഓഫ് ഇന്ത്യ സൊസൈറ്റി സ്ഥാപിച്ചു. അതിന്റെ നേതാക്കന്മാരെപ്പോലെ മിതവാദ സ്വഭാവവും ദേശാഭിമാന വികാരവും പുലർത്തുന്ന പ്രവർത്തന ശൈലിയായിരുന്നു ആ സംഘടനയ്ക്ക് ഉണ്ടായിരുന്നത്. അതിന്റെ ഭരണഘടനയിൽ ഇങ്ങനെ കാണാം:

> ഹൃദയത്തിൽ ദേശാഭിമാനം നിറയണം. അതിനരികിൽ മറ്റുള്ള തെല്ലാം നിസ്സാരം. മാതൃഭൂമിക്കുവേണ്ടി ത്യാഗം ചെയ്യാനുള്ള ഒരു സന്ദർഭവും ഒഴിവാക്കരുത്. അതിൽ ആഹ്ലാദം കണ്ടെത്തണം. അപകടമോ വിഷമമോ വരുമ്പോഴും പിന്തിരിയരുത്. ദേശസേവനം എന്ന ലക്ഷ്യപ്രാപ്തിക്കായി സ്വയം സമർപ്പിക്കുകയും ആ ദൗത്യം നിറവേറ്റിയാൽ ലഭിക്കുന്ന ആനന്ദത്തിനായി സ്വയം സന്നദ്ധമാവുകയും വേണം.

സൊസൈറ്റിയുടെ നൂറു ലക്ഷ്യങ്ങളിൽ ഒരെണ്ണം ഇതായിരുന്നു:

> രാഷ്ട്രീയ വിദ്യാഭ്യാസവും പ്രക്ഷോഭവും സംഘടിപ്പിക്കണം. പൊതുപ്രശ്നം ശ്രദ്ധാപൂർവം പഠിച്ചതിനുശേഷമാവണം അതു നിർവഹിക്കേണ്ടത്. അങ്ങനെ രാജ്യത്തിന്റെ പൊതുജീവിതം പൊതുവെ ശക്തിപ്പെടുത്തണം.

സൊസൈറ്റിയുടെ ബോംബെ ശാഖയുടെ തലവൻ എൻ എം ജോഷി ആയിരുന്നു. ഉന്നതമായ വ്യക്തിത്വത്തിന്റെ ഉടമയായിരുന്ന അദ്ദേഹം, 1927-29 കാലഘട്ടത്തിലും പിന്നീട് 1940-48 കാലത്തും എ ഐ ടി യു സിയുടെ ജനറൽ സെക്രട്ടറി സ്ഥാനം വഹിച്ച തൊഴിലാളി നേതാവായിരുന്നു. ഗോഖലെയുടെ അനുയായി ആയിരുന്ന അദ്ദേഹം ഉദാരമായ മിതവാദശൈലി പ്രവർത്തനത്തിൽ പുലർത്തിയ ആളായിരുന്നു. കമ്യൂണിസ്റ്റായിരുന്നില്ല; കമ്യൂണിസ്റ്റ് വിരുദ്ധനും ആയിരുന്നില്ല. എ ഐ ടി യു സിയിലെ കമ്യൂണിസ്റ്റുകാരും ഇടതുപക്ഷക്കാരുമായി അദ്ദേഹം പൊതുവെ യോജിച്ചു പ്രവർത്തിച്ചു. പല പ്രശ്നങ്ങളിലും വ്യക്തിപരമായ ഇഷ്ടധാരണകൾ അക്കാര്യത്തിൽ അദ്ദേഹത്തിന് വിലങ്ങായില്ല. സർവന്റ്സ് ഓഫ് ഇന്ത്യ സൊസൈറ്റിയുടെ ചിറകിനടിയിൽ ശ്യാം റാവുവിനെയും ഗോദാവരിയെയും ജോഷി സംരക്ഷിച്ചു നിർത്തി.

സൊസൈറ്റിയിലെ സേവകർ ആയിരുന്ന കാലത്താണ് ഇരുവരും കർഷകരെയും തൊഴിലാളികളെയും സംഘടിപ്പിക്കാൻ ഒരുങ്ങിയത്. 1938-39-ൽ കമ്യൂണിസ്റ്റ് പാർട്ടിയിൽ ചേരും മുമ്പേ, 1930-ൽ തന്നെ വർഗബോധത്തിന്റെ വെളിച്ചം അവരുടെ കർമ്മവീഥിയിൽ വീണു തുടങ്ങിയതായി കാണാം. ബ്രിട്ടീഷുകാരിൽനിന്നുള്ള വിമോചനം മാത്രമായിരുന്നില്ല. അവരുടെ സ്വാതന്ത്ര്യ വിവക്ഷ. പാവങ്ങളുടെ സാമ്പത്തികവും സാമൂഹികവും രാഷ്ട്രീയവുമായ ഉന്നമനം അവരുടെ സ്വാതന്ത്ര്യ സങ്കൽപ്പത്തിൽ ഉണ്ടായിരുന്നു. അതുകൊണ്ടാണ് അടിസ്ഥാന വർഗത്തിന്റെ പ്രശ്നങ്ങളിൽ അവർ താൽപ്പര്യം കാട്ടിയത്.

ബോംബെയിലെ തുണിമിൽ തൊഴിലാളികളെയും തുകൽ തൊഴിലാളികളെയും സംഘടിപ്പിക്കുന്നതിലാണ് ശ്യാം റാവു ആദ്യം മുഴുകിയത്. ബോംബെയിൽ നിന്ന് 60 കി മീ അകലെ താനാ ജില്ലയിലെ അംബർനാഥിലെ തൊഴിലാളികളുടെ കാര്യത്തിലായി പിന്നെ അദ്ദേഹത്തിന്റെ ശ്രദ്ധ. അവിടെ ധാരാളം സമരങ്ങൾ ശ്യാം റാവുവിന്റെ നായകത്വത്തിൽ നടന്നു. കൂട്ടത്തിൽ ഏറെ ശ്രദ്ധേയം വിംകൊ മാച്ച് ഫാക്ടറി

യിലെ തീപ്പെട്ടി നിർമാണ തൊഴിലാളികൾ 1934-38 കാലഘട്ടത്തിൽ നടത്തിയ പ്രക്ഷോഭങ്ങളാണ്. 'വിംകൊ'വിൽ 1936-ൽ ആറു മാസം നീണ്ടു നിന്ന പണിമുടക്കു നടന്നു. മാനേജ്മെന്റ് പലരേയും പിരിച്ചു വിട്ടു. പലരും കർഷക കുടുംബങ്ങളിൽപ്പെട്ടവരായിരുന്നു. സമീപത്തുള്ള താലൂക്കുകളായ കല്യാൺ, മുറാബാദ്, ഷാഹാപൂർ എന്നിവിടങ്ങളിലെ കർഷകരെ ഒരുമിപ്പിക്കുന്ന പ്രവർത്തനങ്ങളിൽ ആ തൊഴിലാളികൾ ഏർപ്പെട്ടു.

ഭൂപ്രഭുക്കളുടെ ക്രൂരതകൾക്കെതിരെ കൃഷിക്കാരുടെ ധാരാളം ചെറുത്തുനിൽപ്പുകൾ ഉണ്ടായി. നിരക്ഷരരും ദരിദ്രരുമായ കർഷകരെ ദുഷ്ടന്മാരായ ജന്മിമാർ പല തരത്തിലും ദ്രോഹിക്കുകയും ചൂഷണം നടത്തുകയും ചെയ്തിരുന്നു. വ്യാജ തൂക്കക്കട്ടികളും കളവായ അളവു പാത്രങ്ങളും ഉപയോഗിച്ച് ചതിച്ചിരുന്നു. അതിനെതിരായ സമരം വലിയ വിജയമായി. അളക്കാനും തൂക്കാനും സർക്കാർ സമ്മതമുള്ള ഉപകര ണങ്ങൾ ഉപയോഗിക്കണമെന്ന നിബന്ധന നിലവിൽ വന്നു. ആ സമര ത്തിന്റെ വിജയത്തെ തുടർന്ന് നിരവധി യോഗങ്ങൾ കർഷക കേന്ദ്രങ്ങ ളിൽ നടന്നു. ഒടുവിൽ ശ്യാം റാവു നേതൃത്വം കൊടുത്ത കർഷകസം ഘവും നിലവിൽ വന്നു.

ഡോ. ബി ആർ അംബേദ്കർ സ്ഥാപിച്ച സ്വതന്ത്ര ലേബർ പാർട്ടി യിൽ 1930-ൽ ശ്യാം റാവു ചേർന്നു. ചെറിയ കാലയളവിൽ അതിന്റെ കാര്യദർശിയുമായി. ജാതിവിരുദ്ധ പ്രവർത്തനത്തിൽ ഏർപ്പെടാൻ ഈ സന്ദർഭത്തിൽ സാധിച്ചു. ആശയ ഭിന്നതയാൽ പാർട്ടിയുമായി അകന്നെ ങ്കിലും അംബേദ്കറുമായി അവസാനകാലംവരെ വ്യക്തിപരമായ സൗഹൃദം തുടർന്നു.

കൊങ്കണിലെ രത്നഗിരി ജില്ലയിൽനിന്ന് 1937-ൽ ലേബർ പാർട്ടി ടിക്കറ്റിൽ ശ്യാം റാവു ബോംബെ നിയമസഭയിലേക്കു തിരഞ്ഞെടുക്ക പ്പെട്ടു. കർഷകരുടെയും തൊഴിലാളികളുടെയും അധഃസ്ഥിതരുടെയും അവകാശങ്ങൾക്കുവേണ്ടി അദ്ദേഹത്തിന്റെ ഉറച്ച ശബ്ദം നിയമസഭാ വേദിയിൽ മുഴങ്ങി.

കൊങ്കൺ പ്രദേശത്ത് വ്യാപകമായി നിലനിന്ന 'ഖോടി' ഭൂവുടമാ രീതി നിർത്തലാക്കണം എന്ന് ആവശ്യപ്പെടുന്ന നിയമനിർമാണത്തിന് ശ്യാം റാവു ബോംബെ അസംബ്ലിയിൽ ആവശ്യപ്പെട്ടു. ബില്ലിനു പിന്തുണ നൽകാൻ രത്നഗിരി ജില്ലയിലെ 8000 കർഷകർ പങ്കെടുത്ത റാലി അസം ബ്ലിയുടെ മുന്നിൽ നടന്നു. രത്നഗിരിയിൽനിന്ന് ബോട്ടിൽ കടൽ വഴി യാണ് കർഷകർ ബോംബെയിൽ എത്തിയത് എന്ന പ്രത്യേകത ഈ പ്രകടനത്തിന് ഉണ്ടായിരുന്നു. ശ്യാം റാവു സർക്കാരിന്റെ ശ്രദ്ധയിൽ കൊണ്ടുവന്ന പ്രശ്നത്തിന് പിൽക്കാലത്ത് പരിഹാരമുണ്ടായി.

ജനീവയിലെ ഐ എൽ ഒവിൽ (ഇന്റർനാഷണൽ ലേബർ ഓർഗ നൈസേഷൻ) ഇന്ത്യൻ തൊഴിൽ സംഘടനാ പ്രതിനിധിയായി 1938 ജൂലാ യിൽ ശ്യാംറാവു തിരഞ്ഞെടുക്കപ്പെട്ടു. അതിന്റെ അന്തർദേശീയ സമ്മേ ളനത്തിൽ, ഇന്ത്യയിലെ തൊഴിലാളികളുടെ ദയനീയമായ അവസ്ഥകളും പ്രശ്നങ്ങളും വിശകലനം ചെയ്തുകൊണ്ട് ശ്യാംറാവു ഉജ്ജ്വലമായ ഒരു

പ്രസംഗം നടത്തി. രജനി പാം ദത്ത് തന്റെ ശ്രേഷ്ഠ കൃതിയായ *ഇന്ത്യാ ടുഡെ* (രണ്ടാം പതിപ്പ്, പേജ് 388-389)യിൽ ഈ പ്രസംഗത്തിലെ ചില ഭാഗം ഉദ്ധരിച്ചു ചേർത്തിട്ടുണ്ട്.

ബോംബെയിൽ തൊഴിലാളി കേന്ദ്രങ്ങളിൽ 1937-38 വർഷങ്ങളിൽ വിപുലമായ വയോജന പഠനകേന്ദ്രങ്ങൾ സർവന്റ്സ് ഓഫ് ഇന്ത്യ സൊസൈറ്റിയുടെ ആഭിമുഖ്യത്തിൽ ഗോദാവരി സംഘടിപ്പിച്ചു. മഹാരാഷ്ട്രയിലെ ആദ്യത്തെ വയോജന വിദ്യാഭ്യാസ സംരംഭം ഒരുപക്ഷേ ഇതായിരിക്കാം. ഇതിന്റെ വിജയം നിമിത്തം പിൽക്കാലത്ത് ബോംബെ സ്റ്റേറ്റ് ഗവൺമെന്റ്, വയോജന വിദ്യാഭ്യാസത്തിന് പുതിയ സംവിധാനം ഒരുക്കിയപ്പോൾ അതിന്റെ ചെയർപേഴ്സൺ സ്ഥാനം ഗോദാവരിക്ക് നൽകാൻ കോൺഗ്രസ് മുഖ്യമന്ത്രി ബി ജി ഖർ തയാറായി. ഗോദാവരി സ്ഥാനം നിരസിച്ചു. രാഷ്ട്രീയ വീര്യത്തോടെ അവർ തിരിച്ചടിച്ചു, “വിലയ്ക്കു വാങ്ങാൻ പറ്റാത്ത ചിലരുണ്ടെന്ന് മനസിലാക്കുന്നത് നന്ന്!”

വീട്ടുവേല ചെയ്യുന്നവരുടെ സംഘടന രൂപീകരിച്ചുകൊണ്ട് ഗോദാവരി, ബോംബെയിലെ ട്രേഡ് യൂണിയൻ പ്രസ്ഥാനത്തിന് പുതിയ രൂപം നൽകി. തൊഴിലാളി വിരുദ്ധ കരിനിയമത്തിൽ പ്രതിഷേധിക്കാൻ, ബോംബെയിലെ തൊഴിലാളികൾ തയ്യാറായപ്പോൾ, പതിനായിരം വീട്ടുവേലക്കാരെ പങ്കെടുപ്പിച്ചുകൊണ്ടുള്ള പ്രകടനം നയിച്ചുകൊണ്ട് ഗോദാവരി 1938-ൽ അത്ഭുതം സൃഷ്ടിച്ചു. താനാ ജില്ലയിലെ കല്യാൺ, മുർബാദ് എന്നീ താലൂക്കുകളിലെ കർഷകരെ ഒരുമിപ്പിക്കാനും സമരരംഗത്ത് അണിനിരത്താനും ഗോദാവരി കാര്യമായ തുണ നൽകി.

1939 മെയ് 24ന് ശ്യാം റാവു പരുളേക്കറും ഗോദാവരി ഗോഖലെയും വിവാഹിതരായി. ഇരുപത്തഞ്ചുവർഷം നീണ്ടുനിന്ന രാഷ്ട്രീയ ബന്ധത്തിനും വ്യക്തിപരമായ കൂട്ടുകെട്ടിനും അതോടെ തുടക്കമായി.

മേൽ വിവരിച്ച, സമൃദ്ധമായ സമരാനുഭവങ്ങളിൽനിന്നു സമ്പാദിച്ച ആശയാദർശങ്ങൾ ഇരുവരുടെയും വിചാരമണ്ഡലത്തിൽ മാറ്റം വരുത്തി. തങ്ങൾ അഭിലഷിക്കുന്ന സാമൂഹികപരിവർത്തനം വരുത്താൻ, സർവന്റ്സ് ഓഫ് ഇന്ത്യ സൊസൈറ്റിക്കും ഇൻഡിപെൻഡന്റ് ലേബർ പാർട്ടിക്കും പരിമിതികളുണ്ട് എന്ന് അവർക്കു ബോധ്യമായി. മാർക്സിസത്തെപ്പറ്റി പഠിക്കാൻ അതിനകം അവർ ആരംഭിച്ചിരുന്നു. വർഗസമരത്തിന്റെ പാഠങ്ങൾ പ്രവർത്തനത്തിൽ ഉപയോഗിക്കാനും തുടങ്ങി. ഏതായാലും ഒടുവിൽ കമ്യൂണിസ്റ്റ് പാർട്ടിയിൽ ചേരാൻ 1939-ൽ തീരുമാനമെടുത്തു. രണ്ടാം ലോകമഹായുദ്ധം പൊട്ടിപ്പുറപ്പെട്ടതോടെ, സർവന്റ്സ് ഓഫ് ഇന്ത്യ സൊസൈറ്റിയുടെ അംഗങ്ങളിലും ആശയക്കുഴപ്പം രൂപം കൊണ്ടു. സംഘടനയെ ബാധിച്ച പ്രതിസന്ധിയിൽനിന്ന് അത് കരകയറിയതേ ഇല്ല.

വി ബി കാർണിക് 1972-ൽ പ്രസിദ്ധീകരിച്ച എൻ എം ജോഷിയുടെ ജീവചരിത്രത്തിൽ, യുദ്ധം നിമിത്തം സൊസൈറ്റി നേരിട്ട പ്രശ്നസങ്കീർണതയെപ്പറ്റി ഒരു മുഴുവൻ അധ്യായം തന്നെയുണ്ട്:

> ആ കാലഘട്ടത്തിൽ, സൊസൈറ്റിയിൽ അര ഡസൻ പുതിയ അംഗങ്ങളെ ചേർക്കുകയുണ്ടായി. സാമൂഹികവും സാമ്പത്തികവും രാഷ്ട്രീയവുമായ മണ്ഡലങ്ങളിൽ സമരോത്സുകമായ മാറ്റം കൊതിച്ച യുവാക്കളായിരുന്നു അവർ. പഴയ മട്ടിലുള്ള, തണുത്ത, ചട്ടപ്പടിയുള്ള മാർഗത്തിൽ അവർ വിശ്വസിച്ചില്ല. ആ വഴി ഉപേക്ഷിച്ച്, ബഹുജനങ്ങളെ അണിനിരത്തി, കാലത്തിനൊത്ത് ചുവടുവെക്കണമെന്ന് അവർ സൊസൈറ്റി നേതൃത്വത്തോട് ആവശ്യപ്പെട്ടു.........പോരാട്ടവീര്യവും ഊർജസ്വലതയും അഭിപ്രായ ധീരതയും കാട്ടിയ ആ യുവാക്കളിൽ പ്രമുഖൻ എസ് വി പരുളേക്കർ ആയിരുന്നു. പിന്നീട് കമ്യൂണിസ്റ്റ് പാർട്ടിയിലും പിന്നെയും കുറേ കഴിഞ്ഞ് കൂടുതൽ വിപ്ലവവീറുള്ള മാർക്സിസ്റ്റ് കമ്യൂണിസ്റ്റ് പാർട്ടിയിലും അംഗമായി വഴിമാറിപ്പോവുകയാണ് ആ യുവാവ് ചെയ്തത്. തൊഴിലാളികളുടെയും കർഷകരുടെയും സംഘടനാ പ്രവർത്തനങ്ങളിൽ വ്യാപൃതനായ പരുളേക്കറുടെ ആശയങ്ങൾ, സൊസൈറ്റിയുടെ പ്രഖ്യാപിതനയങ്ങളിൽനിന്ന് വ്യത്യസ്തങ്ങളായിരുന്നു. ജോഷിയുടെ ശുപാർശയിൽ അംഗത്വം അനുവദിക്കപ്പെട്ട കുമാരി ഗോദാവരി ഗോഖലെയെപ്പോലുള്ള (പിന്നീട് പരുളേക്കറെ വിവാഹം ചെയ്യുകയും ഇടതുപക്ഷ കമ്യൂണിസ്റ്റ് പ്രസ്ഥാനത്തിൽ ചേരുകയും ഉണ്ടായി.) ചെറുപ്പക്കാരും സൊസൈറ്റിയുടെ പരമ്പരാഗത പ്രവർത്തനശൈലി ഉപേക്ഷിച്ചു.

അംബർനാഥിലെ വിംകൊ തീപ്പെട്ടിക്കമ്പനിയിലെ തൊഴിലാളികളെ അഭിസംബോധന ചെയ്ത് ശ്യാം റാവു ചെയ്ത ഒരു പ്രസംഗത്തെക്കുറിച്ച് ആ അധ്യായത്തിൽ കാർണിക് വിവരിക്കുന്നുണ്ട്. അത് കൗതുകകരമായ സംഭവമത്രെ. പ്രാദേശിക കോൺഗ്രസ് നേതാക്കന്മാരെ പ്രസ്തുത പ്രസംഗം പ്രകോപിതരാക്കി. അവർ അതിലെ ഉള്ളടക്കത്തെക്കുറിച്ച് മഹാത്മാഗാന്ധിയോട് പരാതി പറഞ്ഞു. പ്രസംഗത്തിൽ ശ്യാം റാവു എന്താണു കൃത്യമായി പറഞ്ഞതെന്ന് ആരാഞ്ഞുകൊണ്ട് മഹാത്മജി, എൻ എം ജോഷിക്ക് കത്തെഴുതി. 1938 ഡിസംബർ 4ന് ജോഷി സുദീർഘമായ മറുപടി അയച്ചു. (അത് ആ പുസ്തകത്തിൽ ചേർത്തിട്ടുണ്ട്) കത്തിൽ ശ്യാം റാവുവിന്റെ അഭിപ്രായഗതിയെ അനുകൂലിച്ച ജോഷി, മഹാത്മജിയോടു പരാതി പറഞ്ഞ കോൺഗ്രസ് നേതാക്കന്മാരെ അധിക്ഷേപിക്കുകയും ചെയ്തു!

രണ്ടാം ലോകയുദ്ധം വ്യാപിച്ചപ്പോൾ മൂന്നു വിധം അഭിപ്രായ ഗതികൾ സൊസൈറ്റി അംഗങ്ങൾ പ്രകടിപ്പിച്ചു. യുദ്ധയത്നങ്ങളിൽ ബ്രിട്ടന് നിരുപാധിക പിന്തുണ നൽകണമെന്ന് മുതിർന്ന നേതാക്കളായ വി എസ് ശ്രീനിവാസ ശാസ്ത്രിയും എച്ച് എൻ കുൻസ്രുവും വാദിച്ചു. സോപാധിക പിന്തുണയാവാമെന്ന് എൻ എം ജോഷി അഭിപ്രായപ്പെട്ടു. പിന്തുണയേ പാടില്ലെന്ന കടുത്ത വാദക്കാരായിരുന്നു പരുളേക്കർ ദമ്പതിമാർ.

ഈ പറഞ്ഞ മൂന്നാമത്തെ വാദഗതിക്കാർ 1939 സെപ്തംബർ 18ന് ഒരു സ്വകാര്യകത്ത്, തിരഞ്ഞെടുത്ത അംഗങ്ങളുടെ ഇടയിൽ വിതരണം

ചെയ്തു. ശ്യാം റാവുവും ഗോദാവരിയും മറ്റു മൂന്നു പേരുമാണ് എഴുത്തിൽ ഒപ്പുവച്ചത്. രചയിതാവ് ശ്യാം റാവു ആയിരുന്നു. അതിലെ ആശയവ്യക്തത അതു തെളിയിച്ചു: "ബ്രിട്ടൻ ഒരു യുദ്ധത്തിൽ ഏർപ്പെട്ടിരിക്കുന്നു. നമ്മുടെ ദേശീയ താൽപ്പര്യം ബ്രിട്ടന്റെ താൽപ്പര്യത്തിനു വിരുദ്ധമാണ്.......അവരും നമ്മളും തമ്മിലുള്ള ബന്ധം ചൂഷകരും ചൂഷിതരും തമ്മിലുള്ള ബന്ധമാണ്. ബ്രിട്ടന് നാം നൽകുന്ന ഏതു പിന്തുണയും ചൂഷകരുടെ കൈകൾക്ക് ബലം കൂട്ടും. ഒരു രാജ്യത്തിന്റെ ചരിത്രത്തിൽ ഇത്തരം പ്രതിസന്ധി ചുരുക്കമായേ സംഭവിക്കൂ. ചെറിയ നേട്ടത്തിനു വേണ്ടി വലിയ ദേശീയ താൽപ്പര്യങ്ങൾ ഉപേക്ഷിച്ചുകൂടാ. അതുകൊണ്ട് യുദ്ധത്തെ എതിർക്കുകതന്നെ വേണം. ബ്രിട്ടന് എന്തെങ്കിലും സഹായം നൽകുന്നതിനെതിരെ സമരം ചെയ്യണമെന്നും പ്രചാരവേല നടത്തണമെന്നും ഞങ്ങൾ കരുതുന്നു. ഞങ്ങളുടെ അനുഭാവം പോളിഷ് ജനതയോടാണ്. ബ്രിട്ടനോട് ഉള്ള അത്രതന്നെ എതിർപ്പ് ജർമനിയോടുമുണ്ട്."

സാമ്രാജ്യത്വ യുദ്ധത്തോട് എതിരാണെന്ന് എഴുത്തെഴുതി വിതരണം ചെയ്ത് അടങ്ങിയിരിക്കുകയല്ല പരുളേക്കർ ദമ്പതിമാർ ചെയ്തത്. അവർ യുദ്ധവിരുദ്ധ പ്രസ്ഥാനവുമായി നാടെങ്ങും ചുറ്റി സഞ്ചരിച്ചു. ബ്രിട്ടന്റെ യുദ്ധസന്നാഹത്തെ വിട്ടുവീഴ്ചയില്ലാതെ വിമർശിച്ചുകൊണ്ട് ഉശിരൻ പ്രസംഗങ്ങൾ ചെയ്തു. ബ്രിട്ടീഷ് ഭരണം ഇന്ത്യയിൽ ചെയ്ത അക്രമവും അനീതിയും ചൂഷണവും തുറന്നു കാട്ടി. മറ്റു കമ്യൂണിസ്റ്റ് നേതാക്കന്മാരോടൊപ്പം ചേർന്ന്, ബോംബെയിൽ ആദ്യത്തെ യുദ്ധവിരുദ്ധ പണിമുടക്ക് സംഘടിപ്പിച്ചു.

ക്ഷാമബത്ത വർധിപ്പിക്കണം എന്ന് ആവശ്യപ്പെട്ടുകൊണ്ട് ബോംബെയിലെ തുണിമിൽത്തൊഴിലാളികൾ 1940 മാർച്ച് 3ന് പണിമുടക്കു തുടങ്ങി. ഒരാഴ്ച കഴിഞ്ഞപ്പോൾ, ബി ടി രണദിവെ, എസ് എ ഡാങ്കെ, എസ് എസ് മിറാജ്കർ തുടങ്ങിയ കമ്യൂണിസ്റ്റ് നേതാക്കന്മാർ അറസ്റ്റിലായി. വീണ്ടും ഒരാഴ്ച പിന്നിട്ടപ്പോൾ, യുദ്ധവിരോധ പ്രസംഗങ്ങളുടെ പേരിൽ ശ്യാം റാവുവും മറ്റു നേതാക്കളും ഇരുമ്പഴിക്കുള്ളിലായി.

നാൽപ്പതു നാൾ പിന്നിട്ട തുണിമിൽത്തൊഴിലാളി പണിമുടക്ക് തുടർന്നുകൊണ്ട് പോകേണ്ട ചുമതല ഗോദാവരിയുടെയും മറ്റു സഖാക്കളുടെയും ചുമലിലായി. അവർ ധീരതയോടും ദൃഢതയോടും കൂടി അത് ഏറ്റെടുത്തു. താമസിയാതെ ഗോദാവരിയും തടവിലായി. എല്ലാ കമ്യൂണിസ്റ്റുകാരുടെയും ജയിൽവാസം രണ്ടു വർഷത്തേക്കു നീണ്ടുപോയി.

1940-ൽ പരുളേക്കർ ദമ്പതിമാർ അറസ്റ്റു ചെയ്യപ്പെട്ടപ്പോൾ, സർവന്റ്സ് ഓഫ് ഇന്ത്യ, സൊസൈറ്റിയിലെ മിതവാദികളായ നേതാക്കന്മാർ, അവരുടെ അംഗത്വം റദ്ദു ചെയ്തു. പരുളേക്കർമാരുടെ അഭിപ്രായത്തെ പിന്തുണച്ച എൻ എം ജോഷി, സൊസൈറ്റിയുമായുള്ള ബന്ധം ഛേദിച്ചു. ശ്യാം റാവുവിന്റെയും ഗോദാവരിയുടെയും പൊതുജീവിതത്തിലെ ഒരു

ഘട്ടം അവസാനിച്ചു. വെല്ലുവിളി നിറഞ്ഞ, ചരിത്രം സൃഷ്ടിച്ച മറ്റൊരു അധ്യായത്തിന്റെ ആരംഭമായി.

1942-ൽ ജയിൽ മോചിതരായ അവർ കർഷകരുടെ ഇടയിലെ പ്രവർത്തനത്തിന് മുൻതൂക്കം നൽകി. മഹാരാഷ്ട്രയിൽ കർഷക പ്രസ്ഥാനം കെട്ടിപ്പടുക്കാൻ, അഖിലേന്ത്യാ കിസാൻസഭ, ഓർഗനൈസറായി ശ്യാം റാവുവിനെയാണ് ചുമതലപ്പെടുത്തിയത്. 1944 മാർച്ചിൽ ആന്ധ്രയിലെ വിജയവാഡയിൽ കിസാൻസഭാ സമ്മേളനം നടന്നപ്പോൾ ശ്യാംറാവുവും ഗോദാവരിയും പങ്കെടുക്കുകയും സുന്ദരയ്യ, ബസവപുന്നയ്യ എന്നിവരെ പരിചയപ്പെടുകയും ചെയ്തു. പരിചയം ജീവിതാവസാനം വരെ തുടർന്നു. മഹാരാഷ്ട്ര കിസാൻസഭയുടെ ആദ്യ സമ്മേളനം ഉടനെ വിളിച്ചു ചേർക്കാൻ നിശ്ചയിച്ചു.

താനാ ജില്ലയിലെ തിത്വാലയിൽ 1945 ജനുവരി 12ന് മഹാരാഷ്ട്ര കിസാൻസഭയുടെ രൂപീകരണ യോഗം ചേർന്നു. സംസ്ഥാനത്തിന്റെ പല ഭാഗങ്ങളിൽനിന്ന് എത്തിയ 7000 കർഷക പ്രതിനിധികൾ പങ്കെടുത്തു. സമ്മേളനത്തിന്റെ മുന്നോടിയായി 700 ഗ്രാമങ്ങളിൽ സഞ്ചരിക്കുകയും 150 പൊതുയോഗങ്ങൾ സംഘടിപ്പിക്കുകയും ചെയ്തതായി ഗോദാവരി, ഒരു ലഘുലേഖയിൽ അനുസ്മരിച്ചിട്ടുണ്ട്. മഹാരാഷ്ട്ര കിസാൻസഭയുടെ സ്ഥാപകചരിത്രം വിവരിക്കുന്ന ആ ലഘുപുസ്തകത്തിൽ, പ്രഥമ സമ്മേളനത്തിൽ സംബന്ധിച്ച നേതാക്കന്മാരുടെ വിവരങ്ങൾ ഉണ്ട്. പി സുന്ദരയ്യ, പി കൃഷ്ണപിള്ള, ബി ടി രണദിവെ, എം എ റസൂൽ, സർദാർ തേജാ സിങ്ങ്, എൻ എം ജോഷി എന്നിവരുടെ സാന്നിധ്യം സമ്മേളനവിജയത്തെ സഹായിച്ചു. 33 അംഗങ്ങളടങ്ങിയ സംസ്ഥാന സമിതിയെ തിരഞ്ഞെടുത്തു. ബുവ നവാലെ പ്രസിഡന്റും ശ്യാം റാവു ജനറൽ സെക്രട്ടറിയും ഗോദാവരി ജോയിന്റ് സെക്രട്ടറിയും ആയിരുന്നു.

പ്രസ്തുത സമ്മേളനത്തിന്റെ വിജയത്തിന് കാൽനട ജാഥ നടത്തിയപ്പോഴാണ് ശ്യാം റാവു താനയിലെ ആദിവാസി മേഖല ആദ്യമായി പരിചയപ്പെട്ടത്. മഹാരാഷ്ട്രയിലെ ആദിവാസികളാണ് വാർളികൾ. നൂറ്റാണ്ടുകളായി വാർളികൾ അനുഭവിച്ചുവന്ന ദുരിതം ശ്യാം റാവുവിനെ വേദനനിപ്പിച്ചു. തിത്വാല കർഷക സമ്മേളനത്തിൽ പതിനഞ്ച് ആദിവാസി പ്രതിനിധികൾ പങ്കെടുത്തു. തങ്ങൾ അനുഭവിച്ചുവരുന്ന കഷ്ടപ്പാട് ഒരു പ്രതിനിധി വിവരിച്ചതു കേട്ടപ്പോൾ സമ്മേളനത്തിലെ സദസ്യർ സ്തബ്ധരായി. സമ്മേളന നടപടികളിൽ ആവേശഭരിതരായ വാർളി പ്രതിനിധികൾ ഒരു ചെങ്കൊടിയും കൊണ്ടാണ് തിരിച്ചുപോയത്. തങ്ങളുടെ പ്രശ്ന പരിഹാരത്തിന് നേതാക്കൾ അങ്ങോട്ടു ചെല്ലണമെന്നും അവർ ആവശ്യപ്പെട്ടു.

ആദിവാസികളുടെ ഇടയിലേക്ക് ഗോദാവരി ചെന്നു; അവരുടെ കൂട്ടത്തിൽ ഒരാളായി സങ്കടങ്ങളും സന്തോഷങ്ങളും പങ്കുവച്ചു. ഉമ്പർഗാവൂൺ താലൂക്കിലെ സറി ഗ്രാമത്തിൽ 1945 മെയ് 23ന് ഒരു യോഗം ചേർന്നു. 500 സ്ത്രീകളടക്കം 5000 ആദിവാസികൾ പങ്കെടുത്തു. ശ്യാം റാവുവും ഗോദാവരിയും അവരെ അഭിസംബോധന ചെയ്തു. അക്രമത്തിനും അനീതിക്കും എതിരെ സന്ധിയില്ലാ സമരം ചെയ്യുമെന്ന് സമ്മേ

ളനം പ്രതിജ്ഞയെടുത്തു. ആദിവാസികളുടെ ആത്മാവ് ഉണർന്നു. വാർളി ആദിവാസികൾ കലാപത്തിന്റെ കാഹളം ഉയർത്തി. ഒരുകാലത്ത് മണ്ണിന്റെ ഉമടകളായിരുന്നിട്ടും അടിമകളായി മാറി, ജന്മിമാരുടെയും പണം പലിശക്കു കൊടുക്കുന്നവരുടെയും വനം കരാറുകാരുടെയും അതാതു കാലത്തെ നാടുവാഴികളിലൂടെയും എല്ലാറ്റിനും പിന്തുണ നൽകുന്ന വിദേശ സാമ്രാജ്യത്വത്തിന്റെയും അക്രമവും അനീതിയും അടിമത്തവും പതിറ്റാണ്ടുകളായി അനുഭവിച്ചുവന്ന അജ്ഞരും ദരിദ്രരും സ്വതവെ ശാന്തരും നിരുപദ്രവകാരികളുമായ വാർളികൾ ഉണർന്നെഴുന്നേറ്റു.

1945-ൽ ആരംഭിച്ച കലാപത്തിന്റെ ആദ്യഘട്ടം 1947-ൽ വിജയത്തിൽ അവസാനിച്ചു. 1945-46 കാലത്ത് ബ്രിട്ടീഷുകാരും 1946-47 കാലത്ത് കോൺഗ്രസ് ഇടക്കാല സർക്കാരും സമരത്തെ ചോരയിൽ മുക്കിക്കൊല്ലാൻ ശ്രമിച്ചു. കോൺഗ്രസിന്റെ തനിനിറം ഈ സമരം തുറന്നു കാട്ടി. ചൂഷകരുടെ ദല്ലാളന്മാരാണ് തങ്ങളെന്ന് അവർ തെളിയിച്ചു. സ്വാതന്ത്ര്യ ലബ്ധിക്കുശേഷവും കോൺഗ്രസിന്റെ ഭരണവും കുറേ കഴിഞ്ഞ് ബി ജെ പിയുടെ ഭരണവും അവരുടെ ശരിയായ സ്വഭാവം പ്രദർശിപ്പിക്കുകതന്നെ ചെയ്തു.

കഠിന യത്നത്തിലൂടെ, കലാപം വിജയ പ്രാപ്തിയിൽ എത്തിയപ്പോൾ ശ്യാം റാവു *വാർളിയുടെ കലാപ*ത്തെപ്പറ്റി ഇംഗ്ലീഷിൽ ഒരു പുസ്തകം രചിച്ചു. സമരത്തിന്റെ സമസ്ത പശ്ചാത്തലവും അതിൽ അദ്ദേഹം വിശകലനം ചെയ്യുന്നു. പുരോഗമന വീക്ഷണമുള്ള നിഷ്പക്ഷ ചരിത്രകാരന്റെ സൂക്ഷ്മദൃഷ്ടിയോടെയാണ് അദ്ദേഹം ആഖ്യാനം നിർവഹിച്ചത്. സമരത്തിൽ പങ്കാളിയായിരുന്നെങ്കിലും വസ്തുനിഷ്ഠവും നിഷ്പക്ഷവുമായ നിലപാടാണ് നിരീക്ഷണത്തിൽ അദ്ദേഹം പാലിച്ചത്.

1960-ന്റെ മധ്യത്തിൽ ജയിലിലായിരുന്നപ്പോൾ ഗോദാവരി, പ്രസിദ്ധമായ *ആദിവാസി കലാപം* രചിച്ചു. മറാത്തിയിൽ ആദ്യം പ്രസിദ്ധീകരിച്ച പുസ്തകം പിന്നീട് ഇംഗ്ലീഷിൽ വിവർത്തനം ചെയ്തു. വിവിധ ഭാരതീയ ഭാഷകളിലും പരിഭാഷകൾ ഉണ്ട്. (മലയാള വിവർത്തനം: *മനുഷ്യരുണരുമ്പോൾ*) വാർളി കലാപത്തിന്റെ സംഭവകഥനത്തോടൊപ്പം സ്വന്തം അനുഭവ സാക്ഷ്യങ്ങൾകൊണ്ട് സമ്പന്നമാണ് ഈ കൃതി. അവർക്കു മാത്രം അവകാശപ്പെടാവുന്ന അനവധി അനുഭവങ്ങൾ, ആദിവാസി മേഖലയിൽ അവർ പങ്കുപറ്റിയിരുന്നു.

സ്വാതന്ത്ര്യലബ്ധിക്കു മുമ്പ് ശ്യാം റാവുവും ഗോദാവരിയും പങ്കെടുത്ത ഏറ്റവും മഹത്തായ ചരിത്ര സംഭവമായിരുന്നു വാർളി കലാപം. പിൽക്കാല രാഷ്ട്രീയ ജീവിതവും പൂർണമായും വളരെയേറെ സാർഥകമാണ്. അതിലേക്ക് ചുരുക്കമായി കണ്ണോടിക്കാം.

1950 കളിലെ പ്രധാന സംഭവങ്ങൾ: പുതിയ ആവശ്യങ്ങൾ ഉന്നയിച്ച് വ്യാപകമായ ആദിവാസി പ്രക്ഷോഭം സംഘടിപ്പിച്ചു. വനഭൂമി പതിച്ചുകിട്ടാനും മറ്റുമായി നടത്തിയ സമരം ഇതിന് ഉദാഹരണമാണ്. കമ്യൂണിസ്റ്റ് പാർട്ടിയുടെയും കിസാൻസഭയുടെയും പ്രവർത്തനം വ്യാപിപ്പിച്ചു. 1955 മെയ് മാസത്തിൽ ദഹാനുവിൽ അഖിലേന്ത്യാ കിസാൻസഭ

സമ്മേളനം നടന്നു. സർക്കാരിന്റെ തടസങ്ങൾ തട്ടിമാറ്റി സമ്മേളനം വൻ വിജയമാക്കി. പോർത്തുഗലിന്റെ കോളനി വാഴ്ചയിൽനിന്ന് ദാദ്ര-നഗർഹവേലിയെ മോചിപ്പിക്കാനുള്ള സമരത്തിന് കമ്യൂണിസ്റ്റ് പാർട്ടി നേതൃത്വം നൽകി. ഭാഷാ സംസ്ഥാനങ്ങൾക്കുവേണ്ടി 1956-57-ൽ ജനകീയ സമരം വന്നപ്പോൾ സംയുക്ത മഹാരാഷ്ട്രക്കുവേണ്ടി വാദിച്ചു. 1957-ലെ പാർലമെന്റു തിരഞ്ഞെടുപ്പിൽ താനയിൽ നിന്നു ജയിക്കാൻ ശ്യാം റാവുവിനു കഴിഞ്ഞത് സംയുക്ത മഹാരാഷ്ട്ര സമരത്തിലെ പങ്കാളിത്തം നിമിത്തമായിരുന്നു.

1950, 1960 കാലഘട്ടത്തിൽ സി പി ഐ, ആശയ സമരത്തിന്റെ ചുഴിയിൽ അകപ്പെട്ടു. എന്നാൽ അതിനു മുമ്പുതന്നെ റിവിഷനിസ്റ്റ് ഡാങ്കെയുടെ നേതൃത്വത്തെ താനയിലെ പാർട്ടി ചെറുത്തുനിന്നു. ആദിവാസി സഖാക്കളുടെ അംഗത്വം സൂക്ഷ്മ പരിശോധന നടത്താൻ റിവിഷനിസ്റ്റുകൾ സമിതിയെ നിശ്ചയിച്ചു. 1964-ൽ പാർട്ടി പിളർന്നപ്പോൾ, താനാ ജില്ലയിലെ പാർട്ടി ഒന്നടങ്കം സി പി ഐ (എം) ൽ ഉറച്ചുനിന്നു. പരുളേക്കർ സഖാക്കളുടെ നേതൃത്വമേന്മയായിരുന്നു അതിനു നിദാനം.

ഇന്ത്യാ-ചൈന അതിർത്തി പ്രശ്നത്തെ തുടർന്ന്, രാജ്യരക്ഷാ നിയമമനുസരിച്ച് രാജ്യത്തിന്റെ ഇതരഭാഗങ്ങളിലേതുപോലെ മഹാരാഷ്ട്രയിലെ കമ്യൂണിസ്റ്റ് നേതാക്കളെയും കരുതൽ തടങ്കലിലാക്കി. 1962 നവംബർ 7നായിരുന്നു അറസ്റ്റ്. ബി ടി രണദിവെ, പരുളേക്കർ സഖാക്കൾ എന്നിവരാണ് പിന്നീട് സി പി ഐ (എം) രൂപീകരണത്തിന് പ്രവർത്തിച്ചത്. 1964 നവംബറിൽ കൽക്കത്തയിൽ ചേർന്ന ഏഴാം പാർട്ടി കോൺഗ്രസിൽ ശ്യാം റാവു പരുളേക്കർ സി പി ഐ (എം) ന്റെ പ്രഥമ കേന്ദ്രകമ്മിറ്റിയിലേക്ക് തിരഞ്ഞെടുക്കപ്പെട്ടു. അപ്പോഴും അദ്ദേഹം ജയിലിലായിരുന്നു.

എന്നാൽ സംഭവഗതി മറ്റൊരു മട്ടിലായിരുന്നു. 1965 ആഗസ്റ്റ് 3ന് ശ്യാം റാവു പരുളേക്കർ, ഹൃദയാഘാതം നിമിത്തം അന്തരിച്ചു. ബോംബെയിലെ ആർതർ ജയിൽ റോഡിലായിരുന്നു അദ്ദേഹം അപ്പോൾ. അതേ ജയിലിൽതന്നെ ഉണ്ടായിരുന്ന ഗോദാവരി പരുളേക്കർ, ആ ആഘാതത്തിൽ നിന്നു വിമുക്തയാകാൻ വിഷമിച്ചു. പാർട്ടിക്കുവേണ്ടി ഉഴിഞ്ഞുവച്ച ജീവിതം ആയതിനാൽ സന്താനസൗഭാഗ്യം അവർ സ്വയം നിഷേധിച്ചിരുന്നു. അപൂർവ കാന്തി തികഞ്ഞ ആ കൂട്ടുകെട്ടിനു വിരാമമായി. മഹാരാഷ്ട്ര അസംബ്ലി സ്പീക്കർ അനുശോചന സന്ദേശത്തിൽ രേഖപ്പെടുത്തി: "ഇരട്ടക്കുഴലുള്ള തോക്കിലെ ഒരു കുഴൽ നിശ്ശബ്ദമായി." ആപേക്ഷികമായി ആകസ്മിക നിര്യാണം അപഹരിച്ച ശ്യാം റാവുവിന്റെ വേർപാട്, പാർട്ടിയിലും കിസാൻസഭയിലും സൃഷ്ടിച്ച വിടവ് നികത്തപ്പെടാതെ കിടക്കുന്നു.

1966 ഏപ്രിൽ 30ന് ഗോദാവരി ജയിൽ മോചിതയായി. താമസിയാതെ സി പി ഐ (എം) ന്റെ കേന്ദ്രകമ്മിറ്റി അംഗമായി തിരഞ്ഞെടുക്കപ്പെട്ടു. പ്രസ്തുത പദവി 1992 ജനുവരിയിൽ മദിരാശി പാർട്ടി കോൺഗ്രസുവരെ അവർ നിലനിർത്തി. അനാരോഗ്യവും പ്രായാധിക്യവും നിമിത്തം സ്വയം വിട്ടൊഴിയുംവരെ, ഇരുപത്തഞ്ചുവർഷം ആ സ്ഥാനം പൊതു

സേവനത്തിന് ഉപയോഗിച്ചു. ഗോദാവരി പരുളേക്കറും ശ്യാം റാവു പരുളേക്കറും അഖിലേന്ത്യാ കിസാൻസഭയുടെയും മഹാരാഷ്ട്ര സ്റ്റേറ്റ് കിസാൻ സഭയുടെയും ഉയർന്ന ഔദ്യോഗിക ഭാരവാഹിത്വം കയ്യാളിയിരുന്നു; വളരെ വർഷങ്ങളോളം. 1986-ൽ പട്നയിൽ ചേർന്ന സുവർണ ജയന്തി സമ്മേളനത്തിൽവച്ച്, അഖിലേന്ത്യാ കിസാൻസഭയുടെ അധ്യക്ഷയായി ഗോദാവരിയെ തിരഞ്ഞെടുത്തു. ആ സ്ഥാനത്തെത്തുന്ന ആദ്യത്തെ വനിത അവരാണ്.

തുടർന്നും പല ബഹുമതികൾക്കും അവർ അർഹയായി. സാഹിത്യ പ്രവർത്തനം മുൻനിർത്തി സാഹിത്യ അക്കാദമി അവാർഡ്, ജവാഹർലാൽ നെഹ്റു അവാർഡ്, സോവിയറ്റ് ലാൻഡ് അവാർഡ് എന്നിവ ലഭിച്ചു. അധഃസ്ഥിതരുടെ ഉന്നമനത്തിന് ചെയ്ത സേവനത്തിന്റെ പേരിൽ നിസ്വാർഥ പൊതു പ്രവർത്തകർക്കുള്ള ലോകമാന്യതിലക് അവാർഡും വനിതാ ക്ഷേമത്തിനും സാമൂഹിക സമത്വത്തിനും ചെയ്ത സേവനത്തിന് സാവിത്രി ബായ് ഫൂലേ അവാർഡും ലഭിച്ചു.

എന്നാൽ ഏറ്റവും വലിയ ബഹുമതി 1995 മാർച്ച് 24ന് താനാ ജില്ലയിലെ തളശാരിയിൽ നടന്ന മഹാറാലിയിൽ വച്ചാണ് ലഭിച്ചത്. സി പി ഐ (എം) ന്റെ പതിനഞ്ചാം സ്റ്റേറ്റ് സമ്മേളനം നടക്കുകയായിരുന്നു. മഹാരാഷ്ട്ര കിസാൻസഭയുടെയും മഹത്തായ വാർളി ആദിവാസി കലാപത്തിന്റെയും അമ്പതാം വാർഷികം ആഘോഷിക്കാൻ (1945-ൽ അമ്പതു വർഷം മുമ്പ് രണ്ടും ഒരേ സമയത്താണു നടന്നത്) വിളിച്ചു ചേർത്ത വിശേഷാൽ സമ്മേളനമായിരുന്നു അത്.

സമ്മേളനത്തിലെ വിശിഷ്ട വ്യക്തി സി പി ഐ (എം) ജനറൽ സെക്രട്ടറിയും മുൻ അഖിലേന്ത്യാ കിസാൻസഭ പ്രസിഡന്റുമായിരുന്ന ഹർകിഷൻ സിങ്ങ് സുർജിത് ആയിരുന്നു. അദ്ദേഹം 88 കാരിയായ ഗോദാവരി പരുളേക്കറേയും വാർളി കലാപത്തിൽ പങ്കെടുത്ത പന്ത്രണ്ട് ആദിവാസി നേതാക്കളേയും അനുമോദിച്ചു. സമ്മേളനത്തിൽ ഏകദേശം 30,000 പേർ പങ്കെടുത്തു. സഖാവിനു പ്രിയങ്കരമായ ആദിവാസികളായിരുന്നു ഭൂരിഭാഗവും. അമ്പതുകൊല്ലം മുമ്പ് താൻ കൊടുത്ത ചെങ്കൊടി കൊണ്ടുപോയി നാലു തലമുറകൾക്ക് കൈമാറിയവർ. കഴിഞ്ഞ കാലത്തിന്റെ ഗൃഹാതുരത്വം ഉണർത്തിയവർ. വരും കാലത്തിന്റെ പ്രത്യാശ പരത്തുന്നവർ.

ഇതിഹാസം രചിച്ച ആ കമ്യൂണിസ്റ്റ് വീരനായിക 1996 ഒക്ടോബർ 8ന് അന്തരിച്ചു. തിളക്കമാർന്ന നേട്ടങ്ങളുടെയും ആവേശമാർന്ന പ്രചോദനത്തിന്റെയും പാരമ്പര്യം സൃഷ്ടിച്ചുകൊണ്ടാണ് സഖാവ് ഇവിടം വിട്ടു പോയത്.

അശോക് ധവാളെ

15

പി കൃഷ്ണപിള്ള

കേരളത്തിലെ കമ്യൂണിസ്റ്റ് പാർട്ടി സ്ഥാപകൻ മാത്രമായിരുന്നില്ല പി കൃഷ്ണപിള്ള. ഒരു ദേശീയവാദിയും സമർപ്പിത വിപ്ലവകാരിയും തൊഴിലാളി യൂണിയൻ സംഘാടകനുമായിരുന്നു അദ്ദേഹം. എല്ലാ നിലകളിലും അദ്ദേഹം മികവു പുലർത്തി.

പി കൃഷ്ണപിള്ള, ഇ എം എസ് നമ്പൂതിരിപ്പാട്, കെ ദാമോദരൻ, എൻ സി ശേഖർ എന്നിവർ 1937-ൽ ഇന്ത്യൻ കമ്യൂണിസ്റ്റ് പാർട്ടിയുടെ ആദ്യത്തെ കേരള ഘടകം രൂപീകരിച്ചു. രണ്ടു വർഷത്തിനകം, സമാനമനസ്കരായ നൂറോളം പേരുടെ ഒരു സമ്മേളനം ഔപചാരികമായി ചേർന്ന് സംസ്ഥാനതല പാർട്ടി സ്ഥാപിക്കുന്നതിന് അടിത്തറയിട്ടു. 1948-ൽ 42-ാം വയസ്സിൽ അന്തരിക്കുന്നതുവരെ പി കൃഷ്ണപിള്ളയായിരുന്നു പാർട്ടിയുടെ ആദ്യത്തെ സ്റ്റേറ്റ് സെക്രട്ടറി. ആ ചുരുങ്ങിയ രാഷ്ട്രീയ പ്രവർത്തന കാലയളവിനുള്ളിൽ അദ്ദേഹം കേരളത്തിൽ ഉടനീളം സഞ്ചരിച്ച് ട്രേഡ് യൂണിയനുകളും കിസാൻസഭകളും സ്ഥാപിക്കുകയും നിരവധി തൊഴിൽ സമരങ്ങളും കർഷക സമരങ്ങളും സംഘടിപ്പിക്കുകയും ചെയ്തു. "സഖാവ്" എന്ന പേരിൽ അദ്ദേഹം പ്രശസ്തനായതിൽ അത്ഭുതമില്ല.

അന്നത്തെ തിരുവിതാംകൂറിലെ വൈക്കം ഗ്രാമത്തിലാണ് കൃഷ്ണപിള്ള ജനിച്ചത്. കർഷക കുടുംബത്തിൽ പിറന്ന അദ്ദേഹത്തിന് ചെറുപ്പത്തിൽതന്നെ അച്ഛനും അമ്മയും നഷ്ടപ്പെട്ടു. അതുകൊണ്ട് ജീവിതമാർഗം സ്വയം കണ്ടെത്തേണ്ടിവന്നു. ആലപ്പുഴയിലെ കയർ ഫാക്ടറിയിൽ രണ്ടു കൊല്ലം തൊഴിലാളിയായിരുന്നു. പിന്നീട് സ്വന്തം ഗ്രാമത്തിൽ തിരിച്ചുചെന്നു.

അക്കാലത്ത് സകലർക്കും ജീവിതം വിഷമകരമായിരുന്നു. ഒന്നാം ലോക മഹായുദ്ധം സാമ്പത്തിക സ്ഥിതി ആകെ തകിടം മറിച്ചു. അത്യാവശ്യ നിത്യോപയോഗ സാധനങ്ങൾക്ക് കടുത്ത ക്ഷാമമായിരുന്നു. കാർഷിക ഉൽപ്പന്നങ്ങൾക്ക് വിലക്കുറവ് അനുഭവപ്പെട്ടു. ജന്മിമാരുടെ ചൂഷണം അസഹ്യമായിരുന്നു. ഈ സന്ദർഭത്തിലാണ് മഹാത്മാഗാന്ധിയുടെ നേതൃത്വത്തിൽ ദേശീയ പ്രസ്ഥാനം ഇന്ത്യയിലാകെ പടർന്നു പിടിച്ചത്. കേരളവും അതിന്റെ സ്വാധീനത്തിൽ അമർന്നു.

അധഃകൃത സമുദായം അയിത്തത്തിനെതിരെ ആരംഭിച്ച പരിഷ്കരണ സംരംഭമായാണ് കേരളത്തിൽ ദേശീയ പ്രസ്ഥാനം ആദ്യം തുടങ്ങിയത്. ക്ഷേത്രത്തിൽ എല്ലാവർക്കും പ്രവേശനം ലഭിക്കണം എന്ന ആവശ്യം പൊന്തിവന്നു. ക്ഷേത്രത്തിൽ മാത്രമല്ല പരിസരത്തിലൂടെ പൊതുവഴിയിലും താണ ജാതിക്കാർക്ക് നടക്കാൻ അനുമതി ഉണ്ടായിരുന്നില്ല. ചിട്ടതെറ്റി നടക്കുന്നവർ കടുത്ത പീഡനങ്ങൾക്ക് വിധേയരായി. മർദനം മാത്രമല്ല മരണം പോലും അനുഭവിക്കേണ്ടി വന്നു.

ആ അനീതിക്കെതിരായ ആദ്യത്തെ പ്രഖ്യാപിത പ്രക്ഷോഭം നടന്നത് കൃഷ്ണപിള്ളയുടെ ജന്മദേശമായ വൈക്കത്താണ്. കോൺഗ്രസിന്റെ നേതൃത്വത്തിൽ വൈക്കം സത്യഗ്രഹം ആരംഭിച്ചു. സമരം വൈക്കത്തു മാത്രം ഒതുങ്ങി നിന്നില്ല. വടക്കൻ കേരളത്തിൽനിന്നു പോലും സത്യഗ്രഹികൾ വൈക്കത്തു വന്നു ചേർന്നു. ഗാന്ധിജിയും വൈക്കത്തു വരികയും സത്യഗ്രഹം ദേശീയ സമരമായി മാറുകയും ചെയ്തു.

കൃഷ്ണപിള്ള ദേശീയ പ്രസ്ഥാനവുമായി അടുത്തു. അദ്ദേഹം ഹിന്ദി പഠനം ആരംഭിച്ചു. ദേശീയവാദിയാകാൻ ഹിന്ദി പഠിക്കേണ്ടതാണെന്ന് അദ്ദേഹം ധരിച്ചു. 1927-ൽ 21-ാം വയസ്സിൽ ഹിന്ദി പഠനം പൂർത്തിയാക്കി അദ്ദേഹം കേരളം വിട്ടു. ആദ്യം ഹരിദ്വാറിലേക്കു പോയി. പിന്നീട് അലഹാബാദിലെത്തി സാഹിത്യ വിശാരദ് പരീക്ഷയെഴുതി പാസായി. ബി എ ബിരുദത്തിന് തുല്യമായ യോഗ്യതയായിരുന്നു അത്.

ഇന്ത്യയിലെ ദേശീയ പ്രസ്ഥാനത്തിന്റെ പ്രധാന കേന്ദ്രമായിരുന്നു അലഹാബാദ്. കൃഷ്ണപിള്ള അലഹാബാദിൽ തങ്ങിയ കാലം സ്വാതന്ത്ര്യസമര സന്ദർഭത്തിലെ നിർണായക ഘട്ടമായിരുന്നു. മീറത്ത് ഗൂഢാലോചനക്കേസ് ദേശാഭിമാനികളുടെ മനസിൽ ആവേശം ജ്വലിപ്പിച്ചു. കമ്യൂണിസ്റ്റ് ഗ്രൂപ്പുകൾ ഇന്ത്യയിൽ പല ഇടങ്ങളിലും സ്ഥാപിക്കപ്പെട്ടുവന്നു. പഞ്ചാബിലും യു പിയിലും കർഷകരും തൊഴിലാളികളും ഉണർന്ന്, സമരരംഗത്തെത്തി. 'പൂർണസ്വരാജ്' ആയിരുന്നു എവിടെയും ഉയർന്നു കേട്ട മുദ്രാവാക്യം.

അലാഹാബാദിലെ സ്വാതന്ത്ര്യ സമരരംഗങ്ങളിൽ കൃഷ്ണപിള്ളയുടെ സാന്നിധ്യം ഉണ്ടായിരുന്നു. 1930-ൽ ഹിന്ദി പഠനം പൂർത്തിയാക്കി കേരളത്തിലേക്കു മടങ്ങിയത് പുതിയ മനുഷ്യനായിട്ടായിരുന്നു. വൈക്കം സത്യഗ്രഹത്തിലെ കാഴ്ചക്കാരൻ, എല്ലാ അനീതികൾക്കെതിരെയും പോരാടാൻ ദൃഢപ്രതിജ്ഞയെടുത്ത വിപ്ലവകാരിയായി മാറിയിരുന്നു.

സാമ്രാജ്യത്വത്തിനെതിരെ പൊരുതുക എന്നതാണ് ആദ്യത്തെ കടമ എന്ന് അദ്ദേഹം മനസിലാക്കി. ഉപ്പു സത്യഗ്രഹത്തിൽ സംബന്ധിക്കാൻ അദ്ദേഹത്തിന് രണ്ടു വട്ടം ആലോചിക്കേണ്ടിവന്നില്ല. നേരിട്ട് ബ്രിട്ടീഷ് ഭരണം നിലവിലുണ്ടായിരുന്ന മലബാർ ആയിരുന്നു കേരളത്തിലെ പ്രധാന സ്വാതന്ത്ര്യ സമരവേദി. 1930 മാർച്ച് 12-ന് ചരിത്ര പ്രസിദ്ധമായ ഉപ്പു സത്യഗ്രഹത്തിന് ഗാന്ധിജി തുടക്കം കുറിച്ചു; ദണ്ഡിയാത്ര ആരംഭിച്ചു. അതേ ദിവസം കേരളത്തിൽ കോഴിക്കോട്ടു നിന്ന് നൂറു നാഴിക അകലെയുള്ള പയ്യന്നൂരിലേക്ക് ഒരു ജാഥ പ്രയാണം തുടങ്ങി. കെ കേളപ്പനായിരുന്നു ജാഥാ നേതാവ്. നൂറു കണക്കിന് യുവാക്കൾ ജാഥയിൽ ചേരാൻ ഒരുങ്ങിയെത്തി. അവരിൽനിന്ന് ഇരുപത്തിമൂന്നു വളണ്ടിയർമാരെ തിരഞ്ഞെടുത്തു. ഒരാൾ കൃഷ്ണപിള്ള ആയിരുന്നു.

അതൊരു ഐതിഹാസികതയുടെ ആരംഭമായിരുന്നു. സാമ്രാജ്യത്വ യജമാനന്മാരെ തുരത്താനുള്ള സമരത്തിന്റെ ആരംഭം. അടിച്ചമർത്തപ്പെട്ടവരുടെ അവകാശം നേടിയെടുക്കാനുള്ള സമരത്തിന്റെ ആരംഭം.

കോഴിക്കോട്ടു കടപ്പുറത്തു നടന്ന ഉപ്പു സത്യഗ്രഹ സമരത്തിൽ ക്രൂരമായ ലാത്തിച്ചാർജ് നടന്നു. ത്രിവർണ പാതകയേന്തിയ കൃഷ്ണപിള്ളയ്ക്ക് മർദനമേറ്റു. രണ്ടു നാഴിക അകലെയുള്ള കളക്ടറുടെ ഓഫീസിലേക്ക് കൃഷ്ണപിള്ളയെ നിരത്തിലൂടെ വലിച്ചിഴച്ചു. ത്രിവർണ പതാക സ്വന്തം കൈകളിൽ വിടാതെ അദ്ദേഹം മുറുകെപ്പിടിച്ചു.

മറ്റു നേതാക്കന്മാരോടൊപ്പം കൃഷ്ണപിള്ളയെ കണ്ണൂർ സെൻട്രൽ ജയിലിൽ അടച്ചു. മോശമായ പെരുമാറ്റവും അസൗകര്യവും പരിഹരിക്കാൻ അദ്ദേഹം ജയിലിലും സമരം നടത്തി. സഹതടവുകാരെ ഹിന്ദി പഠിപ്പിക്കാനും അദ്ദേഹം തയാറായി.

സ്വാതന്ത്ര്യം നേടാൻ ഏതു വഴി തേടണം എന്നതിനെച്ചൊല്ലി ജയിലിൽ സംവാദം നടന്നു-അയിത്തവും മറ്റനാചാരങ്ങളും അകറ്റാനാണ് ആദ്യം അടരാടേണ്ടത് എന്ന് ഒരു വിഭാഗം വാദിച്ചു. അതിലൂടെ ആളുകളുടെ ഐക്യം പടുത്തുയർത്താനാവുമെന്ന് അവർ കരുതി. എന്നാൽ കൃഷ്ണപിള്ളയും മറ്റു ചിലരും സാമ്പത്തികമായ അവശതകൾക്കാണ് മുൻതൂക്കം നൽകേണ്ടത് എന്ന പക്ഷക്കാരായിരുന്നു. എല്ലാ തിന്മകളുടെയും വേര് സാമ്പത്തിക അസമത്വമാണെന്ന് അദ്ദേഹത്തിന് അഭിപ്രായമുണ്ടായിരുന്നു-അതുകൊണ്ട് തൊഴിലാളി കർഷക സംഘടനകൾ ശക്തിപ്പെടുത്തി ബഹുജനങ്ങളെ അണിനിരത്തണമെന്ന് അദ്ദേഹം ചിന്തിച്ചു. ഇത്തരം രണ്ടു വിചാരരീതി ദേശീയ തലത്തിലും നിലനിന്നിരുന്നു.

കണ്ണൂർ ജയിലിൽവച്ച് മൂന്നു ബംഗാൾ വിപ്ലവകാരികളെ കൃഷ്ണപിള്ള പരിചയപ്പെട്ടു. രവീന്ദ്രമോഹൻ സെൻഗുപ്ത, ടി എൻ ചക്രവർത്തി, രമേഷ് ചന്ദ്ര ആചാര്യ എന്നിവരായിരുന്നു അത്. ലാഹോർ ഗൂഢാലോചന ക്കേസിലെ കമൽനാഥ് തിവാരി, ജയദേവ് കപൂർ എന്നിവരും ജയിലിൽ ഉണ്ടായിരുന്നു. ഇവരുമായുള്ള പരിചയവും ആശയവിനിമയവും കൃഷ്ണപിള്ളയിലും മറ്റുള്ളവരിലും മാറ്റമുണ്ടാക്കി. ഗാന്ധിയൻ ആശയങ്ങളിൽനിന്ന് പതുക്കെപ്പതുക്കെയുള്ള പിന്മാറ്റം ആരംഭിച്ചു.

ഗാന്ധിജി നിയമലംഘന പ്രസ്ഥാനം പിൻവലിച്ചപ്പോൾ കൃഷ്ണപിള്ളയും മറ്റും മോചിതരായി. സ്വാതന്ത്ര്യ സമരം മന്ദഗതിയിലായി. എന്നാലും കൃഷ്ണപിള്ളയുടെ ഊർജസ്വലതയ്ക്ക് കുറവുണ്ടായില്ല. ഗുരുവായൂർ സത്യഗ്രഹം അതിനു തെളിവത്രെ.

പ്രസിദ്ധമായ ഗുരുവായൂർ ക്ഷേത്രത്തിലും അധഃകൃതർക്കു പ്രവേശനം നിരോധിച്ചിരുന്നു. അവിടെ ക്ഷേത്രപ്രവേശനം അനുവദിക്കാൻ ആവശ്യമുന്നയിച്ച് കെ കേളപ്പന്റെ നേതൃത്വത്തിൽ സത്യഗ്രഹം തുടങ്ങി. എ കെ ഗോപാലനായിരുന്നു മറ്റൊരു നേതാവ്. സത്യഗ്രഹം കുറച്ചുനാൾ നീണ്ടുനിന്നിട്ടും ലക്ഷ്യം കണ്ടില്ല. അപ്പോൾ കൂടുതൽ ജനശ്രദ്ധയാകർഷിക്കാൻ എന്തെങ്കിലും ചെയ്തേ പറ്റുകയുള്ളൂ എന്നു വന്നു. പോംവഴി കണ്ടുപിടിക്കാൻ കൃഷ്ണപിള്ളയെയും എ കെ ജിയെയും ചുമതലപ്പെടുത്തി.

ശ്രീകോവിലിനു മുന്നിലെ മണിയടിക്കാൻ അബ്രാഹ്മണർക്ക് അധികാരം ഉണ്ടായിരുന്നില്ല. കൃഷ്ണപിള്ള അതു ലംഘിച്ചു. അബ്രാഹ്മണരായ ദേവസ്വം കാവൽക്കാർ തന്നെ കൃഷ്ണപിള്ളയെ കഠിനമായി മർദിച്ചു. ഇത് ബഹുജനരോഷം വളർത്തി. സമരം കൂടുതൽ ചൂടുപിടിച്ചു. ജനപിന്തുണയോടെ സത്യഗ്രഹം പിന്നെയും തുടരുകയും ചെയ്തു.

1930 കളുടെ ആദ്യം കൃഷ്ണപിള്ള തൊഴിലാളികളെയും കർഷകരെയും സംഘടിപ്പിക്കുന്നതിലാണ് ശ്രദ്ധിച്ചത്. കോഴിക്കോട്ട് ആദ്യത്തെ മിൽവർക്കേഴ്സ് യൂണിയൻ അദ്ദേഹത്തിന്റെ നേതൃത്വത്തിലാണ് രൂപീകരിച്ചത്. തുടർന്ന് ഓട്ടുകമ്പനിത്തൊഴിലാളി യൂണിയനും നിലവിൽവന്നു. ഇതേ മാതൃകയിൽ മറ്റു തൊഴിൽ രംഗങ്ങളിലും യൂണിയനുകൾ സ്ഥാപിതമായി.

കോൺഗ്രസിന്റെ സംഘടനാ പ്രവർത്തനങ്ങളിൽ മുഴുകിയിരിക്കുമ്പോൾ തന്നെ അദ്ദേഹം ബംഗാൾ വിപ്ലവകാരികളുടെ 'അനുശീലൻ സമിതി'യിൽ അംഗമായി. അതിന്റെ ഒരു യൂണിറ്റ് കോഴിക്കോട് സ്ഥാപിച്ച് പ്രചാരവേല തുടങ്ങി. 1934-ൽ ഇന്ത്യൻ നാഷണൽ കോൺഗ്രസിന്റെ അഖിലേന്ത്യാ സമ്മേളനത്തിൽ സംബന്ധിക്കാൻ കൃഷ്ണപിള്ള ബോംബെയിലേക്കു പോയി. ആ സമ്മേളനം കോൺഗ്രസ് സോഷ്യലിസ്റ്റ് പാർട്ടിയുടെ പിറവിയിലേക്കു നയിച്ചു. അതിന്റെ നാലു ജോയിന്റ് സെക്രട്ടറിമാരിൽ ഇ എം എസും ഉൾപ്പെട്ടിരുന്നു. ബോംബെയിൽ നിന്നു മടങ്ങിയശേഷം സി എസ് പിയുടെ കേരളത്തിലെ പ്രഥമ സമ്മേളനം കോഴിക്കോട്ട് നടന്നു. സ്റ്റേറ്റ് യൂണിയന്റെ സെക്രട്ടറി കൃഷ്ണപിള്ളയായിരുന്നു. അദ്ദേഹവും ഇ എം എസും കേരളത്തിൽ അങ്ങോളമിങ്ങോളം സഞ്ചരിച്ച് പാർട്ടി പ്രവർത്തനം നടത്തി. *പ്രഭാതം* എന്ന പേരിൽ ഒരു ആഴ്ചപ്പതിപ്പും ആരംഭിച്ചു.

കേരള പ്രദേശ് കോൺഗ്രസ് കമ്മിറ്റിയിൽ ഇടതുപക്ഷത്തിനായിരുന്നു സ്വാധീനം. രണ്ടു സെക്രട്ടറിമാരിൽ ഒരാളായി ഇ എം എസ് തിരഞ്ഞെടുക്കപ്പെട്ടു. 1938 ഓടെ ഇടതുപക്ഷത്തിനു തന്നെ കമ്മിറ്റിയിൽ ഭൂരിപക്ഷം കിട്ടി. അവർ മൂന്നു കൊല്ലം തുടർന്നു.

നിരോധിക്കപ്പെട്ട നിലയിൽ ആയിരുന്നെങ്കിലും അപ്പോൾ ഇന്ത്യയിൽ കമ്യൂണിസ്റ്റ് പാർട്ടിയും പ്രവർത്തിച്ചു തുടങ്ങിയിരുന്നു. കേരള സി എസ് പിയിലെ പല നേതാക്കളും ദേശീയതല കമ്യൂണിസ്റ്റ് നേതാക്കളുമായി ബന്ധപ്പെട്ടു. ക്രമേണ ആശയപരമായ അടുപ്പം സ്ഥാപിച്ചു. എസ് വി ഘാട്ടെ 1937-ൽ കോഴിക്കോട്ട് വരികയും ഇ എം എസുമായി സുദീർഘ ചർച്ചയിൽ ഏർപ്പെടുകയും ചെയ്തു. ചർച്ച ആദ്യത്തെ കേരള യൂണിറ്റിന്റെ രൂപീകരണത്തിലേക്കു നയിച്ചു.

കമ്യൂണിസ്റ്റ് പാർട്ടിയുടെ തീരുമാനം ഇ എം എസും കൃഷ്ണപിള്ളയും ഒരേ സമയം സി എസ് പിയുടെയും കോൺഗ്രസിന്റെയും നേതാക്കളായി തുടരണം എന്നായിരുന്നു. അതേ അവസരത്തിൽ, കമ്യൂണിസ്റ്റ് പാർട്ടിയിൽ ചേർക്കാൻ പറ്റിയ കേഡർമാരെ കണ്ടെത്തുകയും വേണം. സമുചിതമായ സന്ദർഭത്തിൽ പാർട്ടിയുടെ കേരളഘടകം രൂപീകരിക്കാൻ കേഡർമാരുടെ സമ്മേളനം ചേരാമെന്നു തീരുമാനിച്ചു.

അതിന് രണ്ടു വർഷം കാത്തിരിക്കേണ്ടി വന്നു. അതിനകം ഗാന്ധിയൻമാരും സോഷ്യലിസ്റ്റുകാരും കോൺഗ്രസിനുള്ളിൽ ആശയ സംഘട്ടനത്തിൽ ഏർപ്പെട്ടു. സോഷ്യലിസ്റ്റുകാർ അന്യോന്യവും വിവാദം ഉണ്ടായിരുന്നു. രണ്ടാം ലോകമഹായുദ്ധം പൊട്ടിപ്പുറപ്പെട്ടപ്പോൾ ഈ തർക്കം വെളിയിലേക്കു വന്നു. അധികാരലബ്ധിക്കുവേണ്ടി കൊളോണിയൽ അധികാരികളുമായി വിലപേശാനാണ് കോൺഗ്രസ് ഒരുങ്ങിയത്. യുദ്ധ സംരംഭങ്ങളിൽ സഹായവാഗ്ദാനവും അവർ സർക്കാരിനു നൽകി. എന്നാൽ, സി എസ് പി യുദ്ധ സംരംഭത്തെ അനുകൂലിക്കുകയോ പ്രതികൂലിക്കുകയോ ചെയ്തില്ല. യുദ്ധത്തിന് എതിരാണ് തങ്ങൾ എന്ന് തപാൽകാർഡിൽ എഴുതി അറിയിക്കാനാണ് അവർ അംഗങ്ങളോട് ആവശ്യപ്പെട്ടത്.

യുദ്ധത്തിന് എതിരായി ഉറച്ച നിലപാട് സ്വീകരിച്ച ഒരേയൊരു രാഷ്ട്രീയ സംഘടന കമ്യൂണിസ്റ്റ് പാർട്ടിയായിരുന്നു. അവർ തൊഴിലാളി പണിമുടക്കും കർഷക സമരവും സംഘടിപ്പിച്ചു. സാമ്രാജ്യത്വത്തെ തറപറ്റിച്ച് സ്വാതന്ത്ര്യം നേടാൻ പറ്റിയ അവസരമാണ് അതെന്ന് പാർട്ടി അഭിപ്രായപ്പെട്ടു.

ഈ സന്ദേശം സി എസ് പി അതിന്റെ പ്രവർത്തകർക്ക് പല സ്ഥലങ്ങളിലും കൈമാറി. ഘാട്ടെ, സുന്ദരയ്യ, ബാട്‌ലിവാല, എ എസ് കെ അയ്യങ്കാർ, മിറാജ്കർ, ജോഗ്ളേക്കർ, ഇസഡ് എ അഹമ്മദ് തുടങ്ങിയവർ സംസ്ഥാനം സന്ദർശിച്ചു. പല ഇടങ്ങളിലും യോഗം വിളിച്ചു ചേർത്ത് പാർട്ടിയുടെ നിലപാട് അവർ വിശദീകരിച്ചു.

സി പി ഐയുടെ അടവും തന്ത്രവും സി എസ് പി അംഗങ്ങളെ ആകർഷിച്ചു. രാജ്യത്തിന്റെ ചരിത്രത്തിലെ നിർണായക ഘട്ടത്തിൽ സി എസ് പിയുടെ നേതൃത്വം പരാജയപ്പെട്ടതായി അവർ വിലയിരുത്തി. യുദ്ധം ആരംഭിച്ച് ഒരു മാസം കഴിഞ്ഞപ്പോൾ സി എസ് പി വിട്ട് കമ്യൂണിസ്റ്റ് പാർട്ടിയിൽ ചേരാൻ അവർ തീരുമാനിച്ചു. 1939 ഒക്ടോബറിൽ

കണ്ണൂരിലെ പിണറായിയിൽ ഒരു രഹസ്യയോഗം ചേർന്ന്, സി എസ് പിയുടെ സംസ്ഥാന ഘടകത്തെ ഇന്ത്യൻ കമ്യൂണിസ്റ്റ് പാർട്ടിയുടെ സംസ്ഥാന ഘടകമായി മാറ്റാൻ നിശ്ചയിച്ചു.

കൃഷ്ണപിള്ളയാണ് സംസ്ഥാനത്തിൽ ഉടനീളം സംഘടനാ രൂപീകരണത്തിനായി സഞ്ചരിച്ചത്. ഓരോ അംഗത്തിന്റെയും വ്യക്തിപരമായ പ്രശ്നങ്ങളും ബലവും ബലഹീനതയും എല്ലാം അറിയാനും പറയാനും അദ്ദേഹത്തിന് നല്ല മിടുക്കായിരുന്നു. പ്രസ്ഥാനത്തിലേക്ക് ആളുകളെ ആകർഷിച്ച് ആവേശം കൊള്ളിക്കാൻ അദ്ദേഹത്തിന് അസാധാരണമായ സാമർഥ്യം ഉണ്ടായിരുന്നു. കമ്യൂണിസ്റ്റുകാരും അല്ലാത്തവരുമായ ആളുകൾ കൃഷ്ണപിള്ളയെപ്പറ്റി ധാരാളം എഴുതിയിട്ടുണ്ട്. അദ്ദേഹവുമായി അടുത്തറിയാൻ കഴിഞ്ഞവരെല്ലാം ആ വ്യക്തിത്വത്തിന്റെ കാന്തിക ശക്തിയെപ്പറ്റി പുകഴ്ത്തിയിട്ടുണ്ട്.

കൃഷ്ണപിള്ളയുടെ സംഘടനാ സാമർഥ്യം നിമിത്തമാണ് കമ്യൂണിസ്റ്റ് പാർട്ടി കേരളത്തിലെ പ്രമുഖ രാഷ്ട്രീയ ശക്തിയായി വളർന്നത്. കോൺഗ്രസുകാരോ അന്യരോ കമ്യൂണിസ്റ്റ് പാർട്ടിയെ എതിർക്കാൻ എത്തിയപ്പോഴൊക്കെ കൃഷ്ണപിള്ളയുടെ കുന്തമുന അവരുടെ നേർക്ക് നീണ്ടിരുന്നു. അദ്ദേഹം പടുത്തുയർത്തിയ തൊഴിലാളി-കർഷക സംഘടനകൾ നല്ല ഫലം നൽകി. 1940-ന്റെ തുടക്കത്തിലും മധ്യത്തിലും ഒട്ടനവധി സമരങ്ങൾക്ക് കേരളം സാക്ഷ്യം വഹിച്ചു. കയ്യൂർ, മോറാഴ, കാവുമ്പായി എന്നിവിടങ്ങളിലെ കർഷക സമരങ്ങൾ, ആലപ്പുഴ, എറണാകുളം, തൃശൂർ, കോഴിക്കോട് എന്നിവിടങ്ങളിലെ തൊഴിലാളി സമരങ്ങൾ, പുന്നപ്ര-വയലാർ സമരം എന്നിവയിലെല്ലാം കൃഷ്ണപിള്ളയുടെ സാന്നിധ്യം സ്പഷ്ടമായിരുന്നു. അതിനർഥം മറ്റു നേതാക്കളുടെയോ കേഡർമാരുടെയോ പങ്ക് കുറച്ചു കാണുന്നു എന്നല്ല.

കൃഷ്ണപിള്ള പലവട്ടം അറസ്റ്റുചെയ്യപ്പെട്ടിരുന്നു. ജയിലിൽ അല്ലെങ്കിൽ ഒളിവിൽ അതല്ലെങ്കിൽ പ്രവർത്തന രംഗങ്ങളിൽ അദ്ദേഹം സമരസന്നദ്ധനായി നിറഞ്ഞുനിന്നു. 1948-ൽ പാർട്ടി നിരോധനം നേരിട്ടപ്പോൾ, പൊലീസിനു തകർക്കാനാവാത്ത കർമോന്മുഖമായ സംഘശക്തി ഒരുക്കിനിർത്താൻ അദ്ദേഹത്തിനു കഴിഞ്ഞു. പരിശീലനം കിട്ടിയ കേഡർമാർ നേതാക്കളെ ഒളിത്താവളങ്ങളിൽ എത്തിക്കാൻ പ്രാപ്തരായിരുന്നു.

അത്തരത്തിലൊരു ഒളിത്താവളത്തിൽവച്ച് പാമ്പു കടിയേറ്റ് കൃഷ്ണപിള്ള 1948 ആഗസ്റ്റ് 19-ന് അന്ത്യശ്വാസം വലിച്ചു. മരിക്കുന്നതിനുമുമ്പ് ഒരു കടലാസിൽ അദ്ദേഹം കുറിച്ചിട്ടു: "എന്റെ കാഴ്ച മങ്ങുന്നു. നിമിഷം തോറും ശരീരം തളരുന്നു. എന്താണ് സംഭവിക്കുന്നത് എന്ന് അറിയുന്നില്ല. സഖാക്കളേ, മുന്നോട്ട്! ലാൽ സലാം!"

ആ ധീരോദാത്ത ജീവിതത്തിനു തിരശ്ശീല വീണു. കൃഷ്ണപിള്ള ഉയർത്തിപ്പിടിച്ച പാരമ്പര്യം ഇന്നും തുടരുന്നു. നവകേരളത്തിന്റെ നിർമാണത്തിൽ അദ്ദേഹത്തിനു വലിയ പങ്കുണ്ട്.

ഇ എം ശ്രീധരൻ

16

പി രാമമൂർത്തി

ഇന്ത്യയിലെ കമ്യൂണിസ്റ്റ് പ്രസ്ഥാനത്തിന്റെ പ്രമുഖ നേതാവായിരുന്നു പി രാമമൂർത്തി. രണ്ടു ദശാബ്ദങ്ങളോളം സി പി ഐയുടെ കേന്ദ്ര കമ്മിറ്റി അംഗമായിരുന്ന അദ്ദേഹം മറ്റൊരു രണ്ടു ദശാബ്ദങ്ങളിൽ സി പി ഐ (എം)ന്റെ പൊളിറ്റ് ബ്യൂറോ അംഗമായിരുന്നു. ധീരനായ സ്വാതന്ത്ര്യ സമര സേനാനി എന്ന നിലയിലും അദ്ദേഹത്തിന് തമിഴ്നാട്ടിൽ പ്രമുഖ സ്ഥാനമുണ്ട്. സ്വാതന്ത്ര്യ സമരത്തിന്റെ അഗ്നിപഥത്തിലൂടെയാണ് മറ്റനേകം പേരെ പോലെ അദ്ദേഹവും കമ്യൂണിസ്റ്റ് പ്രസ്ഥാനത്തിലേക്ക് നടന്നു കയറിയത്.

പി ആർ എന്ന വിളിപ്പേരുള്ള പി രാമമൂർത്തി തഞ്ചാവൂർ ജില്ലയിലെ കുംഭകോണത്തിനടുത്തുള്ള ചെറിയ ഗ്രാമത്തിൽ 1908-ൽ ജനിച്ചു. ജന്മനാ ഒരു കാലിന് മുടന്തുണ്ടായിരുന്നു. ഇടത്തരം ഭൂവുടമ കുടുംബത്തിലാണ് ജനനം. സംസ്കൃതവും വേദവും പഠിപ്പിക്കുന്ന യാഥാസ്ഥിതിക ബ്രാഹ്മണനായിരുന്നു പിതാവ്. സംസ്കൃത പണ്ഡിതനോ, മിക്കവാറും ഹിന്ദു ആചാര്യനോ ആകാനുള്ള പഠനമാണ് പി ആറിന് ബാല്യകാലത്തു ലഭിച്ചത് (കാഞ്ചി ശങ്കരാചാര്യ അദ്ദേഹത്തിന്റെ പിൻഗാമിയായി പി ആറിനെ സ്വീകരിക്കാൻ തയ്യാറായിരുന്നു എന്നു കേട്ടിട്ടുണ്ട്). മാനുഷിക പ്രശ്നങ്ങൾക്കും നീതിക്കുംവേണ്ടി പൊരുതാനുള്ള പ്രവണത ചെറുപ്പത്തിലേ കാട്ടിയിരുന്നു. ഗ്രാമത്തിലെ ഹരിജന ബാലന്മാരുമായി കൂട്ടുകൂടുന്ന സ്വഭാവവും ഉണ്ടായിരുന്നു.

പി ആറിന്റെ ബാല്യകാലത്ത് കുടുംബം മദിരാശിയിൽ ട്രിപ്ലിക്കെയ്നിലേക്കു താമസം മാറ്റി. സാമ്രാജ്യവിരുദ്ധ സമരത്തിൽ സജീവമായി പങ്കെടുത്തിരുന്ന പല കോൺഗ്രസ് നേതാക്കന്മാരും പാർക്കുന്ന ഇടമായിരുന്നു അവിടം. ഹിന്ദു ഹൈസ്കൂളിലായിരുന്നു പി ആറിന്റെ വിദ്യാ

ഭ്യാസം. സ്വാതന്ത്ര്യ സമരജ്വാല വിദ്യാലയാന്തരീക്ഷത്തെ ഊഷ്മളമാക്കിയിരുന്നു. കോൺഗ്രസ്, പതിവായി പൊതുപരിപാടികൾ സംഘടിപ്പിച്ചത് ചരിത്ര പ്രസിദ്ധമായ മെറീന ബീച്ചിലെ ട്രിപ്ലിക്കെയ്നിൽ ആയിരുന്നു. മെറീനാ കടപ്പുറത്തുവച്ച് ബാലഗംഗാധര തിലകന്റെ പ്രഭാഷണം കേട്ട് പി ആർ ആവേശഭരിതനായി. എല്ലാകാര്യവും പൂർണമായി മനസ്സിലായില്ലെങ്കിലും, സ്വാതന്ത്ര്യത്തിനായി പൊരുതാനുള്ള അശാന്തമായ അക്ഷമ പി ആറിന്റെ മനസിൽ രൂപംകൊണ്ടു. ആനി ബസന്റിന്റെ പ്രസംഗങ്ങളും കേൾക്കാൻ ഇടയായി. അതേ തെരുവിൽ പാർത്ത ദേശീയ കവി സുബ്രഹ്മണ്യ ഭാരതിയുടെ സാന്നിധ്യമാണ് പി ആറിന്റെ മറ്റൊരു പ്രചോദന കേന്ദ്രം. ഭാരതിയുടെ സാമ്രാജ്യത്വവിരുദ്ധ ഗാനങ്ങൾ പി ആറിനെ ആവേശം കൊള്ളിച്ചു. ജാലിയൻവാലാ ബാഗ് കൂട്ടക്കൊലയെ തുടർന്ന് നടന്ന പൊതുയോഗങ്ങളും നിരാഹാര സമരങ്ങളും പി ആറിന്റെ ബാലഹൃദയത്തിൽ ദേശാഭിമാനത്തിന്റെ തീ കൊളുത്തി.

ഇന്ത്യൻ നാഷണൽ കോൺഗ്രസിന്റെ 1920 സെപ്തംബറിലെ കൽക്കത്ത സമ്മേളനം, ഗാന്ധിജിയുടെ പിന്തുണയോടെ, നിസ്സഹകരണ സമരാഹ്വാനം പുറപ്പെടുവിച്ചു. കോടതികൾ, വിദ്യാഭ്യാസ സ്ഥാപനങ്ങൾ, വിദേശ വസ്ത്രങ്ങൾ എന്നിവയെല്ലാം ബഹിഷ്കരിക്കാൻ പൊതുജനങ്ങളോട് നിർദേശിച്ചു. സമര സന്ദേശം പ്രചരിപ്പിക്കാൻ ഗാന്ധിജി ദേശ പര്യടനം തുടങ്ങി. കൂട്ടത്തിൽ അദ്ദേഹം മെറീന ബീച്ചിൽ ഒരു മഹാസമ്മേളനത്തെ അഭിസംബോധന ചെയ്തു. പ്രസംഗം കേട്ട രാമമൂർത്തി, വിദ്യാലയ ബഹിഷ്കരണത്തിന് സന്നദ്ധനായി. സ്വാതന്ത്ര്യ സമരത്തിനു തയാറായി കൈയിൽ കാശില്ലാതെ ഇറങ്ങിത്തിരിച്ചു. ടിക്കറ്റെടുക്കാതെ യാത്രചെയ്ത് അലാഹാബാദിലെത്തി. പുരുഷോത്തം ദാസ് ഠണ്ഡനും പണ്ഡിറ്റ് ജവാഹർലാൽ നെഹ്റുവും സ്ഥാപിച്ച നാഷണൽ സ്കൂളിൽ ചേർന്നു.

ബ്രിട്ടീഷ് ഗവൺമെന്റിനോട് പ്രതിഷേധം പ്രകടിപ്പിക്കാൻ വിദ്യാലയങ്ങളും കലാലയങ്ങളും വിട്ടിറങ്ങാൻ കോൺഗ്രസ് ആഹ്വാനം ചെയ്തതിനെ തുടർന്ന്, കോൺഗ്രസ് മുൻകൈയെടുത്ത് ധാരാളം ദേശീയ വിദ്യാഭ്യാസസ്ഥാപനങ്ങൾ സ്ഥാപിച്ചു. ഠണ്ഡനും നെഹ്റുവും സ്ഥാപിച്ച അലഹാബാദിലെ നാഷണൽ സ്കൂൾ; ഗാന്ധിജിയുടെ സബർമതി ആശ്രമത്തിൽ സ്ഥാപിച്ച ഗുജറാത്തിലെ ദേശീയ സർവകലാശാല; മഹാനായ തമിഴ് ദേശാഭിമാനി വി വി എസ് അയ്യർ തിരുനൽവേലി ജില്ലയിലെ ചേരൻ മഹാദേവിയിൽ സ്ഥാപിച്ച വിദ്യാലയം; സാക്കീർ ഹുസൈൻ മുൻകൈയെടുത്ത് തുടങ്ങിയ ജാമിയ മില്ലിയ; പട്നയിൽ രാജേന്ദ്ര പ്രസാദ് സ്ഥാപിച്ച ബിഹാർ വിദ്യാപീഠം; പണ്ഡിറ്റ് മദൻ മോഹൻ മാളവ്യയും ഡോ. സമ്പൂർണാനന്ദും ആരംഭിച്ച ബനാറസിലെ കാശി വിദ്യാ പീഠം എന്നിവ വിദ്യാർഥികളിൽ മഹത്തായ ദേശാഭിമാനവികാരം ഉണർത്തി. പതിമൂന്നു വയസ്സു മാത്രം ഉണ്ടായിരുന്ന രാമമൂർത്തി ദേശസ്നേഹ പ്രചോദിതനായി കോൺഗ്രസ് പ്രവർത്തനങ്ങളിൽ സജീവമായി പങ്കെടുത്തു.

സ്വാതന്ത്ര്യ സമരം ശക്തി പ്രാപിച്ചു വരികയായിരുന്നു. അപ്പോ

ഴാണ് യു പിയിൽ ചൗരിചൗരാ എന്ന സ്ഥലത്തെ പൊലീസ് സ്റ്റേഷൻ സമരക്കാർ ആക്രമിച്ചത്. അതിന്റെ പശ്ചാത്തലത്തിൽ ഗാന്ധിജി സമരം അവസാനിപ്പിച്ചു. സമരം തണുത്തു. നാഷണൽ സ്കൂളിൽ ചേർന്ന വിദ്യാർഥികൾ തിരിച്ചുപോകാൻ തുടങ്ങി. രാമമൂർത്തി അലഹാബാദിൽനിന്നു സബർമതി ആശ്രമത്തിലേക്കാണു പോയത്. അവിടത്തെ വിദ്യാലയത്തിന്റെ ചുമതലയുള്ള രാജാജി ഉപദേശിച്ചതനുസരിച്ച് രാമമൂർത്തി 1922-ൽ മദിരാശിയിലേക്കു മടങ്ങി.

വീണ്ടും ടിപ്ലിക്കെയ്നിലെ പഴയ വിദ്യാലയത്തിലും പ്രസിഡൻസി കോളേജിലും പഠനം തുടർന്നു. കോളേജിൽ പഠിക്കുമ്പോഴും കോൺഗ്രസിലെയും സ്വരാജ് പാർട്ടിയിലെയും പ്രവർത്തനം സജീവമായി തുടർന്നു. ലജിസ്ലേറ്റീവ് കൗൺസിലിലേക്ക് തിരഞ്ഞെടുപ്പ് വന്നപ്പോൾ പ്രചാരവേലക്ക് പോയത് പൊലീസ് നിരീക്ഷിച്ചു. അവരത് പ്രൻസിപ്പാളിന്റെ ശ്രദ്ധയിൽപ്പെടുത്തി. രാഷ്ട്രീയ പ്രവർത്തനം മതിയാക്കിയില്ലെങ്കിൽ പുറത്താക്കുമെന്ന് പ്രിൻസിപ്പാൾ താക്കീതു ചെയ്തു. രാമമൂർത്തി സ്വയം കോളേജ് വിട്ട്, യു പിയിലെ ബനാറസ് ഹിന്ദു യൂണിവേഴ്സിറ്റിയിൽ പോയി ചേർന്നു. അവിടെയും സമരപരിപാടികളിൽ പങ്കുകൊണ്ടു.

ഭഗത് സിങ്ങിന്റെ നൗജവാൻ ഭാരത് സഭയിൽ ആകൃഷ്ടനായ രാമമൂർത്തി 1927-ൽ അതിന്റെ ബനാറസ് ശാഖയിൽ ചേർന്ന് പ്രവർത്തിക്കാൻ തുടങ്ങി. അറുപത്തി മൂന്നു ദിവസത്തെ ഉപവാസസമരത്തെ തുടർന്ന് അന്തരിച്ച യതീന്ദ്ര ദാസിന്റെ മൃതദേഹം തീവണ്ടിയിൽ കൽക്കത്തയിലേക്കു കൊണ്ടുപോകുമ്പോൾ ബനാറസ് റയിൽവെസ്റ്റേഷനിൽ ഉശിരൻ പ്രകടനം നടന്നു. അതിനു നേതൃത്വം നൽകിയവരിൽ ഒരാൾ രാമമൂർത്തിയായിരുന്നു.

"സ്വന്തം കാര്യം നോക്കാൻ ഇന്ത്യക്കാർക്കുള്ള പ്രാപ്തി" പരിശോധിക്കാൻ സൈമൺ കമ്മീഷൻ ഇന്ത്യ സന്ദർശിച്ചപ്പോൾ "സൈമൺ തിരിച്ചു പോവുക" എന്ന മുദ്രാവാക്യം ഉയർത്തി രാജ്യം ഒന്നാകെ ഇളകി. കമ്മീഷനംഗങ്ങൾ സന്ദർശിച്ച ഇടങ്ങളിലെല്ലാം പ്രകടനം ഇരമ്പി. കരിങ്കൊടി പ്രകടനവും പ്രതിഷേധവും നടന്ന പ്രധാന നഗരങ്ങളിലൊന്ന് ലക്നൗ ആയിരുന്നു. ബനാറസിലും അത്തരം തടസ്സം നേരിടുമെന്നു കണക്കുകൂട്ടിയ പൊലീസ് യാത്ര ഗംഗാനദിയിലൂടെ നടത്താൻ പരിപാടിയിട്ടു. അതു മണത്തറിഞ്ഞ പി ആറും സുഹൃത്തുക്കളും മുപ്പതു ചെറുവള്ളങ്ങൾ ഒരുക്കി, കരിങ്കൊടി പ്രകടനക്കാരെ തയാറാക്കി. നദിയിൽ ഇടവിട്ടിടവിട്ട് അവ ഒരുക്കിനിർത്തി. കമ്മീഷൻ അംഗങ്ങൾ കയറിയ ബോട്ട് കടന്നു പോകുമ്പോൾ, കരിങ്കൊടി പ്രകടനവും വിജയകരമായി നടന്നു. പ്രകടനക്കാർ സമർഥമായി അറസ്റ്റിൽനിന്ന് രക്ഷപ്പെടുകയും ചെയ്തു. ആ സമരത്തിന്റെ സമർഥനായ ആസൂത്രകൻ പി ആർ ആയിരുന്നു.

1928-ൽ ചരിത്ര പ്രസിദ്ധമായ കോൺഗ്രസ് സമ്മേളനം ലാഹോറിൽ നടന്നപ്പോൾ രാമമൂർത്തി പ്രതിനിധിയായി സംബന്ധിച്ചു. ആദ്യമായി കോൺഗ്രസ് പൂർണ്ണ സ്വാതന്ത്ര്യം ആവശ്യപ്പെട്ടത് ആ സമ്മേളനത്തിൽ ആയിരുന്നു. ജനുവരി 26 സ്വാതന്ത്ര്യദിനമായി ആചരിക്കാനും

നിശ്ചയിച്ചു (ഇന്ന് അത് നമ്മുടെ റിപ്പബ്ലിക് ദിനമായി). ലാഹോർ സമ്മേളനത്തെ തുടർന്ന് നിസ്സഹകരണ പ്രക്ഷോഭത്തിന്റെ രണ്ടാം ഘട്ടവും ഉപ്പുസത്യഗ്രഹവും വിദേശ വസ്ത്ര ബഹിഷ്കരണവും നടന്നു.

1930 ഏപ്രിലിൽ ബനാറസിലെ ഒരു വലിയ വിദേശ വസ്ത്ര വിൽപ്പന ശാലയുടെ മുന്നിൽവച്ച് പി ആർ ഹിന്ദിയിൽ ഗംഭീരമായ പ്രസംഗം നടത്തി. പ്രസംഗം ജനക്കൂട്ടത്തെ ആകർഷിച്ചു. പ്രസംഗം തീർന്നപ്പോൾ അദ്ദേഹം കുപ്പായക്കീശയിൽനിന്ന് ഒരു തുണ്ട് വിദേശവസ്ത്രമെടുത്ത് കത്തിച്ചു. പൊലീസ് ചാടിയെത്തി അറസ്റ്റു ചെയ്തു. ബ്രിട്ടീഷ് നിയമം ബോധപൂർവം ലംഘിച്ചതാണെന്ന് പി ആർ കോടതിയിൽ മൊഴി നൽകി. ആറു മാസത്തെ തടവു വിധിച്ചു. 22-ാം വയസിൽ തടവുശിക്ഷയുടെ രുചി ആദ്യമായറിഞ്ഞു.

ജയിലിൽനിന്നു വിട്ടശേഷം മദിരാശിയിലേക്കു മടങ്ങി. സമരം അവസാനിപ്പിച്ചിരുന്നില്ല. എങ്കിലും പഴയ ആവേശം തണുത്തിരുന്നു. പി ആറും യുവാക്കളും പുതിയ പരിപാടികളെപ്പറ്റി ആലോചിച്ചു. നാടെങ്ങും ഓടി നടന്ന് വളണ്ടിയർമാരെ സംഘടിപ്പിച്ച് മദിരാശിയിലേക്കു കൊണ്ടുവന്നു. സമരനടത്തിപ്പിന് ഊർജിതമായ പ്രവർത്തനത്തിൽ ഏർപ്പെട്ടു. ഇത് പൊലീസിന്റെ ക്രൂരമായ പകപോക്കൽ നടപടികൾക്ക് ഇടയാക്കി.

ജയപ്രകാശ് നാരായൺ മൂന്നു തവണ മദിരാശി സന്ദർശിച്ചു. സമരം ശക്തിപ്പെടുത്താനുള്ള മാർഗങ്ങളെപ്പറ്റി അദ്ദേഹവുമായി മൂന്നു വട്ടവും ചർച്ച നടത്തി. പുതിയ പ്രവർത്തനം രഹസ്യമായിട്ടായിരുന്നു. 1932 ആഗസ്റ്റിൽ മെറീനാ ബീച്ചിൽ രഹസ്യയോഗം ചേർന്നപ്പോൾ പൊലീസ് പി ആറിനെ അറസ്റ്റു ചെയ്തു. മർദനവും ഏൽക്കേണ്ടിവന്നു. ആറു മാസം തടവും അഞ്ഞൂറു രൂപ പിഴയും കിട്ടി. പിഴ അടച്ചില്ലെങ്കിൽ മൂന്നു മാസം അധികം തടവ് അനുഭവിക്കണം. ആദ്യം മദിരാശി ജയിലിൽ. പിന്നെ മധുര ജയിലിലേക്കു മാറ്റി. ജയിലിലെ മനുഷ്യപ്പറ്റില്ലാത്ത പെരുമാറ്റത്തിൽ പ്രതിഷേധിച്ച് രാമമൂർത്തി നിരാഹാരസമരം നടത്തി.

ദളിതരുടെ ദീനത പരിഹരിക്കേണ്ടതിന്റെ പ്രാധാന്യം മനസിലാക്കിയ ഗാന്ധിജി 'ഹരിജൻ സേവക് സംഘ്' രൂപീകരിച്ചു. മദിരാശിയിൽ അതിന്റെ ചുമതല പി ആറിനായിരുന്നു. കുടിലുകളിൽ എണ്ണയും സോപ്പും വിതരണം ചെയ്യലായിരുന്നു ആദ്യകാലത്തെ ഒരു പരിപാടി. ക്ഷമാപൂർവം പി ആർ അതിൽ ഏർപ്പെട്ടെങ്കിലും അദ്ദേഹം അസംതൃപ്തനായി. വിപ്ലവസാഹസികത മറ്റൊരു വഴിക്കാണ് ചിന്തിച്ചത്-ട്രിപ്ലിക്കെയ്നിലെ ചെരുപ്പുകുത്തികളെ സംഘടിതരാക്കി പരിസരത്തിലെ പ്രസിദ്ധമായ വൈഷ്ണവ ക്ഷേത്രത്തിലെ ഭജനയിൽ പങ്കെടുക്കാനയച്ചു. ബ്രാഹ്മണർക്കു മാത്രമെ അവിടെ പ്രവേശനമുണ്ടായിരുന്നുള്ളു. പുതിയ സംരംഭം കോലാഹലം ഉണ്ടാക്കി. അധഃകൃതർക്കും അവസാനം ചില അവകാശങ്ങൾ അനുവദിച്ചു കിട്ടി. യാഥാസ്ഥിതികരായ ബ്രാഹ്മണനേതാക്കന്മാർ ഗാന്ധിജിയെ സമീപിച്ച് രാമമൂർത്തിയുടെ നടപടികൾക്കെതിരെ ആക്ഷേപം ഉന്നയിച്ചെങ്കിലും ഗാന്ധിജി പ്രശ്നത്തിൽ ഇടപെട്ടില്ല.

1933-ൽ മറ്റൊരു വട്ടം അറസ്റ്റു നടന്നു. കടുത്ത പ്രാതികൂല്യ ങ്ങൾക്കിടയിലാണ് കൽക്കത്തയിൽ കോൺഗ്രസ് സമ്മേളനം നടന്നത്. രാമമൂർത്തി അതിൽ പ്രതിനിധിയായിരുന്നു. പൊലീസിന്റെ എതിർപ്പു വകവെക്കാതെ, പ്രസിദ്ധ സമരനേതാവ് നെല്ലീ സെൻഗുപ്ത മൈതാന ത്തിന്റെ മധ്യഭാഗത്ത് ദേശീയ പതാക ഉയർത്തി. അവിടെ ഒത്തു കൂടിയ വളണ്ടിയർമാരിൽ രാമമൂർത്തിയും ഉണ്ടായിരുന്നു. പൊലീസ് ലാത്തി ച്ചാർജ് നടത്തി എല്ലാവരേയും പിരിച്ചുവിട്ടു.

മദിരാശിയിലേക്കു മടങ്ങിയ പി ആർ പുതിയ പ്രവർത്തനങ്ങളിൽ വ്യാപൃതനായി. 1931-32 കാലത്ത് ജയിലിലായിരുന്നപ്പോൾ വിപ്ലവ ഗ്രൂപ്പു മായി ചേർന്ന് അട്ടിമറിക്ക് ഒരുക്കം കൂട്ടി എന്ന കുറ്റം ചുമത്തി യുവ കോൺഗ്രസുകാരുടെ പേരിൽ "മദ്രാസ് ഗൂഢാലോചനക്കേസ്" കൊണ്ടു വന്നു. ഈ കേസിൽ ഉൾപ്പെട്ടവർ പലരും പിന്നീട് കമ്യൂണിസ്റ്റുകാരോ തീവ്രവാദികളായ കോൺഗ്രസുകാരോ ആയിത്തീർന്നു. ഭീകരവാദിക ളുമായി ബന്ധപ്പെടുത്തിയ കുറ്റമായതിനാൽ കേസ് ഏറ്റെടുക്കാനും നട ത്താനും ആരും മുന്നോട്ടുവന്നില്ല. എന്നാൽ രാമമൂർത്തിക്ക് കോടതി വ്യവ ഹാരത്തിൽ പ്രത്യേക വിരുതുണ്ടായിരുന്നു. നിയമം പഠിച്ചിരുന്നില്ലെങ്കിലും അതിന്റെ വരും വരായ്കകളെപ്പറ്റി പരിജ്ഞാനമുണ്ടായിരുന്നു. ആ അറിവു വച്ച് നിയമം പഠിച്ച അനുഭാവികളുടെ സഹായത്തോടെ നിയമ സഹായ സമിതി രൂപീകരിച്ച് തടവുകാർക്ക് കേസിൽ സഹായം നൽകി. ധനശേഖരണം നടത്തുകയും സാക്ഷികളെ സംഘടിപ്പിക്കുകയും ചെയ്തു. എത്ര തന്നെ ശ്രമിച്ചിട്ടും അവർക്ക് രണ്ടു മുതൽ ആറു വർഷം വരെ തടവുശിക്ഷ കിട്ടി.

പി ആറിന്റെ സാഹസിക ജീവിതത്തിൽ അതൊരു വഴിത്തിരിവാ യി. ദക്ഷിണേന്ത്യയിലെ സ്വാതന്ത്ര്യ സമരപോരാളിയായ സഖാവ് പി സുന്ദരയ്യ 1934-ൽ അറസ്റ്റു ചെയ്യപ്പെട്ടു. നെല്ലൂരിൽ നടത്തിയ ഒരു പ്രസം ഗത്തിന്റെ പേരിലായിരുന്നു അത്. മദിരാശി കോടതിയിലായിരുന്നു കേസ്. കേസിൽ നിയമസഹായം നൽകുന്ന ചുമതല രാമമൂർത്തി ഏറ്റെടുത്തു. അത്യാവശ്യമായ നിയമോപദേശം നൽകാൻ അഭിഭാഷകരെ ഏർപ്പെ ടുത്തി. എങ്കിലും രണ്ടു വർഷത്തെ തടവുശിക്ഷ ലഭിച്ചു. ഈ സന്ദർഭ ത്തിൽ പി ആറിന് സുന്ദരയ്യയുമായി അഭിപ്രായ വിനിമയം നടത്താൻ നിരവധി അവസരം കിട്ടി. സുന്ദരയ്യ കമ്യൂണിസ്റ്റ് പാർട്ടി രൂപീകരിക്കുന്ന തിൽ ഏർപ്പെട്ടുവരികയായിരുന്നു (മുമ്പ് 1932-ൽ കമ്യൂണിസ്റ്റ് വിപ്ലവ കാരി അമീർ ഹൈദർ ഖാനുമായി പി ആർ ബന്ധപ്പെട്ടിരുന്നെങ്കിലും അത് ഫലപ്രാപ്തിയിൽ എത്തിയില്ല). പാർട്ടിയുടെ നയവും പരിപാടിയും സുന്ദരയ്യ വിവരിച്ചു. കൃഷിക്കാരും തൊഴിലാളികളും പങ്കെടുത്തുകൊ ണ്ടുള്ള ബഹുജന അടിത്തറയുള്ള പ്രസ്ഥാനത്തിനേ സാമ്രാജ്യത്വ വിരുദ്ധ സമരം മുന്നോട്ടു കൊണ്ടുപോകാൻ സാധ്യമാകൂ എന്ന് പി ആറിനു ബോധ്യമായി.

1934-ൽ പി ആർ കോൺഗ്രസ് പ്രവർത്തക സമിതിയിലേക്കു തിര ഞ്ഞെടുക്കപ്പെട്ടു. അതേ വർഷത്തിൽ കോൺഗ്രസ് സോഷ്യലിസ്റ്റ് പാർട്ടി യുടെ സമ്മേളനം നടന്നു. കേരളത്തിൽ നിന്നെത്തിയ ഇ എം എസും

മറ്റു നേതാക്കന്മാരും പങ്കെടുത്ത ആ സമ്മേളനത്തിൽ രാമമൂർത്തിയും സന്നിഹിതനായിരുന്നു. തുടർന്ന്, ബോംബെയിലും മീററ്റിലും നടന്ന കൂടിയാലോചനാ സമ്മേളനങ്ങളിലും രാമമൂർത്തി പങ്കുകൊണ്ടു. അതിനുശേഷമാണ് രാമമൂർത്തി, ജീവാനന്ദം, ശ്രീനിവാസ റാവു തുടങ്ങിയ തീവ്രവാദികളായ തമിഴ്നാട്ടിലെ യുവ കോൺഗ്രസുകാർ കോൺഗ്രസ് സോഷ്യലിസ്റ്റ് പാർട്ടി രൂപീകരിച്ചത്.

തൊഴിലാളികളെ സംഘടിപ്പിക്കാനാണ് പാർട്ടി ആദ്യം ആവശ്യപ്പെട്ടത്. അതനുസരിച്ച് 1936-ൽ സുന്ദരയ്യയും എസ് വി ഘാട്ടെയും 'മദ്രാസ് ലേബർ പ്രൊഡക്ഷൻ ലീഗ്' എന്ന ഒരു സംഘടന രൂപീകരിച്ചു. രാമമൂർത്തിയും തൊഴിലാളികളുടെ ഇടയിൽ പ്രവർത്തനം തുടങ്ങി. കോൺഗ്രസ് കമ്മിറ്റിയിൽ അംഗമായിരിക്കേ തന്നെ പി ആർ, കോൺഗ്രസ് സോഷ്യലിസ്റ്റ് പാർട്ടിയിലും ട്രേഡ് യൂണിയനുകളിലും പ്രവർത്തിക്കുകയുണ്ടായി. 1936-ൽ പണ്ഡിറ്റ് ജവാഹർലാൽ നെഹ്റു തമിഴ്നാട്ടിൽ പര്യടനം നടത്തിയപ്പോൾ രാമമൂർത്തിയായിരുന്നു അദ്ദേഹത്തിന്റെ ദ്വിഭാഷി. നെഹ്റുവിന്റെ ആദ്യത്തെ പ്രസംഗപരിപാടിയിൽ പരിഭാഷകനായി പങ്കെടുത്ത ഉടനെ പൊലീസ് പി ആറിനെ അറസ്റ്റു ചെയ്തു. ഒരു വർഷത്തെ തടവുശിക്ഷ കിട്ടി.

ശിക്ഷ കഴിഞ്ഞ് ഇറങ്ങിയ പി ആർ പഴയതിലും ഊർജസ്വലനായി തൊഴിലാളി യൂണിയൻ രൂപീകരണത്തിൽ ഏർപ്പെട്ടു. കൂട്ടിന് ജീവാനന്ദവും ശ്രീനിവാസറാവുവും ഉണ്ടായിരുന്നു. മധുരയിലെയും കോയമ്പത്തൂരിലെയും തുണിമിൽ തൊഴിലാളികളും ട്രാംവെ തൊഴിലാളികളും ട്രേഡ് യൂണിയനുകളിൽ ചേർന്നു. നെല്ലിക്കുപ്പം എന്ന സ്ഥലത്തുള്ള പഞ്ചസാര ഫാക്ടറിയിലും തൊഴിലാളി യൂണിയൻ നിലവിൽ വന്നു. പ്രസിദ്ധമായ സൗത്ത് ഇന്ത്യൻ റെയിൽവെ ലേബർ യൂണിയൻ ഈ കാലത്താണ് രൂപീകരിച്ചത്.

ജമീന്ദാരി സമ്പ്രദായം നിർത്തലാക്കണമെന്നും കാർഷിക പരിഷ്കാരം കൊണ്ടുവരണമെന്നും ആവശ്യപ്പെടുന്ന പ്രമേയം 1937-ൽ തമിഴ്നാട് കോൺഗ്രസ് കമ്മിറ്റിയിൽ രാമമൂർത്തി അവതരിപ്പിച്ചു. കോൺഗ്രസ് സോഷ്യലിസ്റ്റ് പാർട്ടിക്കാരായ മുപ്പതു പേർ തമിഴ്നാട് കോൺഗ്രസിൽ ഉണ്ടായിരുന്നു. എ ഐ സി സിയിൽ മൂന്നു പേരും.

1939-ൽ കോൺഗ്രസ് സമ്മേളനം രാംഗഡിൽ ആയിരുന്നു. സമ്മേളനം കഴിഞ്ഞ് എത്തിയ രാമമൂർത്തിയെ പൊലീസ് അറസ്റ്റു ചെയ്യുകയും കുംഭകോണത്തിനു സമീപമുള്ള ജന്മഗ്രാമത്തിൽ വീട്ടുതടവിൽ ആക്കുകയും ചെയ്തു.

കമ്യൂണിസ്റ്റ് പാർട്ടിയുടെ രഹസ്യ പ്രവർത്തനത്തിൽ ഏർപ്പെട്ട സുന്ദരയ്യ പി ആറിനെ വീട്ടുതടങ്കലിൽ നിന്ന് മോചിപ്പിച്ച് രക്ഷപ്പെടുത്താൻ പരിപാടിയിട്ടു. അദ്ദേഹത്തിന്റെ മുടന്ത് തടസ്സമായിരുന്നു.

ഒളിവിൽ കഴിയുന്ന "അപകടകാരികളായ" രാമമൂർത്തി, മോഹൻ കുമരമംഗലം, എം ആർ വെങ്കട്ടരാമൻ, സി എസ് സുബ്രഹ്മണ്യം എന്നിവരെ അറസ്റ്റു ചെയ്യാൻ ആവശ്യമായ വിവരം കൊടുക്കുന്നവർക്ക് ബ്രിട്ടീഷ് ഗവൺമെന്റ് സമ്മാനം പ്രഖ്യാപിച്ചിരുന്നു. അതുകൊണ്ട് രഹ

സ്യപ്രവർത്തനം കൂടുതൽ വിഷമകരമായി. 1940-ൽ ഒളിത്താവളം വെളിവായി. എല്ലാ സഖാക്കളും പിടിയിലായി.

"മദിരാശി കമ്യൂണിസ്റ്റ് ഗൂഢാലോചനക്കേസ് 1940-41" ചാർജ് ചെയ്തു. പി രാമമൂർത്തി, മോഹൻ കുമരമംഗലം, സി എസ് സുബ്രഘ്മണ്യം, ആർ ഉമാനാഥ്, കെ എ കേരളീയൻ, ഹനുമന്ത റാവു, സുബ്രഘ്മണ്യ ശർമ്മ എന്നിവരായിരുന്നു പ്രതികൾ. അക്രമത്തിലൂടെ ബ്രിട്ടീഷ് ഭരണം തകർക്കാൻ ഗൂഢാലോചന നടത്തി എന്ന കുറ്റമാണു ചുമത്തിയത്. തെളിഞ്ഞാൽ വധശിക്ഷ വരെ ലഭിക്കാവുന്ന വകുപ്പുകൾ ചുമത്തിയാണ് കേസ് ചാർജു ചെയ്തത്.

ഒന്നര വർഷം നീണ്ടു നിന്ന കേസുവിചാരണ ദക്ഷിണേന്ത്യൻ രാഷ്ട്രീയ രംഗത്ത് വലിയ ചലനം സൃഷ്ടിച്ചു. പി ആറാണ് കേസ് സ്വയം വാദിച്ചത്. യുവാക്കളും തൊഴിലാളികളും വിദ്യാർഥികളും വിചാരണയിൽ വളരെ വലിയ താൽപ്പര്യവും ആവേശവും പ്രദർശിപ്പിച്ചു. കോടതി മുറിയിൽ രാമമൂർത്തി അവതരിപ്പിച്ച വാദഗതികൾ ആവേശകരമായിരുന്നു. കമ്യൂണിസ്റ്റുകാരുടെ ആശയസ്ഥിരത കോൺഗ്രസുകാരിലും മതിപ്പുളവാക്കി.

സഹ തടവുകാർക്കും തനിക്കും വേണ്ടി കോടതിയിൽ രാമമൂർത്തി പ്രസ്താവന നടത്തി:

"ഞങ്ങൾ ഗൂഢാലോചനക്കാരല്ല. ഈ രാജ്യത്തുനിന്ന് ബ്രിട്ടീഷ് ഭരണം തൂത്തുമാറ്റാൻ പ്രതിജ്ഞയെടുത്ത പടയാളികളാണ്. ഒരു ചെറു സംഘത്തിന് തനിച്ച് ഈ പോരാട്ടം നടത്താൻ സാധ്യമല്ല. ലക്ഷക്കണക്കിന് തൊഴിലാളികളെയും കൃഷിക്കാരെയും വിദ്യാർഥികളെയും മറ്റു ജനവിഭാഗങ്ങളെയും അണിനിരത്തേണ്ടതുണ്ട്. രഹസ്യമായി അച്ചടിച്ചു വിതരണം ചെയ്ത ലഘുലേഖയിൽ ഞങ്ങൾ ഈ കാര്യം അടിവരയിട്ടു പറഞ്ഞിട്ടുണ്ട്. ബഹുജന പങ്കാളിത്തമുള്ള പ്രക്ഷോഭത്തിലാണ് ഞങ്ങൾ വിശ്വസിക്കുന്നത്. ഗൂഢാലോചനയുടെ മാർഗം ഞങ്ങളുടേതല്ല."

"ഞങ്ങൾ ആരെയും അക്രമത്തിനു പ്രേരിപ്പിച്ചിട്ടില്ല. ചെറിയ ന്യൂനപക്ഷം വരുന്ന ബ്രിട്ടീഷുകാരാണ് ഈ രാജ്യത്ത് അക്രമം നടത്തുന്നത്. സ്വന്തം അതിക്രമവാഴ്ച നിലനിർത്താൻ അവരുടെ പൊലീസും പട്ടാളവും ആയിരക്കണക്കിന് ആളുകളെ ആക്രമിച്ച് കൊലപ്പെടുത്തുന്നു. ജനങ്ങളെ ഈ അക്രമത്തിനെതിരെ അണിനിരത്തേണ്ടത് അത്യാവശ്യമത്രെ. ഞങ്ങൾ ഗൂഢാലോചന നടത്തി എന്നാണു പറയുന്നത്. ശരിയാണ് ഞങ്ങൾ ഗൂഢാലോചന നടത്തി. നിങ്ങൾ തടവിലിട്ട ഈ ഏഴുപേർ തമ്മിൽതമ്മിലല്ല ഗൂഢാലോചനയിൽ ഏർപ്പെട്ടത്. ഈ രാജ്യത്തിലെ നാൽപ്പതുകോടി ജനങ്ങളെ ഞങ്ങളുടെ ഗൂഢാലോചനയിൽ ഞങ്ങളുടെ ലക്ഷ്യപ്രാപ്തിക്കായി പങ്കെടുപ്പിക്കും. ഈ വിചാരണയും വിധിയുമെല്ലാം ഞങ്ങളുടെ മഹത്തായ പോരാട്ടത്തെ ദുർബ്ബലപ്പെടുത്തുന്നതിൽ പരാജയപ്പെടുകതന്നെ ചെയ്യും."

പി ആറിനു നാലു വർഷത്തെ കഠിന തടവാണ് കിട്ടിയത്. മോഹൻ കുമരമംഗലത്തിനും മറ്റുള്ളവർക്കും രണ്ടരക്കൊല്ലം. പ്രായം കുറഞ്ഞ ആർ ഉമാനാഥിന് ഇളവു കിട്ടി. സി ക്ലാസു കിട്ടിയ പി ആറിന് കൂടുതൽ അസൗകര്യം അനുഭവിക്കേണ്ടി വന്നു.

1942-ൽ പി ആർ പുറത്തു വന്നു.

1942 ആഗസ്റ്റ് 7, 8 തീയതികളിൽ ബോംബെയിൽ വച്ച് എ ഐ സി സി സമ്മേളനം നടന്നു. ഈ സമ്മേളനത്തിലാണ് ക്വിറ്റിന്ത്യാ പ്രമേയം പാസാക്കിയത്. പ്രമേയത്തിന്റെ ഉള്ളടക്കത്തിൽ അഭിപ്രായവ്യത്യാസം പ്രകടമായിരുന്നത് പ്രസിദ്ധമത്രെ. സമ്മേളനത്തിലെ പ്രതിനിധികളായ പന്ത്രണ്ട് കമ്യൂണിസ്റ്റുകാരായിരുന്നു ഈ ആശയഭിന്നത പ്രകടിപ്പിച്ചത്. കമ്യൂണിസ്റ്റ് ഗ്രൂപ്പിനുവേണ്ടി രാമമൂർത്തിയായിരുന്നു ഭിന്നാഭിപ്രായം അവതരിപ്പിച്ചത്. സ്വാഭാവികമായും ഭേദഗതി തള്ളിപ്പോയി.

സമ്മേളനാനന്തരം നേതാക്കളുടെ അറസ്റ്റു നടന്നു. പ്രതിഷേധം രാജ്യമൊട്ടാകെ ഉയർന്നു. ദേശീയ നേതാക്കളെ വിട്ടയക്കണം എന്നാവശ്യപ്പെട്ട് കമ്യൂണിസ്റ്റ് പാർട്ടി പ്രക്ഷോഭം ഉയർത്തി. തമിഴ്, ഇംഗ്ലീഷ്, ഹിന്ദി എന്നീ ഭാഷകളിൽ ഒരുപോലെ ആകർഷകവും ആവേശകരവുമായ പ്രസംഗം ചെയ്യാൻ പി ആറിന് അസാധാരണമായ കഴിവുണ്ടായിരുന്നു അദ്ദേഹത്തിന്റെ പ്രവർത്തനം തമിഴ്നാട്ടിൽ കമ്യൂണിസ്റ്റ് പാർട്ടിക്ക് അടിത്തറയുണ്ടാക്കി.

യുദ്ധാനന്തര ഇന്ത്യയിലെ മറ്റു ഭാഗങ്ങളിലേതു പോലെ തമിഴ്നാട്ടിലും രാഷ്ട്രീയ സാമൂഹിക ചലനങ്ങൾ ദൃശ്യമായി. സമരരംഗങ്ങളിൽ സജീവമായ സാന്നിധ്യം പി ആർ അവകാശപ്പെട്ടിരുന്നു. 1946-47 കാലഘട്ടത്തിൽ നടന്ന ഹാർവെ മിൽത്തൊഴിലാളി സമരം പ്രത്യേകം പ്രസ്താവ്യമത്രെ. മാനേജുമെന്റിന്റെ ഭീഷണികൾക്കും പീഡനങ്ങൾക്കും പുറമെ ഗവൺമെന്റിന്റെ കടുത്ത നടപടിക്കും തൊഴിലാളികൾ ഇരയായി. മധുരയിലെ കമ്യൂണിസ്റ്റുകാരും തൊഴിലാളി നേതാക്കളും (പി ആർ അടക്കം) അറസ്റ്റ് ചെയ്യപ്പെടുകയും അക്രമം, കൊലപാതകം എന്നീ കുറ്റം ചുമത്തി കോടതിയിൽ ഹാജരാക്കുകയും ചെയ്തു. നേതാക്കളെ ജയിലിൽ അടച്ചിട്ടും മധുരയിൽ തൊഴിലാളികളും പൊതുജനങ്ങളും പണിമുടക്കിയ തൊഴിലാളികൾക്ക് പൂർണ പിന്തുണ നൽകി. കേസ് വിചാരണ ഇഴഞ്ഞു നീങ്ങി. 1947 ആഗസ്റ്റ് വരെ നീണ്ടുനിന്നു. 1947 ആഗസ്റ്റ് 14ന് വൈകുന്നേരം 7 മണിക്ക് മജിസ്ട്രേട്ട് ജയിലിലെത്തി വിധിപ്രസ്താവന നൽകി. തെളിവിന്റെ അഭാവത്തിൽ എല്ലാവരേയും വിട്ടയക്കുന്നു എന്നായിരുന്നു വിധി. അത് അറിഞ്ഞ ഉടനെ പതിനായിരങ്ങൾ ജയിൽ വാതിൽക്കൽ സ്വീകരിക്കാൻ ഒരുങ്ങിയെത്തി. കുംഭകോണത്തുകാരൻ പന്ത്രണ്ടു വയസ്സുള്ള പയ്യൻ വിമോചനപ്പോരിന്റെ പൊള്ളുന്ന വഴിയിൽ കാൽകുത്തി ഒളിവിലും തെളിവിലും തടവറയിലും കഴിച്ചുകൂട്ടി, ഒടുവിൽ സ്വന്തം രാജ്യം സ്വാതന്ത്ര്യം നേടുന്നതിന് ഏതാനും മണിക്കൂറുകൾക്കു മുമ്പ് സ്വയം സ്വതന്ത്രനായി.

ഇന്ത്യൻ തൊഴിലാളിവർഗത്തെ ഒന്നിപ്പിക്കുന്നതിൽ കഠിന യത്നം ചെയ്ത ഒന്നാം തരം നേതാവും ധീരത കൈമുതലായ കമ്യൂണിസ്റ്റുകാരനും ഉന്നതനിലവാരമുള്ള നിയമസഭാ സാമാജികനും ആയിരുന്നു രാമമൂർത്തി. ഇടപെടുന്ന പ്രശ്നങ്ങളെപ്പറ്റി ആഴത്തിൽ പഠിക്കുകയും അത് കളിയും കാര്യവും കലർത്തി അവതരിപ്പിക്കുകയും ചെയ്യുന്നതിൽ അദ്ദേഹം പ്രത്യേക സാമർഥ്യം പ്രദർശിപ്പിച്ചിരുന്നു.

പി രാമചന്ദ്രൻ

17

വിമൽ രണദിവെ

ഇന്ത്യ സ്വാതന്ത്ര്യത്തിന്റെ അമ്പതാം വാർഷികം ആഘോഷിക്കുകയാണ് ഇപ്പോൾ.

അന്ന് എനിക്ക് പന്ത്രണ്ടോ പതിമൂന്നോ വയസ്സ്. ആറാം തരത്തിൽ പഠിക്കുന്നു. 1929-30 കാലം. മഹാത്മാഗാന്ധിയും ജവാഹർലാൽ നെഹ്റുവും സരോജിനി നായിഡുവും മറ്റും നയിച്ച കോൺഗ്രസിന്റെ ദേശീയ സമരത്തിന്റെ ചൂടുള്ള ദിവസങ്ങൾ. സമരക്കാർ മുഴക്കിയ മുദ്രാവാക്യങ്ങൾ എനിക്കും കൂട്ടുകാരികൾക്കും ഹരം പകർന്നു.

ബ്രിട്ടീഷുകാരുടെ വാഴ്ചക്ക് എതിരായിരുന്നു സമരം. അഹിംസാമാർഗത്തിലൂടെയായിരുന്നു പരിപാടികൾ. ജിന്ന നയിച്ച മുസ്ലീംലീഗും രംഗത്തുണ്ട്. ചിലപ്പോൾ ബോംബെയിൽ വർഗീയ ലഹള നടക്കും. കോൺഗ്രസുകാർ ഹിന്ദു-മുസ്ലീം ഐക്യം ആഹ്വാനം ചെയ്തുകൊണ്ട് യോഗം ചേരും. ഞങ്ങൾ പതിവായി പങ്കെടുക്കും.

സത്യഗ്രഹം, വിദേശവസ്ത്ര ബഹിഷ്കരണം, ഹിന്ദു-മുസ്ലീം ഒരുമയ്ക്കുവേണ്ട പ്രവർത്തനം എന്നിവയായിരുന്നു പ്രധാന പ്രവർത്തനങ്ങൾ. 1930-ൽ സ്വാതന്ത്ര്യ സമരത്തിൽ ഞാനും പങ്കാളിയായി. ആറു മാസം തടവുശിക്ഷ കിട്ടി. അവിസ്മരണീയമായ ആദ്യ സമരാനുഭവം. അന്നത്തെ ഏക കക്ഷി കോൺഗ്രസായിരുന്നു. തൊഴിലാളികളുടെ ശക്തികേന്ദ്രങ്ങളിൽ അപൂർവമായി സി പി ഐ പ്രവർത്തനം തുടങ്ങിയിരുന്നു എന്നു മാത്രം. പതിമൂന്നു വയസ്സുള്ള വിദ്യാർഥിനി എന്ന നിലയിൽ ഞാൻ കോൺഗ്രസിന്റെ സേവന സംഘടനയായ സേവാദളിൽ അംഗമായി. ലീല സുന്ദരയ്യയുടെ പിതാവ് മി. സയ്ദ് ആയിരുന്നു ഞങ്ങളുടെ നേതാവ്. നിത്യവും രാവിലെ 6.30 മുതൽ 8 വരെ സേവാദൾ പ്രഭാതഭേരി നടത്തിയിരുന്നു. ചടങ്ങിൽ ദേശഭക്തിഗാനങ്ങൾ ആലപിക്കും. "സഹോദരി

കളേ, സഹോദരന്മാരേ, ഉണരുവിൻ. നമ്മുടെ നാട് അഗ്നിബാധയിൽ അകപ്പെട്ട സന്ദർഭത്തിൽ നിങ്ങൾക്ക് എങ്ങനെ ഉറങ്ങാനൊക്കും....." ഇത്തരം പാട്ടു പാടിക്കൊണ്ടുള്ള പ്രഭാതഭേരികൾ ബോംബെയിൽ പലയിടങ്ങളിലും നടന്നു.

പൊതുയോഗങ്ങൾ നടക്കുമ്പോൾ ഞങ്ങൾ ചെല്ലും. പതാക ഉയർത്തൽ ചടങ്ങിൽ പതാകാവന്ദനവും മുദ്രാവാക്യം വിളിയും നടത്തും. വിദ്യാലയത്തിൽ ഞങ്ങളുടെ, പ്രധാനാധ്യാപിക വളരെ കണിശക്കാരിയായിരുന്നു. കോൺഗ്രസിന്റെ പൊതുപരിപാടികളിൽ പങ്കെടുത്തതിന് ഞങ്ങളെ ശിക്ഷിക്കും. സ്കൂളിൽ വെളുത്ത സാരി ധരിക്കുന്നത് നിരോധിച്ചിരുന്നു. വെള്ള വസ്ത്രം, ദേശസ്നേഹത്തിന്റെ പ്രതീകമായി കണക്കാക്കിയിരുന്നു. ഞങ്ങൾ അത്തരം വേഷം ധരിച്ചുചെന്നാൽ പുറത്താക്കും. എന്റെ സ്നേഹിതകളിൽ ചിലർ, നേതാക്കൾ ഹർത്താലിന് ആഹ്വാനം ചെയ്താൽ പഠിപ്പുമുടക്കിൽ പങ്കെടുത്തിരുന്നു. ഞങ്ങൾ പഠിപ്പുമുടക്കിന്റെ സന്ദേശവുമായി വിദ്യാലയങ്ങൾ തോറും കയറിയിറങ്ങും. ചെല്ലുന്ന ഇടങ്ങളിലെ കുട്ടികളും ഞങ്ങളുടെ കൂടെ വരും. മിഷണറി സ്കൂളുകളും കുട്ടികളെ വിട്ടു തരും. എന്നാൽ ഒരിക്കൽ ഒരു വിദ്യാലയത്തിലേക്കു പോകാൻ ശ്രമിച്ചപ്പോൾ പ്രധാന അധ്യാപകൻ വഴിയിൽ അഴുക്കുവെള്ളം ഒഴുക്കി വഴി തടഞ്ഞു. രാജ്യം മുഴുവൻ വിദേശ ഭരണത്തിനെതിരെ രോഷം കൊള്ളുന്ന അന്തരീക്ഷം ആയതിനാൽ ഞങ്ങൾ പ്രതിബന്ധങ്ങൾ വകവച്ചില്ല.

വിദേശ മാർക്കറ്റിൽ വിദേശ വസ്ത്രവിൽപ്പനശാലകൾ പിക്കറ്റു ചെയ്യാൻ ഞങ്ങളുടെ നേതാക്കന്മാർ നിശ്ചയിച്ചു. നിശ്ചിത ദിവസങ്ങളിൽ പങ്കെടുക്കേണ്ട വനിതാ വളണ്ടിയർമാരുടെ പട്ടിക തയാറാക്കി. ഞങ്ങൾക്ക് അനുവദിച്ച ദിവസം ഞാനും സ്നേഹിത കുസുമവും പള്ളിക്കൂടം വിട്ട് കോൺഗ്രസാപ്പീസിലേക്കു പോയി. പത്തു മണിക്ക് കാറിൽ ഒരു വിദേശ വസ്ത്ര വിൽപ്പനശാലയുടെ മുന്നിൽ ഞങ്ങളിറങ്ങി. പതാകയുമേന്തി ചെല്ലുന്ന ഞങ്ങളെ കണ്ട ഉടനെ കടയുടെ മാനേജർ കട അടച്ചു കളഞ്ഞു. ഞങ്ങൾ നിരാശരായി. പൊലീസുമില്ല! അറസ്റ്റുമില്ല! കോൺഗ്രസ് ഓഫീസിലേക്കു മടങ്ങി. പിന്നെ കേട്ടു, കട വീണ്ടും തുറന്നിരിക്കുന്നു! ഞങ്ങൾ കുതിച്ചെത്തി പിക്കറ്റിങ്ങ് തുടങ്ങി. കടയുടെ മുന്നിൽ ചെന്നു നിന്നു, വിദേശ വസ്ത്രം വാങ്ങരുതെന്ന് നാട്ടുകാരോടു പറഞ്ഞു. ബ്രിട്ടീഷ് പട്ടാളക്കാർ പാഞ്ഞുവന്ന് ഞങ്ങളെ പിടിച്ചുവലിച്ച് പൊലീസ് വാനിലിട്ടു. വാനിൽനിന്ന് പുറത്തേക്കു നോക്കിയപ്പോൾ, നൂറു കണക്കിന് ആളുകൾ ഞങ്ങളെ അഭിവാദ്യം ചെയ്യുന്നതുകണ്ടു. പൂക്കൾ എറിയുകയും മുദ്രാവാക്യം മുഴക്കുകയും ചെയ്തു. "ബ്രിട്ടീഷ് രാജ് മൂർദാബാദ്! കോൺഗ്രസ് പാർട്ടി സിന്ദാബാദ്!". അടുത്തുള്ള കോടതിയിൽ മജിസ്ട്രേട്ടിനു മുമ്പാകെ ഞങ്ങളെ ഹാജരാക്കി. ഞങ്ങൾ അസാധാരണമായ ആവേശത്തിമിർപ്പിലായിരുന്നു. മജിസ്ട്രേട്ട് മി. ദസ്തരുടെ മുന്നിൽ ഞങ്ങളെ നിർബന്ധിച്ചു നിർത്തി. അദ്ദേഹം പേരു ചോദിച്ചു.

ഞാൻ പറഞ്ഞു, "വിമൽ സർദേസായ്" അദ്ദേഹം പറഞ്ഞു: "പ്രായ പൂർത്തി എത്താത്ത കുട്ടികളാണു നിങ്ങൾ. രാഷ്ട്രീയമൊന്നും നിങ്ങൾക്കു മനസ്സിലാവില്ല. മാപ്പു പറഞ്ഞ് വീട്ടിലേക്ക് പോയ്ക്കൊള്ളൂ."

അതു കേട്ടപ്പോൾ ദേഷ്യം തോന്നി. ഞാൻ പറഞ്ഞു "എന്താണ് ഞങ്ങൾ ചെയ്തതെന്ന് ഞങ്ങൾക്കറിയാം. എന്തിനാണ് ചെയ്തത് എന്നും അറിയാം. ഞങ്ങൾ മാപ്പു പറയില്ല." മജിസ്ട്രേട്ടിന് അരിശം വന്നു. "എങ്കിൽ ആറു മാസം ജയിലിൽ കിടക്ക്. കഠിനതടവിന് ശിക്ഷിച്ചിരിക്കുന്നു. സി ക്ലാസ് തടവുകാർ........."

അതെ, ഞാനും കുസുമവും സ്തബ്ധരായി. സംശയമില്ല. പെട്ടെന്ന് മനസിൽ ഒരു സന്തോഷം! ആറു മാസത്തെ തടവുശിക്ഷ കിട്ടിയിരിക്കുന്നു! പ്രായമെത്താത്ത ബാലികമാരെ ആറു മാസത്തേക്ക് ശിക്ഷിച്ച വാർത്ത അടുത്ത ദിവസത്തെ പത്രങ്ങളിലെല്ലാം വന്നു. പൂനെയിലെ യാർവാദാ ജയിലിലേക്ക് ഞങ്ങളെ തീവണ്ടി മാർഗം കൊണ്ടുപോയി. പുരുഷന്മാരായ പൊലീസുകാരായിരുന്നു അകമ്പടി. അമ്മാമൻ ജയിലിൽ കാണാൻ വന്നു. അമ്മാമന് കോപമൊന്നും കണ്ടില്ല. മറിച്ച് സന്തോഷമായിരുന്നു. ഞങ്ങളുടെ കുടുംബം കോൺഗ്രസ് പക്ഷത്തായിരുന്നു.

ജയിലിൽ 500 സ്ത്രീകൾ ഉണ്ടായിരുന്നു. രാവിലെ മുതൽ രാത്രി വരെ തടവുകാർക്ക് തിരക്കാണ്. വൈകുന്നേരം 5 മണിക്ക് ജയിലിൽ എത്തിയ ഞങ്ങളെ പിറ്റേന്ന് രാവിലെ 5 മണിക്ക് ഉണർത്തി. കഠിന തടവിനു ശിക്ഷിച്ചതിനാൽ ജയിൽ വാർഡനുള്ള അഞ്ചാറു ഉടുപ്പുകൾ തുന്നുന്ന ജോലി എനിക്കു വിധിച്ചു. സി ക്ലാസു തടവുകാർക്ക് മോശം ഭക്ഷണമായിരുന്നു. സരോജിനി നായിഡു, കാന്താദേവി എന്നിവർ എ ക്ലാസ് തടവുകാരായി മറ്റൊരു ഭാഗത്ത് ഉണ്ടായിരുന്നു. അപൂർവം അവസരങ്ങളിൽ അവരെ കാണാൻ കഴിഞ്ഞിരുന്നു.

ദിവസം വേഗം നീങ്ങിക്കൊണ്ടിരുന്നു. ഞങ്ങൾ നാടകം പഠിക്കുകയും അവതരിപ്പിക്കുകയും ചെയ്തു. ഭജനകളും ഭക്തിഗാനങ്ങളും ആലപിച്ചു. ചർക്കയിൽ നൂൽനൂൽക്കാൻ എനിക്ക് ഇഷ്ടം ഉണ്ടായിരുന്നില്ല.

ഗാന്ധി-ഇർവിൻ സന്ധിയെ തുടർന്ന് ഞങ്ങൾ "സ്വതന്ത്രരായി." കോൺഗ്രസും മുസ്ലീംലീഗും ബ്രിട്ടീഷ് ഗവൺമെന്റും തമ്മിലുള്ള നീക്കുപോക്കായിരുന്നു അത്. ഗാന്ധിജിയും മറ്റു നേതാക്കന്മാരും ചെയ്യുന്നത് ഞങ്ങൾക്ക് ഉൾക്കൊള്ളാനായില്ല.

ജയിലിൽ നിന്നു "സ്വതന്ത്രരായെങ്കിലും" അതല്ല വേണ്ട "സ്വാതന്ത്ര്യ"മെന്നു മനസിലായി. കൈയിൽ ആയുധങ്ങൾ ഉണ്ടായിരുന്നെങ്കിൽ എന്തെങ്കിലുമൊക്കെ ചെയ്യാമായിരുന്നു എന്നു തോന്നി. വീട്ടുതടങ്കലിൽ കഴിയുന്ന സവർക്കറെ ഞങ്ങൾ സന്ദർശിച്ചു. എപ്പോൾ, എങ്ങനെയാണ് ആ ബുദ്ധി തോന്നിയത് എന്നും എങ്ങനെയാണ് അതു തീരുമാനിച്ചതെന്നും പറയാനാവില്ല. സവർക്കർ അറിയപ്പെടുന്ന വിപ്ലവകാരിയാണെന്നും രത്നഗിരിയിൽ വീട്ടുതടവിൽ കഴിയുന്നു എന്നും ഞങ്ങൾ മനസിലാക്കി. ഞങ്ങൾ സവർക്കറുടെ ഉപദേശം തേടി. അന്തമാനിലേക്കു

നാടുകടത്താൻ കപ്പലിൽ കൊണ്ടുപോകുമ്പോൾ രക്ഷപ്പെട്ട ആൾ എന്ന നിലയിൽ വീരനായകനായി വാഴ്ത്തപ്പെട്ട സവർക്കറെ സന്ദർശിക്കാൻ ഒരു ബോട്ടിൽ ഞങ്ങൾ യാത്രയായി. അദ്ദേഹം ഞങ്ങളെ സ്വാഗതം ചെയ്തു. എന്തിനാണ് ചെന്നതെന്ന് അന്വേഷിച്ചു. "ഞങ്ങൾ വിപ്ലവത്തിനും തയാറാണ്. കോൺഗ്രസിന്റെ നേതൃത്വത്തിൽ സ്വാതന്ത്ര്യത്തിനു സമരം ചെയ്ത ഞങ്ങൾ ജയിലിലായി. ഞങ്ങൾ നിരാശരാണ്. താങ്കൾ ഞങ്ങൾക്കു വഴി കാണിച്ചുതരണം." ഞങ്ങളുടെ ധൈര്യം കണ്ടിട്ട് സവർക്കർ അമ്പരന്നിരിക്കാം. "മടങ്ങിപ്പോയി സ്കൂളിലേക്കു തന്നെ ചെല്ല്. പിന്നീട് കുറേ കഴിഞ്ഞ് ഉപദേശത്തിനു വരിക." കുസുമവും ഞാനും സ്കൂളിൽ വീണ്ടും ചെന്ന് പഠിപ്പു തുടർന്നു. പരീക്ഷ പാസായി.

ഒരു കാര്യം പറയാം. ബ്രിട്ടീഷുകാരുമായി കോൺഗ്രസ് ഒത്തുകളിച്ച് നീക്കുപോക്കു നടത്തിയാലും പൊതുജനം കോൺഗ്രസിന്റെ കൂടെ ആയിരുന്നു. സാധാരണക്കാരായ പതിനായിരങ്ങൾ പൊതുയോഗത്തിന് തടിച്ചുകൂടുന്നതും പതാക ഉയർത്തലിൽ പങ്കെടുക്കുന്നതും സത്യഗ്രഹം ചെയ്യുന്നതും എല്ലാം എന്നെ അത്ഭുതപ്പെടുത്തി. ആൺകുട്ടികളും പെൺകുട്ടികളും—മുസ്ലീങ്ങളും ക്രിസ്ത്യാനികളും ന്യൂനപക്ഷ സമുദായക്കാരും എല്ലാം കോൺഗ്രസിന്റെ ഒപ്പം നിന്നു. ലളിത വേഷത്തിൽ സാധാരണ ചുറ്റുപാടിൽ മഹാത്മാഗാന്ധി ചമ്രം പടിഞ്ഞിരിക്കുന്നതും ആളുകളെ അഭിസംബോധന ചെയ്യുന്നതും സ്ത്രീകളും പുരുഷന്മാരും ആഭരണങ്ങൾ സംഭാവന ചെയ്യുന്നതും പണം നൽകുന്നതും എല്ലാം കാണേണ്ട കാഴ്ച തന്നെയാണ്!

പൊലീസിന്റെ അടിച്ചമർത്തൽ ഭീകരമായിരുന്നു. കുതിരപ്പട്ടാളം ആളുകളെ തുരത്തിയോടിച്ചു. ആസാദ് മൈതാനിയിൽ തടിച്ചുകൂടിയ ജനങ്ങളുടെ നേരെ കുതിരകളെ തുരത്തിവിട്ടു. ആളുകൾ ചതഞ്ഞു വീണു. ഞങ്ങളുടെ കൂട്ടത്തിലെ കൃഷ്ണകുമാരി എന്ന വളണ്ടിയർക്ക് കുതിരക്കുളമ്പടിയേറ്റ് പരുക്കുപറ്റി. ഞാൻ പരുക്കില്ലാതെ രക്ഷപ്പെട്ടു.

അഴിമതിയിൽ മുങ്ങിക്കുളിച്ച ഇന്നത്തെ കോൺഗ്രസും 1930 കളിലെ ഞാൻ വിവരിക്കുന്ന കോൺഗ്രസും തമ്മിൽ വ്യത്യാസം വലിയതാണ്.

ബ്രിട്ടനിൽ നിന്നു സ്വാതന്ത്ര്യം നേടാനുള്ള ആഹ്വാനം കാട്ടുതീ പോലെ പടർന്നു. സ്വാതന്ത്ര്യത്തിനായുള്ള മുദ്രാവാക്യം എല്ലാവരും ഏറ്റുവിളിച്ചു. ജാതിയും മതവുമൊന്നും പ്രശ്നമേ ആയിരുന്നില്ല. എന്നാൽ ഇന്നത്തെ സ്ഥിതി എന്താണ്? ജാതിസ്പർധയും മതവർഗീയ ലഹളയും എത്ര പെരുകിയിരിക്കുന്നു! അതു കാണുമ്പോഴെല്ലാം വീണ്ടും വീണ്ടും ഞാൻ ചിന്തിച്ചു പോവുന്നു, ഈ സ്വാതന്ത്ര്യത്തിനുവേണ്ടിയാണോ നാം പോരാടിയിരുന്നത്? ഭഗത് സിങ്ങിന്റെയും രാജ് ഗുരുവിന്റെയും സുഖദേവിന്റെയും ജീവത്യാഗം ഇതിനുവേണ്ടിയായിരുന്നുവോ?

18

അഹല്യ രങ്കനേക്കർ

മെലിഞ്ഞ ദേഹപ്രകൃതി, അനുഭവങ്ങൾ പതിറ്റാണ്ടുകളായി ചാലു കീറിയ മുഖം, കരുണയും ഊഷ്മളതയും പ്രസരിപ്പിക്കുന്ന കണ്ണുകൾ -നിഷ്കപടതയുടെ സൗമ്യമായ ആ രൂപം ഇന്ന് കണ്ടുകൊണ്ടിരിക്കു മ്പോൾ, പഴയ കാലത്തെ ബോംബെയുടെ ജീവിക്കുന്ന ഇതിഹാസമായ അഹല്യ രങ്കനേക്കറാണോ അതെന്നു സംശയിക്കും. സ്വാതന്ത്ര്യ സമര ത്തിന്റെയും ഇടതുപക്ഷ പ്രസ്ഥാനത്തിന്റെയും ആ വീരനായികയുടെ രൂപം എത്രയോ മാറിപ്പോയി. അഹല്യാതായ് എന്ന സ്നേഹപ്പേരിൽ അറിയപ്പെടുന്ന അവർ മഹാരാഷ്ട്രയിലെ ആയിരമായിരം സ്ത്രീപുരു ഷന്മാരുടെ സ്നേഹബഹുമാനപാത്രമാണ്. സഹായാഭ്യർഥനയുമായി പാഞ്ഞെത്തുന്ന എല്ലാവരുടെയും മുന്നിൽ അവരുടെ വാതിൽ എന്നും തുറന്നു കിടന്നു.

മുൻ എം പിയും സി പി ഐ (എം) ന്റെ കേന്ദ്രകമ്മിറ്റി അംഗവു മായ അഹല്യ രങ്കനേക്കർ ഒരു വിദ്യാർഥിനി ആയിരിക്കെ തന്നെ ജയിൽ വാസം അനുഭവിച്ചു; 1942-ൽ ക്വിറ്റിന്ത്യാ സമരത്തിൽ പങ്കെടുത്തപ്പോൾ. ബോംബെയിലെ തുണിമിൽതൊഴിലാളികളുടെ ഇടയിലായിരുന്നു അവ രുടെ പൊതു പ്രവർത്തനത്തിന്റെ തുടക്കം. 1946-ൽ നടന്ന നാവിക കലാ പത്തിന് പിന്തുണ നൽകുന്ന പ്രക്ഷോഭത്തിൽ 1946 ഫെബ്രുവരി 22ന് മറ്റു കമ്യൂണിസ്റ്റ് പ്രവർത്തകരോടൊപ്പം അഹല്യയും പങ്കുകൊണ്ടു. ബോംബെ തെരുവിൽ പട്ടാളം മാർച്ചു ചെയ്തു. ഏകദേശം 200 പേർക്ക് ജീവഹാനി സംഭവിച്ചു. അഹല്യയുടെ സമീപത്തുണ്ടായിരുന്ന ഒരു സഖാവ് മരണമടഞ്ഞു.

മരണവുമായി മൂളിയെത്തിയ വെടിയുണ്ട അഹല്യയെ സ്പർശി ക്കാതെ കടന്നു പോയെങ്കിലും അരികിലുണ്ടായിരുന്ന സഹോദരി കുസു

മത്തെ മുറിവേൽപ്പിച്ചു. സ്വാതന്ത്ര്യലബ്ധിക്കുശേഷം കമ്യൂണിസ്റ്റ് നേതാവ് എന്ന നിലയിൽ അവർ പലതവണ ജയിൽവാസം അനുഭവിച്ചു; നിരവധി സമരങ്ങൾ നയിച്ചു. പ്രാദേശിക തിരഞ്ഞെടുപ്പുകളിൽ സ്ഥാനാർഥിയായി വിജയം നേടി. പാർലമെന്റ് മെമ്പറായി. പാവങ്ങളുടെയും സ്ത്രീകളുടെയും തൊഴിലാളികളുടെയും അവകാശങ്ങൾക്കായി പോരാടി. രാജ്യത്തിലെ ബഹുമാന്യരായ വനിതാ നേതാക്കളിൽ പ്രധാനിയാണ് അവർ.

1922 ജൂലായ് 8ന് പൂനെയിൽ ജനിച്ചു; അഞ്ചാം തരം വരെ പൂനെയിലാണ് പഠിച്ചത്. താനായിലാണ് മെട്രിക്കുലേഷൻ പൂർത്തിയാക്കിയത്. ബോംബെയിലെ റൂയിയ കോളേജിൽ ബി എക്കു ചേർന്നു. പഠിപ്പിൽ മികവു കാട്ടിയതുപോലെ, പാഠ്യേതര പ്രവർത്തനങ്ങളിലും സ്പോർട്സിലും പ്രസംഗത്തിലും അഭിനയത്തിലുമെല്ലാം കഴിവുകാട്ടി. സ്വാതന്ത്ര്യസമരം കൊടുമ്പിരിക്കൊണ്ട കാലത്തായിരുന്നു വിദ്യാഭ്യാസ ജീവിതം. ചെറുപ്രായത്തിൽതന്നെ സാമൂഹികബോധം പ്രദർശിപ്പിച്ചു. കുടുംബപശ്ചാത്തലം അതിന് അനുകൂലമായിരുന്നു. പുരോഗമനാശയം പുലർത്തുന്ന വീട്ടുകാർ ആൺകുട്ടികളോടും പെൺകുട്ടികളോടും ഒരേ സമീപനം പുലർത്തി. സാമൂഹ്യ രാഷ്ട്രീയ പ്രവർത്തനം പ്രോത്സാഹിപ്പിച്ചു. നാല് ആൺമക്കളും നാല് പെൺമക്കളും; കൂട്ടത്തിൽ ഇളയവൾ അഹല്യ. ജ്യേഷ്ഠന്മാരിൽ രണ്ടാമൻ ബി ടി രണദിവെ ആയിരുന്നു.

തന്റെ ജീവിതത്തിലെ വലിയ സ്വാധീനശക്തി പിതാവ് ടി എം രണദിവെ ആയിരുന്നുവെന്ന് ബാല്യകാലത്തിലേക്കു തിരിഞ്ഞ് നോക്കുമ്പോൾ, അഹല്യ അനുസ്മരിക്കുന്നു. ഇൻകംടാക്സ് കമ്മീഷണറുടെ ജോലി ആയിരുന്നെങ്കിലും പുരോഗമനാശയക്കാരനായ സാമൂഹ്യപ്രവർത്തകനും ആയിരുന്നു. “എന്റെ പിതാവ് ‘പ്രാർഥനാ സമാജം’ പ്രവർത്തകൻ ആയിരുന്നു. എൻ എം ജോഷി സ്ഥാപിച്ച സ്ഥാപനം വിധവാ വിവാഹത്തെ പ്രോത്സാഹിപ്പിച്ചു. ജാതിബോധത്തെ എതിർത്തു. സ്ത്രീകളുടെ ഉന്നമനത്തിനായി പ്രവർത്തിച്ചു. എന്റെ ജ്യേഷ്ഠത്തി 1930-ൽ മെട്രിക്കുലേഷൻ പാസായി. അക്കൊല്ലം മെട്രിക്കുലേഷൻ പാസായ ലീലാ ഗുപ്തയെ എന്റെ ജ്യേഷ്ഠൻ വിവാഹം ചെയ്തു. എന്റെ അച്ഛൻ ഇരുവരേയും കോളേജിൽ ചേർത്തു. തന്റെ മകൾ കോളേജിൽ പഠിക്കുമ്പോൾ മകന്റെ ഭാര്യയും പഠിക്കണം എന്ന് അച്ഛൻ പറഞ്ഞു. അതു വലിയ കോലാഹലം സൃഷ്ടിച്ചു. പുത്രവധു വീട്ടിൽനിന്ന് പുറത്തുപോയി പഠിക്കുന്നത് അനുചിതമാണെന്ന് ആളുകൾ പറഞ്ഞു. ഇത് ആവർത്തിച്ചാൽ അപകടമാണെന്ന് അവർ ബഹളം കൂട്ടി. സമുദായത്തിന്റെ വിപത്തിനെച്ചൊല്ലി വിലപിച്ചു. ചുറ്റുപാടുമുള്ളവർ ഞങ്ങളുടെ കുടുംബത്തെ ബഹിഷ്കരിച്ചു. അച്ഛന്റെ പ്രവൃത്തിയെ അപലപിച്ച് ബോർഡ് കെട്ടിത്തൂക്കി, അച്ഛൻ കുലുങ്ങിയില്ല.”

അച്ഛന്റെ പുരോഗമന നടപടിക്ക് ഇതൊരു ഉദാഹരണമാണെന്ന്

അഹല്യ ചൂണ്ടിക്കാട്ടി. അതുപോലെ മറ്റൊരു സംഭവം അവർ ഓർക്കുന്നു. "എന്റെ അച്ഛന്റെ പ്യൂൺ ദളിതൻ ആയിരുന്നു. ഞങ്ങളുടെ അടുക്കളയിലിരുത്തി അവന് ആഹാരം നൽകണമെന്ന് അച്ഛൻ ശഠിച്ചു. വിരുന്നുകാർ ഞങ്ങളുടെ വീട്ടിൽനിന്ന് വെള്ളം പോലും കുടിക്കാതായി. അച്ഛൻ കുലുങ്ങിയില്ല. ആൺകുട്ടികളോടൊപ്പം കളിക്കാൻ അച്ഛൻ ഞങ്ങളെ അനുവദിച്ചു: പ്രോത്സാഹിപ്പിച്ചു. പെൺകുട്ടികൾ പാവകളെക്കൊണ്ടു കളിച്ചാൽ പോരെന്ന് നിർബന്ധം പറഞ്ഞു. എന്റെ അമ്മ യശോധര സമർഥും പുരോഗമന വീക്ഷണം പുലർത്തുന്ന വീട്ടിലാണു വളർന്നത്. അതുകൊണ്ട് മക്കളായ ഞങ്ങളും ആ ആശയഗതിക്കൊത്ത് വലുതായി."

കോളേജിൽ പഠിക്കുമ്പോൾ വിദ്യാർഥിപ്രസ്ഥാനത്തിൽ പങ്കെടുക്കാൻ അഹല്യ തൽപ്പരയായി. ജ്യേഷ്ഠൻ ബി ടി ആർ ബോംബെയിലെ വളർന്നു വരുന്ന കമ്യൂണിസ്റ്റായതിനാൽ അവർ മാർക്സിസത്തിന്റെ സ്വാധീനത്തിൽ ആകൃഷ്ടയായി. റൂയിയ കോളേജിലെ സമരനായികയും പ്രസംഗകയും എന്ന നിലയിൽ അഹല്യ പേരുനേടി.

> കോളേജിലെ സമരങ്ങളിൽ ഞാൻ മുഴുകിയതിനാൽ 1942-ൽ ഒരു സുഹൃത്ത് എന്റെ ജ്യേഷ്ഠനോട് എന്നെപ്പറ്റി മുന്നറിയിപ്പു കൊടുത്തു. ഞാൻ പഠിപ്പിലല്ല മറ്റു കാര്യങ്ങളിലാണ് തൽപ്പര. പരീക്ഷ പാസ്സാവുകയോ ബിരുദം നേടുകയോ ഒന്നും നടക്കില്ല. വേറെ എങ്ങോട്ടെങ്കിലും അയക്കുന്നതാണു ഭേദം. അതുകൊണ്ട് വീട്ടുകാർ എന്നെ ബോംബെയിൽനിന്ന് പൂനെയിലെ ഫർഗൂസൺ കോളേജിലേക്ക് മാറ്റിച്ചേർത്തു.

അഹല്യയുടെ സമരവീര്യം തണുപ്പിക്കാമെന്ന വീട്ടുകാരുടെ പ്രതീക്ഷ നിരാശയായി.

> 1942 ആഗസ്റ്റ് 9. ഗാന്ധിജി, 'ക്വിറ്റിന്ത്യാ', ആഹ്വാനം പുറപ്പെടുവിച്ചു. നേതാക്കന്മാർ മുഴുവൻ തടവിലായി. ആഗസ്റ്റ് 14ന് മഹാദേവ ദേസായ് (ഗാന്ധിജിയുടെ സെക്രട്ടറി) ജയിലിൽ നിര്യാതനായി. രാജ്യമെങ്ങും പ്രതിഷേധം ഇരമ്പി. പ്രകടനങ്ങളും പ്രതിഷേധ യോഗങ്ങളും നടന്നു. ഫർഗൂസൺ കോളേജിലെ കുട്ടികളെ പങ്കെടുപ്പിച്ച് ഞാൻ പ്രതിഷേധ ജാഥ നയിച്ചു. എല്ലാവരും അറസ്റ്റിലായി. കോളേജധികൃതർ പറഞ്ഞു, 'മാപ്പു പറയണം, അല്ലെങ്കിൽ പുറത്തുപോകണം' ഞാൻ പറഞ്ഞു, 'മാപ്പിന്റെ പ്രശ്നമില്ല ഞങ്ങൾ കുറ്റമല്ല ചെയ്തത്. വല്ലതും ചെയ്തെങ്കിൽ അതു നാടിനു വേണ്ടിയാണ്.' എന്നെ പുറത്താക്കി. സാധനങ്ങളെല്ലാം വലിച്ചു പുറത്തിട്ടു. പൊലീസ് എന്നെ അറസ്റ്റു ചെയ്ത് ജയിലിലേക്കു കൊണ്ടുപോയി.

യർവാദാ ജയിലിൽ സ്ത്രീകളുടെ വാർഡിലാണ് വിദ്യാർഥിനികളെ പാർപ്പിച്ചത്. മണിബെൻ പട്ടേൽ, മൃദുല സാരാഭായ്, സോഫിയാ ഖാൻ,

പ്രേമാ കാന്തക് തുടങ്ങി പ്രമുഖ കോൺഗ്രസ് വനിതാ പ്രക്ഷോഭകർ ജയിലിൽ ഉണ്ടായിരുന്നു. രാഷ്ട്രീയ തടവുകാരല്ലാത്ത സ്ത്രീ കുറ്റവാളികളേയും അവരുടെ കൂട്ടത്തിൽ തന്നെയാണ് താമസിപ്പിച്ചത്. തടവറയിലും സമരം ചെയ്യണമെന്നു സ്വാതന്ത്ര്യ പ്രക്ഷോഭകർ നിശ്ചയിച്ചു. അഹല്യ അക്കാര്യം അനുസ്മരിക്കുന്നു.

> ജയിൽ മതിലിൽ ത്രിവർണപതാക ചാർത്താൻ തീരുമാനിച്ചു. ആദ്യം കൊടി ഉണ്ടാക്കണം. സാരി അതിന് ഉപയോഗിക്കാമെന്ന് നിശ്ചയിച്ചു. വനിതാ കുറ്റവാളികൾ വളരെ സഹായം ചെയ്തു. കുങ്കുമനിറമുള്ള സാരി ഒരുവൾ വീട്ടിൽനിന്ന് കൊണ്ടുവരുവിച്ചു. പച്ച സാരിയും വെള്ളസാരിയും ഞങ്ങളുടെ കൈയിൽ ഉണ്ടായിരുന്നു. കരിക്കട്ടകൊണ്ട് ചർക്ക വരച്ചു. പതാക തയാർ. അത് രഹസ്യമായി സൂക്ഷിച്ചു. പതിവു പരിശോധന കഴിഞ്ഞ് മേട്രൺ മടങ്ങി. തടവുകാർ പുറം മുറ്റത്ത് പണിത്തിരക്കിലാണ്. സോഫിയാ ഖാൻ കൊടി എന്റെ കൈയിൽ തന്നു. ഇന്ദു ഖേൽക്കറും ഞാനും പുറം മതിലിൽ കെട്ടിത്തൂക്കി. ഗേറ്റിനു സമീപം, എല്ലാവരുടെയും ശ്രദ്ധയിൽപ്പെടുന്ന ഒരിടമാണ് തെരഞ്ഞെടുത്തത്. പതാക കണ്ട പലരും പരിഭ്രമിച്ചു. ജയിൽ സൂപ്രണ്ട് വിവരമറിഞ്ഞ് കുതിച്ചെത്തി. ആരാണതു ചെയ്തത് എന്നറിയാനായി പിന്നെ ശ്രമം. ഞങ്ങൾ കുറ്റസമ്മതം ചെയ്തു. ഇന്ദുവിനെയും എന്നെയും ഇടുങ്ങിയ ഒരു അറയിലേക്ക് ഏഴു നാളത്തേക്ക് മാറ്റിപ്പാർപ്പിച്ചു. കുളിക്കാനോ പുറത്തുപോകാനോ വിട്ടില്ല. മറ്റു കുറ്റവാളികൾ സഹായമായി. അവർ ചൂടുവെള്ളം ഒളിപ്പിച്ചു കൊണ്ടുവന്നു തരും. ഞങ്ങളുടെ മുറി വൃത്തിയാക്കാൻ വരുമ്പോഴാണ് അത്. മേട്രൺ വരുന്നോ എന്ന് നിരീക്ഷിച്ച് ഞങ്ങൾക്ക് തുണ നൽകി. ഗ്രാമീണ സ്ത്രീകളായ ആ 'കുറ്റവാളികൾ' നിരപരാധികളാണെന്ന് ഞങ്ങൾക്കു മനസിലായി. അവരുടെ കെട്ടിയവന്മാരായിരുന്നു കുറ്റം ചെയ്തിരുന്നത്. അവരെ രക്ഷിക്കാൻ ഇവർ കുറ്റം ഏറ്റു പറഞ്ഞ് ജയിലിൽ എത്തിപ്പെട്ടതായിരുന്നു.

അഹല്യയുടെ അനുസ്മരണം തുടരുന്നു:

> മുതിർന്ന നേതാക്കൾ സോഫിയാ ഖാനും മൃദുലാ സാരാഭായിയും 'എ' ക്ലാസ് തടവുകാരായിരുന്നു. ഞങ്ങൾ വിദ്യാർഥിനികൾക്ക് 'ബി' ക്ലാസ്. മറ്റു കുറ്റക്കാർ 'സി' ക്ലാസ്. 'എ' ക്ലാസുകാർക്ക് മികച്ച സൗകര്യമാണെങ്കിൽ 'സി' ക്ലാസുകാരുടെ കാര്യം ദയനീയമായിരുന്നു. ഞങ്ങളുടെ ഇടയിൽ ഐക്യം വളർന്നു വന്നു. മുതിർന്നവർ, അവർക്കു ലഭിച്ച നല്ല ആഹാരം എല്ലാവരുമായി പങ്കുവച്ചു. ജയിലിലെ ശോച്യാവസ്ഥ പരിഹരിക്കണം എന്ന ആവശ്യവുമായി ഞങ്ങൾ സത്യഗ്രഹത്തിൽ ഏർപ്പെടുകയും ചെയ്തു.

നാലു മാസത്തിനുശേഷം അഹല്യ ജയിൽമോചിതയായി. അവളുടെ സഹോദരന്റെ സുഹൃത്ത് ഓർമ്മിപ്പിച്ചു, "ഞങ്ങൾ മുമ്പു പറഞ്ഞില്ലേ അവൾ ബിരുദം നേടില്ല എന്ന്." അഹല്യക്കു വാശിയായി.

"ജയിലിൽനിന്നു വന്നശേഷം, റൂയിയ കോളേജ് പ്രിൻസിപ്പാൾ വി പി ഭഗവത്തിനെ ഞാൻ ചെന്നു കണ്ടു. എന്നെ തിരിച്ചെടുക്കാൻ അദ്ദേഹം സമ്മതിച്ചു. ഞാൻ അങ്ങനെ ബി എസ് സി ബിരുദ പഠനം മുഴുമിപ്പിച്ചു. അഹല്യ, ബിരുദധാരണിയായ ശേഷം ബോംബെയിൽ എത്തി മുഴുവൻ സമയ കമ്യൂണിസ്റ്റ് പ്രവർത്തകയായി. തുണിമിൽ തൊഴിലാളികളുടെ ഇടയിൽ ഗിർണി കാംഗാർ യൂണിയനിൽ ആയിരുന്നു ആദ്യകാല പ്രവർത്തനം. സ്ത്രീതൊഴിലാളികളെ ഒരുമിപ്പിക്കുന്നതിലായിരുന്നു ശ്രദ്ധ."

യുദ്ധം വന്നു. വമ്പിച്ച വിലക്കയറ്റം. ജനജീവിതം ദുസ്സഹം. വിലവർധനവിനെതിരായും കുട്ടികൾക്ക് പാതി വിലയ്ക്ക് പാൽ ആവശ്യപ്പെട്ടും കമ്യൂണിസ്റ്റുകാർ സമരം ചെയ്തു. പാൽ സമരം നീണ്ടുനിന്നു. പുതിയ സംഘങ്ങൾ സമരത്തിൽ അണിനിരന്നു. അഹല്യ സജീവമായി തൊഴിലാളികളുടെ ഇടയിൽ പ്രവർത്തിച്ചു. ഗിർണി കാംഗാർ യൂണിയന്റെ ജോയിന്റ് സെക്രട്ടറിയും 'പരേൽ മഹിളാ സംഘി'ന്റെ (പിന്നീട് ഇത് "ശ്രമിക് മഹിളാ സംഘ്' ആയി) സെക്രട്ടറിയുമായി അഹല്യയെ തിരഞ്ഞെടുത്തു.

ഏറ്റവും വലിയ സമരം രണ്ടാം ലോകമഹായുദ്ധത്തിന് ഒടുവിൽ നടന്ന നാവിക കലാപം ആയിരുന്നു. ബ്രിട്ടീഷ് ഭരണത്തിന്റെ അന്ത്യത്തിന് അത് ആക്കം കൂട്ടി. പ്രസ്തുത സമരത്തിന്റെ വിജയത്തിന് ബോംബെയിലെ തൊഴിലാളിവർഗം സാരമായ ഊർജം നൽകി.

മോശമായ ആഹാരം മാത്രം കിട്ടുന്നതിൽ പ്രതിഷേധിച്ചായിരുന്നു നാവികസേനാംഗങ്ങൾ സമരം ആരംഭിച്ചത്. അവർ നിരാഹാര സമരത്തിൽ ഏർപ്പെട്ടു.

തുണിമിൽ തൊഴിലാളികളുടെ പങ്കിനെപ്പറ്റി അഹല്യയുടെ അനുസ്മരണം തുടരുന്നു:

> ദൂതർ വഴി ആഹാരം നാവികർക്കു നൽകാൻ സ്ത്രീകൾ സൂത്രം ഒപ്പിച്ചു. വലിയ ഡബ്ബകളിൽ ഭക്ഷണവും കൊണ്ട് അവർ ബോംബെ തുറമുഖത്ത്, പ്രിൻസ് ഓഫ് വെയിൽസ് മ്യൂസിയത്തിനരികെ ചെല്ലും. കടലും കാഴ്ചബംഗ്ലാവും കാണാനെത്തിയ നാട്ടിൻപുറത്തുകാരികളുടെ നാട്യത്തിൽ അവർ പൊലീസുകാരെ കബളിപ്പിച്ച് ചുറ്റിക്കറങ്ങി നടക്കും.

നാവിക കലാപത്തിന് ഊക്കു കൂട്ടുന്നത് തുണിമിൽ തൊഴിലാളികളാണ് എന്ന് പൊലീസ് കണ്ടെത്തി. അതോടെ അധികൃതരുടെ പരാക്രമം തൊഴിലാളി കേന്ദ്രങ്ങളിലായി. ബ്രിട്ടീഷ് ഭരണത്തിൽ നടന്ന അരുംകൊലകളിൽ ഒന്ന് അരങ്ങേറി. 1946 ഫെബ്രുവരി 22ന് പൊലീസും പട്ടാ

ളവും പരേൽ മുതൽ ദാദർവരെ മാർച്ചു ചെയ്തു. കണ്ണിൽ കാണുന്ന വരെ വെടിവച്ചു വീഴ്ത്തി. ഏകദേശം ഇരുന്നൂറുപേർ മരിച്ചു. അഹല്യ രങ്കനേക്കർ അതിനു ദൃക്സാക്ഷിയായി.

> ഞങ്ങൾ പരേലിലെ പാർട്ടി ഓഫീസിൽ ആയിരുന്നു. ഞങ്ങൾ ശബ്ദകോലാഹലം കേട്ടു. എന്താണ് സംഭവം എന്നറിയാൻ ഞങ്ങൾ പുറത്തിറങ്ങി. മൂന്നു പേരുണ്ടായിരുന്നു. കമൽ ധോണ്ഡെ, എന്റെ സഹോദരി കുസുമം പിന്നെ ഞാൻ. ഞങ്ങൾ പ്രകടന ത്തിലൊന്നും പങ്കെടുത്തവർ ആയിരുന്നില്ല. പ്രകോപനം ഇല്ലാ തെയാണ് വെടിവയ്പ്പ് നടന്നത്. ജീപ്പിൽ വന്ന് നേരേ നിറയൊഴി ക്കയാണ് ചെയ്തത്. കരുതിക്കൂട്ടി കാട്ടിയതാണെന്നു വ്യക്തം- ദാദർ മുതൽ പരേൽ വരെ ഈ മട്ടിൽ വെടിവയ്പ്പ് നടന്നു. കൊല്ലണം എന്നു കരുതി ജനത്തിന്റെ നേരെ നിറയൊഴിക്കയാണ് ചെയ്തത്. അവർ വരുന്നു എന്നു കണ്ടപ്പോൾ കമലയോടും കുസു മത്തോടും നിലത്തു പറ്റിക്കിടക്കാൻ നിലവിളിയോടെ ഞാൻ പറ ഞ്ഞു. കമലയ്ക്ക് അത് കേൾക്കാൻ കഴിഞ്ഞില്ല. ഞാൻ എന്താണു പറയുന്നത് എന്നറിയാൻ അവൾ തിരിഞ്ഞുനോക്കിയതും എതിരെ വന്ന വെടിയുണ്ട തലയ്ക്കു തറച്ചതും ഒപ്പം കഴിഞ്ഞു. കുസുമം നിലത്തു കിടക്കാൻ ഒരു നിമിഷം വൈകി. വെടിയുണ്ട തുടയിൽ ഏറ്റു. വെടിയുണ്ട തറച്ചതൊന്നും അവൾ അറിഞ്ഞില്ല. എഴുന്നേ റ്റപ്പോൾ രക്തം ചീറ്റിയൊഴുകുന്നു. തക്ക നേരത്ത് തറപറ്റിക്കിടന്ന ഞാൻ രക്ഷപ്പെട്ടു. കമല മരിച്ചതൊന്നും ഞങ്ങളറിഞ്ഞില്ല. അവ ളുടെ ഭർത്താവ് സഖാവ് ധോണ്ഡെ (പ്രഭാകർ കൃഷ്ണ ധോണ്ഡെ) പാർട്ടി ഓഫീസിൽനിന്ന് ഇറങ്ങി വന്നു ഭാര്യയെയും ചുമലിലേറ്റി ആശുപത്രിയിലേക്കു ചെന്നു. അവൾ അതിനകം അന്ത്യശ്വാസം വലിച്ചുകഴിഞ്ഞിരുന്നു.

അതൊരു വല്ലാത്ത അനുഭവമായിരുന്നു. "വളരെ മാസങ്ങളോളം എനിക്ക് ഉറക്കം വരാതായി. വെടിമുഴക്കം എന്റെ ചെവിയിൽ സദാ കേൾക്കുന്നതായി തോന്നി. തൊഴിലാളികളുടെ ദുരന്തം വലിയ കോളി ളക്കം സൃഷ്ടിച്ചു. കൂറ്റൻ പണിമുടക്കു നടന്നു. പതിനായിരങ്ങൾ പിന്തു ണയുമായി എത്തി. പതിവില്ലാത്തവിധം പൊതുജനം ഞങ്ങളെ സഹാ യിക്കാൻ സന്നദ്ധമായി. കമ്യൂണിസ്റ്റുകാരുടെ ജനപിന്തുണ വർധിച്ചു."

നാവിക കലാപത്തിനുശേഷം സംഭവിച്ച ജനമുന്നേറ്റം ബ്രിട്ടീഷു കാരുടെ പിൻമാറ്റത്തിനു വേഗത കൂട്ടി. അധികാരക്കൈമാറ്റം നടന്നു. കോൺഗ്രസുകാരുടെ സമരം സമാപിച്ചു. അവർ അധികാരത്തിന്റെ മധുരം നുണഞ്ഞുതുടങ്ങി. കമ്യൂണിസ്റ്റുകാരുടെ കാര്യം മറ്റൊരു മട്ടിലാ യിരുന്നു. സകലർക്കും സന്തോഷവും സമൃദ്ധിയും ലഭിക്കുന്ന നാളു കൾക്കായുള്ള രണ്ടാംഘട്ട സമരത്തിന് കമ്യൂണിസ്റ്റുകാർ സന്നദ്ധരായി. അത് അവസാനിക്കാത്ത സമരമായിരുന്നു. അതിൽ അഹല്യ രങ്കനേക്ക

റുടെ സ്ഥാനം സമുന്നതമായിരുന്നു. യുവകമ്യൂണിസ്റ്റുകാരനായ പി ബി രങ്കനേക്കറും അഹല്യയും തമ്മിലുള്ള വിവാഹം 1945-ൽ ആയിരുന്നു. മഹാരാഷ്ട്ര സി പി ഐ (എം) ൽ അംഗമായിരുന്നു പി ബി രങ്കനേക്കർ.

പാർട്ടി നിരോധിക്കപ്പെട്ടു. അഹല്യ ജയിലിൽ എത്തി. ഒരു വയസുള്ള മകനെയും വീട്ടിൽ വിട്ടേച്ചാണു പോയത്.

> അവൻ വല്ലാതെ കരയുമായിരുന്നു. ഞാൻ ജയിലിൽ. ഭർത്താവ് ഒളിവിൽ. ഭർത്താവിന്റെ അമ്മയും ഭർത്താവിന്റെ സഹോദരിയുമാണ് മകനെ പോറ്റിയത്. അവർ പൊതുപ്രവർത്തകർ ആയിരുന്നില്ല. അവരുടെ പിൻബലം ഇല്ലായിരുന്നെങ്കിൽ എനിക്ക് രാഷ്ട്രീയ ജീവിതം ഈ മട്ടിൽ കൊണ്ടുപോകാൻ കഴിയുമായിരുന്നില്ല.

1948 ലെ ജയിൽ വാസത്തിനുശേഷം അത് പലവട്ടം ആവർത്തിച്ചു. സംയുക്ത മഹാരാഷ്ട്ര പ്രക്ഷോഭം, ഇന്ത്യ-ചൈന യുദ്ധം, അടിയന്തരാവസ്ഥ എന്നിവയെല്ലാം കമ്യൂണിസ്റ്റുകാരെ ഇരുമ്പഴിക്കുള്ളിൽ അടയ്ക്കാനുള്ള അവസരമാക്കി മാറ്റി, അധികൃതർ. 1962 ലെ ജയിൽവാസകാലത്താണ് അഹല്യയുടെ അമ്മ അന്തരിച്ചത്. അമ്മയുടെ അന്ത്യസംസ്കാരവേളയിൽ രണ്ടു മണിക്കൂർ നേരത്തേക്ക് അഹല്യരങ്കനേക്കറെയും സഹോദരൻ ബി ടി രണദിവെയേയും അധികൃതർ ജയിൽമോചിതരാക്കി.

കോൺഗ്രസ് ഗവൺമെന്റിന്റെ സമ്മർദമൊന്നും അഹല്യ രങ്കനേക്കറുടെ സമരവീര്യം തളർത്താൻ ഉതകിയില്ല. അത് പൂർവാധികം ജ്വലിച്ചുയർന്നു. ബോംബെയുടെ ജനപ്രീതിയാർജിച്ച നേതാവായിരുന്നു അവർ. 1961 നു ശേഷം പരേൽ തൊഴിലാളി മണ്ഡലത്തിന്റെ പ്രതിനിധിയായി പലവട്ടം തിരഞ്ഞെടുക്കപ്പെട്ടു. അടിയന്തരാവസ്ഥക്കാലത്ത് ബോംബെ സെൻട്രലിൽനിന്ന് ലോകസഭയിൽ എത്തി. ബോംബെ നഗരവാസികളുടെ സ്നേഹവും ബഹുമാനവും ആർജിച്ച ജനനേതാവായിരുന്നു അവർ. കാലം അഹല്യ രങ്കനേക്കറുടെ ദേഹം തളർത്തിയെങ്കിലും സമരവീര്യത്തിനു തളർച്ച തട്ടിയതേയില്ല.

മാനിനി ചാറ്റർജി

19

ലക്ഷ്മി സൈഗൾ

രാഷ്ട്രീയ പാരമ്പര്യമുള്ള കുടുംബമാണ് എന്റേത്. എനിക്കും ദേശീയ സമരത്തിൽ അഭിനിവേശം ഉദിച്ചു. എന്നാൽ, പഠനം പൂർത്തിയാക്കിയിട്ടേ മറ്റെന്തിനും ഇറങ്ങൂ എന്ന് തീരുമാനിച്ചു. 1940-ൽ മദ്രാസ് മെഡിക്കൽ കോളേജിൽനിന്ന് വൈദ്യശാസ്ത്രബിരുദം നേടി. രണ്ടാം ലോകമഹായുദ്ധത്തിന്റെ ആരംഭം. (ബ്രിട്ടീഷ് ഇന്ത്യൻ) ആർമിയിലേക്ക് ഡോക്ടർമാരെ റിക്രൂട്ടു ചെയ്യുന്നു. അതിൽ താൽപ്പര്യം തോന്നിയില്ല. സിംഗപ്പൂരിലേക്കുപോയി. അവിടെ എന്റെ കുടുംബക്കാർ ഉണ്ടായിരുന്നു. അവിടെ സ്വകാര്യ പ്രാക്ടീസ് തുടങ്ങി. നല്ല തുടക്കം. ധാരാളം ദക്ഷിണേന്ത്യക്കാർ സിംഗപ്പൂരിൽ ഉണ്ടായിരുന്നു. ചൈനക്കാരും മലയക്കാരും എന്റെ ചികിത്സതേടി.

1941 ഡിസംബർ 8-ന് ജപ്പാൻ സൈന്യം സിംഗപ്പൂർ ആക്രമിച്ചു. പ്രമുഖ സ്വാതന്ത്ര്യ സമരസേനാനി റാഷ് ബിഹാരി ബോസ്, ജപ്പാൻകാരോടൊപ്പം വന്നു. അദ്ദേഹം ഇന്ത്യ ഇൻഡിപ്പെന്റൻസ് ലീഗ് രൂപീകരിച്ചിരുന്നു. ലീഗിൽ ഇന്ത്യക്കാർ ചേരണം എന്ന് അദ്ദേഹം അഭിലഷിച്ചു. അതിലെ അംഗത്വം സഹായകമായിരുന്നു. റേഷൻ കാർഡ് ലഭിക്കും. ഇന്ത്യക്കാരുടെ സ്വത്ത് ശത്രുക്കളുടെ സ്വത്തായി ഗണിക്കില്ല. ലീഗിൽ ആരെയും നിർബന്ധിച്ചു ചേർത്തിരുന്നില്ല. ഞാൻ അംഗമായെങ്കിലും ക്ഷേമപ്രവർത്തനങ്ങളിലും അണ്ടർഗ്രൗണ്ട് പ്രവർത്തനങ്ങളിലുമാണ് ഏർപ്പെട്ടത്.

ക്യാപ്റ്റൻ മോഹൻ സിങ്ങ്, 1942 ഫെബ്രുവരി 15-ന് ഇന്ത്യൻ നാഷണൽ ആർമി (ഐ എൻ എ) സ്ഥാപിച്ചു. ഞങ്ങളുടെ രാഷ്ട്രീയ ഗുരുവായ കേശവ (കെ പി കെ) മേനോനും എസ് സി ഗുഹയും ആയിരുന്നു മറ്റു നേതാക്കന്മാർ. ഐ എൻ എയിലെ മിലിട്ടറി ആപ്പീസർമാർ ടോക്കിയോവിൽ ചെന്ന്, സഖ്യസൈന്യത്തിന്റെ പദവി ഐ എൻ എക്ക് അനുവദിക്കണം എന്ന് ജപ്പാൻ ഗവൺമെന്റിനോട് ആവശ്യപ്പെട്ടു. നിർഭാഗ്യവശാൽ വാക്കാൽ സമ്മതം കിട്ടിയെങ്കിലും രേഖാമൂലം ലഭിച്ചില്ല.

ജപ്പാനെ വിശ്വസിക്കാൻ പറ്റില്ല എന്ന് കേശവമേനോനും മോഹൻ സിങ്ങിനും തോന്നി. ഐ എൻ എ പിരിച്ചുവിടാൻ മോഹൻ സിങ്ങ് തീരുമാനിച്ചു. ഈ അഭിപ്രായം എല്ലായിടത്തും എത്തിയില്ല. എൺപതു ശതമാനം ഐ എൻ എ ആപ്പീസർമാരും മറ്റുള്ളവരും, തങ്ങൾ ഐ എൻ എയിൽ ദൃഢവിശ്വസ്തത വാഗ്ദാനം ചെയ്തിരിക്കയാൽ അതു ലംഘിക്കുന്നത് തെറ്റാണെന്നു കരുതി.

ഈ സന്ദർഭത്തിൽ സുഭാഷ് ചന്ദ്രബോസ് ജർമനിയിൽ എത്തിയ വിവരം കിട്ടി. നേതാജിയെ ബർലിനിൽനിന്ന് തെക്കുകിഴക്കനേഷ്യയിലേക്ക് അയക്കാൻ, ബർലിനിലെ ജാപ്പനീസ് അംബാസിഡർവഴി ശ്രമിക്കണം എന്ന് റാഷ് ബിഹാരി ബോസ് ജപ്പാൻ ഗവൺമെന്റിനോട് ആവശ്യപ്പെട്ടു. ജപ്പാൻ അതു സമ്മതിച്ചതുപോലെ തോന്നി. റാഷ് ബിഹാരി ആദ്യം ജപ്പാനിൽ എത്തി പ്രധാനമന്ത്രി ടോജോവിനെ കണ്ട്, സുഭാഷ് ചന്ദ്ര ബോസ് ഇന്ത്യയുടെ മാത്രമല്ല ഏഷ്യയുടെ തന്നെ നേതാവാണെന്ന് ബോധ്യപ്പെടുത്തി. ഇന്ത്യ ഇൻഡിപ്പെന്റൻസ് ലീഗിന്റെ നേതൃത്വം സുഭാഷിനു കൈമാറാൻ റാഷ് ബിഹാരി തയ്യാറായി.

സംഘടനയെ നേതാജി സൈനിക മാതൃകയിൽ ആകെ ഉടച്ചുവാർത്തു. കായികശേഷിയുള്ള യുവാക്കൾ മുഴുവൻ ഐ എൻ എയിൽ അണിനിരക്കണം എന്ന് അദ്ദേഹം ആഹ്വാനം ചെയ്തു. ആറാഴ്ചകൊണ്ട് ആൾ ശേഷി 30,000-ൽനിന്ന് 60,000 ആയി വർധിച്ചു. സിങ്കപ്പൂർ, ബർമ്മ, മലേഷ്യ, ഇന്തോനേഷ്യ, ഹോങ്കോങ്ങ്, തായ്ലണ്ട് എന്നിവിടങ്ങളിൽ നിന്നെല്ലാം വളണ്ടിയർമാർ വന്നുചേർന്നു.

രണ്ടാമത്തെ വൻപൊതുയോഗത്തിൽ നേതാജിയുടെ ആകസ്മിക പ്രഖ്യാപനം ഉണ്ടായി: ബ്രിട്ടീഷുകാർക്കെതിരെ പൊരുതിയ ഝാൻസി റാണിയുടെ പേരിൽ, വനിതാ കാലാൾ സേനാ വിഭാഗം രൂപീകരിക്കണം. നേതാജിയുമായി ഞാൻ നടത്തിയ അഭിമുഖത്തിൽ അദ്ദേഹം ഈ ആശയം മുമ്പേ എന്നോടു പറഞ്ഞിരുന്നു. ചേരാനുള്ള സന്നദ്ധത ഞാൻ അറിയിച്ചു. എനിക്ക് പ്രത്യേകം മുറി ഹെഡ്ക്വാർട്ടേഴ്സിൽ അടുത്ത ദിവസം അനുവദിച്ചു. വനിതകളുടെ റിക്രൂട്ടുമെന്റ് തുടങ്ങി. 1943 ജൂലായ് 8-നായിരുന്നു തുടക്കം.

ശ്രമം വേണ്ടത്ര വിജയിക്കുമോ എന്ന് ഞാൻ നേതാജിയോട് ആശങ്ക അറിയിച്ചു. ഇടത്തരക്കാരായ അഭ്യസ്തവിദ്യരുടെ കുടുംബങ്ങൾ മിക്കവാറും ഇന്ത്യയിലേക്കു മടങ്ങിയിരുന്നു. റബർ തോട്ടങ്ങളിലും പൊതുമരാമത്തു വകുപ്പിലും ജോലി ചെയ്യുന്ന തൊഴിലാളികളാണ് ബാക്കിയുള്ളത്. ഇടത്തരക്കാർ ചുരുക്കമേ ഉള്ളൂ. അദ്ദേഹം പറഞ്ഞു, "ഒരു വിപ്ലവപ്രസ്ഥാനത്തിൽ ഇടത്തരക്കാരുടെ സഹായം ആശ്രയിക്കരുത്. എല്ലാ വിപ്ലവസംഘടനയുടെയും നട്ടെല്ല് തൊഴിലാളികളും കർഷകരുമാണ്." അദ്ദേഹത്തിന്റെ അഭിപ്രായം ശരിയായിരുന്നു. 1500 സ്ത്രീകളുടെ റജിമെന്റ് വലിയ പ്രയാസമില്ലാതെ രൂപീകരിച്ച്, പരിശീലനം നൽകി. 200 പേർക്ക് നഴ്സിങ്ങ് പരിശീലനവും കൊടുത്തു. രണ്ടോ മൂന്നോ തലമുറ മുമ്പേ താമസമാക്കിയ കുടുംബങ്ങളിലെ യുവതികളാണ് കൂടുതൽ ഉത്സാഹവും കാര്യക്ഷമതയും കാട്ടിയത്. സാംസ്കാരിക കാര്യങ്ങളിലല്ലാതെ അവർക്ക് ഇന്ത്യയുമായി വൈകാരികബന്ധം കുറവായിരുന്നു.

സിംഗപ്പൂരിലും റംഗൂണിലും ഝാൻസിറാണി റജിമെന്റിന്റെ പരിശീലനം 1943 ഒക്ടോബർ 23 മുതൽ ആരംഭിച്ചു. രണ്ടു ദിവസം മുമ്പേ

ഒക്ടോബർ 21-ന് നേതാജി, ആസാദ് ഹിന്ദ് താൽക്കാലിക ഗവൺമെന്റ് രൂപീകരിച്ചു. ഇന്ത്യൻ സ്ത്രീത്വത്തിന് ആദരം കാട്ടാൻ അദ്ദേഹം സ്വന്തം ഗവൺമെന്റിൽ എനിക്ക് മന്ത്രിപദവി നൽകി. സ്ത്രീകളുടെ ക്ഷേമവും ഝാൻസി റാണി റജിമെന്റിന്റെ ചുമതലയുമാണ് എന്റെ വകുപ്പുകൾ.

പരിശീലനം മൂന്നു മാസം നീണ്ടുനിന്നു. പരിശീലനം കഠിനമായിരുന്നു. കാക്കി പാന്റും ബുഷ് ഷർട്ടുമായിരുന്നു യൂണിഫോം. മുടി നീളം കുറക്കണം. കാൽമുട്ടു കവിഞ്ഞ് വളർന്നു കിടക്കുന്ന എന്റെ മുടി അമ്മ ഒരിക്കലും മുറിക്കാൻ സമ്മതിച്ചിരുന്നില്ല. ഞാൻ സന്തോഷപൂർവ്വം തല മുടി വെട്ടി. പിന്നീടൊരിക്കലും ഞാൻ പഴയപടി മുടി നീട്ടിവളർത്തിയില്ല.

ഇന്ത്യൻ ആർമിയിൽ നിന്നു വന്നവരാണ് പുതിയ റിക്രൂട്ടുകൾക്ക് പരിശീലനം നൽകിയത്. അവർ അച്ചടക്കവും അധ്വാനവും നിഷ്കർഷിച്ചു. പരിശീലകരും സ്വന്തം കർത്തവ്യത്തിൽ അഭിമാനവും ആഹ്ലാദവും പ്രദർശിപ്പിച്ചു. റൈഫിളുകളും കൈബോംബുകളുമായിരുന്നു ഞങ്ങളുടെ ആയുധങ്ങൾ. ആട്ടോമാറ്റിക് ആയുധങ്ങൾ ഉണ്ടായിരുന്നില്ല. യുദ്ധതന്ത്രപഠനം ഭൂപടം നോക്കി സ്ഥലനിർണയം നടത്തൽ, കായിക പരിശീലനം എന്നിവയ്ക്കു പുറമേ ഹിന്ദി ക്ലാസ്സുകളും ഉണ്ടായിരുന്നു. റോമൻ ലിപിയിലാണ് ഹിന്ദി എഴുതിയത്. കൂടുതൽ റിക്രൂട്ടുകളും ദക്ഷിണേന്ത്യക്കാർ ആയിരുന്നെങ്കിലും മൂന്നുമാസംകൊണ്ട് എല്ലാവരും ഹിന്ദി പഠിച്ചു. രാഷ്ട്രീയ കാര്യങ്ങളും പഠിപ്പിച്ചിരുന്നു. പലപ്പോഴും നേതാജി ക്ലാസ്സെടുത്തിരുന്നു.

മൂന്നു മാസത്തെ പരിശീലനാനന്തരം ഝാൻസിറാണി റജിമെന്റിന്റെ ആദ്യ ബാച്ച് സിംഗപ്പൂരിൽനിന്ന് ബർമ്മയിൽ എത്തി. 1944-ൽ റജിമെന്റിന്റെ ചെറിയ സംഘങ്ങൾ റംഗൂണിൽനിന്ന് ഇംഫാലിലേക്കു നീങ്ങി. ഒളിപ്പോരാട്ടം നടത്തിയായിരുന്നു മുന്നേറ്റം. പുരുഷന്മാരായ സൈനികരുടെ പെരുമാറ്റം ഉൽകൃഷ്ടമായിരുന്നു. അനിഷ്ടകരമായ ഒറ്റ സംഭവവും ഉണ്ടായില്ല. ദേശവാസികളിൽനിന്നും ജപ്പാൻകാരിൽനിന്നും അവർ ഞങ്ങളെ സംരക്ഷിച്ചു.

ജപ്പാൻ പട്ടാളക്കാർ ധീരസാഹസകൃത്യങ്ങളിൽ വിശ്വസിച്ചു. വനിതാ റജിമെന്റ് എന്ന ആശയത്തോട് അവർ യോജിച്ചില്ല. ക്യാമ്പിന് ഇടം നൽകാൻ അവർ ഇഷ്ടപ്പെട്ടില്ല. എന്നാൽ ഞങ്ങളുടെ കർമ്മകുശലത കണ്ടപ്പോൾ അവരുടെ അഭിപ്രായം മാറി. എന്തു ചെയ്തിട്ടും ബർമ്മയുടെ മധ്യഭാഗം വരെ മാത്രമാണ് ഞങ്ങൾക്ക് കടക്കാൻ കഴിഞ്ഞത്. ജപ്പാൻ സൈന്യത്തിന്റെ പിന്തുണയോടെ ഇംഫാൽ പിടിച്ചടക്കാൻ ഐ എൻ എ നടത്തിയ ശ്രമം, ബ്രിട്ടീഷ് കാവൽപ്പട്ടാളത്തിന്റെ കരുത്തിൽ നിഷ്ഫലമായി. കനത്ത അപായങ്ങൾ പേറി പിൻമാറേണ്ടിവന്നു. അപ്രതീക്ഷിതമായി അക്കൊല്ലം, കാലവർഷവും കാലത്തേ എത്തി. അതുകൊണ്ട് പിൻവാങ്ങൽ ദുഷ്കരമായി. മനസില്ലാമനസ്സോടെ നേതാജി, പിന്മാറ്റത്തിനു കൽപ്പന തന്നു. പോഷകാഹാരവും ഉപകരണവും കുറഞ്ഞ സേന മധ്യബർമയിൽ പിൻവാങ്ങി വീണ്ടും ഒന്നിച്ച് ബ്രിട്ടീഷ് പടയോട് പോരാടി.

ഝാൻസിറാണി റജിമെന്റ് പിരിച്ചുവിട്ടു. ബർമ്മയിൽ കുടുംബം ഉള്ളവരെ അവിടേക്ക് അയച്ചു. മലയയിൽ നിന്നു വന്നവരെ നേതാജി തന്നെ തായ്‌ലണ്ടിലേക്കും അവിടെനിന്ന് മലേഷ്യയിലേക്കും കൊണ്ടുപോയി. റജിമെന്റിലെ എല്ലാ വനിതാ സൈനികരും രക്തത്തിൽ ഒപ്പിട്ട നിവേദനം നേതാജിക്ക് നൽകിയിരുന്നു. പിൻമാറുന്നതിനേക്കാൾ പട

ക്കളത്തിൽ പൊരുതി മരിക്കാനാണ് ഇഷ്ടപ്പെടുന്നത് എന്ന് അതിൽ രേഖപ്പെടുത്തിയ കാര്യം ഞാൻ ഓർമിപ്പിക്കട്ടെ.

അംഗഭംഗം വന്നവരും മുറിവേറ്റവരുമായ ഐ എൻ എക്കാരെ ശുശ്രൂഷിക്കുന്ന ഒരു ഐ എൻ എ ഹോസ്പിറ്റലിൽ ഞാൻ ജോലിചെയ്യുകയായിരുന്നു. ബോംബേറിന് ഇരയാകാത്ത കാടിനു നടുവിലായിരുന്നു ആശുപത്രി. സഖ്യശക്തികളുടെ ചാരന്മാർക്ക് കണ്ടുപിടിക്കാൻ കഴിയാത്ത ഇടം ആയതിനാൽ നേതാജി അവിടം സന്ദർശിച്ചിരുന്നു. എന്നാൽ അടുത്ത ദിവസം ബോംബർ വിമാനങ്ങൾ ബോംബ് വർഷിച്ചു. ആശുപത്രി തകർന്നു. നിരവധി രോഗികൾ മരിച്ചു. ശേഷിക്കുന്നവരെ കാളവണ്ടിയിൽ കയറ്റി രക്ഷപ്പെടുത്താമെന്നു കരുതി. റംഗൂണിലേക്കു പോകുന്ന വഴിയിൽ ബ്രിട്ടീഷ് സൈനികരുടെ കണ്ണിൽപ്പെട്ടു. 1945 ജൂണിലായിരുന്നു അത്.

മറ്റുള്ള ഐ എൻ എ ക്കാരിൽനിന്ന് ഞാൻ ഒറ്റപ്പെട്ടു. ചോദ്യം ചെയ്യാൻ എന്നെ റംഗൂണിലേക്കു കൊണ്ടുപോയി, വീട്ടുതടങ്കലിൽ പാർപ്പിച്ചു. 1946 മാർച്ചിൽ എന്നെ മോചിപ്പിച്ച് ഇന്ത്യയിൽ എത്തിച്ചു.

ഇന്ത്യയിൽ നടന്ന ഐ എൻ എ ഭടന്മാരുടെ വിചാരണ പൊതുജനശ്രദ്ധയാകർഷിച്ചു. ഐ എൻ എ തടവുകാരുടെ കേസു വാദിക്കാൻ നെഹ്റു അഭിഭാഷകവേഷം അണിഞ്ഞു. ബുലാഭായ് ദേസായി ആണ് ഏറ്റവും മഹത്തായ സംഭാവന നൽകിയത്. ഐ എൻ എ ഭടന്മാരുടെ ഭാഗം വാദിച്ചുകൊണ്ട് അദ്ദേഹം നടത്തിയ പ്രസംഗം ചരിത്രപ്രസിദ്ധമത്രെ.

സ്വാതന്ത്ര്യലബ്ധിക്കുശേഷം, ഞാൻ വൈദ്യവൃത്തിയിലേക്കു തിരിഞ്ഞു. ഒരു രാഷ്ട്രീയ കക്ഷിയിലും അംഗമാകില്ല എന്നു ഞാൻ തീരുമാനമെടുത്തു. കോൺഗ്രസ് പാർട്ടിയുടെ കൂടെ നിന്നുകൊണ്ട് ഒന്നും ചെയ്യാനില്ലെന്നു തോന്നി. ഞങ്ങളോടു കാട്ടിയ സമീപനം നിമിത്തം അവിഭക്ത സി പി ഐയും സ്വീകാര്യമായില്ല.

എന്റെ മകൾ സുഭാഷിണി 1969-ൽ അമേരിക്കയിൽ നിന്നുവരികയും കോൺപൂരിലെ ട്രേഡ് യൂണിയൻ പ്രവർത്തനത്തിലൂടെ സി പി ഐ (എം)ൽ ചേരുകയും ചെയ്തു. 1971-ൽ ബംഗ്ലാദേശ് യുദ്ധം നടന്നപ്പോൾ, ക്ഷേമാശ്വാസ പ്രവർത്തനങ്ങളിൽ പങ്കെടുക്കാൻ എനിക്ക് താൽപ്പര്യം തോന്നി. അക്കാര്യം അറിയിച്ചുകൊണ്ട് അന്നത്തെ പശ്ചിമബംഗാൾ ഗവർണർ പദ്മജാ നായിഡുവിന് എഴുതി. അവർക്ക് എന്നെ സഹായിക്കാനായില്ല. പീപ്പിൾസ് റിലീഫ് കമ്മിറ്റിക്ക് പിന്തുണ തേടി ജ്യോതി ബസു *പീപ്പിൾസ് ഡമോക്രസി*യിൽ കൊടുത്ത അഭ്യർഥന ഞാൻ കണ്ടു. അതിർത്തി പ്രദേശത്ത് ആറാഴ്ചയോളം ഞാൻ ആശ്വാസപ്രവർത്തനങ്ങളിൽ ഏർപ്പെട്ടു. കൽക്കത്ത വഴി മടങ്ങാനിരിക്കെ, കൽക്കത്തയിൽ സി പി ഐ (എം)ന്റെ പൊളിറ്റ് ബ്യൂറോ സമ്മേളിക്കുന്നതറിഞ്ഞു. സമ്മേളന സ്ഥലത്തുചെന്ന് നേതാക്കന്മാരെ സന്ദർശിക്കണമെന്നു തോന്നി. പാർട്ടിയിൽ അംഗമാകണമെന്ന് അതിനുശേഷം എനിക്കു തോന്നി. അങ്ങനെ തന്നെ ചെയ്തു. ഇപ്പോഴും ഞാൻ പാർട്ടിയിൽ തുടരുന്നു.

(മാനിനി ചാറ്റർജി നടത്തിയ അഭിമുഖം)

20

രാഹുൽ സാംകൃത്യായൻ

സംസ്കൃത പണ്ഡിതൻ, ചരിത്രകാരൻ, പരിഭാഷകൻ, തിബത്ത്-ബുദ്ധമത പണ്ഡിതൻ, നരവംശശാസ്ത്രജ്ഞൻ, സഞ്ചാരി, സ്വാതന്ത്ര്യ സമരസേനാനി, കമ്യൂണിസ്റ്റ് വിപ്ലവകാരി എന്നീ നിലകളിൽ പ്രസിദ്ധനാണ് രാഹുൽ സാംകൃത്യായൻ. ഓരോ രംഗത്തും അദ്ദേഹത്തിന്റെ സംഭാവനകൾ വിലയിരുത്താൻ ഓരോ ഗ്രന്ഥം എഴുതേണ്ടിവരും. സാഹിത്യം, സ്വാതന്ത്ര്യസമരം എന്നീ മേഖലയെ മാത്രം സ്പർശിക്കാനാണ് തൽക്കാലം ഉദ്ദേശിക്കുന്നത്: സ്വന്തം ജീവിതനില മെച്ചപ്പെടുത്താൻ ജന്മിത്തത്തിനും വിദേശാധിപത്യത്തിനും എതിരെ കർഷകർ നടത്തിയ പോരാട്ടത്തിന് അദ്ദേഹം നൽകിയ പിന്തുണയെയും പരാമർശിക്കേണ്ടതുണ്ട്.

ഉത്തർപ്രദേശിലെ അസംഗഡ് ജില്ലയിലെ പാണ്ടാ എന്ന സ്ഥലത്ത് 1893 ഏപ്രിൽ 9-ന് രാഹുൽ എന്ന കേദാർനാഥ് പാണ്ഡെ, ധനിക കർഷക ബ്രാഹ്മണ കുടുംബത്തിൽ ജനിച്ചു. ഉർദുവിൽ പ്രൈമറി സ്കൂൾ പഠനം പൂർത്തിയാക്കി. പ്രാദേശിക ഭാഷയിൽ മിഡിൽ സ്കൂൾ പരീക്ഷുയും പാസായി. ഇവിടെ ഔപചാരിക വിദ്യാഭ്യാസത്തിന് തിരശ്ശീല വീഴുന്നു.

അക്കാലത്തെ ആചാരം അനുസരിച്ച് രാഹുൽ വിവാഹിതനായി; പതിനൊന്നര വയസ്സിൽ. വധു ഒമ്പതുവയസ്സുകാരി രാംദുലാരി. രാഹുലിന്റെ അനുമതി ആരും അന്വേഷിച്ചില്ല. ആ സംഭവം ജീവിതകാലം മുഴുവൻ മനസിൽ മായാത്ത മുറിവായി.

പതിനാലാം വയസ്സിൽ രാഹുൽ നാടുവിട്ടു. ടിക്കറ്റെടുത്തും എടുക്കാതെയുമുള്ള തീവണ്ടിയാത്ര, കാൽനടയാത്ര, നാടുതോറും സഞ്ചാരം. കൽക്കത്തയിൽ രണ്ടു വട്ടം താമസിച്ചു. ഹൗറയിലെ 'ബേൺ ആൻഡ്

കൊ' കമ്പനിയിൽ കൂലിവേലക്കാരൻ, ഹൗറ റയിൽവെ സ്റ്റേഷനിലെ ഗുഡ്സ് ഡിപ്പാർട്ടുമെന്റിൽ അടയാളമിടുന്നവൻ, കോളെജ് സ്ട്രീറ്റിൽ പഴയ ഉടുപ്പുകൾ വിൽക്കുന്നവൻ, പുകയിലപ്പീടികയിൽ കണക്കെഴുത്തു കാരൻ, മൊറാദാബാദിലെ ചെറുകിട ബിനിനസുകാരനായ ബിന്ദ പ്രസാദ് പഥക്കിന്റെ പേഴ്സണൽ അറ്റൻഡന്റ് എന്നീ പല പല പണികളിലും ഏർപ്പെട്ട് നാൾ കഴിച്ചു.

ബനാറസിൽ ചെന്ന് അൽപ്പം സംസ്കൃതവും ഇംഗ്ലീഷും പഠിച്ചു. ആത്മീയവാദം തലയ്ക്കുപിടിച്ച്, ദുർഗാദേവിയെ പ്രത്യക്ഷപ്പെടുത്തി വരം നേടാൻ ഒരു കുളക്കരയിൽ ചെന്ന് താന്ത്രികമന്ത്രം ഒമ്പതുലക്ഷം തവണ ഉരുവിടുന്ന പൂജയിൽ ഏർപ്പെട്ടു. ഫലം നിരാശ. വിഷമയമായ ധാതുര ചൂർണം സേവിച്ച് ആത്മഹത്യ ചെയ്യാനൊരുങ്ങി. മരണത്തിൽ നിന്ന് എങ്ങനെയോ രക്ഷപ്പെട്ടു.

ഒത്ത ഉയരവും സൗന്ദര്യവും ഉള്ള ആ പത്തൊമ്പതുകാരൻ ബനാ റസിൽവച്ച് ഒരു ജമീന്ദാരുടെ ശ്രദ്ധയാകർഷിച്ചു. ബിഹാറിലെ സറൺ ജില്ലയിലെ പറാസയിലെ ജമീന്ദാർ വൈഷ്ണവ മഹന്ത, രാഹുലിനെ അനന്തരാവകാശിയായി സ്വീകരിക്കാൻ തയാറായി; ആവശ്യമായ ചട ങ്ങുകൾ നടത്തി ശിഷ്യത്വം നൽകി.

വിജ്ഞാനതൃഷ്ണ മുഴുത്ത രാഹുൽ രഹസ്യമായി മഠത്തിൽനിന്ന് രക്ഷപ്പെട്ടു. വീണ്ടും പഴയ പദയാത്രയും ടിക്കറ്റില്ലായാത്രയും. ദക്ഷിണേ ന്ത്യയിലേക്കാണ് പോയത്. രാമേശ്വരം മുതലായ തീർഥാടനകേന്ദ്രങ്ങ ളിൽ തങ്ങിയ യാത്രയ്ക്കിടയിൽ തമിഴ്നാട്ടിലും ആന്ധ്രയിലും വച്ച് സംസ്കൃതവും ഭാരതീയ ദർശനങ്ങളും അധ്യയനം ചെയ്തു. പിന്നീട് പശ്ചിമ ഇന്ത്യയിലും മധ്യ ഇന്ത്യയിലും സഞ്ചരിച്ചു.

1915-ൽ ആഗ്രയിലെ ആര്യസമാജക്കാരുടെ മുസാഫിർ വിദ്യാലയ ത്തിൽചേർന്ന് സ്വാമി ദയാനന്ദ സരസ്വതിയുടെ പ്രബോധനം കേട്ടുപഠിച്ചു. വിദ്യാലയം വിട്ടശേഷം ഉത്തർപ്രദേശിൽ മതപ്രബോധന-ജീവകാരുണ്യ പ്രവർത്തനങ്ങളിൽ ഏർപ്പെട്ടു. പിന്നെ എല്ലാം നിർത്തിവച്ച് ബംഗാൾ വഴി ദക്ഷിണേന്ത്യയിലേക്കു ചെന്ന് പഠനത്തിൽ മുഴുകി.

ആര്യസമാജ പ്രവർത്തനകാലത്ത്, സമാജത്തിന്റെ ആസ്ഥാനമായ ലാഹോർ സന്ദർശിച്ചു. അവിടെവച്ച് സംസ്കൃത പഠനവും പരീക്ഷകളു മായി കഴിഞ്ഞു. ജാലിയൻവാലാ ബാഗ് കൂട്ടക്കൊല നടക്കുമ്പോൾ, പഞ്ചാ ബിൽ ഉണ്ടായിരുന്നു. ആര്യസമാജസേവനവുമായി കുടകിൽ എത്തി. എല്ലാം ഉപേക്ഷിച്ച്, സ്വാതന്ത്ര്യസമര പ്രസ്ഥാനത്തിൽ ഏർപ്പെടാൻ 1920-ൽ നിശ്ചയിച്ചു.

സരൺ ജില്ലയിലെ നിസ്സഹകരണ സമരത്തിൽ രാഹുൽ ആവേശ പൂർവം മുഴുകി. ബനാറസിൽവച്ച് പരിചയപ്പെട്ട മഹന്തിന്റെ ശിഷ്യനായി മുമ്പ് അവിടെ തങ്ങിയിരുന്ന കാര്യം രാഹുൽ ഓർത്തു. 1922 ജനുവരി യിൽ അദ്ദേഹം അറസ്റ്റു ചെയ്യപ്പെട്ടു; ആറുമാസം തടവുശിക്ഷ കിട്ടി. ജയിലിൽനിന്നു വിട്ടപ്പോൾ കോൺഗ്രസിന്റെ ജില്ലാ സെക്രട്ടറിയായി. നാഷണൽ കോൺഗ്രസിന്റെ ഗയാ സമ്മേളനത്തിൽ പ്രതിനിധിയായി പങ്കെടുത്തു. ബുദ്ധഗയ മന്ദിരം, ബുദ്ധമതക്കാർക്കു ലഭിക്കുന്നതിന് ആ അവസരത്തിൽ മറ്റു പലതിന്റെയും കൂട്ടത്തിൽ ശ്രമിച്ചു.

1923-ൽ വീണ്ടും ജയിൽശിക്ഷ കിട്ടി; രണ്ടര വർഷത്തേക്ക്. രാജ്യദ്രോഹം നിറഞ്ഞ പ്രസംഗം ചെയ്തതായിരുന്നു കുറ്റം. ബക്സർ ജയിലിലും ഹസാരിബാഗ് ജയിലിലും കഴിഞ്ഞുകൂടി. പുരിയിലെ ഗോവർധനപീഠത്തിലെ ശങ്കരാചാര്യൻ ഭാരതികൃഷ്ണ തീർഥൻ, ജയിൽവാസകാലത്ത് രാഹുൽ സാംകൃത്യായന്റെ സഹതടവുകാരനായിരുന്നു. സ്വരാജി ശങ്കരാചാര്യ എന്ന വിളിപ്പേരുള്ള അദ്ദേഹം ഗണിതശാസ്ത്രത്തിലും ജ്യോതിശ്ശാസ്ത്രത്തിലും സവിശേഷ പാണ്ഡിത്യം ഉള്ള വ്യക്തിയായിരുന്നു. ബീജഗണിതവും (ആൾജിബ്ര) ക്ഷേത്ര ഗണിതവും (ജിയോമെട്രി) പ്രകാശ ശാസ്ത്രവും (ഓപ്റ്റിക്സ്) രാഹുൽ അദ്ദേഹത്തിൽനിന്നു പഠിച്ചു.

ഇംഗ്ലീഷ് മെച്ചപ്പെടുത്താൻ ആഗ്രഹം തോന്നി. ഇംഗ്ലീഷ് നോവലുകൾ ഹിന്ദിയിലേക്ക് വിവർത്തനം ചെയ്തു. ജയിലിൽ നിന്നു പുറത്തുവന്നപ്പോൾ കൗൺസിൽ തിരഞ്ഞെടുപ്പിൽ കോൺഗ്രസ് സ്ഥാനാർഥികളെ ജയിപ്പിക്കാൻ പ്രചാരണത്തിനിറങ്ങി. രാജേന്ദ്രപ്രസാദ്, മുഷരുൾ ഹക് തുടങ്ങിയ നേതാക്കന്മാരോടൊപ്പമായിരുന്നു പ്രവർത്തനം.

സംസ്കൃതം പഠിപ്പിക്കാൻ 1927-ൽ രാഹുൽ, ശ്രീലങ്കയിലേക്കു ചെന്നു. അവിടത്തെ താമസത്തിനിടയിൽ ബുദ്ധമതഗ്രന്ഥമായ *ത്രിപിടകം* ആഴത്തിൽ പഠിച്ചു. ഏഷ്യാറ്റിക് സൊസൈറ്റിയുടെ ഫയലുകൾ ഉപയോഗിച്ച് ഭാരതീയ സാംസ്കാരിക ചരിത്രത്തിന്റെ ഗൗരവപഠനവും കൂട്ടത്തിൽ നടന്നു. *എപിഗ്രാഫിക് ഇന്ത്യ* എന്ന ഗ്രന്ഥപരമ്പര ഉപയോഗിച്ച് പ്രാചീന ലിപികൾ പഠിച്ചു. അദ്ദേഹത്തിന്റെ ഗുരു ധർമാനന്ദ മഹാസ്ഥവിർ 'ത്രിപിടികാചാര്യ' ബഹുമതി രാഹുലിനു നൽകി.

പ്രമുഖ ബുദ്ധധർമ്മശാസ്ത്രഗ്രന്ഥങ്ങളെല്ലാം ടിബറ്റൻ ഭാഷയിലും ചൈനീസ് ഭാഷയിലും തർജുമ ചെയ്യപ്പെട്ടിട്ടുണ്ട് എന്ന് ശ്രീലങ്കയിൽവെച്ച് രാഹുലിനു ബോധ്യമായി. അദ്ദേഹം തിബറ്റിലേക്കു പുറപ്പെട്ടു. പാസ്പോർട്ടില്ലാതെ, പദയാത്രചെയ്ത് നേപ്പാളിലൂടെ ചൈനയുടെ മണ്ണിൽ ചവിട്ടി ഒടുവിൽ ലാസയിൽ ചെന്നെത്തി. കൈയിൽ കാര്യമായ കാശൊന്നുമില്ലാതെ, കാൽനടയായി, കൊള്ളക്കാർ നിറഞ്ഞ കൊടുംവഴിയിലൂടെ നടത്തിയ യാത്ര ഒരു സാഹസം തന്നെയായിരുന്നു.

ലാസയിൽവെച്ച് തിബറ്റൻ ഭാഷ പരിചയിച്ചു. ദലൈ ലാമയെ സന്ദർശിക്കാനുള്ള ശ്രമം ഫലിച്ചില്ല. പ്രധാന ബുദ്ധവിഹാരങ്ങളെല്ലാം സന്ദർശിച്ച് ഒന്നരവർഷത്തിനുശേഷം ഇന്ത്യയിലേക്കു മടങ്ങി.

ശ്രീലങ്കയിൽവച്ച് ഗുരു ധർമാനന്ദയാണ് ബുദ്ധന്റെ പുത്രനാമം 'രാഹുൽ' അടങ്ങിയ, രാഹുൽ സാംകൃത്യായന എന്ന പേര് നൽകിയത്. ആ പേരിലാണ് അദ്ദേഹം അറിയപ്പെട്ടത്.

മഹാബോധി സൊസൈറ്റി 1932-33-ൽ രാഹുലിനെ ലണ്ടനിലേക്ക് മതബോധനദൗത്യവുമായി അയച്ചു. ഹൈഗേറ്റ് സെമിത്തേരിയിൽ കാൾ മാർക്സിന്റെ ശവകുടീരം സന്ദർശിക്കാൻ രാഹുൽ മറന്നില്ല. ഫ്രാൻസിൽ ചെന്നപ്പോൾ പ്രമുഖ പൗരസ്ത്യ വിജ്ഞാന പണ്ഡിതനായ പ്രൊഫസർ സിൽവൻ ലീറിനെ സന്ദർശിച്ചു. ജർമനിയിൽ ചില ബുദ്ധമത പണ്ഡിതന്മാരെയും പരിചയപ്പെട്ടു. വീരേന്ദ്രനാഥ ചതോപാധ്യായ എന്ന വിപ്ലവ

കാരിയുടെ ഒത്താശയോടെ സോവിയറ്റ് യൂണിയനിൽ പോകാൻ ശ്രമിച്ചെങ്കിലും സാധിച്ചില്ല.

1934-ൽ പാസ്പോർട്ടു സഹിതം രണ്ടാംവട്ടം തിബറ്റ് സന്ദർശിച്ചു. അമൂല്യമായ ബുദ്ധധർമ താളിയോല ഗ്രന്ഥങ്ങൾ പഠിക്കാൻ അവസരം കിട്ടി. മഹാബോധി സൊസൈറ്റി നാലായിരം രൂപ അയച്ചുകൊടുത്തു. മറ്റു സുഹൃത്തുക്കളും ധനസഹായം ചെയ്തു. ബുദ്ധധർമ്മ ഗ്രന്ഥങ്ങൾ വാങ്ങാൻ അത് ഉപയോഗിച്ചു. വിവിധ വിഷയങ്ങളിലുള്ള നാലായിരം ഭാരതീയ കൃതികളുടെ തിബത്തൻ തർജുമകൾ അവയിൽ ഉണ്ടായിരുന്നു. രണ്ടു ഡസൻ കോവർകഴുതകളെ കൂലിക്കെടുത്താണ് ഗ്രന്ഥശേഖരം ഇന്ത്യയിൽ എത്തിച്ചത്. തിബത്തൻ ഭാഷയിൽ ബ്ലോക്ക് പ്രിന്റിലുള്ള 1619 ഗ്രന്ഥങ്ങളും മൂന്നു ഡസൻ ക്ലാസിക്കൽ പെയിന്റിങ്ങുകളും അദ്ദേഹം കൊണ്ടുവന്നു.

ഇന്ത്യൻ സുഹൃത്തുക്കളുടെയും ശ്രീലങ്കൻ സുഹൃത്തുക്കളുടെയും സഹായത്തോടെ രണ്ടു ലക്ഷം ശ്ലോകങ്ങളുടെ കൈയെഴുത്തു പകർപ്പും ഉണ്ടാക്കി. ബുദ്ധമത സംസ്കൃത കൃതികളുടെ ഫോട്ടോഗ്രാഫുകളും തയാറാക്കി.

1935-ൽ മറ്റൊരു പര്യടനത്തിനു പുറപ്പെട്ടു. തെക്കുകിഴക്കനേഷ്യ, ജപ്പാൻ, കൊറിയ, വടക്കുകിഴക്കൻ ചൈന എന്നീ നാടുകൾ കടന്ന് മോസ്കൊവിൽ ചെന്നു. ഇറാനിലൂടെ (ഹാഫിസ്, സാദി, ഫിർദൗസി എന്നീ മഹാകവികളുടെ അന്ത്യവിശ്രാന്തി കുടീരങ്ങൾ സന്ദർശിച്ചു) ഇന്ത്യയിലേക്കു മടങ്ങി.

1936-ലെ മൂന്നാംവട്ട തിബത്തൻ യാത്രയിൽ പുതിയ പലതും കണ്ടെത്തി. ദക്ഷിണ ഭാരതീയ ദാർശനികനായ ധർമ്മകീർത്തിയുടെ ഭാരതീയ തർക്കശാസ്ത്ര കൃതിയായ *പ്രമാണവർത്തിക*യുടെ പൂർണ ഹസ്ത ലിഖിതഗ്രന്ഥം കണ്ടെത്തിയത് വലിയ സംഭവമായിരുന്നു. പട്നയിലെ കെ പി ജസ്വാൾ, ഈ വാർത്ത റഷ്യയിലെ ഷർബട്സ്കോയിയെ അറിയിച്ചു. പ്രസ്തുത വിഷയത്തിൽ പ്രാമാണികനായ ആ റഷ്യൻ പണ്ഡിതൻ, രാഹുലിനെ റഷ്യയിലേക്കു ക്ഷണിച്ചു. *പ്രമാണവർത്തിക*യുടെ പ്രാധാന്യം പുരസ്കരിച്ച് പണ്ഡിതന്മാരുടെ അന്തർദേശീയ സമ്മേളനം നടത്തി. രാഹുൽ ആറുമാസം റഷ്യയിൽ ഗവേഷണ പഠനത്തിൽ ഏർപ്പെട്ടു. ആ സന്ദർഭത്തിൽ അവിടെവച്ച് അദ്ദേഹം വിവാഹിതനായി.

സോവിയറ്റ് ഭൂമി എന്ന പേരിൽ റഷ്യയെപ്പറ്റി രാഹുൽ ഒരു ബൃഹദ് ഗ്രന്ഥം രചിച്ചു. അദ്ദേഹം മധ്യ ഏഷ്യ വഴി റഷ്യയിൽനിന്നു മടങ്ങി. 1938-ൽ നാലാമത്തേതും അവസാനത്തേതുമായ തിബത്തൻ പര്യടനത്തിൽ ഏർപ്പെട്ടു. അത്തവണയും അമൂല്യങ്ങളായ പൗരാണിക ഗ്രന്ഥങ്ങൾ കണ്ടെത്താൻ കഴിഞ്ഞു.

കമ്യൂണിസവുമായി അദ്ദേഹത്തിനുണ്ടായ അടുപ്പത്തെപ്പറ്റി അൽപ്പം സൂചിപ്പിക്കട്ടെ. 1930-ൽ തിബത്തിൽ നിന്നു വന്നപ്പോൾ ഞാൻ അദ്ദേഹവുമായി പരിചയപ്പെട്ടു. രാഷ്ട്രീയത്തിൽ ഇടപെടാതിരുന്നിട്ടും അദ്ദേഹത്തിന് കമ്യൂണിസ്റ്റ് പ്രസ്ഥാനത്തിൽ ആഭിമുഖ്യമുണ്ട് എന്ന് ഞാൻ മനസിലാക്കി. കൽക്കത്തയിലെ മഹാബോധി സൊസൈറ്റിയിൽവച്ച് ഞങ്ങൾ

പലവട്ടം കണ്ടുമുട്ടുകയും സംവാദത്തിൽ ഏർപ്പെടുകയും ചെയ്തു. നിരോധിക്കപ്പെട്ട കമ്യൂണിസ്റ്റ് പാർട്ടിയുടെ വക ചില ലഘുലേഖകൾ (സൈക്ലോസ്റ്റൈൽ ചെയ്തവ) ഞാൻ നൽകി. വായിച്ചശേഷം അവ തിരിച്ചുതന്നു. അദ്ദേഹം കൽക്കത്തയിൽ വരുമ്പോഴെല്ലാം എന്നെ വന്നു കാണും. പട്ന, സാരാനാഥ്, അലഹാബാദ് എന്നിവിടങ്ങളിൽ ചെല്ലുമ്പോൾ ഞാൻ അദ്ദേഹത്തെയും സന്ദർശിക്കും.

രണ്ടാം തവണ രാഹുൽ സോവിയറ്റ് യൂണിയൻ സന്ദർശിക്കുകയും മടങ്ങിവന്ന് തിബത്തിലേക്കു പോവുകയും ചെയ്തു. തിരിച്ച് കൽക്കത്തയിലെ മഹാബോധി സൊസൈറ്റിയിൽ എത്തിയശേഷം ഞാൻ അദ്ദേഹത്തെ സന്ദർശിക്കുകയും എന്റെ സഖാക്കളെ കാണാൻ താൽപ്പര്യമുണ്ടോ എന്ന് അന്വേഷിക്കുകയും ചെയ്തു. അത് ഉടനെ സമ്മതിച്ചു. സഖാക്കൾ സോമനാഥ് ലാഹിരി, ബങ്കിം മുഖർജി, അബ്ദുൾ ഹലിം, ഭവാനി സെൻ എന്നിവരേയും കൂട്ടി ഞാൻ മഹാബോധി സൊസൈറ്റിയിലേക്കു ചെന്നു. സോവിയറ്റ് റഷ്യ നേടിയ പുരോഗതിയെപ്പറ്റി അദ്ദേഹം സ്വാനുഭവത്തിന്റെ വെളിച്ചത്തിൽ ഞങ്ങൾക്കു വിവരിച്ചുതന്നു. ജീവിതത്തിന്റെ വിവിധ തുറകളിൽപ്പെട്ട കമ്യൂണിസ്റ്റ് സഖാക്കളെ ഒന്നിച്ചു കണ്ടപ്പോൾ അദ്ദേഹം അതിയായി സന്തോഷിച്ചു. ഞാനും ലാഹിരിയും ഒഴികെ മറ്റുള്ളവർ തിരിച്ചുപോയി. ബുദ്ധസന്യാസിയുടെ വസ്ത്രങ്ങൾ പട്ന മ്യൂസിയത്തിലേക്കു നൽകി ആരാധകരുടെയും കർഷകരുടെയും സഹായത്തോടെ ബിഹാറിൽ കൂട്ടുകൃഷി നടത്താൻ പോവുകയാണെന്നു രാഹുൽ പറഞ്ഞു. ഈ മാതൃക മറ്റുള്ളവരും പിന്തുടരുമെന്നും അങ്ങനെ മുന്നോട്ടുപോവുമെന്നും അദ്ദേഹം പ്രത്യാശിച്ചു. എംഗൽസിന്റെ *സോഷ്യലിസം - ശാസ്ത്രീയവും സാങ്കൽപ്പികവും*, ഹെർട്സലറുടെ *യൂറോപ്യൻ തത്ത്വചിന്തയുടെ ചരിത്രം* എന്നീ കൃതികൾ ഞാൻ വായിച്ചിരുന്നു. നൂറ്റാണ്ടുകളായി പലരും കണ്ട സ്വപ്നത്തെപ്പറ്റിയാണ് രാഹുൽ പറയുന്നത് എന്നും അതു വിജയിച്ചതായി അറിവില്ലെന്നും ഞാൻ അദ്ദേഹത്തോടു പറഞ്ഞു.

പിന്നെ താൻ എന്തു ചെയ്യണം എന്നായി ചോദ്യം. കോൺഗ്രസ് സോഷ്യലിസ്റ്റ് പാർട്ടിയിൽ ചേർന്ന് ബിഹാറിൽ രാഷ്ട്രീയ പ്രവർത്തനം നടത്താമെന്ന് ഞാൻ അഭിപ്രായപ്പെട്ടു. സുന്ദരയ്യ, നമ്പൂതിരിപ്പാട്, ഗോപാലൻ, നൃപൻ ചക്രവർത്തി, കെ എം അഷറഫ് എന്നിവരും മറ്റും ആ രംഗത്തുണ്ട് എന്നും അറിയിച്ചു.

1938 ഒക്ടോബർ 5-ന് രാഹുൽ പട്നയിൽ എത്തി. പഠനം, ഗവേഷണം, സഞ്ചാരം എന്നീ അഭിലാഷങ്ങൾ സഫലമായതായി അദ്ദേഹം പ്രഖ്യാപിച്ചു. ദാരിദ്ര്യം ശാപമാണെന്നു ബോധ്യമായി. നിസ്സഹകരണ സമരത്തിൽ പങ്കുകൊള്ളുമ്പോൾ തന്നെ, കർഷകരുടെയും തൊഴിലാളികളുടെയും ചൂഷണവിമുക്തിയാണ് സ്വരാജ് കൊണ്ട് ഉദ്ദേശിക്കുന്നത് എന്ന് രാഹുൽ മനസിലാക്കിയിരുന്നു.

തിബത്തിൽനിന്നു കൊണ്ടുവന്നതെല്ലാം പട്ന മ്യൂസിയത്തിനും ബിഹാറിലെയും ഒറീസയിലെയും റിസർച്ച് സൊസൈറ്റിക്കും നൽകി. ഛാപ്രയിലെ കർഷകരുടെയും തൊഴിലാളികളുടെയും ജീവിതനില പഠി

ക്കാൻ അവിടെച്ചെന്നു. ബിഹാർ പ്രാദേശിക കിസാൻസഭാ സമ്മേളനത്തിൽ സംബന്ധിച്ചു. രാജേന്ദ്ര പ്രസാദിനെ അദ്ദേഹത്തിന്റെ ഗ്രാമത്തിലെ വസതിയിൽച്ചെന്നു കണ്ടു. പ്രാദേശിക കോൺഗ്രസ് സോഷ്യലിസ്റ്റ് പാർട്ടി സമ്മേളനത്തിൽ പങ്കെടുക്കുകയും പാർട്ടിയിൽ അംഗത്വം വാങ്ങുകയും ചെയ്തു.

വടക്കു പടിഞ്ഞാറൻ സറൺ ജില്ലയിലെ ഗ്രാമങ്ങളിൽ 1939 ജനുവരി ഒന്നാം തീയതി മുതൽ രാഹുൽ ഒരു പര്യടനം നടത്തി. മറ്റു സഖാക്കളുടെ അഭിപ്രായം അന്വേഷിച്ചതിനുശേഷമായിരുന്നു അത്. അംവാറിയിലെ ഒരു വൻകിട ജമീന്ദാർക്കെതിരെ സത്യഗ്രഹം തുടങ്ങാൻ അവർ തീരുമാനിച്ചു. ഐ പി സി 144-ാം വകുപ്പ് പ്രകാരം നിരോധനാജ്ഞ പാസാക്കിയപ്പോൾ അതു ലംഘിക്കാനും തീരുമാനമായി. ഫിബ്രുവരി 24-നായിരുന്നു സമരം. ജമീന്ദാരുടെ ലാത്തിയേന്തിയ കാവൽക്കാർ അടി തുടങ്ങിയപ്പോൾ പരുക്കുപറ്റി ചോരയൊഴുകി. മറ്റുള്ള അമ്പതു പ്രവർത്തകരോടൊപ്പം രാഹുൽ അറസ്റ്റ് ചെയ്യപ്പെട്ടു. 379-ാം വകുപ്പ് (മോഷണക്കുറ്റം) പ്രകാരം കേസ് രജിസ്റ്റർ ചെയ്തു. ആറു മാസത്തെ തടവും 20 രൂപ പിഴയും ശിക്ഷ കിട്ടി. പിഴ അടച്ചില്ലെങ്കിൽ മൂന്നുമാസം കൂടുതൽ തടവ്.

രാഹുലിന്റെ അറസ്റ്റിലും തടവിലും അനുഭവിച്ച മാരകമായ മർദനത്തിലും പ്രതിഷേധിച്ച് വിദ്യാർഥികളും ബഹുജനങ്ങളും പ്രക്ഷോഭം തുടങ്ങി. തടവുകാരെ വിട്ടയക്കാൻ കോൺഗ്രസ് ഗവൺമെന്റ് നിർബന്ധിതമായി. മോചിതനായശേഷവും തന്റെ ഗ്രാമപര്യടനം തുടർന്നു. ചിതന്തി എന്ന സ്ഥലത്ത് സത്യഗ്രഹം തുടങ്ങുകയും ചെയ്തു. ഇത്തവണ രണ്ടു വർഷത്തെ തടവിനു ശിക്ഷിച്ച് ഹസാരിബാഗ് ജയിലിലേക്കയച്ചു. ജൂലായിൽ തടവുവിട്ട് ഇറങ്ങിയശേഷവും പ്രവർത്തനത്തിന് മുടക്കം വരുത്തിയില്ല. നാഷണൽ കോൺഗ്രസിന്റെ പ്രാദേശിക സമിതിയിൽ പ്രതിനിധിയായി ഏകകണ്ഠമായി തിരഞ്ഞെടുക്കപ്പെട്ടു. ആന്ധ്രയിലെ പലാസയിൽചേർന്ന അഖിലേന്ത്യാ കിസാൻസഭയുടെ പ്രസിഡണ്ടു സ്ഥാനത്തും നിയുക്തനായി.

ബിഹാറിലെ മോങ്കർ എന്ന സ്ഥലത്തുവച്ച് സഖാവ് രുദ്രദത്ത ഭരദ്വാജിന്റെ സാന്നിധ്യത്തിൽ സി പി ഐയുടെ പ്രാദേശിക യൂണിറ്റ് രൂപീകരിച്ചു. രാഹുൽ സ്ഥാപക മെമ്പറായിരുന്നു. 1940 മാർച്ച് 15-ന് രാജ്യരക്ഷാനിയമപ്രകാരം വീണ്ടും അറസ്റ്റിലായി. ഇരുപത്തൊമ്പതു മാസം ശിക്ഷ അനുഭവിച്ചു. ഹൈദരാബാദിൽനിന്ന് അറസ്റ്റു ചെയ്ത് സാഹരിബാഗിലെ സെൻട്രൽ ജയിലിലേക്കു കൊണ്ടുപോയി. പിന്നീട് അജ്മീറിന് സമീപമുള്ള ദേവലി തടങ്കൽ താവളത്തിലും പാർപ്പിച്ചു.

ഇത്തവണത്തെ ജയിൽവാസം ഫലവത്തായിരുന്നു. തടവുകാരുടെ പക്കലുള്ള മാർക്സിസ്റ്റു കൃതികളെല്ലാം ശേഖരിച്ച് ഗൗരവമായ പഠനം നടത്തി. പുസ്തകരചനയിലും ഏർപ്പെട്ടു. *മാനവ സമാജ്*, *വൈജ്ഞാനിക് ഭൗതികവാദ്*, *ദർശൻ ദിഗ്ദർശൻ*, *വോൾഗാ സെ ഗംഗാ* (*വോൾഗ മുതൽ ഗംഗ വരെ* - മലയാള വിവർത്തനം) എന്നീ കൃതികൾ ജയി

ലിൽവച്ച് എഴുതിയതാണ്. ഭോജ്പുരിയിൽ എട്ട് ലഘുനാടകങ്ങളും രചിച്ചു.

ജയിൽ വിമോചിതനായ ശേഷം *ഹുങ്കാർ* വാരികയുടെ പത്രാധിപരായി. ബോംബെയിലെ പാർട്ടി കേന്ദ്രത്തിൽ പ്രവർത്തിക്കാൻ ക്ഷണം കിട്ടി. എന്നാൽ ഏതാനും മാസം കഴിഞ്ഞപ്പോൾ, മടങ്ങിവന്ന് കർഷകരുടെ ഇടയിൽ പ്രവർത്തനം തുടർന്നു. പാർട്ടിയുടെയും കിസാൻസഭയുടെയും പ്രവർത്തനവുമായി ബന്ധപ്പെട്ട് ഇന്ത്യയുടെ വിവിധ ഭാഗങ്ങളിൽ സഞ്ചരിച്ചു.

ഭാര്യയെയും ഏഴു വയസുകാരൻ മകൻ ഇഗോറിനെയും കാണാൻ 1944-ൽ ലെനിൻഗ്രാദിലേക്കു പോയി. അവിടെവച്ച് സംസ്കൃതം പഠിപ്പിക്കുകയും റഷ്യൻ ഭാഷ പഠിക്കുകയും പുസ്തകരചനയ്ക്ക് വസ്തുതാശേഖരണം നടത്തുകയും ചെയ്തു. ബൃഹദ്കൃതിയായ *മധ്യ ഏഷ്യ കാ ഇതിഹാസ്* അങ്ങനെ എഴുതിയതാണ്. സദറുദീൻ അയനി, ജലാൽ ഇബ്രാമി എന്നിവരുടെ ഏതാനും താജിക് നോവലുകൾ വിവർത്തനം നടത്തുകയും ചെയ്തു.

1947 ആഗസ്തിൽ ഇന്ത്യയിൽ തിരിച്ചെത്തി മുഴുവൻ സമയവും പുസ്തകരചനയിൽ മുഴുകി. ഹിന്ദി സാഹിത്യ സമ്മേളൻ അധ്യക്ഷനായി 1947-ൽ തിരഞ്ഞെടുക്കപ്പെട്ടു (മുമ്പ് ഒരു തവണ കോൺഗ്രസ് ഖജാൻജി ജമുനാ ലാൽ ബജാജ് അദ്ദേഹത്തെ ഈ സ്ഥാനത്തേക്കുള്ള തിരഞ്ഞെടുപ്പിൽ തോൽപ്പിച്ചു. അന്ന് ഗാന്ധിയും ഠണ്ഡനും ബജാജിനെയാണ് പിന്തുണച്ചത്). ഡിസംബർ അവസാനത്തെ ആഴ്ച ബോംബെയിൽ വച്ചാണ് സമ്മേളനം നടന്നത്. അദ്ദേഹത്തിന്റെ അധ്യക്ഷപ്രഭാഷണത്തിൽ പ്രതിലോമപരമായ ഒരു ഖണ്ഡിക ഉണ്ടായിരുന്നു. ഇന്ത്യയിലെ മുസ്ലീങ്ങൾ, ഒരേ ഭാഷയും ഒരേ ആഹാരരീതിയും ഒരേ വേഷക്രമവും പാലിക്കണമെന്ന് ആ പ്രസംഗത്തിൽ ആവശ്യപ്പെട്ടു.

പ്രസ്തുത പ്രസംഗഭാഗം നീക്കം ചെയ്യാൻ കമ്യൂണിസ്റ്റ് പാർട്ടി നിർദേശിച്ചു. അച്ചടിച്ച പ്രസംഗം പ്രതിനിധികൾക്കും പൊതുജനങ്ങൾക്കും വിതരണം ചെയ്തു എന്നും അതുകൊണ്ട് നീക്കം ചെയ്യാനാവില്ല എന്നുമായിരുന്നു മറുപടി. അദ്ദേഹത്തെ പാർട്ടിയിൽ നിന്നു പുറത്താക്കാൻ പാർട്ടി നിർബന്ധിതമായി. ആ അധ്യക്ഷ പ്രസംഗത്തിന്റെ പൂർണരൂപം രാഹുലിന്റെ *സാഹിത്യ നിബന്ധാവലി*യിൽ കാണാം. *ബാഗൊ നഹി ദുനിയാ കൊ ബദലൊ* 1944-ൽ പുറത്തുവന്നു. അതിന്റെ പരിഷ്കരിച്ച പുതിയ പതിപ്പ് പാർട്ടിയിൽ നിന്നു പുറത്താക്കി പത്തൊമ്പതു ദിവസം കഴിഞ്ഞാണ് ഇറങ്ങിയത്. മേൽപ്പറഞ്ഞ അപകടകരമായ ആശയം അടങ്ങിയ ഖണ്ഡിക അതിൽ ഉണ്ടായിരുന്നു.

പാർട്ടിയിൽനിന്നു പുറത്താക്കി എട്ടുവർഷം കഴിഞ്ഞപ്പോൾ രാഹുൽ, അന്നത്തെ ജനറൽ സെക്രട്ടറി അജയഘോഷിനെ സന്ദർശിച്ച്, തനിക്കു പറ്റിയ തെറ്റ് ഏറ്റു പറഞ്ഞു. അദ്ദേഹത്തെ പാർട്ടിയിൽ തിരിച്ചെടുത്തു; പിന്നീട് മരണം വരെ കമ്യൂണിസ്റ്റ് പാർട്ടിയിൽ ഉറച്ചുനിന്നു.

മഹാദേവ സാഹ

21

നിരഞ്ജൻ സെൻ ഗുപ്ത

അവിഭക്ത ബംഗാളിലെ ബരിസാൽ ജില്ല പല മഹാപുരുഷന്മാരുടെയും ജന്മഭൂമിയാണ്. വിദ്യാഭ്യാസ രംഗത്തും രാഷ്ട്രീയ രംഗത്തും അവർ ചെയ്ത സേവനങ്ങൾ സുവർണ ലിപികളിൽ എഴുതപ്പെട്ടതാണ്. അതിന്റെ പേരിൽ ബംഗാളും ഇന്ത്യയും അഭിമാനം കൊള്ളുന്നു.

അവരിൽ ഒരാളാണ് നിരഞ്ജൻ സെൻ ഗുപ്ത. സ്വാതന്ത്ര്യ സമരത്തിന്റെയും കമ്യൂണിസ്റ്റ് പാർട്ടിയുടെയും ചരിത്രത്തിൽ അദ്ദേഹത്തിന്റെ പേരും പ്രവർത്തനവും അഗ്രിമസ്ഥാനത്ത് രേഖപ്പെടുത്തിയിരിക്കുന്നു. അദ്ദേഹത്തിന്റെ ദേശാഭിമാനവും ത്യാഗബോധവും കർത്തവ്യനിഷ്ഠയും അസാധാരണവും അവിസ്മരണീയവുമത്രെ. അതുപോലെ, പെരുമാറ്റത്തിലെ വിനയവും കരുണയും പ്രശസ്തിവിമുഖതയും പ്രസിദ്ധമത്രെ. വരാനിരിക്കുന്ന തലമുറകളിലെ രാഷ്ട്രീയ പ്രവർത്തകർക്കെല്ലാം മാതൃകയാക്കാവുന്ന മഹനീയത അദ്ദേഹത്തിന്റെ ജീവിതത്തിൽ ഉടനീളം ദൃശ്യമായിരുന്നു.

ഇന്നത്തെ ബംഗ്ലാദേശിൽ ഉൾപ്പെടുന്ന ബരിസാൽ ജില്ലയിലെ നാരായണപൂർ ഗ്രാമത്തിൽ 1903-ലാണ് നിരഞ്ജൻ സെൻ ഗുപ്തയുടെ ജനനം. ചരമം 1969 ഡിസംബറിൽ കൽക്കത്തയിൽ അറുപത്തിയാറാം വയസ്സിൽ ആയിരുന്നു. പഠിപ്പിൽ മിടുക്കനായിരുന്നെങ്കിലും ഹൈസ്കൂൾ വിദ്യാഭ്യാസം കഴിഞ്ഞ ഉടനെ പഠനം ഉപേക്ഷിച്ച് സ്വാതന്ത്ര്യ സമരരംഗത്തേക്ക് എടുത്തു ചാടുകയാണു ചെയ്തത്.

സ്വദേശി പ്രസ്ഥാനത്തിന്റെ കാലമായിരുന്നു അത്. ബ്രിട്ടീഷ് വിരുദ്ധ-സാമ്രാജ്യത്വ വിരുദ്ധ വികാരം കൊണ്ട് അന്തരംഗം ചൂടുപിടിച്ചിരുന്നു. കർസൺ പ്രഭുവിന്റെ ബംഗാൾ വിഭജന തീരുമാനത്തിനെതിരെ

പ്രതിഷേധിക്കാനുള്ള ആവേശം സകലരിലും-കുട്ടികളിൽപ്പോലും-ജ്വലിച്ചുനിന്നു. വിദേശ വാഴ്ചയുടെ നുകം പേറുന്ന മാതൃഭൂമിയുടെ നൊമ്പരം യുവാവായ നിരഞ്ജന്റെ ഹൃദയത്തിലും നിറഞ്ഞു. 'നിവേദനസമർപ്പണ രാഷ്ട്രീയ'ത്തോടു ഒരു വിഭാഗം യുവാക്കൾക്ക് നീരസം തോന്നിത്തുടങ്ങിയിരുന്നു. അഭ്യർഥനകൾ, പത്രപ്രസ്താവനകൾ, നിവേദനങ്ങൾ, പ്രകടനങ്ങൾ എന്നിവ കൊണ്ടൊന്നും ബ്രിട്ടീഷ് സാമ്രാജ്യത്വത്തെ മുട്ടുകുത്തിക്കാനാവില്ലെന്ന് ഈ യുവാക്കൾ വിശ്വസിച്ചു. കോൺഗ്രസ് നേതൃത്വമാവട്ടെ, 'നിവേദന രാഷ്ട്രീയത്തി'ൽ വിശ്വസിക്കുന്നവരായിരുന്നു.

ചുട്ട പ്രഹരംകൊണ്ടേ സാമ്രാജ്യത്വം അടങ്ങുകയുള്ളൂ എന്നു മനസിലാക്കിയ യുവജനത സായുധസമരത്തിന്റെ വഴി തെരഞ്ഞെടുത്തു. അവർ ചെറു ചെറു സംഘങ്ങളായി ഒത്തു ചേർന്ന് രഹസ്യ ഭീകരസംഘടന രൂപീകരിച്ച്, ക്രൂരരായ സർക്കാരുദ്യോഗസ്ഥരെ വെടിവച്ചും ബോംബെറിഞ്ഞും കൊലപ്പെടുത്തി ഭരണകൂടത്തെ ഭീഷണിപ്പെടുത്തി. ഈ രഹസ്യ സംഘടനകൾ ആയുധങ്ങൾ സംഭരിക്കുകയും അവ ഉപയോഗിക്കാൻ പരിശീലനം നടത്തുകയും ചെയ്തു. ഈ വിപ്ലവവീര്യം നിറഞ്ഞ കാലഘട്ടത്തിൽ ബംഗാളിൽ രൂപമെടുത്തതാണ് 'അനുശീലൻ സമിതി.' സതീഷ് പക്രാസി ആയിരുന്നു അതിന്റെ ഒരു നേതാവ്. വിദ്യാലയ പഠനം കഴിഞ്ഞു നിൽക്കുന്ന നിരഞ്ജൻ, വിപ്ലവ രാഷ്ട്രീയത്തിൽ ആകൃഷ്ടനായി. സതീഷ് പക്രാസിയുടെ പരിചയസീമയിൽ അകപ്പെട്ടു. തുടർന്ന് 'അനുശീലൻ സമിതി'യിൽ അംഗമായി.

നിരഞ്ജൻ, കൽക്കത്തയിലെത്തി റിപ്പൺ കോളേജിൽ (ഇന്നത്തെ സുരേന്ദ്രനാഥ് കോളേജ്) ഇന്റർമീഡിയറ്റ് സയൻസ് ക്ലാസിൽ ചേർന്നു. ഉടനെ, വിദ്യാർഥികളെ സംഘടിപ്പിക്കുന്നതിൽ തൽപ്പരനായി. ഇന്റർമീഡിയറ്റ് പാസായ ശേഷം, വിപ്ലവ സമിതിയുടെ നേതാക്കന്മാരുടെ നിർദേശപ്രകാരം മൂർഷിദാബാദ് ജില്ലയിലെ ബഹ്റാംപൂരിൽ ബി എസ് സി കോഴ്സിനു ചേർന്നു. അവിടത്തെ വിദ്യാർഥികളുടെയും പൊതുജനങ്ങളുടെയും ഇടയിൽ രഹസ്യപ്രവർത്തനത്തിൽ ഏർപ്പെട്ടു. വിപ്ലവ പ്രസ്ഥാനത്തിന്റെ ആശയാദർശങ്ങൾ വിവരിക്കുന്ന ലഘുലേഖകൾ വിതരണം ചെയ്യുകയും പ്രാദേശിക നേതാക്കന്മാരുമായി ബന്ധം വെക്കുകയും ചെയ്തു. ധീരവും ഹൃദ്യവുമായ പെരുമാറ്റം സകലരെയും ആകർഷിച്ചു; പ്രത്യേകിച്ച് വിദ്യാർഥികളെ.

ബഹ്റാംപൂരിൽനിന്ന് നിരഞ്ജൻ ഇടക്കിടെ കൽക്കത്തയിൽ ചെന്ന് യതിൻ ദാസിനെ (ഇദ്ദേഹം പിൽക്കാലത്ത് ലാഹോർ ജയിലിൽ നിരാഹാരസമരം നടത്തവേ നിര്യാതനായി) കാണാറുണ്ടായിരുന്നു. അദ്ദേഹത്തിന്റെ വരവും പോക്കും പൊലീസിന്റെ ശ്രദ്ധയിൽപ്പെട്ടു. 1925 മധ്യത്തിൽ കോളേജ് ലബോറട്ടറിയിൽ വച്ച് നിരഞ്ജൻ സെന്നിനെ അറസ്റ്റു ചെയ്ത് മിഡ്നാപ്പൂർ സെൻട്രൽ ജയിലിലേക്കു കൊണ്ടുപോയി. വിദ്യാർഥികൾ ആവേശകരമായി വിട നൽകി. യതിൻ ദാസ് ചെല്ലുമ്പോൾ സതീഷ് പക്രാസി ജയിലിൽ ഉണ്ടായിരുന്നു. കോളേജിൽനിന്ന് സഹവി

ദ്യാർഥികൾ നൽകിയ മാല നിരഞ്ജൻ ചെന്നപാടെ സതീഷ് ദായുടെ കഴുത്തിൽ അണിയിച്ചു. ആ ജയിലിൽ യതിൻദാസ്, സൂര്യസെൻ, ഗണേഷ് ഘോഷ് തുടങ്ങിയ നേതാക്കന്മാരും ഉണ്ടായിരുന്നു.

മഹാരാഷ്ട്രയിലെ രത്നഗിരി ജയിലിലേക്ക് സൂര്യസെന്നിനേയും നിരഞ്ജൻ സെന്നിനേയും മാറ്റി. വിപ്ലവ പ്രസ്ഥാനത്തിന്റെ ഭാവിയെപ്പറ്റിയും സ്വന്തം ഭാവിയെപ്പറ്റിയും സൂര്യസെന്നുമായി ചർച്ച ചെയ്യാൻ നിരഞ്ജൻ ഈ സന്ദർഭം ഉപയോഗപ്പെടുത്തി. രത്നഗിരിയിൽ നിന്ന് നിരഞ്ജനെ ചിറ്റഗോങ്ങിലെ ഒരു ഗ്രാമത്തിൽ വീട്ടുതടങ്കലിൽ പാർപ്പിക്കുകയും പിന്നീട് 1928-ന്റെ മധ്യത്തിൽ വിട്ടയക്കുകയും ചെയ്തു. 1928-ൽ അഖില ബംഗാൾ വിദ്യാർഥി അസോസിയേഷൻ രൂപീകരിച്ചപ്പോൾ, സംഘടനയുടെ മാസികയുടെ പുറംചട്ടയിൽ നിരഞ്ജൻ സെന്നിന്റെ ചിത്രം അച്ചടിച്ചതിൽനിന്ന് അദ്ദേഹം വിദ്യാർഥി ലോകത്തിന് എത്രമാത്രം പ്രിയംകരനായിരുന്നു എന്നു തെളിയുന്നു.

1928-ൽ ജയിലിൽനിന്നു വിട്ടപ്പോൾ, ഉടൻ മറ്റൊരു 'വിപ്ലവപദ്ധതി' തുടങ്ങണമെന്ന് നിരഞ്ജൻ ആഗ്രഹിച്ചെങ്കിലും മറ്റു നേതാക്കന്മാർ ഒരുക്കമായിരുന്നില്ല. വിപ്ലവസംഘത്തിലെ യുവവിഭാഗത്തെ ഇതു നിരാശപ്പെടുത്തി. നിരഞ്ജൻ സെന്നിന്റെ നേതൃത്വത്തിൽ അവർ പ്രതിഷേധം പ്രകടിപ്പിച്ചു. സതീഷ് പക്രാസിയെപ്പോലെ മറ്റു ചില നേതാക്കന്മാരും അവരോടൊപ്പം ചേർന്നു. അവർ ഒരു 'തീവ്രവിഭാഗം' ആയി.

ടാഗോർ സെൻട്രൽ ജയിലിൽ നിരാഹാരസമരത്തിൽ ഏർപ്പെട്ട യതിൻ ദാസ് 63-ാമത്തെ ദിവസം മരണമടഞ്ഞ സംഭവം വലിയ കോളിളക്കം സൃഷ്ടിച്ചു. നിരഞ്ജൻ സെന്നും സംഘവും പ്രതിഷേധിക്കാനും പ്രതികാരം ചെയ്യാനും ആഹ്വാനം ചെയ്തുകൊണ്ട് രഹസ്യമായി പ്രസ്താവന അച്ചടിച്ചിറക്കി. എന്തെങ്കിലും ഉടനെ ചെയ്തേ ഒക്കൂ എന്ന തീവ്രമായ വികാരം സൃഷ്ടിച്ച അസ്വസ്ഥതയിൽ കഴിയവെ 1929 ഡിസംബറിൽ കൽക്കത്തയിലെ മെച്ച ബസാറിലെ ഒരു കുടിലിൽവച്ച് നിരഞ്ജൻ സെൻ അറസ്റ്റിലായി. ഒപ്പം സതീഷ് പക്രാസിയും രമൺ ബിശ്വാസും ഉണ്ടായിരുന്നു. 1930-ൽ മെച്ച ബസാർ ബോംബ് കേസ് വിധി പറഞ്ഞു. നിരഞ്ജൻ സെന്നിനെ പത്തു വർഷത്തെ കഠിനതടവിനു ശിക്ഷിച്ചു. ഹൈക്കോടതി അത് ഏഴു വർഷമായി കുറച്ചു. അന്തമാൻ ദ്വീപിലേക്ക് നാടുകടത്താനും വിധിച്ചു.

കൈത്തറിയിലെ ഓടംപോലെ ജയിലിൽനിന്ന് ജയിലിലേക്ക് സെന്നിനെ മാറ്റിക്കൊണ്ടിരുന്നു. ആലിപ്പൂരിൽ നിന്ന് മിഡ്നാപ്പൂരിലേക്ക് അവിടെനിന്ന് മഹാരാഷ്ട്രയിലെ ബെൻഗാവുണിലേക്കും ഒടുവിൽ അന്തമാനിലെ സെല്ലുലാർ ജയിലിലേക്കും മാറ്റി. അവിടെവച്ചാണ് മാർക്സിസം-ലെനിനിസം സെന്നിന്റെ ശ്രദ്ധയിൽപ്പെടുന്നത്.

സായുധ സമരമാർഗം സ്വീകരിച്ച വിപ്ലവകാരികൾക്ക് സ്വതന്ത്ര ഇന്ത്യയുടെ ഭരണസംവിധാനത്തെ സംബന്ധിച്ച് പ്രായോഗികമായ ഒരു സങ്കൽപ്പവും ഉണ്ടായിരുന്നില്ല. സാമ്രാജ്യത്വ ശക്തിയെ എങ്ങനെ അടി

യറവ് പറയിക്കാമെന്നും തീർച്ചയുണ്ടായിരുന്നില്ല. കർഷകരെയും തൊഴിലാളികളെയും സംഘടിപ്പിച്ച് ബഹുജനാടിത്തറയുള്ള സമരമാർഗത്തിലൂടെ സാമ്രാജ്യത്വ വാഴ്ച അവസാനിപ്പിക്കുകയും അതിലും വിശാലമായ ബഹുജന സമരത്തിലൂടെ മനുഷ്യവർഗത്തെ പൊതുവെയും ഇന്ത്യൻ ജനതയെ പ്രത്യേകിച്ചും ചൂഷണവിമുക്തമാക്കുകയും വേണമെന്ന വെളിച്ചം തീവ്രവിപ്ലവവാദികൾക്ക് ഉണ്ടായിരുന്നില്ല. മാർക്സിസ്റ്റു സാഹിത്യവുമായി പരിചയപ്പെട്ടതിനുശേഷമാണ് അവർക്കു തങ്ങളുടെ പഴയ തെറ്റുകളും മിഥ്യയായ ധാരണകളും ബോധ്യപ്പെട്ടത്. സെല്ലുലാർ ജയിലിനുള്ളിൽ 'കമ്യൂണിസ്റ്റ് കൺസോളിഡേഷൻ' രൂപീകൃതമായി. നിരഞ്ജൻ സെൻ അതിൽ അംഗമായിരുന്നു.

അന്തമാനിൽനിന്ന് ശിക്ഷാവിധി കഴിഞ്ഞപ്പോൾ നിരഞ്ജനെ ആലിപ്പൂർ സെൻട്രൽ ജയിലിലേക്കു കൊണ്ടുപോയി വിട്ടയച്ചു. എന്നാൽ ജയിൽഗേറ്റിൽവച്ചു തന്നെ വീണ്ടും അറസ്റ്റു ചെയ്യുകയും ഡെറ്റിന്യൂ ക്യാമ്പിലേക്ക് കൊണ്ടുപോവുകയും ചെയ്തു. അവിടെ മാർക്സിസ്റ്റു പഠനം തുടർന്നു. ജയിൽവാസം വിപ്ലവവീര്യം തണുപ്പിച്ചില്ല. സരോജ് മുഖർജിയോടൊപ്പം നിരഞ്ജൻ റയിൽവെ തൊഴിലാളികളുടെ ഇടയിൽ പ്രവർത്തനം ആരംഭിച്ചു. സരോജ് മുഖർജി കൽക്കത്ത ഡിസ്ട്രിക്ട് കമ്മിറ്റി സെക്രട്ടറി എന്ന നിലയിൽ കമ്യൂണിസ്റ്റ് പാർട്ടി പ്രവർത്തനം നടത്തുകയായിരുന്നു. നിരഞ്ജൻ 1938-ൽ പാർട്ടി അംഗത്വം നേടി, സ്റ്റേറ്റ് സെക്രട്ടേറിയറ്റ് മെമ്പറായി ഉയർന്നു.

പൂർണ സമയ പ്രവർത്തകർക്ക് പ്രതിഫലം നൽകാനുള്ള പ്രാപ്തി പാർട്ടിക്ക് ഉണ്ടായിരുന്നില്ല. ജീവിതമാർഗം സ്വയം കണ്ടെത്തേണ്ടിയിരുന്നു. അതുകൊണ്ട് നിരഞ്ജൻ ബംഗാളി ദിനപത്രം *യുഗാന്തറി*ന്റെ ഉപപത്രാധിപരായി പരിശീലനം തുടങ്ങി. എന്നാൽ താമസിയാതെ കൽക്കത്തയിലെ വ്യവസായ മേഖലയിൽ നിരഞ്ജൻ പ്രവർത്തിക്കുന്നതു തടയാൻ അദ്ദേഹത്തെ രാജ്യരക്ഷാനിയമപ്രകാരം കൽക്കത്തയിൽ നിന്നു പുറത്താക്കി. *യുഗാന്തറി*ലെ പരിശീലനം പൂർത്തിയാക്കാൻ കഴിഞ്ഞില്ല. ബരിസാലിൽ ചെന്ന് പാർട്ടി രൂപീകരണത്തിൽ ഏർപ്പെടുകയാണു പിന്നെ ചെയ്തത്. വീണ്ടും ഡി ഐ ആർ പ്രകാരം അറസ്റ്റു ചെയ്ത് ഹിജ്‌ലിയിലെ കരുതൽ തടങ്കൽ ക്യാമ്പിൽ പറഞ്ഞയച്ചു. 1942-ൽ പാർട്ടിയുടെ നിരോധനം പിൻവലിച്ചപ്പോൾ മറ്റു സഖാക്കളോടൊപ്പം ചേർന്ന് പാർട്ടി പ്രവർത്തനത്തിൽ പങ്കുകൊണ്ടു.

രണ്ടാം ലോകമഹായുദ്ധം പൊട്ടിപ്പുറപ്പെട്ടു. സി പി ഐ യുദ്ധത്തെ ജനകീയ യുദ്ധമായി ക്രമേണ പരിഗണിച്ചു. ബങ്കിം മുഖർജി പത്രാധിപത്യം വഹിച്ച, *ജനയുദ്ധ* വാരികയിൽ നിരഞ്ജൻ ലേഖനങ്ങൾ എഴുതി. എഴുതാനുള്ള കഴിവ് മുമ്പ് സായുധവിപ്ലവ കാലത്ത് ലഘുലേഖകൾ എഴുതുന്ന സന്ദർഭത്തിൽ തെളിയിച്ചിരുന്നു. രാഷ്ട്രീയത്തടവുകാരെ വിട്ടയക്കാനുള്ള പ്രക്ഷോഭത്തിന് നേതൃത്വം നൽകാൻ നിരഞ്ജൻ സെന്നിനെ പാർട്ടി ചുമതലപ്പെടുത്തി. നിർഭയമായ പ്രവർത്തനത്തിലൂടെ

മുഴുവൻ രാഷ്ട്രീയ പ്രവർത്തകരെയും ജയിലിൽനിന്നു പുറത്തുകൊണ്ടുവരാൻ അദ്ദേഹത്തിനു കഴിഞ്ഞു. 'ബന്ദി മുക്ത്' പ്രസ്ഥാനം അധികൃതരിൽ അത്രമാത്രം വലിയ സമ്മർദം ചെലുത്തി.

സ്വാതന്ത്ര്യലബ്ധിക്കുശേഷം 1948-ൽ പശ്ചിമബംഗാളിൽ സി പി ഐ നിരോധനത്തിലായി. നിരഞ്ജൻ രണ്ടുവർഷം ഒളിവിൽ പ്രവർത്തിച്ചു. വീണ്ടും തടവറയിലായി. ആദ്യത്തെ പൊതുതിരഞ്ഞെടുപ്പിനു തൊട്ടുമുമ്പ് വിടുതൽ കിട്ടി. 1962-ൽ പിന്നെയും അറസ്റ്റു ചെയ്യപ്പെട്ടു. 1964-ൽ സി പി ഐ (എം) നിലവിൽ വന്നു.

1967-ൽ ഐക്യമുന്നണി സർക്കാർ പശ്ചിമബംഗാളിൽ അധികാരത്തിൽ എത്തി. നിരഞ്ജൻ സെൻ അഭയാർഥി പുനരധിവാസത്തിന്റെയും ജയിലിന്റെയും ചുമതലയുള്ള മന്ത്രിയായി. ഭരണനൈപുണി പ്രകടിപ്പിച്ച മന്ത്രിയായി അദ്ദേഹം പേരെടുത്തു.

രാജ്യം ഇന്ന് ഗുരുതരമായ പ്രതിസന്ധിയിലൂടെ കടന്നുപോവുന്നു. മൂല്യങ്ങൾക്ക് സമൂഹത്തിൽ ശോഷണം സംഭവിച്ചു. പൊതുജീവിതത്തിന്റെ സമസ്ത മേഖലകളിലും അഴിമതി കൊടികുത്തി വാഴുന്നു. യുവതലമുറ ആത്മനാശത്തിന്റെ വഴി തേടുന്നു. ആഗോളീകരണത്തിന്റെ അന്ധകാരം അന്തരീക്ഷത്തിൽ കരിനിഴൽ പരത്തുന്നു. ചൂഷകരെല്ലാം ഒറ്റക്കെട്ടായി ഒത്തുകൂടി ഇന്ത്യയിലെ പാവപ്പെട്ടവരെയും പണിയെടുക്കുന്നവരെയും എണ്ണമില്ലാത്ത ദുരിതക്കയത്തിൽ ആഴ്ത്തുന്നു. ഇത്തരമൊരു ഇരുണ്ട പശ്ചാത്തലത്തിൽ നിരഞ്ജൻ സെന്നിനെപ്പോലുള്ള സഖാക്കളുടെ ജീവിതവും പ്രവർത്തനചരിത്രവും യുവാക്കളെ ആവേശഭരിതരാക്കും.

സുനിർമൽ മൈത്ര

22

ദുർഗാദാസ് സിക്ദാർ

അന്തമാനിലെ കുപ്രസിദ്ധമായ സെല്ലുലാർ ജയിലിൽ ബ്രിട്ടീഷ് സാമ്രാജ്യത്വം നിരവധി സ്വാതന്ത്ര്യസമരസേനാനികളെ തടവിലിട്ടിരുന്നു. അക്കൂട്ടത്തിൽ സി പി ഐ (എം) നേതാവ് ദുർഗാദാസ് സിക്ദാർ ഉൾപ്പെടുന്നു. ത്രിപുരയിലെ ബിസാൽഗൃഹ് ഡിവിഷണൽ സെക്രട്ടേറിയറ്റ് അംഗം എന്ന സ്ഥാനമാണ് അദ്ദേഹത്തിന് പാർട്ടിയിൽ ഉണ്ടായിരുന്നത്.

വീട്ടുകാർ ബാല്യത്തിൽ നൽകിയിരുന്ന പേര് ജീബേന്ദ്രദാസ് എന്നായിരുന്നു. എന്നാൽ ത്രിപുരയിൽ ആർക്കും അക്കാര്യം അറിയുകയില്ല. അവർക്കു സുപരിചിതമായ പേര് ദുർഗാദാസാണ്.

ഇന്ത്യൻ വിപ്ലവപ്രസ്ഥാനത്തിലെ വീരനായകരിൽ പലർക്കും ജന്മം നൽകിയ സ്ഥലമാണ് ചിറ്റഗോങ് ജില്ല. സൂര്യസെൻ, ഗണേഷ് ഘോഷ്, ലാൽമോഹൻ സെൻ, പ്രീതിലതാ വഡേദാർ, കൽപ്പന ദത്ത (ജോഷി), സുഖേന്ദു ദസ്തിദാർ എന്നിവർ അക്കൂട്ടത്തിൽപ്പെടുന്നു. 1909 ജനുവരി 14-ന് ബനശാഖി പൊലീസ് സ്റ്റേഷൻ പരിധിയിൽപ്പെട്ട ജലാദി ഗ്രാമത്തിൽ ഇടത്തരം കുടുംബത്തിലാണ് സിക്ദാർ ജനിച്ചത്. പിതാവ് ബിശ്വേശ്വർ ദാസ് സ്കൂൾ അധ്യാപകനായിരുന്നു. സിക്ദാറിന് അഞ്ചു സഹോദരന്മാരും മൂന്നു സഹോദരിമാരും ഉണ്ടായിരുന്നു.

ദുർഗാദാസ് ബാല്യകാല സ്മരണകൾ പങ്കിട്ട കൂട്ടത്തിൽ ഇപ്രകാരം പറയുന്നു:

> എന്റെ അച്ഛനും മൂത്ത സഹോദരൻ ധീരേന്ദ്രദാസുമാണ് ബ്രിട്ടീഷ് വിരോധം എന്റെ ചിന്തയിൽ മുളപ്പിച്ചത്. അംഗസംഖ്യ കൂടുതലുള്ള കുടുംബം പോറ്റാൻ കുറഞ്ഞ വരുമാനക്കാരനായ അച്ഛൻ വിഷമിച്ചു. അതുകൊണ്ട് മെട്രിക്കുലേഷൻ കഴിഞ്ഞ ഉടനെ ജ്യേഷ്ഠനും

അധ്യാപകവൃത്തിയിലേക്കു തിരിഞ്ഞു. വീട്ടിലുള്ളവർ ആരും വിദേശവസ്ത്രം ധരിക്കരുത് എന്ന നിഷ്കർഷ അച്ഛൻ പുലർത്തിയിരുന്നു. സാമ്രാജ്യത്വവിരോധം എന്റെ മനസ്സിൽ ബാല്യംതൊട്ടേ മുളയിടാൻ ഇതു കാരണമായി.

1921-ൽ ഗാന്ധിജി നിസ്സഹകരണ സമരം തുടങ്ങിയപ്പോൾ എന്റെ ജ്യേഷ്ഠൻ അധ്യാപകജോലി ഉപേക്ഷിച്ചു. വിദേശവസ്ത്ര ബഹിഷ്കരണ പരിപാടിയിലും മറ്റും അദ്ദേഹം പങ്കെടുത്തുവന്നു. മറ്റു പലരുടെയും കൂട്ടത്തിൽ അദ്ദേഹവും അറസ്റ്റു ചെയ്യപ്പെട്ടു. ഞാൻ അന്ന് നാലാം തരത്തിൽ പഠിക്കുന്നു.

ബങ്കിം ചന്ദ്ര ചതോപാധ്യായയുടെ *ആനന്ദമഠം* ജ്യേഷ്ഠൻ എനിക്കു വായിക്കാൻ തന്ന പുസ്തകങ്ങളുടെ കൂട്ടത്തിൽ ഉണ്ടായിരുന്നു. എന്റെ ഹൃദയത്തിൽ ദേശാഭിമാനം വളർത്താൻ ആ കൃതിയും സഹായകമായി. എന്റെ ഹൈസ്കൂൾ പഠനം ഗ്രാമത്തിൽനിന്ന് അകലെയായിരുന്നു. ഹൈസ്ക്കൂളിനടുത്ത് ഞാൻ താമസിച്ച വീട് ഒളിവിൽ പ്രവർത്തിക്കുന്ന വിപ്ലവകാരികളുടെ താവളമായിരുന്നു. ബോംബ് നിർമിച്ചുകൊണ്ടിരുന്ന അവസരത്തിൽ പൊട്ടിത്തെറിയിൽ അവിടത്തെ താമസക്കാരിൽ ഒരു വിദ്യാർഥി മരണമടഞ്ഞു. വീട്ടുടമ ഞങ്ങളെ പുറത്താക്കി. എനിക്ക് മെട്രിക്കുലേഷൻ പരീക്ഷ എഴുതാൻ സാധിച്ചില്ല. വീട്ടിൽ പാർത്തിരുന്ന വിപ്ലവസംഘടനയുമായി ഞാൻ ബന്ധം തുടർന്നു.

1928-ൽ ചിറ്റഗോങ് പബ്ലിക് ലൈബ്രറിയിൽ എനിക്ക് ചെറിയ ജോലി കിട്ടി. വിപ്ലവകാരികളുടെ സ്ഥിരം സംഗമകേന്ദ്രമായിരുന്നു ലൈബ്രറി. 'അനുശീലൻ', 'ജുഗാന്ദർ' എന്നീ രണ്ടു സംഘടനകളിലെയും നേതാക്കന്മാർ അവിടെ വരാറുണ്ടായിരുന്നു. അവരെല്ലാവരുമായി ഞാൻ അടുപ്പം പുലർത്തി. അവർ ഏൽപ്പിച്ച രഹസ്യനിർദേശങ്ങളും ചുമതലകളും ഞാൻ നിർവഹിച്ചു. നാട്ടുരാജ്യങ്ങളിലെ ആവശ്യങ്ങൾക്ക് സൈന്യത്തിലേക്ക് ആളുകളെ എടുക്കുകയും ആയുധപരിശീലനം കൊടുക്കുകയും ചെയ്യുന്ന പതിവ് ബ്രിട്ടീഷ് സർക്കാരിന് ഉണ്ടായിരുന്നു. 11/19 ഹൈദരാബാദ് ബംഗാൾ റജിമെന്റിലേക്ക് 1929 മാർച്ചിൽ റിക്രൂട്ടുമെന്റ് ആരംഭിച്ചപ്പോൾ എനിക്കും മറ്റു ധാരാളം ചെറുപ്പക്കാർക്കും പ്രവേശനം കിട്ടി. കൽക്കത്തയിലെ ഫോർട്ടു വില്യമിലേക്ക് ഞങ്ങളെ ആയുധപരിശീലനത്തിനു കൊണ്ടുപോയി.

മാസ്റ്റർ ദാ എന്ന മറുപേരിൽ അറിയപ്പെടുന്ന സൂര്യസെന്നിന്റെ നേതൃത്വത്തിൽ 1930 ഏപ്രിൽ 18-ന് ചിറ്റഗോങ്ങ് ആയുധപ്പുര ആക്രമണം നടന്നു. അധികൃതർ അടിച്ചമർത്തൽ ആരംഭിച്ചു. വിദ്യാർഥികളും അധ്യാപകരും പീഡനത്തിന് ഇരയായി. ക്ലബ്ബുകൾ അടച്ചു പൂട്ടേണ്ടിവന്നു. ഫോർട്ടു വില്യമിലെ പരിശീലന കേന്ദ്രത്തിൽനിന്ന് പുറത്തുകടന്ന് ഞാൻ ചിറ്റഗോങ്ങിലെ അനു

ശീലൻ സമിതിയിൽ മുഴുവൻ സമയ പ്രവർത്തകനായി. ആത്മ ത്യാഗത്തിനു സന്നദ്ധരായ വിപ്ലവകാരികൾ മാസ്റ്റർ ദായുടെ നേതൃത്വത്തിൽ ബ്രിട്ടീഷ് ഗവൺമെന്റിനെതിരെ സായുധസമരത്തിനു സന്നദ്ധരായി.

ഒരു കൊല്ലം പട്ടാളപരിശീലനം കിട്ടിയ ആളായതിനാൽ പുതിയ വിപ്ലവകാരികളായ ചെറുപ്പക്കാരെ പരിശീലിപ്പിക്കാനുള്ള ചുമതല എനിക്കായിരുന്നു. തോക്കുകൾ കൈകാര്യം ചെയ്യുന്ന ക്രമം പരിശീലിപ്പിക്കാനായിരുന്നു എന്നെ ഏൽപ്പിച്ചത്. ചിറ്റഗോങ്ങിലെ മലമ്പ്രദേശത്ത് കൊടുങ്കാട്ടിനു നടുവിൽ ദദ്മാറ ചായത്തോട്ടത്തിൽ പ്രവർത്തിച്ച ഒരു ആയുധസൂക്ഷിപ്പുശാലയുടെ സുരക്ഷാചുമതലയും എനിക്കായിരുന്നു. ചിറ്റഗോങ്ങ്, നവ്ഖാലി, കോമില്ല എന്നിവിടങ്ങളിൽനിന്ന് എത്തിയ നിരവധി യുവാക്കൾക്ക് ആ രഹസ്യ കേന്ദ്രത്തിൽ നിന്ന് പരിശീലനം സിദ്ധിച്ചു. എസ്റ്റേറ്റ് മാനേജർ ഐറിഷുകാരനായിരുന്നു. വിദേശത്തുനിന്ന് ആയുധം ശേഖരിക്കാൻ അദ്ദേഹവും സഹായിച്ചു.

ഞങ്ങളുടെ രഹസ്യത്താവളം കണ്ടുപിടിക്കാൻ ബ്രിട്ടീഷുകാർ ഊർജിത ശ്രമം നടത്തി. ധാരാളം പണവും സാധനങ്ങളും നൽകി നാട്ടുകാരിൽ ചിലരെ പാട്ടിൽ പിടിച്ച് ബ്രിട്ടീഷ് ഡിറ്റക്ടീവുകൾ താവളം കണ്ടുപിടിച്ചു. മണീന്ദ്ര ചൗധരി എന്ന ഗവൺമെന്റ് ഡിറ്റക്ടീവ് ഉദ്യോഗസ്ഥൻ നാട്ടുകാരായ ഏജന്റുമാരുടെ സഹായത്തോടെ കൃത്യമായ സ്ഥലം കണ്ടെത്തി. 1934 ഫിബ്രുവരി 24-ന് മണീന്ദ്ര ചൗധരിയും ഗോൾഡൻ, സ്റ്റീഫൻസൺ എന്നീ രണ്ടു പൊലീസ് ഓഫീസർമാരും 2500 ബ്രിട്ടീഷ് പട്ടാളക്കാരും ഞങ്ങളുടെ പരിശീലനത്താവളം വളഞ്ഞ് ഞങ്ങളെ കൈയോടെ പിടികൂടി. ചിറ്റഗോങ്ങിലെ ജയിലിൽ കൊണ്ടുപോയി ഞങ്ങളെ നന്നായി മർദിച്ചു. കൈയും കാലും അരയും ചങ്ങലയിൽ ബന്ധിച്ച് നിന്നനിലയിൽ പീഡിപ്പിച്ചു. മോക്ഷദ രഞ്ജൻ ചക്രവർത്തി, പ്രിയദ രഞ്ജൻ ചക്രവർത്തി, മൻമോഹൻ സാഹ, ഹരിഹർ ദത്ത, മനോരഞ്ജൻ മജൂംദാർ, കീർത്തി മജൂംദാർ, മഹേഷ് ബറുവ, ശരദിന്ദു ഭട്ടാചാര്യ, അരബിന്ദ ഡെ, നാഗേന്ദ്ര ഡെ, നീരേന്ദ്ര ബറുവ എന്നിവരായിരുന്നു എന്നോടൊപ്പം പിടിയിലായ മറ്റുള്ളവർ.

ജീബേന്ദ്ര ദാസ് അടക്കമുള്ള അഞ്ചുപേരെ മിഡ്നാപൂർ ജയിലിലേക്കു മാറ്റി. അവിടെയും തടവുകാർക്ക് മനുഷ്യത്വരഹിതമായ പീഢനം ഏൽക്കേണ്ടിവന്നു. ദുർഗാദാസ് അതിനെപ്പറ്റി ഇങ്ങനെ പറഞ്ഞു:

മൃഗങ്ങളെപ്പോലെയാണ് ഞങ്ങളെ കണക്കാക്കിയത്. തവിടും ഈർച്ചപ്പൊടിയും കലർത്തിയ തീറ്റയാണ് തന്നത്. ചാക്കാണ് ഉടുക്കാൻ തരിക-രോഗം വന്നാൽ ചികിത്സയൊന്നുമില്ല.

ജയിൽ സൂപ്രണ്ട് ജെ എൻ കടാരിയ എന്ന ഇന്ത്യക്കാരനായിരുന്നു. എന്തെങ്കിലും ചെറിയ എതിർപ്പ് തടവുകാർ കാട്ടിയാൽ 30 പ്രഹരം കിട്ടും; ചൂരൽ കൊണ്ട്. നല്ല ആഹാരവും വസ്ത്രവും ചികിത്സയും വേണമെന്ന് ആവശ്യപ്പെട്ട് ഞങ്ങൾ നിരാഹാരസമരം തുടങ്ങി. കടാരിയയുടെ മർദനത്തോടുള്ള പ്രതിഷേധസൂചകമായി ഞങ്ങൾ നഗ്നരായി നിന്നു. പ്രതിഷേധത്തിന്റെ തീവ്രത കണക്കിലെടുത്ത് അധികൃതർ ഒത്തുതീർപ്പിനു തയാറായി. കടാരിയയെ സ്ഥലം മാറ്റി. ഞങ്ങളെ ആലിപ്പൂർ സെൻട്രൽ ജയിലിലേക്കും അയച്ചു.

1934 അവസാനത്തോടെ ചിറ്റഗോങ്ങ് ആയുധപരിശീലനക്കേസ് വിധിപറഞ്ഞു. ജീവപര്യന്തം തടവിനു ശിക്ഷിച്ച് ഞങ്ങളെ അന്തമാനിലെ സെല്ലുലാർ ജയിലിലേക്കയച്ചു.

'മഹാരാജാ' എന്ന കപ്പലിലാണ് അന്തമാനിലേക്ക് കൊണ്ടുപോയത്. ഇന്ത്യൻ സമുദ്രത്തിലെ അന്തമാൻ ദ്വീപിൽ ഞങ്ങളുടെ ജീവിതം ഒടുങ്ങുമെന്നും മാതൃദേശത്തിലേക്കു മടങ്ങിവരാൻ ഇടയാവില്ലെന്നും അധികൃതർ കണക്കാക്കി. 11,500 സ്വാതന്ത്ര്യസമരപോരാളികൾ ഇന്ത്യയുടെ വിവിധ ഭാഗങ്ങളിൽനിന്ന് അവിടേക്ക് നാടുകടത്തപ്പെട്ടിരുന്നു. ഭൂരിഭാഗം തടവുകാരും യുവാക്കളായിരുന്നു. ഇന്ത്യയിലേക്ക് തിരിച്ചയക്കണം എന്ന് ഞങ്ങൾ മുറവിളി കൂട്ടി. 1937-ൽ നിരാഹാര സമരം ആരംഭിച്ചു. ദേശീയ നേതൃത്വം അതിനോട് യോജിച്ചില്ല. അത്തരമൊരു പ്രക്ഷോഭത്തിന് പറ്റിയ സന്ദർഭമല്ല അത് എന്നായിരുന്നു അവരുടെ അഭിപ്രായം. ആ അഭിപ്രായം അവഗണിച്ച് ഞങ്ങൾ 252 പേർ മരണംവരെ നിരാഹാര സമരം പ്രഖ്യാപിച്ചു.

അധികൃതർ സമരം പൊളിക്കാൻ എല്ലാ അടവും പ്രയോഗിച്ചു. ഒന്നും ഫലിച്ചില്ല. തടവുകാരുടെ ആരോഗ്യനിലയിൽ ആശങ്ക പ്രകടിപ്പിച്ചുകൊണ്ട് രബീന്ദ്രനാഥ ടാഗൂർ, മഹാത്മാഗാന്ധി, ജവാഹർലാൽ നെഹ്റു മുതലായ നേതാക്കന്മാർ പ്രസ്താവനയിറക്കി. ദേശവ്യാപകമായ പ്രതിഷേധം ഉയർന്നു. ടാഗൂർ, ഗാന്ധി, നെഹ്റു, മുസഫർ അഹമ്മദ് എന്നിവരുടെ അഭ്യർഥന മാനിച്ച് 37-ാം ദിവസം ഞങ്ങൾ സമരം നിർത്തി. 1938-ൽ ഞങ്ങളെ ഇന്ത്യയിലെ ജയിലുകളിലേക്കു മാറ്റി. ഞാൻ ആലിപ്പൂർ ജയിലിലായിരുന്നു. ഒന്നരക്കൊല്ലത്തിനുശേഷം വിട്ടയച്ചു.

പല സ്വാതന്ത്ര്യസമര സേനാനികളും കമ്യൂണിസ്റ്റ് പാർട്ടിയുമായി ബന്ധപ്പെടുന്നത് അന്തമാനിൽവച്ചാണ്. ദുർഗാദാസും അക്കൂട്ടത്തിൽപ്പെടുന്നു. രഹസ്യമായി പ്രവർത്തിക്കുന്ന ചെറിയ സംഘടനയായിരുന്നു അന്ന് കമ്യൂണിസ്റ്റ് പാർട്ടി. മാർക്സിസ്റ്റ് സാഹിത്യം വളരെ ദുർലഭവും.

അധ്വാനിക്കുന്ന വർഗത്തിന്റെ പാർട്ടിയാണ് കമ്യൂണിസ്റ്റ് പാർട്ടി

എന്നും അവരെ ചൂഷണത്തിൽനിന്നു മോചിപ്പിക്കാനാണ് അത് നില നിൽക്കുന്നത് എന്നും വർഗബന്ധുവിനെയും ശത്രുവിനെയും തിരിച്ചറിയേണ്ടത് ആവശ്യമാണ് എന്നും അത് ജനങ്ങളെ പഠിപ്പിക്കണമെന്നും ദുർഗാദാസ് സിക്ദാർ വിശ്വസിച്ചു. ആ വിശ്വാസമാണ് അദ്ദേഹത്തെ അന്തമാനിൽ വച്ച് കമ്യൂണിസ്റ്റ് കൺസോളിഡേഷനിൽ ചേരാൻ പ്രേരിപ്പിച്ചത്. അന്നുമുതൽ താനൊരു കമ്യൂണിസ്റ്റുകാരനാണെന്നും അദ്ദേഹം ഉറച്ചു വിശ്വസിച്ചു.

"ജയിലിൽവച്ച് ഞങ്ങൾക്ക് മാർക്സിസ്റ്റ് തത്ത്വങ്ങൾ പഠിപ്പിച്ചിരുന്നത് ഡോ. നാരായണൻ റോയ്, ഗണേഷ് ദാ (ഗണേഷ് ഘോഷ്) എന്നിവരായിരുന്നു. ജയിൽ മോചിതനായശേഷം ഞാൻ നേരിട്ട് കാകാ ബാബുവുമായി - മുസഫർ അഹമ്മദുമായി - ബന്ധപ്പെട്ടു. ചിറ്റഗോങ്ങിലേക്കു ചെന്ന് പാർട്ടി പ്രവർത്തനം നടത്താനാണ് അദ്ദേഹം ആവശ്യപ്പെട്ടത്. ബർമ്മീസ് കമ്യൂണിസ്റ്റ് പാർട്ടിയുമായി ബന്ധപ്പെടാൻ പോകുംവഴി 1943-ൽ അബ്ദുള്ള റസൂൽ ചിറ്റഗോങ്ങിൽ വന്നപ്പോൾ എന്നെ വന്നു കണ്ടു. വഴിയിലുണ്ടായ ബോട്ടപകടം നിമിത്തം ബർമ്മയിലേക്കുള്ള യാത്ര മാറ്റിവെക്കാൻ നിർബന്ധിതനായി. 1947-ൽ വിഭജനത്തിനുശേഷം ഞാൻ ചിറ്റഗോങ്ങിൽത്തന്നെ താമസിച്ച് സംഘടനാ പ്രവർത്തനം തുടർന്നു."

കൊലപാതകക്കുറ്റം ചുമത്തി കള്ളക്കേസെടുത്തപ്പോൾ കമ്യൂണിസ്റ്റ് പാർട്ടിയുടെ നിർദേശപ്രകാരം ത്രിപുരയിലെ ബിശ്രാംഗഞ്ചിൽ എത്തിയ ജീബേന്ദ്രദാസ് സ്വയം കണ്ടെത്തിയ മറുപേരാണ് ദുർഗാദാസ് സിക്ദാർ. പാർട്ടി പ്രവർത്തകനായി തുടരവെ 1962-ൽ ഡി ഐ ആർ പ്രകാരം "ചൈനീസ് ചാരൻ" എന്ന മുദ്രകുത്തി ദുർഗാദാസ് അറസ്റ്റിലായി. ജയിൽമോചിതനായപ്പോൾ ത്രിപുരയിലെ കർഷകത്തൊഴിലാളികളുടെയും പാവപ്പെട്ട കൃഷിക്കാരുടെയും കൂടെ പ്രവർത്തിച്ചു.

*('ഡെയ്‌ലി ദേശേർ കഥ'യുടെ പ്രതിനിധി കൃഷ്ണ രക്ഷിത്
1997 ഒക്ടോബർ 13-ന് നടത്തിയ അഭിമുഖത്തെ
അടിസ്ഥാനമാക്കി തയാറാക്കിയത്.)*

23

മേജർ ജയപാൽ സിങ്ങ്

ഇന്ത്യൻ കമ്യൂണിസ്റ്റ് പാർട്ടി(മാർക്സിസ്റ്റ്)യുടെ പതിനൊന്നാം കോൺഗ്രസ്, ആന്ധ്ര പ്രദേശിലെ വിജയവാഡയിൽവച്ച് 1982 ജനുവരിയിൽ നടന്നു. രാഷ്ട്രീയ പ്രബുദ്ധരായ ഇന്ത്യക്കാരുടെ ശ്രദ്ധ മുഴുവൻ പ്രസ്തുത സമ്മേളനത്തിലായിരുന്നു. ആ അവസരത്തിലാണ് ജയപാൽ സിങ്ങ് കടുത്ത ഹൃദ്രോഗബാധയ്ക്ക് ഇരയായത്. 48 മണിക്കൂർ അദ്ദേഹം മരണവുമായി മല്ലിട്ടു. "ഹൃദ്രോഗം കൊണ്ട് ഞാൻ എന്തായാലും മരിക്കാൻ പോകുന്നില്ല." ജയപാൽ സിങ്ങ് വിശ്വസിച്ചു. എന്നാൽ, പാർട്ടി കോൺഗ്രസ് ആരംഭിക്കുന്നതിന് തലേന്ന് രാത്രി അദ്ദേഹം അന്തരിച്ചു.

മേജർ എന്ന് ജനങ്ങൾ സ്നേഹപൂർവം വിളിക്കുന്ന ജയപാൽ സിങ്ങ് ബ്രിട്ടീഷ് ആർമിയിലെ ഓഫീസറായിരുന്നു. ശാസ്ത്രീയമായ മാർക്സിസ്റ്റ് സാഹിത്യപഠനത്തിലൂടെയും സഹനം നിറഞ്ഞ സമരത്തിലൂടെയും അദ്ദേഹം കമ്യൂണിസ്റ്റ് പാർട്ടി (മാർക്സിസ്റ്റ്) നേതാവായി ഉയർന്നു. സൈനിക വൃത്തിയിൽ തുടർന്നിരുന്നെങ്കിൽ ഏറെ ഉന്നതമായ പദവിയിൽ എത്തുമായിരുന്ന അദ്ദേഹം അത് ഉപേക്ഷിച്ച് പണിയെടുക്കുന്ന പാവങ്ങളുടെ പടയിൽ ചേർന്ന്, സാമൂഹ്യസേവനത്തിന്റെ പാതയിൽ സഞ്ചരിക്കുകയാണ് ചെയ്തത്.

പടിഞ്ഞാറൻ യു പിയിലെ മുസഫർ നഗർ ജില്ലയിലെ കുൺമാലി ഗ്രാമത്തിൽ 1916 ജൂലായ് 16-ന് ജയപാൽ സിങ്ങ് ജനിച്ചു. ഏക മകന് ഉന്നത വിദ്യാഭ്യാസം നൽകണം എന്ന മോഹം നിമിത്തമാണ് പിതാവ് ബഹുരംഗി ലാൽ പട്ടാളത്തിൽ ചേർന്നത്. ജയപാൽ ബാല്യകാലം ജന്മഗ്രാമത്തിലാണ് ചെലവിട്ടത്. കർഷകരുടെ ജീവിതത്തിലെ കഷ്ടപ്പാട് നന്നായി രുചിച്ചറിയുകയും ചെയ്തു.

സാധാരണ കർഷക കുടുംബത്തിലെ സാധാരണ ജീവിതമായിരുന്നു ജയപാലിന്റേത്. ഗ്രാമത്തിലെ വെളിമ്പറമ്പുകളിൽ എരുമകളെ മേച്ചുനടക്കുമായിരുന്നു; മറ്റു കുട്ടികളോടൊപ്പം മറ്റുള്ളവരുടെ ദാരിദ്ര്യത്തിന്റെ കടുപ്പം തിരിച്ചറിയാനുള്ള മയമുള്ള മനസ്സ് ചെറുപ്പത്തിലേ ജയപാലിന് ഉണ്ടായിരുന്നു. ബാല്യകാല അനുഭവങ്ങൾ മനസ്സിൽ സൃഷ്ടിച്ച വികാരത്തിന്റെ കടും ചിത്രങ്ങൾ പിൽക്കാലത്ത് അദ്ദേഹം തന്റെ സ്മരണയിൽ വരച്ചിട്ടിട്ടുമുണ്ട്.

അദ്ദേഹം എഴുതി: "എന്റെ വിപ്ലവകർമ്മ പഠനത്തിന്റെ പ്രാഥമിക പാഠശാല ഇന്ത്യയുടെ ദാരിദ്ര്യപൂർണമായ ഗ്രാമമാണ്. എന്റെ സ്വന്തം വീട്ടിലെ ഇല്ലായ്മയും വല്ലായ്മയുമാണ് ബാല്യകാല സ്മരണകളിൽ പച്ചപിടിച്ചുനിൽക്കുന്നത്. കടുത്ത ദാരിദ്ര്യത്തിനു നടുവിൽ എനിക്ക് നല്ല നവീന വിദ്യാഭ്യാസം നൽകാൻ അമ്മ പെട്ട പാട്. കർഷക കിടാവിന്റെ ഇടം കലപ്പയുടെ പിന്നിലാണെന്ന് കടുംപിടുത്തം പിടിച്ച മുത്തച്ഛന്റെ ക്രൂരമായ എതിർപ്പ്. മുത്തച്ഛന്റെ മുരൾച്ചയും പഴഞ്ചൻ വിശ്വാസവും ഏകശാസനയും എല്ലാം അവഗണിച്ച് നാടുവിട്ട്, തന്റെ ഒരേയൊരു മകന് മാന്യമായ വിദ്യാഭ്യാസം നൽകാൻ അൽപ്പം പണം നേടാൻ പട്ടാളത്തിൽ ചേർന്ന അച്ഛൻ - പോത്തിനെ മേയ്ച്ചു നടന്ന ഗ്രാമീണ ബാലന്റെ ആത്മാവിൽ അടയാളപ്പെട്ട ചിത്രങ്ങൾ ജീവിതകാലം മുഴുവൻ തെളിഞ്ഞു നിന്നു."

ഗ്രാമത്തിലെ പള്ളിക്കൂടത്തിൽനിന്ന് മുസഫർ നഗറിലെ ഡി എ വി സ്കൂളിലാണ് ജയപാൽ പോയത്. അവിടത്തെ ജാട്ട് ഹോസ്റ്റലിൽ താമസിച്ചു. എട്ടാം തരത്തിൽ പഠിക്കുമ്പോൾ ഉപ്പുസത്യഗ്രഹം. ഉപ്പു കുറുക്കുകയും ഹോസ്റ്റലിനു മുകളിൽ കോൺഗ്രസ് പതാക ഉയർത്തുകയും ചെയ്തു. ഹോസ്റ്റൽ വാർഡൻ താക്കീതു ചെയ്തു. മെട്രിക്കുലേഷൻ പാസായശേഷം ബനാറസ് ഹിന്ദു യൂണിവേഴ്സിറ്റിയിൽ ചേർന്നു. മൂന്നു വർഷത്തിനുശേഷം ആഗ്രയിലെ സെന്റ് ജോൺസ് കോളേജിൽ പോസ്റ്റ് ഗ്രാജ്വേറ്റ് പഠനം. ബനാറസിലും ആഗ്രയിലും പഠിക്കുമ്പോൾ അച്ഛന്റെ കൂടെ പട്ടാളബാരക്കിലാണു പാർത്തിരുന്നത്. സാധാരണ സൈനികരും ആപ്പീസർമാരും ജീവിക്കുന്ന ബാരക്കുകളിലെ ജീവിതം നേരിട്ടറിയാൻ അതു സഹായിച്ചു.

കുട്ടിക്കാലം തൊട്ട് ജീവിതത്തിന്റെ ഒടുക്കം വരെ വായനയോട് അടങ്ങാത്ത അഭിനിവേശം ആയിരുന്നു. അതിന് എന്തുവിലകൊടുക്കാനും ഒരുക്കമായിരുന്നു. സാമൂഹിക പരിഷ്കരണവും ദേശീയ വിമോചനവും വിഷയമായ കൃതികളോടായിരുന്നു യൗവനാരംഭത്തിൽ ആഭിമുഖ്യം. പ്രേംചന്ദായിരുന്നു ഏറെ അഭിമതനായ എഴുത്തുകാരൻ. യൂണിവേഴ്സിറ്റി ജീവിതകാലത്ത് സംവാദങ്ങളിലും പ്രസംഗവേദികളിലും മികവു പ്രദർശിപ്പിക്കാൻ ഈ വിപുലമായ വായനാശീലം സഹായിച്ചു. സാമൂഹിക രാഷ്ട്രീയ സാമ്പത്തിക മണ്ഡലങ്ങളെ സ്പർശിക്കുന്ന ഏതു വിഷയത്തെക്കുറിച്ചും ആരെയും തോൽപ്പിക്കുന്ന വാഗ്മിത അദ്ദേഹം സർവകലാശാലാ ജീവിതകാലത്ത് പ്രദർശിപ്പിച്ചു. കവിതാപ്രേമി ആയിരുന്നു. കവിത എഴുതാൻ ശീലിച്ചു. സ്പോർട്സിൽ താൽപ്പര്യം കാട്ടി. കോളേജിലെ ഹോക്കി ടീമിൽ അംഗമായിരുന്നു.

1938-ൽ വിവാഹിതനായി. വിജാതീയ വിവാഹം. സ്ത്രീധനം വാങ്ങിയില്ല. ആ ഗ്രാമത്തിൽ ആദ്യമായി പർദ ഉപേക്ഷിക്കാൻ വധുവിനെ പ്രേരിപ്പിച്ചത് ജയപാൽ ആയിരുന്നു.

ലോകമഹായുദ്ധത്തിനുമുമ്പ് ഫ്യൂഡൽ രാജകുമാരന്മാർക്കും ഭൂപ്രഭുക്കന്മാർക്കും മാത്രമേ കമ്മീഷൻഡ് ഓഫീസർമാരായി ആർമിയിൽ ചേരാൻ അനുവാദം ഉണ്ടായിരുന്നുള്ളു. എന്നാൽ യുദ്ധം പൊട്ടിപ്പുറപ്പെട്ടപ്പോൾ മറ്റു സാമൂഹിക വിഭാഗത്തിൽപ്പെട്ട യുവാക്കൾക്കും അത്തരം അവസരം ലഭിച്ചു. എം എ പഠനം പൂർത്തിയായ ഉടനെ ജയപാൽ സിങ്ങ് 1941-ൽ ഈ അവസരം ഉപയോഗപ്പെടുത്തി പട്ടാളത്തിൽ ചേർന്നു. ഈ പദവി ബ്രിട്ടീഷ് ഭരണാധികാരികളെ സേവിക്കാൻ അല്ല അവർക്കെതിരെ കലാപം ഉയർത്താനാണ് ഉപയോഗിക്കുക എന്ന് ആദ്യംതൊട്ടേ ജയപാൽ നിശ്ചയിച്ചിരുന്നു. കാബൂളിലെ ഓഫീസേഴ്സ് ട്രെയിനിംഗ് കോളേജിൽ നിന്ന് പരിശീലനം നേടിയശേഷം അമ്പാലയിലാണ് നിയമനം ലഭിച്ചത്.

ദേശീയ മനോഭാവമുള്ള ആപ്പീസർമാരുമായി ട്രെയിനിങ്ങ് കോളേജിൽവച്ച് ജയപാൽ ബന്ധപ്പെട്ടിരുന്നു. ഖരെ എന്ന് പേരുള്ള ദേശാഭിമാനിയായ ഒരു ആപ്പീസർ ഒരു കേസിൽപ്പെട്ടപ്പോൾ അയാളെ രക്ഷിക്കാനെന്ന മട്ടിൽ സമാനമനസ്കരായ ആപ്പീസർമാർ ഒരു കമ്മിറ്റി ഉണ്ടാക്കി. ജയപാൽ കൺവീനറായി. അത് സ്ഥിരം ഓർഗനൈസിങ്ങ് കമ്മിറ്റിയായി മാറി. 323 സപ്ലൈ സെക്ഷന്റെ ആപ്പീസർ കമാണ്ടന്റ് പദവിയിൽ 1942 മാർച്ചിൽ നിയമനം ലഭിച്ചു. പിന്നീട് ലഫ്ടനന്റ് ആയി. കൽക്കത്ത, ബോംബെ, പെഷവാർ എന്നിവിടങ്ങളുമായി സമ്പർക്കം പുലർത്താൻ പറ്റിയ സ്ഥലമായിരുന്നു അമ്പാല. സൈനിക രഹസ്യ വിഭാഗത്തിന് വ്യക്തമായ തെളിവുകൾ ലഭിച്ചില്ലെങ്കിലും ജയപാലിന്റെ നടപടികളിൽ സംശയം തോന്നിയതിനാൽ ലാഹോറിലേക്ക് സ്ഥലം മാറ്റുകയും ദീർഘകാലം അവിടെ നിർത്തുകയും ചെയ്തു.

ലാഹോറിലായിരുന്നപ്പോൾ 1942 ജൂലായിൽ, കമ്യൂണിസ്റ്റ് പാർട്ടിയുടെ കേന്ദ്രസമിതി പ്രസിദ്ധീകരണമായ *പീപ്പിൾസ് വാർ* അടക്കമുള്ള പുതിയ മാർക്സിസ്റ്റ് സാഹിത്യവുമായി അദ്ദേഹം പരിചയപ്പെട്ടു. ലാഹോറിലെ നല്ല പെരുമാറ്റം പരിഗണിച്ച് അമ്പാലയിലേക്ക് സ്ഥലംമാറ്റം ലഭിച്ചു. ബോംബെ എ ഐ സി സി 'ക്വിറ്റിന്ത്യാ പ്രമേയം' പാസാക്കിയ സന്ദർഭമായിരുന്നു അത്.

ഈ പ്രമേയത്തിന്റെ അവതരണത്തെ തുടർന്ന് ഇന്ത്യയിലെ രാഷ്ട്രീയ കാലാവസ്ഥ മാറി. സ്വാതന്ത്ര്യസമര രീതിയിൽ മാറ്റംവന്നു. സമാധാനപരമായ സത്യഗ്രഹത്തിൽനിന്ന് ജനങ്ങൾ പിന്മാറി. റയിൽവെ സ്റ്റേഷനുകൾ ആക്രമിക്കപ്പെട്ടു. തീവണ്ടിപ്പാളങ്ങൾ അട്ടിമറിച്ചു. തപാലാപ്പീസുകളിലും തീവണ്ടിയാപ്പീസുകളിലും തീവയ്പ്പ് നടന്നു. ടെലഗ്രാഫ് സംവിധാനം താറുമാറായി. അങ്ങനെ പല മാതിരി അക്രമങ്ങളും അരങ്ങേറി. അറസ്റ്റിലായ യുവതീ യുവാക്കൾ തിങ്ങി നിറഞ്ഞ തീവണ്ടികൾ തലങ്ങും വിലങ്ങും ഓടി. തുറന്ന സമരത്തിനിറങ്ങാൻ സൈനികരോടും ആഹ്വാനമുണ്ടായി. വാർത്താവിനിമയ സംവിധാനം തകരാറിലാ

യതിനാൽ സ്പെഷൽ ട്രൂപ്പുകളെ അവിടവിടെ വിന്യസിച്ചിരുന്നു. സമരം അടിച്ചമർത്താനായിരുന്നു അവരെ നിയോഗിച്ചിരുന്നത്.

ആഗസ്ത് 9-ന് ആരംഭിച്ച ദേശീയ പ്രക്ഷോഭത്തെ സഹായിക്കാൻ, ജയപാലിന്റെ നേതൃത്വത്തിലുള്ള പട്ടാള സംഘടന തീരുമാനിച്ചു. പുറത്ത് പോരാട്ടത്തിൽ ഏർപ്പെട്ട വിപ്ലവകാരികൾക്ക് നൽകാൻ 3000 ഇനം പട ക്കോപ്പ്, പട്ടാളക്കാർ ഒളിച്ചുകടത്തി. സൈന്യത്തിന്റെ അകത്ത് കടുത്ത അച്ചടക്ക നടപടികൾ സ്വീകരിച്ചുവരികയായിരുന്നു. ബോംബെയിലെ നാവികസേനാംഗങ്ങളിൽ ഒരു വിഭാഗം ബ്രിട്ടീഷ് പട്ടാളത്തിനു നേരെ വെടിവച്ചു. സമരം അടിച്ചമർത്താൻ നിയുക്തരായ സ്വദേശി സൈനികർ, നാട്ടുകാരുടെ നേരെ നിറയൊഴിക്കാൻ മടിച്ചു.

1942-ലെ സമരത്തിന്റെ ജ്വാലകൾ തണുത്ത് അണയാൻ തുടങ്ങിയപ്പോൾ, ജയപാൽ നയിക്കുന്ന സേനാവിഭാഗത്തെ അസമിന്റെയും ബർമ്മയുടെയും അതിർത്തിയിലേക്ക് അയച്ചു. അസമിലെ തേസ്പൂരിലാണ് നിയമനം കിട്ടിയത്. കചിൻ, ചിൻ മലകൾക്കു പിന്നിൽ താവളമുറപ്പിച്ച് ശത്രുപക്ഷത്തോട് യുദ്ധം ചെയ്യുന്ന ബ്രിട്ടീഷ് ഇന്ത്യൻ സൈനിക യൂണിറ്റുകൾക്ക് വിമാനത്തിൽനിന്ന് സാധനങ്ങൾ സപ്ലൈ ചെയ്യുന്ന ചുമതലയാണ് ജയപാലിന് നൽകിയത്.

> ഏറ്റവും വിഷമം പിടിച്ച സാങ്കേതിക സങ്കീർണതയുള്ള ഈ സൈനികച്ചുമതല ലഭിക്കുന്ന ആദ്യത്തെ ഇന്ത്യൻ ഓഫീസറായിരുന്നു ജയപാൽ. എയർ സപ്ലൈ സെക്ഷനിലെ മേധാവിയായിരുന്നു അദ്ദേഹം.

ശത്രുനിരയുമായി പൊരുതുന്ന ബ്രിഗേഡിയർ വിൽഗേറ്റിന്റെ ബർമ്മയിലെ ആദ്യത്തെ സൈനിക പ്രവർത്തനത്തിന്, ആകാശത്തുനിന്ന് ഉപകരണങ്ങളും തോക്കുകളും തിരകളും വെടിമരുന്നും കൈബോംബുകളും മറ്റും വിതരണം ചെയ്യേണ്ട ഉത്തരവാദിത്തമാണ് ജയപാലിനും സഹസൈനികർക്കും ഉണ്ടായിരുന്നത്. 1943-ൽ അദ്ദേഹത്തിന് ക്യാപ്റ്റനായി ഉദ്യോഗക്കയറ്റം ലഭിച്ചു. 1945-ൽ മേജർ പദവിയും. അപ്പോഴും എയർ സപ്ലൈ യൂണിറ്റിന്റെ ചുമതല തന്നെ. 7 ബ്രിട്ടീഷ് ഓഫീസർമാരും വൈസ്രോയിയുടെ കമ്മീഷൻഡ് ഓഫീസർമാർ 12 പേരും മറ്റു 6000 പട്ടാളക്കാരും ജയപാലിന്റെ കീഴിൽ പ്രവർത്തിച്ചു.

പട്ടാളത്തിന് അകത്തും പുറത്തുമുള്ള ഇന്ത്യക്കാരോട് ബ്രിട്ടീഷ് ഓഫീസർമാർ കാട്ടുന്ന വിവേചനത്തിന്, ആപ്പീസേഴ്സ് മെസ്സിലും ആർമി കന്റോൺമെന്റിലും മേജർ ദൃക്സാക്ഷിയായി. ബ്രിട്ടീഷ് സാമ്രാജ്യത്വത്തിന്റെ കാവൽക്കാരായ ആ ഓഫീസർമാരോട് അദ്ദേഹത്തിന് അമർഷം കൂടിക്കൂടിവന്നു. ബ്രിട്ടീഷ് സാമ്രാജ്യത്വത്തിന്റെ പ്രധാന കോളനിയായ ഇന്ത്യയിൽനിന്ന് അതിനെ തുരത്താൻ ഗൗരവപൂർണമായ പ്രവർത്തന ശൃംഖല രൂപപ്പെടുത്തണമെന്ന് മേജർ ദൃഢനിശ്ചയം ചെയ്തു. സമുചിതമായ സന്ദർഭത്തിൽ, സ്വാതന്ത്ര്യസമരത്തിന് സാരമായ സഹായം സൈന്യവും നൽകണമെന്ന ജാഗ്രത, ദേശീയ വികാരമുള്ള ഇന്ത്യൻ സൈനികരിൽ സൃഷ്ടിക്കാൻ ജയപാൽ സ്വന്തം സേവനകാലത്ത് ശ്രമി

ച്ചിരുന്നു. ആർമിയിലെ ആക്ഷൻ കൗൺസിലിന്റെ സെക്രട്ടറിയായി 1946-ൽ ജയപാൽ തിരഞ്ഞെടുക്കപ്പെട്ടു.

സ്വാതന്ത്ര്യസമരത്തെ രക്തത്തിൽ മുക്കിക്കൊല്ലാനുള്ള ബ്രിട്ടീഷധികാരികളുടെ രഹസ്യപദ്ധതികൾ, സമരനേതാക്കന്മാരെ മുൻകൂട്ടി അറിയിക്കാൻ മേജർ ജയപാൽ അതീവ സാഹസികമായി ശ്രമിച്ചു. ബ്രിട്ടീഷ് ആർമി ഹെഡ് ക്വാർട്ടേഴ്സിൽനിന്ന് തയ്യാറാക്കുന്ന ഇത്തരം പദ്ധതികൾ സമർഥമായി ചോർത്തുകയും കൈമാറുകയും ചെയ്തു. അത്തരം പദ്ധതികളിൽ ഒരെണ്ണം 'ഓപ്പറേഷൻ അസൈലം' എന്നറിയപ്പെടുന്നു. 1946 ഫെബ്രുവരിയിൽ തയ്യാറാക്കിയ ഇതിന്റെ സാരാംശം മേജർ ഉടനെ പ്രമുഖ രാഷ്ട്രീയ പാർട്ടികളെയെല്ലാം അറിയിച്ചു. കണ്ടുപിടിക്കപ്പെട്ടാൽ പട്ടാളക്കോടതി വധശിക്ഷ വിധിക്കുമെന്ന് അറിഞ്ഞിട്ടും മേജർ മുഴുവൻ വിവരവും സ്റ്റെൻസിൽ പകർപ്പ് എടുത്ത് രാഷ്ട്രീയ നേതാക്കന്മാർക്ക് — പ്രത്യേകിച്ച് കോൺഗ്രസ് നേതാക്കന്മാർക്ക് — എത്തിച്ചുകൊടുത്തു. എന്നാൽ ആരും അത് ഗൗരവത്തിലെടുത്തില്ല.

സൈന്യത്തിനകത്തെ മേജറുടെ സംഘടനാ പ്രവർത്തനം വിപുലമാക്കി. ബ്രിട്ടീഷ് മിലിട്ടറി അധികൃതർ അദ്ദേഹത്തെക്കുറിച്ചുള്ള നിരീക്ഷണം അവസാനിപ്പിക്കുകയും പിടികൂടാനുള്ള ഘട്ടത്തിന് അടുത്തെത്തുകയും ചെയ്തു. 1946-ൽ നെറ്റ് വർക്കിൽ നിന്ന് നീക്കം ചെയ്യുകയും അസമിലേക്ക് സ്ഥലം മാറ്റുകയും ചെയ്തു. താൻ ഉടനെ അറസ്റ്റു ചെയ്യപ്പെടാൻ ഇടയുണ്ടെന്ന് അറിയാനിടയായ മേജർ രഹസ്യമായി പുറത്തുചാടുകയും വിമാനമാർഗം കൽക്കത്തയിൽ എത്തുകയുമാണുണ്ടായത്.

1946-ൽ പട്ടാളത്തിൽനിന്ന് ചാടിവന്നശേഷം 1947-ലെ സ്വാതന്ത്ര്യ പ്രഖ്യാപനം വരെ മേജർ ഒളിവിൽ പാർക്കുകയും വിപ്ലവപ്രവർത്തനങ്ങളിൽ ഏർപ്പെടുകയും ചെയ്തു. അറസ്റ്റു വാറണ്ട് നിലനിൽക്കുന്നതിനാൽ സ്വാതന്ത്ര്യലബ്ധിക്കുശേഷം ഒളിവിൽ കഴിഞ്ഞു. കോൺഗ്രസ് നേതാക്കന്മാരുടെ ഉപദേശം അനുസരിച്ച്, ഒടുവിൽ ഡൽഹി കന്റോൺമെന്റിൽ കീഴടങ്ങി. ഉറച്ച മാർക്സിസ്റ്റുകാരനാണ് എന്ന കാരണത്താൽ കൽക്കത്തയിലെ ഫോർട്ട് വില്യമിൽ തടവിലാണു പിന്നെ എത്തിയത്. ഒരു വർഷം കഴിഞ്ഞപ്പോൾ, രക്ഷപ്പെട്ട് കമ്യൂണിസ്റ്റ് പാർട്ടിയിൽ അംഗത്വം സ്വീകരിച്ച് പുതിയ വിപ്ലവകർമ്മമാർഗം സ്വീകരിച്ച് പത്തുവർഷം ഒളിവുജീവിതം നയിച്ചു.

ആദ്യം തെലങ്കാനാ സമരത്തിൽ പങ്കെടുക്കാനാണ് നിയോഗിക്കപ്പെട്ടത്. പിന്നീട് കാകദ്വീപ്, അസം, ത്രിപുര, പുതുശ്ശേരി തുടങ്ങിയ രാജ്യത്തിന്റെ ഇതര ഭാഗങ്ങളിലെ കർഷക സമരങ്ങളിൽ പങ്കുകൊണ്ടു. ദീർഘകാലം പാർട്ടി മെമ്പറായിരുന്ന ഉഷയെ അസമിൽവച്ച് മേജർ വിവാഹം കഴിച്ചു. ബംഗാൾ ക്ഷാമകാലത്ത് ഉദാത്തമായ സേവനവൃത്തിയിൽ ഏർപ്പെട്ട ഉഷ, മേജറുടെ രഹസ്യ സന്ദേശ ദൗത്യവാഹകയായും പ്രവർത്തിച്ചിരുന്നു.

ജയപാൽ അന്ത്യശ്വാസം വലിക്കുന്നതുവരെ സഹധർമിണി ഉഷ അദ്ദേഹത്തിന് സാന്ത്വനമേകിയ സഹപ്രവർത്തകയായിരുന്നു.

24

ഹർകിഷൻ സിങ്ങ് സുർജീത്

ദേശീയ പ്രസ്ഥാനത്തിൽ ചേരാനിടയായ സാഹചര്യങ്ങളെ സംബന്ധിച്ച് ഹർകിഷൻ സിങ്ങ് സുർജീത് (ഇന്ത്യൻ കമ്യൂണിസ്റ്റ് പാർട്ടി (മാർക്സിസ്റ്റ്) ജനറൽ സെക്രട്ടറി) നൽകിയ അഭിമുഖ സംഭാഷണം.

◈ *കുടുംബപശ്ചാത്തലം, ബാല്യകാലം, സ്വാതന്ത്ര്യസമരത്തിനിറങ്ങാൻ ഇടയായ ആദ്യകാല സാഹചര്യം എന്നിവ ഒന്നു പറയാമോ?*

☑ എന്റെ മുത്തച്ഛൻ ധനിക കൃഷിക്കാരനായിരുന്നു. അദ്ദേഹം വളരെക്കാലം ആസ്ത്രേലിയയിലായിരുന്നു ജീവിച്ചത്. അദ്ദേഹത്തിന്റെ മകൻ - എന്റെ അച്ഛൻ - ആ സമയത്തെല്ലാം പട്ടാളത്തിലായിരുന്നു. ഒന്നാം ലോകമഹായുദ്ധം അവസാനിച്ചപ്പോൾ അച്ഛൻ സ്വാതന്ത്ര്യ സമരത്തിൽ പങ്കെടുക്കാൻ തുടങ്ങി. അകാലി ദൾ അന്ന് സജീവമായിരുന്നു. കോൺഗ്രസ്, അകാലി, ഖിലാഫത്ത് - മൂന്നു സംഘടനകളും അന്യോന്യം ബന്ധപ്പെട്ടിരുന്നു. അച്ഛൻ അകാലി പാർട്ടിയിൽ ചേരുന്നതിനോട് മുത്തച്ഛൻ വിയോജിച്ചു. വീട്ടിൽനിന്ന് ഇറങ്ങിപ്പോകാൻ ആവശ്യപ്പെട്ടു. സുഹൃത്തുക്കളും ബന്ധുക്കളും ഇടപെട്ടപ്പോൾ അച്ഛന് രണ്ട് ഏക്കർ നിലം നൽകി. ഞങ്ങളുടെ സാമ്പത്തിക നില മോശമായിരുന്നു. ജീവിതം ക്ലേശം നിറഞ്ഞതായിരുന്നു. ചെലവു നടത്താൻ അമ്മയുടെ വീട്ടുകാരെ ആശ്രയിക്കേണ്ടിവന്നു.

ജലന്തർ ജില്ലാ ഘടകത്തിന്റെ മേധാവിയായി അച്ഛൻ അകാലി ദളിൽ ഉയർന്നു. ബ്രിട്ടീഷ് അധികൃതരുടെ അടിച്ചമർത്തൽ അവഗണിച്ചുകൊണ്ട് അഞ്ഞൂറോളം അകാലി വളണ്ടിയർമാർ സ്വാതന്ത്ര്യസമരത്തിൽ സംബന്ധിച്ച് അറസ്റ്റ് വരിച്ചു. എന്റെ അമ്മ സിഖു മതസ്ഥയ

ല്ലാത്ത നിരക്ഷരയായിരുന്നു. എന്നാലും അകാലി വളണ്ടിയറായി, അച്ഛന്റെ ദേശസ്നേഹപ്രവർത്തനത്തിൽ സഹായിക്കാൻ സന്നദ്ധയായി.

1916 മാർച്ച് 23 നായിരുന്നു എന്റെ ജനനം.

സ്വാതന്ത്ര്യ സമരജാഥയിൽ പങ്കെടുത്തവർക്ക് ഭക്ഷണം ഉണ്ടാക്കിക്കൊടുക്കാൻ അമ്മ പോകുമ്പോൾ എന്നെയും കൂടെ കൊണ്ടുപോകുമായിരുന്നു. അന്ന് എനിക്ക് ഏഴോ എട്ടോ വയസ്സുണ്ട്. വളണ്ടിയർമാർക്ക് ആഹാരമോ വെള്ളമോ നൽകുന്നത് കുറ്റമായാണ് ബ്രിട്ടീഷ് അധികൃതർ കണക്കാക്കിയത്. ദൂരെയുള്ള ഗ്രാമത്തിൽനിന്ന് അത് കൊണ്ടുപോകേണ്ടിയിരുന്നു.

1924-ൽ ഒരു ദിവസം ഞാനും അച്ഛനും വെളിയിൽ കളിച്ചുകൊണ്ടിരിക്കെ ഒരു വലിയ സംഘം പൊലീസ് വന്ന് അച്ഛനെ അറസ്റ്റു ചെയ്തു. ഗ്രാമത്തിലെ മുഴുവൻ പേരും അച്ഛന്റെ കൂടെ പൊലീസ് സ്റ്റേഷനിലേക്കു ചെന്നു. ക്രിമിനൽ നിയമപ്രകാരം 124 (എ) വകുപ്പ് ചുമത്തപ്പെട്ട അച്ഛന് രണ്ടരവർഷം തടവുശിക്ഷ കിട്ടി. അമ്മയുടെയും ഗ്രാമവാസികളുടെയും സഹകരണവും സഹനബോധവും അച്ഛനിൽ പുതിയ ആവേശവും ഉണർവും വളർത്തി.

? *അച്ഛന്റെ അറസ്റ്റ് പോലെ മറ്റ് ഏതെങ്കിലും രാഷ്ട്രീയ സംഭവം കുട്ടിക്കാലത്ത് നടന്നിരുന്നുവോ?*

☑ ഞങ്ങളുടെ ഗ്രാമത്തിൽ നിന്ന് മൂന്നു നാഴിക അകലെ റൂർക്ക കലാൻ എന്ന ഗ്രാമം ഉണ്ടായിരുന്നു. അവർ സ്വാതന്ത്ര്യം പ്രഖ്യാപിച്ചു. ബചിത് സിങ്ങ് അധ്യക്ഷനായി അവർ പഞ്ചായത്ത് രൂപീകരിച്ചു. പൊലീസോ പട്ടാളമോ ഗ്രാമത്തിൽ കടക്കുന്നത് കുറേ ദിവസത്തേക്ക് അദ്ദേഹം തടഞ്ഞു. ആ സംഭവം സമീപ പ്രദേശങ്ങളിലെ സ്വാതന്ത്ര്യസമര പ്രവർത്തനത്തെ ഉശിരു പിടിപ്പിച്ചു. ബചിത് സിങ്ങ് അറസ്റ്റിലായപ്പോൾ റൂർക്കയിലെ രാജാവ് എന്നാണ് അദ്ദേഹം അറിയപ്പെട്ടത്. ബചിത് സിങ്ങിന്റെ അറസ്റ്റിൽ പ്രതിഷേധിച്ച് ഒരു പൊതുയോഗം നടന്നു. മാസ്റ്റർ മോതാ സിങ്ങ് ആ യോഗത്തിൽ പ്രസംഗിച്ചു. അധികൃതരുടെ അറസ്റ്റിൽനിന്ന് രക്ഷപ്പെടാൻ ഒളിവിൽ കഴിയുന്ന അദ്ദേഹത്തെ അന്ന് അറസ്റ്റു ചെയ്യാൻ പൊലീസുകാർ ധൈര്യപ്പെട്ടില്ല. അമ്മയോടൊപ്പം ഞാൻ അന്ന് ആ പൊതുയോഗത്തിന് പോയിരുന്നു. അതു വലിയ ആവേശം നൽകി.

അതിനകം ഞങ്ങളുടെ വീട് അകാലികളുടെയും ഖിലാഫത്തുകാരുടെയും കോൺഗ്രസുകാരുടെയും താവളമായിരുന്നു. സംസ്ഥാനതല നേതാക്കന്മാർ സന്ദർശകരായിരുന്നു. എന്റെ അച്ഛനെ വിട്ടയച്ചു. ഒരു കൊല്ലം കഴിഞ്ഞപ്പോൾ വീണ്ടും അറസ്റ്റ്. ആറു മാസം തടവ്. പുരോഗമനാശയം അടങ്ങിയ പല പത്രമാസികകളും വീട്ടിൽ വരുത്തുമായിരുന്നു. *കീർത്തി, സംഗീത്, അകാലി* എന്നീ പത്രങ്ങളാണ് അച്ഛൻ വായിച്ചിരുന്നത്. അവ വായിക്കാൻ എനിക്കും അവ

സരം കിട്ടി. "നൗജവാൻ ഭാരത്സഭ" രൂപീകരിച്ചപ്പോൾ അംഗമായി. അന്നു പതിനഞ്ചു വയസ്സായിരുന്നു.

അൽപ്പം കൃഷിസ്ഥലം ഒഴികെ ഒന്നും ഇല്ലാതിരുന്നതിനാൽ ജീവിക്കാൻ വിഷമിച്ചു. അച്ഛൻ ജയിലിൽനിന്നു വന്നപ്പോൾ തീരെ ഗതിയില്ലാതെ ആ നിലം പണയംവെച്ചു. നിയമാനുസാരിയല്ലാത്ത ഒരു പാസ്പോർട്ട് സംഘടിപ്പിച്ച് അച്ഛൻ 1929-ൽ അമേരിക്കയിലേക്കു പോയി. അഞ്ചു കൊല്ലത്തേക്ക് പണമൊന്നും അയക്കാൻ അച്ഛനു കഴിഞ്ഞില്ല. അമ്മ വല്ലാതെ കഷ്ടപ്പെട്ടു. അമ്മയുടെ അമ്മയും അച്ഛനും ചെറിയ സഹായം ചെയ്തു.

❓ *ആദ്യത്തെ രാഷ്ട്രീയ പ്രവർത്തനം?*

☑ മീറത്ത് ഗൂഢാലോചനക്കേസ് വിചാരണ ആരംഭിച്ച കാലം. നിരോധിക്കപ്പെട്ട തൊഴിലാളി-കർഷക പാർട്ടി നേതാക്കന്മാരായിരുന്ന ബാബാ കരംസിങ്ങ് ചീമാ, ഭാഗ്സിങ്ങ് കനേഡിയൻ എന്നിവർ അച്ഛന്റെ സുഹൃത്തുക്കളായിരുന്നു. 1930-ൽ ഒരു ദിവസം ഞാൻ സ്കൂൾ വിട്ടുവരുമ്പോൾ അവരെന്നെ വീട്ടുവാതിൽക്കൽ കാത്തിരിപ്പായിരുന്നു. അവരുടെ പാർട്ടിയുടെ ഒരു യോഗം സംഘടിപ്പിക്കാൻ എന്നോട് ആവശ്യപ്പെട്ടു. ഒരു മണിമുഴക്കി ഞാൻ ഗ്രാമത്തിലെ ആളുകളെ ആകർഷിച്ചു. ഒരു മേശയും കസേരയും യോഗസ്ഥലത്ത് ഒരുക്കി. ആളുകൾ കൂട്ടമായെത്തി യോഗത്തിൽ പങ്കെടുത്തു. ആ നേതാക്കന്മാർ പ്രസംഗിച്ചു. യോഗം വലിയ വിജയമായി.

അടുത്ത ദിവസം ഞാൻ സ്കൂളിൽ ചെന്നു. ഹെഡ്മാസ്റ്ററുടെ മുറിയുടെ പുറത്ത് പൊലീസ്. എന്നെ പൊലീസ് അറസ്റ്റ് ചെയ്യാൻ എത്തിയതാണ്. ഹെഡ്മാസ്റ്റർ എന്റെ അച്ഛന്റെ സ്നേഹിതനായിരുന്നു. ചെറുപ്രായം പരിഗണിച്ച് അറസ്റ്റ് ഒഴിവാക്കാൻ അദ്ദേഹം പൊലീസുകാരോട് പറഞ്ഞുനോക്കി. അദ്ദേഹം ഒത്തുതീർപ്പിനു ശ്രമിച്ചു. ഒത്തുതീർപ്പ്, ഞാൻ മാപ്പു പറയണം എന്നായിരുന്നു. ഹെഡ്മാസ്റ്റർ നിസ്സഹായനായി എന്നെ വിളിച്ച് കാര്യം പറഞ്ഞു. മാപ്പു പറഞ്ഞ് പഠനം തുടരാൻ ആവശ്യപ്പെട്ടു. മകന് ഉയർന്ന വിദ്യാഭ്യാസം നൽകാൻ അച്ഛന് ആഗ്രഹമുണ്ടെന്നും മാപ്പുപറഞ്ഞ് പഠനം തുടരണമെന്നും ഹെഡ്മാസ്റ്റർ ഉപദേശിച്ചു. തെറ്റൊന്നും ചെയ്യാത്ത ഞാൻ തയ്യാറായില്ല. ഒടുവിൽ തകർന്ന മനസോടെ ഹെഡ്മാസ്റ്റർ എന്നെ സ്കൂളിൽ നിന്നു പുറത്താക്കി.

എനിക്ക് ലജ്ജ തോന്നിയില്ല. അമ്മയോട് കാര്യം പറഞ്ഞു. മറ്റേതെങ്കിലും സ്കൂളിൽ ചേരാൻ പറ്റുമോ എന്നു നോക്കാൻ അമ്മ ആവശ്യപ്പെട്ടു. അടുത്തൊന്നും സ്കൂളില്ല. ഒടുവിൽ, കോൺഗ്രസ് നേതാവ് ഹരിസിങ്ങ് ജലന്തർ സഹായിച്ചു. ജലന്തറിലെ ഖൽസാ സ്കൂളിൽ ചേർക്കാൻ അദ്ദേഹം ഏർപ്പാടു ചെയ്തു. പഠിപ്പിനും താമസത്തിനും പത്തുരൂപ വേണം. നാലുരൂപ ഫീസ്. നാലുരൂപ ഭക്ഷണത്തിന്. രണ്ടുരൂപ പാലിന്. ഈ പണം എങ്ങനെ ഉണ്ടാക്കു

മെന്ന് അമ്മയോടു ചോദിച്ചു. വീട്ടിൽ ഒരു എരുമയെ പോറ്റുന്നുണ്ട്. കറവയുണ്ട്. അമ്മ കുറച്ചു നെയ്യും ഉണ്ടാക്കിയിരുന്നു. അമ്മയ്ക്ക് നൂൽ നൂൽക്കാനും അറിയും. എല്ലാ മാസവും എങ്ങനെയെങ്കിലും പത്തുരൂപ ഉണ്ടാക്കാമെന്ന് അമ്മ പറഞ്ഞു. ഞാൻ വീണ്ടും സ്കൂളിൽ എത്തി.

◈ *അച്ഛൻ അല്ലാതെ മറ്റാരുടെയെങ്കിലും പ്രചോദനം ബാല്യത്തിൽ ഉണ്ടായിരുന്നുവോ?*

☑ ഭഗത് സിങ്ങിന്റെ പേര് സംശയമില്ലാതെ പറയാം. 1931-ൽ കഴുമരം കയറിയ അദ്ദേഹത്തിന്റെ സ്മരണ യുവാക്കളെ ത്യാഗസന്നദ്ധരാക്കി. അദ്ദേഹം രക്തസാക്ഷിത്വം വരിക്കുന്നതിനു മുമ്പേ ആ പേര് എന്നിൽ ആവേശം വളർത്തിയിരുന്നു. അദ്ദേഹം സ്ഥാപിച്ച "നൗജവാൻ ഭാരത്സഭ"യിൽ ഞാൻ ചേർന്നിരുന്നു. ജലന്തർ രാഷ്ട്രീയമായി ചൂടുപിടിച്ചുനിൽക്കുന്ന കാലം. 1930 കളിൽ ഗുരുതരമായ സാമ്പത്തിക പ്രതിസന്ധി. കർഷകർ അസ്വസ്ഥരായിരുന്നു. ഉയർന്ന സ്വാതന്ത്ര്യസമര നേതാക്കന്മാർ പലരും ജലന്തറിൽ ചെല്ലുകയും പൊതുയോഗങ്ങളിൽ പങ്കെടുക്കുകയും ചെയ്തുപോന്നു. സ്കൂൾ അധികൃതരുടെ വിലക്ക് അവഗണിച്ച് ഞാൻ യോഗത്തിനു ചെല്ലും. ബബ്ബാർ അകാലി നേതാവ് മോതാ സിങ്ങിന്റെ ഗംഭീര പ്രസംഗം എനിക്ക് ഇഷ്ടമായിരുന്നു. ഡോ. സൈഫുദ്ദീൻ കിച്ച്ലുവിന്റെയും. സ്വാതന്ത്ര്യസമര പ്രസ്ഥാനത്തോട് ഞാൻ കൂടുതൽ കൂടുതൽ അടുക്കുകയായിരുന്നു. നേതാക്കന്മാർ അച്ഛന്റെ സുഹൃത്തുക്കൾ ആയതിനാൽ എന്നോട് അടുപ്പം കാട്ടി.

◈ *ആദ്യത്തെ ജയിൽവാസം? കാരണം?*

☑ 1932-ൽ യൂണിയൻ ജാക്ക് താഴ്ത്തി ത്രിവർണ പതാക ഉയർത്തിയതായിരുന്നു കുറ്റം. മെട്രിക്കുലേഷൻ എഴുത്തു പരീക്ഷകൾ കഴിഞ്ഞ സമയം. സയൻസ് പ്രാക്ടിക്കൽ ബാക്കിയുണ്ട്. ഭഗത്സിങ്ങിന്റെ രക്തസാക്ഷിത്വത്തിന്റെ പ്രഥമ വാർഷികം ആചരിക്കാൻ ഒരുക്കം നടന്നു. ജലന്തറിൽനിന്ന് 25 നാഴിക അകലെയുള്ള ഹോഷിയാർപൂരിൽ അന്ന് ഗവർണറുടെ സന്ദർശനം നിശ്ചയിച്ചിട്ടുണ്ട്. അന്നത്തെ ദിവസം ജില്ലാ കോടതിയിലെ യൂണിയൻ ജാക്ക് താഴ്ത്തി ത്രിവർണ പതാക ഉയർത്താൻ, ജില്ലാ കോൺഗ്രസ് കമ്മിറ്റി തീരുമാനിച്ചിരുന്നു. ആ ശ്രമം പരാജയപ്പെടുത്തുമെന്ന് കളക്ടർ പ്രഖ്യാപിച്ചു. അത്തരമൊരു കൃത്യത്തിൽ ഏർപ്പെടുന്നവരെ വെടിവച്ചുകൊല്ലുമെന്നും പ്രഖ്യാപനമുണ്ടായി. ഞാൻ ഹോഷിയാർപൂരിൽ എത്തി. പട്ടാളക്കാരെ പട്ടണത്തിൽ വിന്യസിച്ചിരിക്കുന്നു. ഞാൻ കോൺഗ്രസിന്റെ ജില്ലാ കമ്മിറ്റി ആപ്പീസിൽ എത്തി. പട്ടാളക്കാരുടെ സാന്നിധ്യംകൊണ്ട് പരിപാടി ഉപേക്ഷിച്ചതായി ഞാൻ അറിഞ്ഞു. ആപ്പീസ് സെക്രട്ടറി ഹനുമണിയോട് അങ്ങനെ തീരുമാനിക്കാൻ കാരണമെന്തെന്ന് തിരക്കി. കളക്ട

റുടെ പ്രഖ്യാപനത്തെപ്പറ്റി അറിവില്ലേ എന്ന് അയാൾ എന്നോടു ചോദിച്ചു. എനിക്ക് അരിശം വന്നു.

“വെടിവെക്കുമെന്നുകേട്ടപ്പോൾ പേടിച്ചു പോയോ? ഇത് രാജ്യത്തിന് അപമാനമാണ്.” അയാൾ എന്നെ വെല്ലുവിളിച്ചു, “ധൈര്യമുണ്ടെങ്കിൽ തീരുമാനം നടപ്പിലാക്കിക്കോളൂ.”

ആദ്യം നിശ്ചയിച്ച സമയം കഴിഞ്ഞിരുന്നു. എന്നാലും ഞാൻ ഒരു കൊടി വടിയിൽ കെട്ടി കോടതിയുടെ നേരെ നടന്നു. ജില്ലയിലെ സാമ്രാജ്യത്വ ഭരണകൂടത്തിന്റെ പ്രതീകം. പതാക ഉയർത്തുമെന്നു പറഞ്ഞ സമയമെല്ലാം കഴിഞ്ഞതിനാൽ പട്ടാളക്കാർ അശ്രദ്ധരായി നിൽക്കുകയായിരുന്നു. കോണിപ്പടികൾ കയറിച്ചെന്ന് ഞാൻ യൂണിയൻ ജാക്ക് നീക്കുകയും ത്രിവർണ പതാക ഉയർത്തുകയും ചെയ്തു. രണ്ടു വെടി പൊട്ടി. എനിക്കു തട്ടിയില്ല. ബഖലെ എന്ന പേരുള്ള ഒരു മഹാരാഷ്ട്രിയൻ ഡപ്യൂട്ടി കമ്മീഷണർ പുറത്തുവന്നു. അക്കാലത്ത് ആ പദവിയിൽ ഇന്ത്യക്കാർ അപൂർവമായിരുന്നു. വെടിവെക്കരുതെന്ന് ആപ്പീസർ എന്നെ കണ്ടപ്പോൾ കൽപ്പന നൽകി. ഞാൻ ബ്രിട്ടീഷുകാരെ ശകാരിച്ചു സംസാരം തുടങ്ങി. എന്റെ കൈവശം ആയുധമൊന്നും ഇല്ലെന്നു കണ്ടപ്പോൾ, പട്ടാളക്കാരിൽ ചിലർ കോണി കയറിവന്ന് എന്നെ പിടികൂടി. അവർ എന്നെ സബ് ജയിലിൽ കൊണ്ടുപോയി, വൃത്തികെട്ട ഒരു മുറിയിലാക്കി. അടുത്ത ദിവസം വിചാരണ നടന്നു. മജിസ്ട്രേട്ട് എന്റെ പേര് ചോദിച്ചു. ലണ്ടൻ തോർ സിങ്ങ് എന്ന് ഞാൻ പറഞ്ഞു. (ലണ്ടനെ തകർക്കുന്ന ആൾ). എന്റെ പേര് എന്താണെന്നു മനസിലാക്കാൻ മജിസ്ട്രേട്ടിനു സാധിച്ചില്ല. എന്താണു ചെയ്തത് എന്നു പറഞ്ഞുകൊണ്ട് ഞാൻ ഭഗത് സിങ്ങിനെ പ്രശംസിക്കാൻ തുടങ്ങി. ഒരു വർഷത്തെ കഠിന തടവിനു ശിക്ഷിച്ചതായി കൽപ്പനയായി. “ഒരു വർഷമേ ഉള്ളൂ?” എന്ന് ഞാൻ അന്വേഷിച്ചപ്പോൾ മജിസ്ട്രേട്ട് ശിക്ഷ നാലു വർഷമായി വർധിപ്പിച്ചു. “നാലുവർഷത്തേക്കു മാത്രമോ?”എന്നു ഞാൻ തിരക്കി. “ഈ കുറ്റത്തിന് അതിലധികം വിധിക്കാൻ വകുപ്പില്ല.” മറുപടി കിട്ടി.

പട്ടണം മുഴുവൻ വാർത്ത പരന്നു. അച്ഛന്റെ അടുത്ത സ്നേഹിതരായ നേതാക്കന്മാർ പലരും ജയിലിൽ എന്നെ വന്നു കണ്ടു. ഞാൻ ധൈര്യം കാട്ടി എന്ന് അവർ പുകഴ്ത്തി. കുറച്ചു നാൾ കഴിഞ്ഞപ്പോൾ പത്രത്തിലൂടെ എന്നെപ്പറ്റിയുള്ള വിവരം അറിഞ്ഞു. പ്രായപൂർത്തി എത്താത്ത ആൾ എന്നു മനസിലാക്കി ഡൽഹിയിലെ ദുർഗുണ പരിഹാര ശാലയിലേക്ക് എന്നെ മാറ്റി. പത്തോ പതിനഞ്ചോ ദിവസം കഴിഞ്ഞപ്പോൾ ഞാനൊരു കുഴപ്പക്കാരനാണെന്നു കണ്ട് ലാഹോറിലെ ബോർസ്റ്റൽ ജയിലിലേക്കു അയച്ചു. ഭഗത്സിങ്ങിന്റെ ചെറുപ്പക്കാരായ നിരവധി സഹപ്രവർത്തകർ അവിടെ ഉണ്ടായിരുന്നു. എല്ലാ ചട്ടങ്ങളും ലംഘിക്കാൻ ഒരുങ്ങിയ എനിക്ക് കനത്ത

ശിക്ഷയും കിട്ടി. ഒരിടത്തുനിന്ന് മറ്റൊരിടത്തേക്കു മാറ്റുമ്പോൾ കാലിൽ ഇരുമ്പു വടി ബന്ധിക്കുമായിരുന്നു.

◈ *ഈ സംഭവം, വീട്ടുകാരിൽ എന്തു പ്രതികരണം ഉണ്ടാക്കി?*

☑ നിസ്സഹകരണ സമരം നടക്കുന്ന കാലം. പല സമരക്കാരും ജയിലിൽ എത്തിക്കൊണ്ടിരുന്നു. അവരുമായി ഞാൻ സമ്പർക്കം പുലർത്തി. അച്ഛൻ അയച്ച കത്ത് ഒരു ജയിൽ വാർഡൻ എനിക്കു രഹസ്യമായി തന്നു. മകൻ ഉന്നത വിദ്യാഭ്യാസം നേടണമെന്നും അതുവഴി രാജ്യസേവനം നടത്തണമെന്നും താൻ ആഗ്രഹിച്ചിരുന്നെങ്കിലും ഇനി മകൻ തിരഞ്ഞെടുത്ത മാർഗ്ഗം ഉപേക്ഷിക്കേണ്ടെന്ന് അച്ഛൻ കത്തിൽ ചൂണ്ടിക്കാട്ടി. എഴുത്ത് എന്നെ ആവേശം കൊള്ളിച്ചു. അമ്മ എന്നെ ജയിലിൽ വന്നു കണ്ടു. കോപത്തിന്റെയോ ദുഃഖത്തിന്റെയോ നേരിയ അടയാളംപോലും അമ്മ കാട്ടിയില്ല. ധീരനായിരിക്കാൻ എന്നെ ഉപദേശിക്കുകയാണു ചെയ്തത്. ശിക്ഷയിൽ അധീരനാവുകയോ മനസ്സുമാറ്റുകയോ ചെയ്യരുതെന്നും നിർദേശിച്ചു. ജയിലിലെ അന്തരീക്ഷവുമായി ഞാൻ ഇണങ്ങി. എല്ലാവർക്കും എന്നോട് ഇഷ്ടമായിരുന്നു. അച്ഛന്റെ സ്നേഹിതന്മാരായ നേതാക്കന്മാരായിരുന്നു അതിനു കാരണം.

ദേശീയ പ്രസ്ഥാനത്തിലാണ് ഇനി എന്റെ സ്ഥാനമെന്ന്, അച്ഛന്റെ എഴുത്തുകിട്ടിയപ്പോൾ, ഞാൻ നിശ്ചയിച്ചു. ഹോഷിയാർ പൂരിലെ കോടതിയുടെ മുകളിൽ ത്രിവർണ പതാക ഉയർത്തിയ നിമിഷം എന്റെ ജീവിതത്തിലെ വഴിത്തിരിവായിരുന്നു. ആ സംഭവം പിൽക്കാല ജീവിതം രൂപപ്പെടുത്തി. ഞാൻ ഉയർത്തിയ ത്രിവർണ പതാകയുടെ മധ്യത്തിൽ അന്ന് ചർക്കയായിരുന്നു. സ്വാതന്ത്ര്യത്തിനു ശേഷം ചർക്കയുടെ സ്ഥാനത്ത് അശോകചക്രം വന്നു. ഞങ്ങൾ അനുഭവിച്ച സാമ്പത്തിക ക്ലേശങ്ങളാണ്, അധ്വാനിക്കുന്ന വർഗവുമായി എന്നെ അടുപ്പിച്ചത്; അവരുടെ ആദർശം സ്വീകരിക്കാൻ പ്രേരിപ്പിച്ചത്; സാമൂഹ്യവിപ്ലവത്തിൽ പങ്കുകൊള്ളാൻ ഉത്സാഹം തന്നത്. ആദ്യമായി ത്രിവർണ പതാക ഉയർത്തിയ ആ ദിവസത്തിന്റെ സ്മരണയിൽ ഞാൻ അഭിമാനം കൊള്ളുന്നു.

(അഭിമുഖം നടത്തിയത് മാനിനി ചാറ്റർജി)

25

ശിവവർമ്മ

കഴുമരം കയറിയവരും കഠിനതടവു പേറിയവരും നമ്മുടെ സ്വാതന്ത്ര്യസമര ചരിത്രത്തിൽ നിരവധിയുണ്ട്. അതിൽ ഭഗത് സിങ്ങിനും സഹപ്രവർത്തകർക്കും സവിശേഷ സ്ഥാനമുണ്ട്. 1931 മാർച്ച് 23-ന് തൂക്കുമരത്തിലേറിയ ഭഗത് സിങ്ങ്, സുഖ ദേവ്, രാജഗുരു എന്നിവരുടെ വീരചരിതം, ഒരു തലമുറയുടെ സിരകളെ ത്രസിപ്പിച്ചു. നമ്മുടെ ദേശീയ പ്രസ്ഥാനത്തിന്റെ വഴിത്തിരിവായിരുന്നു അവരുടെ രക്തസാക്ഷിത്വം. യുവത്വത്തിന്റെ പടിവാതിലിൽ മാത്രം എത്തിയ അവരുടെ വീരസാഹസികത, വ്യക്തിപരമായ ഭീകരതയ്ക്കപ്പുറം സമരസജ്ജമായ ബഹുജന പ്രസ്ഥാനത്തിന്റെ മാനം കൈവരിച്ചതത്രെ. ഭഗത് സിങ്ങും സംഘവും നേതൃത്വം നൽകിയ ഹിന്ദുസ്ഥാൻ സോഷ്യലിസ്റ്റ് റിപ്പബ്ലിക്ക് ആർമി (എച്ച് എസ് ആർ എ) വ്യക്തിഭീകരതയെ ജനകീയ പ്രസ്ഥാനവുമായി കണ്ണിചേർത്തു.

ഉത്തർപ്രദേശിലെ എച്ച് എസ് ആർ എയുടെ ചീഫ് ഓർഗനൈസറായിരുന്ന ശിവവർമ്മ, ഭഗത് സിങ്ങിനോടൊപ്പം ശിക്ഷയേറ്റ ഒമ്പതു പേരിൽ ഒരാളായിരുന്നു. അദ്ദേഹത്തെ ജീവപര്യന്തം തടവിനും നാടുകടത്തലിനുമാണ് ശിക്ഷിച്ചത്.

അപൂർവ വ്യക്തിത്വമുള്ള വിപ്ലവകാരിയായിരുന്നു ശിവവർമ്മ. ചിന്തകനായിരുന്നു; പ്രായോഗികമതിയായിരുന്നു. ഊർജസ്വലനും സംഘാടകനുമായിരുന്നു. അസാധാരണ ധീരനും അതീവ കാരുണ്യശീലനുമായിരുന്നു. ഭഗത്സിങ്ങിന്റെയും സഹപ്രവർത്തകരുടെയും സ്നേഹപാത്രമാവാൻ അദ്ദേഹത്തിനു കഴിഞ്ഞത് ഈ ഗുണങ്ങൾ കൊണ്ടായിരുന്നു. ഒളിവു ജീവിതകാലത്തും ജയിൽവാസസമയത്തും കമ്യൂണിസ്റ്റ് പ്രസ്ഥാന പ്രവർത്തന ഘട്ടങ്ങളിലുമെല്ലാം അദ്ദേഹത്തെ മുന്നോട്ടു നയിച്ചത് ഈ ഗുണങ്ങളായിരുന്നു. ഉത്തർപ്രദേശിലെ അവിഭക്ത കമ്യൂണിസ്റ്റ് പാർട്ടിയുടെയും പിന്നീട് സി പി ഐ (എം) ന്റെയും സംഘാടക നേതാവായിരുന്നു ശിവവർമ്മ.

യു പിയിലെ ഹർദോസി ജില്ലയിൽ 1904 ഫെബ്രുവരി 9-ന് ശിവ വർമ്മ ജനിച്ചു. 1920-21 കാലഘട്ടത്തിലെ പ്രഥമ നിസ്സഹകരണ പ്രസ്ഥാനത്തിൽ പങ്കാളിയാവാൻ, പതിനേഴുകാരനായ ശിവവർമ്മ പഠനം ഉപേക്ഷിച്ച് ഇറങ്ങിത്തിരിച്ചു. ചൗരിചൗരാ സംഭവത്തെ തുടർന്ന് ഗാന്ധിജി സമരം നിർത്തിവച്ചപ്പോൾ ശിവവർമ്മയും നിരാശനായി സായുധസമരത്തിന്റെ പാതയിലേക്കു തിരിഞ്ഞു.

ലാഹോർ ഗൂഢാലോചനക്കേസിൽ ശിക്ഷിക്കപ്പെട്ട സചീന്ദ്ര നാഥ സന്യാൽ ഹിന്ദുസ്ഥാൻ റിപ്പബ്ലിക്കൻ ആർമി രൂപീകരിച്ചു. കോൺപൂരിൽ ആ രഹസ്യസംഘടനയിൽ ശിവവർമ്മയും ചേർന്നു. കലോരി ഗൂഢാലോചനക്കേസിൽ മിക്ക മുതിർന്ന നേതാക്കന്മാർക്കും വധശിക്ഷയോ ജീവപര്യന്തം തടവോ ലഭിച്ചപ്പോൾ വിപ്ലവരഹസ്യ സംഘം ശിഥിലമായി. അത് 1925-ൽ ആയിരുന്നു.

പഞ്ചാബിലെ എച്ച് ആർ എ നേതാക്കന്മാരിൽ പ്രധാനിയായ ഭഗത്സിങ്ങിനെ ശിവവർമ്മ കാണുന്നത് ഈ സന്ദർഭത്തിലാണ്. ശിവവർമ്മ ഹിന്ദിയിൽ രചിച്ച വിപ്ലവസ്മരണകളിൽ ഭഗത് സിങ്ങുമായുള്ള ആദ്യത്തെ കൂടിക്കാഴ്ചയുടെ വിവരണമുണ്ട്. കോൺപൂരിലെ ഡി എ വി കോളേജ് ഹോസ്റ്റലിലെ അന്തേവാസികളായിരുന്നു ശിവവർമ്മയും ജയദേവും. ഇരുവരും രഹസ്യസംഘടനയിലെ അംഗങ്ങൾ. ഒരു നാൾ അവർക്ക് ഡൽഹിയിലെ ഒരു സുഹൃത്തിന്റെ കത്തു കിട്ടി. പഞ്ചാബിൽ നിന്ന് ഒരു യുവാവ് അവരെ സന്ദർശിക്കാനെത്തുന്നു. ഈ ഭൂമിയിൽ തങ്ങളെ തേടിയെടുത്തുന്ന ആ സന്ദർശകൻ ആരെന്ന് അവർ അമ്പരന്നു. സന്ദർശകന്റെ ആഗമനോദ്ദേശ്യത്തെപ്പറ്റിയും അവർക്ക് അദ്ഭുതമായി. മുറിയിലെ വിപ്ലവ സാഹിത്യങ്ങളെല്ലാം അവർ മുറിയിൽനിന്നു മാറ്റി. അജ്ഞാതനായ പഞ്ചാബിയോട് ഒന്നും പറയുകയില്ലെന്ന് അവർ ശപഥം ചെയ്തു.

അടുത്ത ദിവസം പ്രഭാതത്തിൽ ശിവവർമ്മ ശ്രദ്ധാപൂർവം പഠിച്ചുകൊണ്ടിരിക്കെ, പഞ്ചാബി പ്രത്യക്ഷപ്പെട്ടു. "നല്ല ഉയരമുള്ള സുമുഖനായ യുവാവ്. ചെറിയ കണ്ണുകൾ, തറഞ്ഞു കയറുന്ന നോട്ടം, കത്രിച്ച് കനം കുറച്ച താടി, തലപ്പാവ്." ഒരു ധൃതിയും കൂടാതെ, കൃത്രിമമായ ഉപചാര പ്രകടനമില്ലാതെ, ശിവവർമ്മയുടെ കരംഗ്രഹിച്ച് പേര് രഞ്ജിത് ആണെന്നും, ഏതാനും ദിവസം ആ മുറിയിൽ തങ്ങാൻ ഉദ്ദേശിക്കുന്നു എന്നും ആഗതൻ അറിയിച്ചു. നിഷ്കപടമായ ആ പെരുമാറ്റം ശിവവർമ്മയെ സമാശ്വസിപ്പിച്ചു. ജയദേവ് എവിടെയാണെന്ന് അറിയില്ലെന്ന് ശിവവർമ്മ നുണ പറഞ്ഞു. അപ്പറഞ്ഞത് അവാസ്തവമാണെന്ന് രഞ്ജിത്തിനു മനസിലായി. പെട്ടെന്ന് മുഖം മ്ലാനമായി.

"വിക്ടർ ഹ്യൂഗോവിന്റെ പ്രസിദ്ധമായ കൃതി (*ലാ മിറാബിലെ-പാവങ്ങൾ*) കൈയിൽ ഇരുന്നത് നിവർത്തി അദ്ദേഹം സാവധാനം വായന തുടങ്ങി. അതുവരെ ഉണ്ടായിരുന്ന സഹജമായ പെരുമാറ്റവും ചിരിയും സംഭാഷണവുമെല്ലാം ആരോ പെട്ടെന്നു തടഞ്ഞതുമാതിരിയായിരുന്നു പുസ്തകവായനയിലേക്കുള്ള മടക്കം."

ഉച്ചയ്ക്കുശേഷം, ആഹാരം കഴിക്കാൻ രഞ്ജിത്തിനെ ശിവവർമ്മ കോളേജ് മെസ്സിലേക്കു കൊണ്ടുപോയി. അവിടെ ജയദേവ് മാത്രമേ ഉണ്ടായിരുന്നുള്ളു. രഞ്ജിത് ആളെ ശ്രദ്ധിച്ചതേയില്ല. അൽപ്പം കഴിഞ്ഞപ്പോൾ, ജയദേവ് അൽപ്പം നെയ്യ് രഞ്ജിത്തിന്റെ പാത്രത്തിൽ ഒഴിച്ചു

കൊടുത്തു. അദ്ഭുതത്തോടെ തലയുയർത്തി അത് ജയദേവായിരിക്കും എന്നു മനസിലാക്കി, ശിവവർമ്മയും പുറത്തു പതുക്കെയൊന്നു തല്ലി, പരിഹാസഭാവത്തിൽ കളിവാക്കു പറഞ്ഞു, "നിന്റെ സുഹൃത്തുക്കൾ നിനക്കുമാത്രം മതിയോ?"

ആ നിമിഷം മുതൽ അവർ ആത്മസഖാക്കളായി. അടക്കിവച്ച കണ്ണുനീരോടെ, ഇരുമ്പഴികൾക്കുപിന്നിൽ ജയിൽ ജനലിലൂടെ നോക്കി, രഞ്ജിത്തിനെ - ഭഗത് സിങ്ങിനെ - കഴുമരത്തിലേക്ക് ശിവവർമ്മയാത്രയാക്കുന്നതുവരെ ആ സൗഹൃദം നിലനിന്നു.

കോൺപൂരിലെ ശിവവർമ്മയുടെ ഹോസ്റ്റൽ മുറി വിപ്ലവകാരികളുടെ സംഗമവേദിയായി. അവർ വായനയും വാദപ്രതിവാദവും നടത്തി. ബോംബാക്രമണത്തിനു പദ്ധതി തയ്യാറാക്കി. സോഷ്യലിസത്തെപ്പറ്റി ചർച്ച ചെയ്തു. ശിവവർമ്മയുടെ സ്മരണകളിൽ ആ ദിവസങ്ങളുടെ സജീവമായ വിവരണങ്ങൾ ഉണ്ട്. ഭഗത് സിങ്ങിന്റെയും സഖാക്കളുടെയും സവിശേഷ വ്യക്തിത്വങ്ങളുടെ വിശകലനമുണ്ട്. ഊഷ്മളങ്ങളും നർമ്മമനോഹരങ്ങളുമായ സംഭവങ്ങളുണ്ട്. വിപ്ലവകാരികളുടെ മനുഷ്യസഹജമായ സരളഭാവങ്ങളുടെ ചിത്രങ്ങളുണ്ട്. കളിയും ചിരിയും ഗംഗനിലെ വഞ്ചി യാത്രകളും ആഹാരവേളയിലെ കൊച്ചു ശണ്ഠകളും സാഹിത്യസംവാദങ്ങളും എല്ലാം വിവരിക്കുന്നതിന്റെ അടിയിൽ സ്വാതന്ത്ര്യത്തിനും നീതിക്കുംവേണ്ടി പൊരുതാനുള്ള ഉരുക്കുപോലെ ഉറച്ച നിശ്ചയത്തിന്റെ തീവ്രതയും ഉണ്ട്.

1928 കാലത്ത് രാജ്യം ബ്രിട്ടീഷ് വിരോധത്തിന്റെ അന്തഃക്ഷോഭം പുറത്തു പ്രകടിപ്പിക്കാൻ വെമ്പി. കോൺപൂർ സഖാക്കൾ സോഷ്യലിസ്റ്റ് ദർശനത്തിന്റെ സ്വാധീനത്തിൽ ആകൃഷ്ടരായി. അപ്പോഴും സായുധ സമരത്തിന്റെ വിശ്വാസപ്രമാണം ഉപേക്ഷിച്ചിരുന്നില്ല. അച്ചടക്കമുള്ള വിപ്ലവസംഘങ്ങളുടെ അഖിലേന്ത്യാ സംഘടന ആവശ്യമാണെന്ന് ഭഗത്സിങ്ങ് വിശ്വസിച്ചു. അന്യോന്യം ബന്ധമില്ലാത്ത ചെറു ചെറുസംഘങ്ങൾ അവിടവിടെ പ്രവർത്തിക്കുന്ന സ്ഥിതിക്കു മാറ്റം വരുത്താൻ അദ്ദേഹം ആഗ്രഹിച്ചു. ബംഗാളിലെ അനുശീലൻ, ജുഗാന്ദർ എന്നീ സംഘങ്ങളും പഞ്ചാബിലെ ഗദറും, യു പി, ബിഹാർ എന്നിവിടങ്ങളിലെ ഹിന്ദുസ്ഥാൻ പ്രജാതന്ത്ര സംഘവുമായിരുന്നു അക്കാലത്തെ വിപ്ലവ സംഘടനകൾ.

അഖിലേന്ത്യാ സംഘടന രൂപീകരിക്കാൻ അവയുടെ പ്രവർത്തകർ 1928 സപ്തംബറിൽ ഡൽഹിയിൽ സമ്മേളിച്ചു. യു പി, ബിഹാർ, രാജസ്ഥാൻ എന്നിവിടങ്ങളിലെ പത്തു പ്രതിനിധികളാണ് പങ്കെടുത്തത്. ബംഗാളിലെ സഖാക്കൾ ജയിലിലായിരുന്നു. പുറത്തുണ്ടായിരുന്നവർക്ക് ഭഗത് സിങ്ങിന്റെ സംഘടനാ ശൈലിയോട് യോജിപ്പുണ്ടായിരുന്നില്ല.

ഡൽഹി യോഗത്തിൽ ഭഗത് സിങ്ങ് ആധ്യക്ഷം വഹിച്ചു. സംഘടനയുടെ പേരു മാറ്റാൻ തീരുമാനമെടുത്തു. ഹിന്ദുസ്ഥാൻ സോഷ്യലിസ്റ്റ് റിപ്പബ്ലിക്കൻ ആർമി. ഈ തീരുമാനത്തെപ്പറ്റി പിൽക്കാലത്ത് ശിവവർമ്മ ഇങ്ങനെ വിവരിച്ചു.

> മാർക്സിസത്തെപ്പറ്റിയോ, സോഷ്യലിസത്തിന്റെ ശാസ്ത്രീയ തത്ത്വങ്ങളെപ്പറ്റിയോ ഞങ്ങൾക്ക് വേണ്ടത്ര അറിവുണ്ടായിരുന്നു

> എന്നു ധരിക്കരുത്. ഞങ്ങളുടെ മുന്നോട്ടുള്ള യാത്രയിലെ ചെറിയൊരു ചുവടുവയ്പ്. സമൂഹത്തിലെ വർഗ വ്യത്യാസത്തെപ്പറ്റി ബോധ്യമുണ്ടായിരുന്നു. തൊഴിലാളികളുടെയും കൃഷിക്കാരുടെയും ഭരണകൂടം സ്ഥാപിക്കണം എന്നു ഞങ്ങൾ വിശ്വസിച്ചു. അത് എങ്ങനെ നടപ്പിലാക്കും എന്നതിനെപ്പറ്റി വലിയ വെളിച്ചമൊന്നും ഉണ്ടായിരുന്നതുമില്ല.

സംഘടനയ്ക്ക് ജനാധിപത്യ സ്വഭാവം വേണം എന്നതായിരുന്നു രണ്ടാമത്തെ പ്രധാന തീരുമാനം. ഏകാധിപത്യസ്വഭാവമുള്ള ഒറ്റ നേതാവിന്റെ ശാസനയാൽ പ്രവർത്തിക്കുന്ന രീതിയായിരുന്നു വിപ്ലവ സംഘടനകൾ പുലർത്തിയിരുന്നത്. എച്ച് എസ് ആർ എ വിഭിന്ന സ്വഭാവം പുലർത്തി. കൂട്ടായ ചർച്ചയിലൂടെ തീരുമാനത്തിലെത്തുക എന്ന ശൈലി സ്വീകരിച്ചു. തീരുമാനം പ്രഖ്യാപിക്കുന്ന അന്തിമ അധികാര കേന്ദ്രമായി ഒരു സെൻട്രൽ കമ്മിറ്റി വേണം എന്ന് ഭഗത് സിങ്ങ് അഭിപ്രായപ്പെട്ടു. സുഖദേവ് (പഞ്ചാബ്), ഫണീന്ദ്രഘോഷ് (ബിഹാർ), ശിവവർമ്മ (യു പി), കുന്ദൻലാൽ (രാജസ്ഥാൻ) എന്നിവരായിരുന്നു കേന്ദ്ര സമിതി അംഗങ്ങൾ. പ്രചാരവേലയുടെയും അന്തർ സംസ്ഥാന സംയോജനത്തിന്റെയും ചുമതല ഭഗത് സിങ്ങിനും വിജയകുമാർ സിഹ്നക്കുമായിരുന്നു. സെൻട്രൽ കമ്മിറ്റിയിലെ ഏഴാമത്തെ അംഗം ചന്ദ്രശേഖർ ആസാദ് ആയിരുന്നു. അദ്ദേഹം ഡൽഹിയിലെ യോഗത്തിൽ സംബന്ധിച്ചിരുന്നില്ല. കോൺപൂർ ഗ്രൂപ്പിലെ മറ്റ് അംഗങ്ങൾ – ജയദേവ്, സുരേന്ദ്രനാഥ പാണ്ഡെ, ബ്രഹ്മദത്ത മിശ്ര - എന്നിവരാണ്.

എച്ച് എസ് ആർ എ മറ്റൊരു സുപ്രധാന തീരുമാനവും എടുത്തിരുന്നു. വ്യക്തികളെ ഉന്മൂലനം ചെയ്യുന്ന ആശയം ഉപേക്ഷിച്ചില്ലെങ്കിലും ലക്ഷ്യങ്ങൾക്കു വിശാലത വേണമെന്ന് തീരുമാനിച്ചു.

ശിവവർമ്മയുടെ വാക്കുകൾ:

> ബഹുജനങ്ങൾ വിപ്ലവകാരികളെ ഇഷ്ടപ്പെട്ടിരുന്നു. വിപ്ലവകാരികളുടെ ധൈര്യത്തെയും ത്യാഗത്തെയും ജനങ്ങൾ വിലമതിച്ചു. എന്നാൽ അവരുടെ പ്രവർത്തനങ്ങളുമായി ബന്ധപ്പെടാൻ ജനങ്ങൾക്കു മടിയായിരുന്നു. ഇക്കാര്യം തിരിച്ചറിഞ്ഞ ഭഗത് സിങ്ങ് ഒന്നു തീരുമാനിച്ചു. ബഹുജനങ്ങളുമായി ബന്ധമുള്ള പ്രശ്നങ്ങളിലേ വിപ്ലവകാരികൾ ഇടപെടാവൂ.

സാണ്ടേഴ്സന്റെ വധവും അസംബ്ലിയിലെ ബോംബേറും അത്തരത്തിൽപ്പെട്ടതത്രെ. 1928-ൽ സൈമൺ കമ്മീഷനെതിരെ രാജ്യവ്യാപകമായി പ്രതിഷേധം ഉയർന്നിരുന്നു. ഒരു ബാങ്ക് കവർച്ച ചെയ്യാനുള്ള ലക്ഷ്യമിട്ട് ചില എച്ച് എസ് ആർ എ അംഗങ്ങൾ ലാഹോറിൽ എത്തി. ആ സന്ദർഭത്തിൽ സൈമൺ കമ്മീഷന്റെ സന്ദർശനവും ലാഹോറിൽ ഉണ്ടായിരുന്നു. 'സൈമൺ ഗോ ബാക്ക്' മുദ്രാവാക്യവുമായി ലാലാ ലജ്പത് റായിയുടെ നേതൃത്വത്തിൽ നടന്ന ജാഥയ്ക്കു നേരെ ലാത്തിച്ചാർജ് നടന്നു. ഡെപ്യൂട്ടി പൊലീസ് സൂപ്രണ്ട് സാണ്ടേഴ്സ് ലജ്പത് റായിയെ ക്രൂരമായി മർദിച്ചു. അദ്ദേഹം 1928 നവംബർ 19-ന് അന്തരിച്ചു. ആ മരണത്തിനു പകരം വീട്ടാൻ ഒരു മാസം കഴിഞ്ഞപ്പോൾ, ഭഗത് സിങ്ങും രാജഗുരുവും സാണ്ടേഴ്സനെ വധിച്ചു. അവർ ലാഹോറിൽനിന്ന് കടന്നുകളഞ്ഞു.

ആ വിപ്ലവകാരികളുടെ സുഹൃത്തായിരുന്നില്ല ലാലാ ലജ്പത് റായ്. അദ്ദേഹത്തിന്റെ വിശ്വാസപ്രമാണവുമായി അവർക്കു വിയോജിപ്പും ഉണ്ടായിരുന്നു. ശിവവർമ്മ ഇങ്ങനെ വിലയിരുത്തുന്നു: "എന്നാൽ ദേശീയ പ്രസ്ഥാനത്തിന്റെ നേതാക്കന്മാരിൽ ഒരാൾ എന്ന നിലയിൽ ഇന്ത്യയ്ക്കു വെളിയിൽ റായിക്കു സ്ഥാനമുണ്ടായിരുന്നു. അപ്പോൾ അദ്ദേഹത്തിന് നേർക്ക് നടന്ന കൈയേറ്റം രാജ്യത്തിനേറ്റ അപമാനമാണ്. അതിനുപകരം വീട്ടുകതന്നെ വേണം. അതുകൊണ്ട് ആ അക്രമത്തിനു മറുപടി കൊടുക്കാൻ ഞങ്ങൾ തീരുമാനിച്ചു."

നന്നായി ആസൂത്രണം ചെയ്തശേഷമാണ് അസംബ്ലി ആക്രമണം നടത്തിയത്. വിപ്ലവ പ്രവർത്തനങ്ങളെ ബഹുജന പ്രസ്ഥാനവുമായി ബന്ധപ്പെടുത്തണമെന്ന് തീരുമാനിച്ചിരുന്നു. ഡൽഹി പാർലമെന്റിനെ സെൻട്രൽ അസംബ്ലി എന്നാണ് അക്കാലത്ത് വിളിച്ചിരുന്നത്. വളർന്നുവരുന്ന തൊഴിലാളി പ്രസ്ഥാനത്തെ തകർക്കാൻ ലക്ഷ്യമിട്ട്, തൊഴിൽതർക്ക നിയമവും പൊതുസുരക്ഷാ നിയമവും ചർച്ച ചെയ്തു പാസാക്കാനുള്ള പരിപാടികളാണ് അന്നു അസംബ്ലിയിൽ നടക്കേണ്ടിയിരുന്നത്. ബില്ലുകൾ പാസാക്കിയില്ലെങ്കിൽ ഓർഡിനൻസു വഴി അതു നടപ്പാക്കുമെന്ന് വൈസ്രോയി പ്രഖ്യാപിച്ചു എന്ന കാര്യം ശിവവർമ്മ അനുസ്മരിക്കുന്നു.

> അതുകൊണ്ട് ഞങ്ങൾ ഭഗത് സിങ്ങിന്റെ പ്രേരണയിൽ ഒരു കാര്യം നിശ്ചയിച്ചു, ബില്ല് അവതരിപ്പിക്കുകയാണെങ്കിൽ അത് പാർലമെന്റിലെ വോട്ടെടുപ്പു വഴി നടക്കാൻ പാടില്ല. വോട്ടിങ്ങിനുള്ള അറിയിപ്പു ഉണ്ടാകുമ്പോൾ അസംബ്ലി ഹാളിലേക്ക് ബോംബ് എറിയാൻ ഞങ്ങൾ പരിപാടിയിട്ടു. ആര് അത് ചെയ്യുമെന്നായി പിന്നത്തെ ആലോചന. ഭഗത് സിങ്ങ് പുറത്തിറങ്ങിയാൽ പൊലീസ് പിടികൂടും. ബോംബു കേസിൽ പിടികൂടിയാൽ വധശിക്ഷ വന്നേക്കും. സാണ്ടേഴ്സ് കൊലക്കേസിൽ സിങ്ങിനെ പൊലീസ് തിരഞ്ഞുകൊണ്ടിരിക്കയാണ്. ബോംബെറിയാൻ മറ്റു പലരുടെയും പേരുകൾ നിർദേശിക്കപ്പെട്ടു. വിജയകുമാർ സിൻഹ, ബി കെ ദത്ത് എന്നിവർ പോകും. അല്ലെങ്കിൽ ജയദേവ കപൂറും ശിവവർമ്മയും; അല്ലെങ്കിൽ ജയദേവ് കപൂറും വിജയകുമാർ സിൻഹയും.

താൻ തയ്യാറാണെന്ന് ഭഗത് സിങ്ങ് ശഠിച്ചു. കീഴടങ്ങി തങ്ങളുടെ ലക്ഷ്യം വിചാരണ വേളയിൽ വ്യക്തമാക്കുമെന്ന് സിങ്ങ് വിശദീകരിച്ചു. അടുത്ത ദിവസം സുഖദേവ് ലാഹോറിൽനിന്നുവന്ന് ഭഗത് സിങ്ങിന്റെ അഭിപ്രായത്തോട് യോജിപ്പ് പ്രകടിപ്പിച്ചു.

ശിവവർമ്മയുടെ അനുസ്മരണം:

> സുഖദേവ് പറഞ്ഞു, ലക്ഷ്യം സാധിക്കാതെ രണ്ടുപേർ ജീവത്യാഗം ചെയ്തതുകൊണ്ട് എന്തുഫലം? രണ്ടുപേർ ചെല്ലുന്നു, ബോംബെറിയുന്നു. മറ്റുള്ളവരോടൊപ്പം ഇരുവരും രക്ഷപ്പെടുമ്പോൾ ആര് എന്തിന് ബോംബെറിഞ്ഞു എന്ന് പൊതുജനം തിരിച്ചറിയില്ല. അവർ കീഴടങ്ങിയാൽത്തന്നെ കോടതിയിൽ വിശദമായി ലക്ഷ്യം വിവരിക്കാൻ സാധിച്ചില്ലെങ്കിലും ശ്രമം നിഷ്ഫലം. അതുകൊണ്ട് ഭഗത് സിങ്ങ് തന്നെ ഈ കൃത്യം നിർവഹിക്കണം.

കേന്ദ്രകമ്മിറ്റി തീരുമാനം അംഗീകരിച്ചു. ഭഗത് സിങ്ങ് ബോംബെറിഞ്ഞു. പരിപാടിയനുസരിച്ച് കീഴടങ്ങി. സംഘടനയുടെ ആദർശവും വിപ്ലവ ലക്ഷ്യവും വിശദീകരിച്ചുകൊണ്ട് കോടതിയിൽ പ്രസിദ്ധമായ പ്രസ്താവന നടത്തുകയും ചെയ്തു.

1929 മെയ് മാസത്തിൽ സഹറൻപൂരിൽവച്ച് ശിവവർമ്മയും അറസ്റ്റിലായി. ഭഗത് സിങ്ങിന്റെയും സഖാക്കളുടെയും കൂടെ വിചാരണയ്ക്കു വിധേയനായി. രണ്ടാം ലാഹോർ ഗൂഢാലോചനക്കേസ് എന്ന പേരിലാണ് കേസ് അറിയപ്പെട്ടത്. 1929 ജൂലായ് 10-ന് കേസ് വിചാരണ തുടങ്ങി. വിചാരണ എങ്ങനെ നേരിടണമെന്ന് സഖാക്കൾ മുൻകൂട്ടി ആസൂത്രണം ചെയ്തിരുന്നു. മൂന്നു വിഭാഗമായി വേർതിരിഞ്ഞ് കേസ് കൈകാര്യം ചെയ്യാനായിരുന്നു തീരുമാനം. ആദ്യത്തെ സംഘം അഭിഭാഷകനെ ഏർപ്പാടുചെയ്ത് കേസ് നടത്തണം. രണ്ടാമത്തെ ഗ്രൂപ്പ്, ശത്രുവിന്റെ കോടതിയെ നഖശിഖാന്തം എതിർക്കണം. നടപടിക്രമത്തിന്റെ ഓരോ ഘട്ടത്തിലും തടസ്സം വലിച്ചിടണം. മൂന്നാമത്തെ വിഭാഗം കേസ് സ്വയം വാദിക്കുകയാണു വേണ്ടത്. ഭഗത് സിങ്ങ്, സുഖ ദേവ്, രാജ്ഗുരു, ശിവ വർമ്മ, ജയദേവ് കപൂർ, വിജയകുമാർ സിൻഹ, കമൽനാഥ് തിവാരി, സുരേന്ദ്രനാഥ് പാണ്ഡെ എന്നിവരായിരുന്നു അവസാനത്തെ വിഭാഗത്തിൽ.

വിചാരണ വേളയിൽ ശിവവർമ്മ "അസാധാരണമായ ശേഷി" പ്രദർശിപ്പിച്ചതായി അജയഘോഷ് (ഭഗത് സിങ്ങിന്റെ ഗ്രൂപ്പിലെ അംഗം - പിൽക്കാലത്ത് സി പി ഐ ജനറൽ സെക്രട്ടറി) ഓർക്കുന്നു:

> ശിവവർമ്മ കോടതി നടപടികൾ സസൂക്ഷ്മം ശ്രദ്ധിച്ചിരുന്നു. പ്രോസിക്യൂഷൻ സാക്ഷികളെ സമർഥമായി ക്രോസു വിസ്താരം ചെയ്യും. അവർ കൊണ്ടുവരുന്ന തെളിവുകളെ വാദിച്ച് ഛിന്നഭിന്നമാക്കും. ആ സാക്ഷികളെ അനുകൂലിക്കുന്നവരെ ആക്ഷേപഹാസ്യരീതിയിൽ വാദിച്ച് നിർജീവമാക്കും. അവരെക്കൊണ്ടുതന്നെ ആദ്യം പറഞ്ഞ കാര്യം നിഷേധിപ്പിക്കും. വീണ്ടും വീണ്ടും പിണയുന്ന പിഴവുകൾ കോടതി മുറിയിൽ ചിരിയുയർത്തും.

ഒക്ടോബറിൽ വിചാരണ അവസാനിച്ചു. ട്രിബ്യൂണൽ വിധി പ്രസ്താവിച്ചു. ശിവവർമ്മയ്ക്കു ജീവപര്യന്തം തടവ്. അക്കാലത്ത് ജയിൽ ജീവിതം ദുസ്സഹം. തങ്ങളെയും രാഷ്ട്രീയത്തടവുകാരായി പരിഗണിച്ച് പ്രാഥമിക സുഖസൗകര്യവും എഴുത്തും വായനയ്ക്കും അനുമതിയും വേണമെന്നു വാദിച്ച് ഭഗത് സിങ്ങ് മുമ്പേ നിരാഹാര സമരം നടത്തിയിരുന്നു. സർക്കാർ ആദ്യം ആവശ്യം അനുവദിച്ചു. പിന്നീട് നിരസിച്ചു. 'സി' ക്ലാസു തടവുകാരായി മാത്രം കണക്കാക്കി, ക്രിമിനലുകളോടെന്നപോലെ ക്രൂരമായി പെരുമാറി.

ശിവവർമ്മയും പല പല നിരാഹാരസമരങ്ങളിൽ പങ്കെടുത്തു, യതിൻ ദാസിന്റെ ജീവൻ അപഹരിച്ച 63 ദിവസത്തെ സമരമടക്കം. മെച്ചമായ ജയിൽ സൗകര്യങ്ങൾക്കുവേണ്ടി അന്തമാനിലും ഇന്ത്യൻ ജയിലുകളിലും വർമ്മ പൊരുതി. പലപ്പോഴും മരണത്തിന്റെ വക്കിൽനിന്ന് ഭാഗ്യം കൊണ്ടു രക്ഷപ്പെട്ടതായിരുന്നു.

മറ്റനേകം വിപ്ലവകാരികളെപ്പോലെ ശിവവർമ്മയും അന്തമാനിൽ വച്ചാണ് സോഷ്യലിസ്റ്റാശയത്തിൽ ആകൃഷ്ടനായത്. കമ്യൂണിസ്റ്റ്

കൺസോളിഡേഷൻ രൂപീകരണത്തിൽ വർമ്മ നിമിത്തമായിത്തീർന്നു. മാർക്സിസ്റ്റാശയം പ്രചരിപ്പിക്കാൻ *ആഹ്വാനം* എന്നൊരു കൈയെഴുത്തു പത്രിക തയാറാക്കിയിരുന്നു. 1937-ൽ അന്തമാനിൽ നിന്നു വിട്ടു. വീണ്ടും ജയിലിൽ. മറ്റെല്ലാവരും 1945-ൽ വിമോചിതർ. വർമ്മ തടവിൽത്തന്നെ. ഇന്ത്യ സ്വാതന്ത്ര്യയാകുന്നതുവരെ സ്വന്തം സ്വാതന്ത്ര്യത്തിനു വർമ്മയ്ക്കു കാത്തിരിക്കേണ്ടിവന്നു.

പുറത്തുവന്ന് കമ്യൂണിസ്റ്റ് പാർട്ടി അംഗമായി ഒളിവുജീവിതം നയിച്ചു. 1948, 1951, 1962, 1965 കാലത്തെല്ലാം തടവറയിൽപ്പെട്ടു. അവിഭക്ത സി പി ഐയുടെ യു പി സ്റ്റേറ്റ് സെക്രട്ടറിയായും പാർട്ടിയുടെ ഹിന്ദി മുഖപത്രത്തിന്റെ പത്രാധിപരായും സേവനമനുഷ്ഠിച്ചു. 1964 നുശേഷം സി പി ഐ (എം) സ്റ്റേറ്റ് കമ്മിറ്റി മെമ്പർ. ദീർഘകാലം കോൺപൂർ ജില്ലാ സെക്രട്ടറി.

1997 ജനുവരി 10-ന് 93-ാം വയസിൽ ശിവവർമ്മ അന്തരിച്ചു.

അദ്ദേഹം അനുഗൃഹീതനായ എഴുത്തുകാരനായിരുന്നു. ഹിന്ദി രചനകൾ അപൂർവ സുന്ദരങ്ങളത്രെ. രാഷ്ട്രീയ ദർശനങ്ങളെക്കുറിച്ചും ജയിൽ സ്മരണകളെക്കുറിച്ചും അദ്ദേഹം എഴുതുകയുണ്ടായി. ഭഗത്സിങ്ങിനെയും സഖാക്കളെയും പറ്റിയുള്ള ഓർമച്ചിത്രങ്ങൾ, അവരെപ്പറ്റി മറ്റുള്ളവർ എഴുതിയവയിൽനിന്ന് ഏറെ വ്യത്യസ്തങ്ങളാണ്. ആദർശാത്മകതയും ആത്മനിഷ്ഠതയും സന്തുലനം ചെയ്തുകൊണ്ടാണ് ആഖ്യാനം നിർവഹിച്ചത്. തന്നെക്കുറിച്ച് കുറച്ചുമാത്രം വാക്കുകൾ ഉച്ചരിക്കുന്ന മിതഭാഷിത്വം ശ്രദ്ധേയമത്രെ. *സ്മരണകളു*ടെ ആമുഖത്തിൽ ശിവവർമ്മ രേഖപ്പെടുത്തി:

> എന്റെ സ്വന്തം ജീവിതത്തെപ്പറ്റി ഏറെയൊന്നും പറയാനില്ല. ഈ തൂലികാ ചിത്രങ്ങൾ മറ്റുള്ളവരെപ്പറ്റിയാണ് - അവരുടെ ധീരത, ത്യാഗം, കർമ്മം, സമർപ്പണം എന്നിവയെപ്പറ്റി. ഞാൻ അവയുടെ ആഖ്യാനകാരൻ മാത്രം. ചിത്രത്തിൽനിന്ന് അതുകൊണ്ട് ഞാൻ ഒഴിഞ്ഞുനിൽക്കുന്നു.

താൻ വെറുമൊരു വഴിപോക്കൻ, കാഴ്ചക്കാരൻ എന്ന മട്ടാണെങ്കിലും ശിവവർമ്മ, വിപ്ലവസംഘത്തിലെ പ്രമുഖനായിരുന്നു. ഭഗത്സിങ്ങിന്റെ വിപുലമായ വായനയെപ്പറ്റിയും സോഷ്യലിസ്റ്റ് ആദർശനിഷ്ഠയെപ്പറ്റിയും വർമ്മ പരാമർശിക്കുന്നു. എച്ച് എസ് ആർ എയുടെ ക്രമീകരണത്തിൽ ശിവവർമ്മയും ഫലപ്രദമായി ഇടപെട്ടിരുന്നു. അതിനെപ്പറ്റി അജയഘോഷ് രേഖപ്പെടുത്തിയിട്ടുണ്ട്:

> പുതിയ ആശയം (സോഷ്യലിസം) അഗാധമായി സ്വാധീനിച്ച ശിവവർമ്മ, സംഘടനയുടെ പേരു മാറ്റത്തിന് അനുകൂലിച്ചു.

1925-ൽ സംഘടന ക്ഷീണിച്ചപ്പോൾ പുനർജീവനത്തിൽ ശിവവർമ്മ വഹിച്ച പങ്ക് അജയഘോഷ് അനുസ്മരിക്കുന്നു.

> എച്ച് എസ് ആർ എ യുടെ കേന്ദ്രകമ്മിറ്റി അംഗം. എന്ന നിലയിലും ചീഫ് ഓർഗനൈസർ എന്ന നിലയിലും ശിവവർമ്മ യുപിയിൽ ജില്ലകൾ തോറും സഞ്ചരിച്ച് പഴയ കേന്ദ്രങ്ങളെ ശക്തിപ്പെടുത്തിയും പുതിയ കേന്ദ്രങ്ങൾ രൂപീകരിച്ചും സംഘടനയെ പഴയ നിലയിലേക്കു കൊണ്ടുവന്നു.

ശിവവർമ്മയുടെ രൂപചിത്രണവും ഘോഷ് നൽകുന്നുണ്ട്:

> മെലിഞ്ഞ ദേഹം, അകാലനര കയറിയ തലമുടി. അപൂർവമായേ വികാരക്ഷോഭം പ്രകടിപ്പിക്കൂ. പതുക്കെയുള്ള സംഭാഷണം. നിർത്തിനിർത്തിയാണ് വർത്തമാനം പറയുക. ഉച്ചരിക്കുന്ന ഓരോ വാക്കും അളന്നും തൂക്കിയും ഉപയോഗിക്കുന്ന പ്രകൃതം. നമ്മുടെ കൂട്ടത്തിൽ കൂട്ടാൻ പറ്റാത്തവനെന്നു തോന്നും. ബോംബും റിവോൾവറും കൈകാര്യം ചെയ്യുന്ന സംഘടനയുടെ സജീവ സംഘാടകനും പ്രവർത്തകനുമാണെന്ന്, കണ്ടാലാരും പറയില്ല.
>
> സ്വന്തം കഴിവിൽ ശിവവർമ്മയും സംശയാലുവായിരുന്നു. നല്ല ശരീരശേഷിയുള്ള ജയദേവിനെ ഒഴിവാക്കി ഒരു ദൗത്യനിർവഹണം തന്നെ ഏൽപ്പിച്ച ഭഗത് സിങ്ങിന്റെ നടപടി വർമയെ അമ്പരപ്പിച്ചു.

ഭഗത് സിങ്ങിന്റെ വാക്കുകൾ ആവർത്തന യോഗ്യമത്രേ. അദ്ദേഹം സഖാക്കളോടു പറഞ്ഞു:

> നാം പോരാളികളാണ്. പോരാളി ഒരു കൃത്യം ഏറ്റെടുക്കുമ്പോൾ ഉൽക്കണ്ഠാകുലനാകാം. എന്നാൽ നാം ആ മതിഭ്രമത്തിൽനിന്ന് മോചനം നേടണം. എന്നാലേ പ്രസ്ഥാനം വിജയം പ്രാപിക്കൂ. രക്തസാക്ഷിത്വത്തിന്റെ മഹത്വം കർമ്മധീരരുടെ ചുറ്റും ഉണ്ട്. കഴുമരം കയറിയവരുടെ ഒപ്പമുണ്ട്. സ്മാരക മന്ദിരത്തിന്റെ കവാടത്തിനു മുകളിലെ മുത്തുകളാണ് അവർ. എത്ര അമൂല്യങ്ങളായ രത്നങ്ങളാണ് അവയെങ്കിലും മന്ദിരത്തിന്റെ അടിത്തറയിലെ സാധാരണ ശിലകളുടെ മൂല്യം പ്രത്യേകമാണ്. പൂമുഖത്തു പതിച്ച രത്നം കാഴ്ചക്കാരന്റെ കണ്ണഞ്ചിപ്പിച്ചേക്കാം. അത് അസ്തിവാരം ഉറപ്പിക്കില്ല. സ്മാരകത്തെ ഉയർത്തി നിർത്തേണ്ട സ്തംഭമാവാൻ അതിനു കഴിയുകയില്ല. നാം നിരവധി ത്യാഗങ്ങൾ അനുഷ്ഠിച്ചു. നമ്മുടെ പ്രസ്ഥാനം വജ്രക്കല്ലുകൾ നേടിയതല്ലാതെ അടിത്തറക്കല്ലുകൾ കണ്ടെത്തിയില്ല.

പ്രശാന്തനും വിനീതനും, നിഷ്കളങ്കനുമായ ശിവവർമ്മ, അത്തരമൊരു അടിസ്ഥാന ശിലയായി പ്രസ്ഥാനത്തിന് കെട്ടുറപ്പു നൽകുമെന്ന് ഭഗത് സിങ്ങ് തിരിച്ചറിഞ്ഞു. വർണ്ണപ്പകിട്ടുള്ള വജ്രത്തേക്കാൾ ആ അടിസ്ഥാനശില അമൂല്യമാണെന്നും അദ്ദേഹത്തിന് അറിയാമായിരുന്നു.

ജയിലിന്റെ ജനാലയ്ക്കു പിന്നിൽ കരച്ചിൽ കലർന്ന കണ്ണുകളോടെ നിന്ന ശിവവർമ്മയോട് ഭഗത് സിങ്ങ് പറഞ്ഞു:

> വികാരചാപല്യം കാണിക്കേണ്ട അവസരമല്ല ഇത്. ഏതാനും നാളുകൾക്കുള്ളിൽ എല്ലാ ഉത്തരവാദിത്തങ്ങളിൽനിന്നും ഞാൻ വിമുക്തനാകും. നീ ദീർഘമായ സമരപാതയിലാണ്. ഈ യാത്രയിലെ ചുമടുകൾ നിന്നെ തളർത്തുകയില്ല എന്ന് എനിക്ക് ഉറപ്പുണ്ട്. നീ ആ ഭാരം വലിച്ചെറിയില്ല എന്നും അറിയാം. നീ തോൽവി ഏറ്റുവാങ്ങില്ല. ആ വഴി ഉപേക്ഷിക്കുകയുമില്ല.

ഭഗത് സിങ്ങിന്റെ വിശ്വാസം ശിവവർമ്മ ഉപേക്ഷിച്ചില്ല.

മാനിനി ചാറ്റർജി

www.ingramcontent.com/pod-product-compliance
Lightning Source LLC
LaVergne TN
LVHW102351051026
849518LV00017B/2138